ಸ್ತ್ರೀ!

ಆಕೆಗೊಂದು ದೇಹವಿದೆ: ಅದಕ್ಕೆ ವ್ಯಾಯಾಮ ಬೇಕು.
ಆಕೆಗೊಂದು ಮಿದುಳಿದೆ: ಅದಕ್ಕೆ ಜ್ಞಾನ ಬೇಕು.
ಆಕೆಗೊಂದು ಹೃದಯವಿದೆ: ಅದಕ್ಕೆ ಅನುಭೂತಿ ಬೇಕು.

— ಚಲಂ

ಅಫಿಡವಿಟ್ಟು

ಬರವಣಿಗೆಯೊಂದರಿಂದಲೇ ಅನ್ನ ಮತ್ತು ಆತ್ಮಸಂತೋಷ ದುಡಿದುಕೊಳ್ಳಲು ತೀರ್ಮಾನಿಸಿದಂತೆ ಬದುಕುತ್ತಿರುವವನು ನಾನು. ಬರವಣಿಗೆ ಬಿಟ್ಟು ಬೇರೆ ಏನನ್ನೂ ಮಾಡಲು ನನಗೆ ಬಾರದು ಅಂತ ತೀರ್ಮಾನಿಸಿ ಆಗಿದೆ.

ನನಗೀಗ ಐವತ್ತು ವರ್ಷ ವಯಸ್ಸು. ಹುಟ್ಟಿದ್ದು 1958ರ ಮಾರ್ಚ್ 15ರಂದು, ಬಳ್ಳಾರಿಯಲ್ಲಿ. ಎರಡು ವರ್ಷ ತುಮಕೂರಿನ ಸಿದ್ಧಗಂಗಾ ಹೈಸ್ಕೂಲಿನಲ್ಲಿ ಓದಿದುದನ್ನು ಬಿಟ್ಟರೆ ಬಿ.ಎ.ವರೆಗಿನ ವ್ಯಾಸಂಗ ನಡೆದದ್ದು ಬಳ್ಳಾರಿಯಲ್ಲಿ. ನಂತರ ಓದಿದ್ದು ಇತಿಹಾಸ ಮತ್ತು ಪ್ರಾಚ್ಯಶಾಸ್ತ್ರ ವಿಭಾಗದಲ್ಲಿ ಸ್ನಾತಕೋತ್ತರ ಪದವಿಗಾಗಿ; ಧಾರವಾಡದಲ್ಲಿ. ಕೆಲಕಾಲ ಬಳ್ಳಾರಿ, ಹಾಸನ ಮತ್ತು ಹುಬ್ಬಳ್ಳಿಯ ಕಾಲೇಜುಗಳಲ್ಲಿ ಇತಿಹಾಸ ಉಪನ್ಯಾಸಕನಾಗಿ ಕೆಲಸ ಮಾಡಿದೆ. ಅದಕ್ಕೆ ಮುಂಚೆ ಮತ್ತು ಅದರ ನಂತರ ಸರಿಸುಮಾರು ಒಂಬತ್ತು ವೃತ್ತಿ ಬದಲಿಸಿದೆ. ಹೈಸ್ಕೂಲು ಮೇಷ್ಟ್ರು, ಹೊಟೇಲ್ ಮಾಣಿ, ರೂಮ್ ಬಾಯ್, ರಿಸೆಪ್ಶನಿಸ್ಟ್, ಹಾಲು ಮಾರುವ ಗೌಳಿ, ದಿನಪತ್ರಿಕೆ ಹಂಚುವ ಹುಡುಗ, ಮೆಡಿಕಲ್ ರೆಪ್ರೆಸೆಂಟೇಟಿವ್, ಪ್ರಿಂಟಿಂಗ್ ಪ್ರೆಸ್‌ನ ಮಾಲಿಕ, ಥೇಟರಿನಲ್ಲಿ ಗೇಟ್ ಕೀಪರ್, ಕಾಲೇಜಿನಲ್ಲಿ ಉಪನ್ಯಾಸಕ, ಮನೆಪಾಠದ ಮೇಷ್ಟ್ರು- ಹೀಗೆ ನಾನಾ ಕಡೆ ಮೈಕೈ ಮೆತ್ತಗಾಗಿಸಿಕೊಂಡು ದುಡಿದೆ. ಕರ್ನಾಟಕದ ಅಷ್ಟೂ ಪತ್ರಿಕೆಗಳಿಗೆ ಬರೆದೆ. ಅನೇಕ ಪತ್ರಿಕೆಗಳಿಗೆ ಕೆಲಸ ಮಾಡಿದೆ. ತುಂಬ ಚಿಕ್ಕ ವಯಸ್ಸಿಗೇ ನನಗಿಂತ ಜಾಸ್ತಿ ವಯಸ್ಸಾದ ಪತ್ರಿಕೆಗಳಿಗೆ ಸಂಪಾದಕನಾದೆ. ಈತನಕ ಸರಿಸುಮಾರು ಮೂವತ್ತು ಪುಸ್ತಕಗಳು ಪ್ರಕಟವಾಗಿವೆ. ಖುಷ್ವಂತ್ ಸಿಂಗ್, ಚಲಂ, ಪ್ರೊತಿಮಾ ಬೇಡಿ, ಬ್ರಿಗೇಡಿಯರ್ ಜಾನ್.ಪಿ. ದಳವಿ, ಗೇಬ್ರಿಯಲ್ ಗಾರ್ಸಿಯಾ ಮಾರ್ಕ್ವೆಜ್, ವಿನೋದ್ ಮೆಹ್ತಾ ಮುಂತಾದವರ ಬರಹಗಳನ್ನು ಕನ್ನಡಕ್ಕೆ ಅನುವಾದಿಸಿದ್ದೇನೆ. ಎರಡು ಬಾರಿ ಕರ್ನಾಟಕ ಸಾಹಿತ್ಯ ಅಕಾಡೆಮಿಯವರು ಹಾಗೂ ಕರ್ನಾಟಕ ಮಾಧ್ಯಮ ಅಕಾಡೆಮಿಯವರು ಪ್ರಶಸ್ತಿ ಕೊಟ್ಟಿದ್ದಾರೆ. ಸಣ್ಣ ಕತೆ ನನ್ನ ಅತಿ ಇಷ್ಟದ ಪ್ರಕಾರ. ಅದರಲ್ಲೂ ಪ್ರಶಸ್ತಿ, ಬಹುಮಾನಗಳು ಬಂದಿವೆ.

ಸದ್ಯಕ್ಕೆ ನಾನು 'ಹಾಯ್ ಬೆಂಗಳೂರ್!' ಕನ್ನಡ ವಾರಪತ್ರಿಕೆಯ ಹಾಗೂ 'ಓ ಮನಸೇ...' ಪಾಕ್ಷಿಕದ ಸಂಪಾದಕ. ಪ್ರಾರ್ಥನಾ ಎಜುಕೇಶನ್ ಸೊಸೈಟಿಯ ಸಂಸ್ಥಾಪಕ ಕಾರ್ಯದರ್ಶಿ. ಟೀವಿ ಮತ್ತು ರೇಡಿಯೋಗಳಿಗೆ ಪ್ರತಿನಿತ್ಯದ ಕಾರ್ಯಕ್ರಮ ಮಾಡಿಕೊಡುತ್ತೇನೆ. ಸಿನೆಮಾ ನಿರ್ಮಾಣ, ನಿರ್ದೇಶನ ಮತ್ತು ನಟನೆಯಲ್ಲಿ ತೊಡಗಿಕೊಂಡಿದ್ದೇನೆ. ಒಬ್ಬ ಹೆಂಡತಿ, ಮೂವರು ಮಕ್ಕಳ ತಂದೆ. ನನ್ನ ಬಗೆಗಿನ ಉಳಿದ ವಿವರಗಳು ಅನ್ ಇಂಟರೆಸ್ಟಿಂಗ್!

- ರವಿ ಬೆಳಗೆರೆ

ಚಲಂ

ರವಿ ಬೆಳಗೆರೆ

 ಭಾವನಾ ಪ್ರಕಾಶನ, #2, ಪೆಟ್ರೋಲ್ ಬಂಕ್ ಬಳಿ, ಬನಶಂಕರಿ
2ನೇ ಹಂತ, 80 ಅಡಿ ರಸ್ತೆ, ಕದಿರೇನಹಳ್ಳಿ, ಪದ್ಮನಾಭನಗರ,
ಬೆಂಗಳೂರು- 560 070. ದೂರವಾಣಿ: 2679 0804

CHALAM: Translation of Chalam's autobiography by RAVI BELAGERE, published by Bhavana Prakashana, #2, Near Petrol Bunk, BSK II stage, 80 Feet Road, Kadirenahalli, Padmanabhanagar, BANGALORE-560070

First Published in March, 2008
Second Published in Aug, 2010
Third Published in Feb, 2013
Fourth Published in May 2019
Fifth Published in June 2021

Phone No. for copies : 9448051726

ಪುಟಗಳು : viii + 192

ಬೆಲೆ : 180/-

ಪ್ರತಿಗಳು : ಮೂರು ಸಾವಿರ

ಹಿಂಬದಿಯ ಛಾಯಾಚಿತ್ರ : ಬಿ.ಆರ್. ಶಂಕರ್

ಮುದ್ರಣ : ಶ್ರೀ ಗಣೈಕ ಮುದ್ರಣಾಲಯ ಪ್ರೈವೇಟ್ ಲಿ., ಬೆಂಗಳೂರು

ಭಾವನಾ ಪ್ರಕಾಶನ
#2, ಪೆಟ್ರೋಲ್ ಬಂಕ್ ಬಳಿ, ಬನಶಂಕರಿ 2ನೇ ಹಂತ, 80 ಅಡಿ ರಸ್ತೆ,
ಕದಿರೇನಹಳ್ಳಿ, ಪದ್ಮನಾಭನಗರ, ಬೆಂಗಳೂರು- 560 070.
ದೂರವಾಣಿ: 2679 0804

ಚೇತನಾ
ಮತ್ತು
ರಂಜಿತ್
ದಂಪತಿಗಳಿಗೆ
ಪ್ರೀತಿಯಿಂದ

- ರವಿ ಬೆಳಗೆರೆ

ಮುನ್ನುಡಿ

ಇದನ್ನು ಬರೆಯಲು ಕುಳಿತಿದ್ದೇನೆ. ಇದನ್ನೇ ಯಾಕೆ ಬರೆಯುತ್ತಿದ್ದೇನೆ? ಉತ್ತರವಿಲ್ಲ. ಚಲಂ ನನ್ನ ಗುರು. ಆತನಂತೆ ಬರೆಯಲು ಪ್ರಯತ್ನಿಸಿದೆ. ಆತನಂತೆ ಬದುಕಲು ಪ್ರಯತ್ನಿಸಿದೆ. ಎರಡೂ ದಕ್ಕಲಿಲ್ಲ. ಚಲಂನನ್ನು ಮರೆಯುವುದರ ಮೂಲಕ ಆತನನ್ನು ಧಿಕ್ಕರಿಸಲು ಪ್ರಯತ್ನಿಸಿದೆ. ಅದೂ ಸಾಧ್ಯವಾಗಲಿಲ್ಲ.

ಹೀಗಾಗಿ ಈ ಪುಸ್ತಕ.

ಇದನ್ನು ಅನುವಾದವೆನ್ನಲಾರೆ. ಇದರ ಪುಟಗಳಲ್ಲಿ ಎಲ್ಲೋ ಒಂದು ಕಡೆ ನಾನಿದ್ದೇನೆ. ಈ ಪುಸ್ತಕಕ್ಕೆ ಅನುಬಂಧವೆಂಬಂತೆ ಚಲಂ ತನ್ನ ನಾನಾ ಪ್ರೇಯಸಿಯರಿಗೆ ಬರೆದ ಪ್ರೇಮಪತ್ರಗಳ ಇನ್ನೊಂದು ಪುಸ್ತಕ ಹೊರಬರಬೇಕು. ಇಲ್ಲದಿದ್ದರೆ ಚಲಂ ಪೂರ್ಣವಾಗುವುದಿಲ್ಲ. ಇದು, ಈಗ ನಿಮ್ಮ ಕೈಲಿರುವುದು ಆತ ಹೇಳಿ ಬರೆಯಿಸಿದ ಪುಸ್ತಕ. ಬಹುಶಃ ಆತನ ಕೊನೆಯ ಪುಸ್ತಕ. ಆದರೆ 'ಪ್ರೇಮ ಲೇಖಲು' ಆತನೇ ತನ್ನ ನಿಶ್ಶಬ್ದದಲ್ಲಿ ಬರೆದ ಮಧುರ ಗ್ರಂಥ. ಇವೆರಡನ್ನೂ ಕನ್ನಡಿಗರ ಕೈಲಿ ಓದಿಸಲೇ ಬೇಕು ಎಂಬ ಹಟದೊಂದಿಗೆ ಕುಳಿತಿದ್ದೇನೆ. ಒಂದು ಗುಕ್ಕಿನಲ್ಲಿ ಎರಡೂ ಮುಗಿಯಬೇಕು.

ಸುಮಾರು ಮೂವತ್ತು ವರ್ಷಗಳಿಂದ ನನ್ನೊಂದಿಗೆ ಇರುತ್ತಾ, ಅಟ್ಟೆ ಹರಿದು ಹೋಗಿ, ಮುಖಪುಟ ಕಿತ್ತು ಹೋಗಿ, ಪುಟಗಳು ಪಿಸಿದು, ಜೀರ್ಣವಾಗಿ ಹೋದದ್ದು ಚಲಂ 'ಆತ್ಮಕಥ'. ಅದು ನನ್ನೊಂದಿಗೆ ರೈಲಿನಲ್ಲಿ ಬಂದಿದೆ. ಬಸ್ಸುಗಳಲ್ಲಿ ಓಡಾಡಿದೆ. ಲಗೇಜಿನಲ್ಲಿ pack ಆಗಿದೆ. ದಿಂಬಿನೊಂದಿಗೆ ಮಲಗಿದೆ. ಈಜಿ ಛೇರಿನ ಮೇಲೆ ಒರಗಿದೆ. ನಾನು ಧೈರ್ಯ ಕುಸಿದು ಬಿಕ್ಕಳಿಸಿದಾಗಲೆಲ್ಲ ನನ್ನನ್ನು ಮತ್ತೆ ಗಟ್ಟಿಗೊಳಿಸಿ ಹೊಸ ಯುದ್ಧಕ್ಕೆ ಅಣಿಗೊಳಿಸಿದೆ. ಈಗ, ಮೂವತ್ತು ವರ್ಷಗಳ ನಂತರ ಅದನ್ನು ಮೇಜಿನ ಮೇಲೆ ಹರವಿಕೊಂಡು ಕುಳಿತಿದ್ದೇನೆ. ಪುಸ್ತಕ ಮಗ್ಗಲು ಬದಲಿಸಿ ನಗುವ ಬೆತ್ತಲೆ ಹೆಂಗಸಿನಂತೆ ನನ್ನನ್ನು ಕರೆಯುತ್ತಿದೆ. ಇದರಲ್ಲಿ ನಾನಿನ್ನು ಮಗ್ನ.

ಚಲಂ ಅನುಕರಣೀಯನಲ್ಲ. ಆತನಂತೆ ಬದುಕಲು ಯಾರೂ ಪ್ರಯತ್ನ

ಮಾಡಬಾರದು. ಆತನ ಪ್ರಭಾವಗಳಿಂದ ತಪ್ಪಿಸಿಕೊಳ್ಳುವುದು ಕಷ್ಟ. ಹೀಗಾಗಿ ನಿಮಗೆ ಚಿಕ್ಕದೊಂದು ಮುನ್ನೆಚ್ಚರಿಕೆ. ಈ ಪುಸ್ತಕವನ್ನು ಓದಿ ಸುಮ್ಮನೆ ಎತ್ತಿಟ್ಟುಬಿಡಿ.

ತುಂಬ ಕಾಕತಾಳೀಯವೆಂಬಂತೆ ಚಲಂನ ಆತ್ಮಕಥೆಯನ್ನು ಕನ್ನಡಕ್ಕೆ ತರಬೇಕು ಅಂದುಕೊಳ್ಳುತ್ತಿರುವ ದಿನಗಳಲ್ಲೇ ಆಂಧ್ರದ ಗೆಳೆಯರೊಬ್ಬರು ರಮಣ ಮಹರ್ಷಿಗಳ ಫೋಟೋ ತಂದು ನನ್ನ ಕೋಣೆಯಲ್ಲಿರಿಸಿದ್ದಾರೆ. ಅದು ಬಂದು ಕುಳಿತಾಗಿನಿಂದ ಮನಸ್ಸಿಗೆ ಏನೋ ಶಾಂತಿ. ನಾನು ರಮಣರ ಕುರಿತು ಓದಿದವನಲ್ಲ. ಆದರೆ ನನ್ನ ಸೋದರ ಮಾವ ಬೆಳಗೆರೆ ಕೃಷ್ಣಶಾಸ್ತ್ರಿಗಳು ತಮ್ಮ ಮಡದಿ ಮಕ್ಕಳನ್ನು ಕಳೆದುಕೊಂಡು ಖಿನ್ನರಾಗಿದ್ದ ಕಾಲದಲ್ಲಿ ಆಶ್ರಯ ಪಡೆದದ್ದು ರಮಣ ಮಹರ್ಷಿಗಳಲ್ಲಿ.

ಚಲಂ ತನ್ನ ಕೊನೆಯ ದಿನಗಳನ್ನು ಕಳೆದದ್ದು ರಮಣರ ಸನ್ನಿಧಿಯಲ್ಲಿ.

ಇವತ್ತಿಗೆ ನಾನು ಬದುಕುತ್ತಿರುವ ಬದುಕು ಸರಿಯಿಲ್ಲ ಅನ್ನಿಸಿದ ದಿನ ರಮಣ ಸಿದ್ಧಾಂತವನ್ನು ಓದಿಯೇನು. ಸದ್ಯಕ್ಕೆ ಸಾವಿರ ಕೆಲಸಗಳಲ್ಲಿ ತೊಡಗಿಕೊಂಡಿದ್ದೇನೆ. ಸುತ್ತಲೂ ದೊಡ್ಡ crowd ಇದೆ. Crowdನ ಮಧ್ಯೆ ಮನುಷ್ಯ ಧೇನಿಸಲಾರ.

ನನಗೆ ಐವತ್ತು ವರ್ಷಗಳಾಗುವುದಕ್ಕೆ ಇನ್ನು ಹದಿನೈದು ದಿನಗಳಿವೆ. ಐವತ್ತಾಗುವ ಹೊತ್ತಿಗಾದರೂ ಚಲಂನನ್ನು ನೀಗಿಕೊಳ್ಳಬೇಕು. ಒಂದು ಗುರು ದಕ್ಷಿಣೆ ಸಂದಾಯ ಮಾಡಬೇಕು. ಸತ್ಯಕಾಮರು ಹೇಳಿದ್ದು ನೆನಪಾಗುತ್ತದೆ.

"ಗುರುವು ಹೆಗಲ ಮೇಲಿನ ಹೆಣ. ಅದನ್ನಿಳಿಸಬೇಕು
ಆತ ಸೋಪಾನವೇ ಹೊರತು ಗುರಿಯಲ್ಲ.
ಬದುಕು ನಿಂತ ನೀರಾಗಬಾರದು" ಅಂದಿದ್ದರು.

ಬೆಂಗಳೂರು - ರವಿ ಬೆಳಗೆರೆ
ಮಾರ್ಚ್ 1, 2008

ಆತ ಹೀಗಂತಾನೆ

ಆತ್ಮಕಥೆಗಳೆಂದರೆ ನನಗೆ ಅಸಹ್ಯ. ತನ್ನ ಆತ್ಮಕಥೆ ಬರೆಯುವುದೆಂದರೆ ತಾನು ಲೋಕದ ಪಾಲಿಗೆ ಅತ್ಯಂತ ಮುಖ್ಯವಾದ ಮನುಷ್ಯ, ತಾನು ಪ್ರಜೆಗಳಿಗೆ ತೀರದ ಉಪಕಾರ ಮಾಡಿದಂಥವನು, ತನ್ನ ಬಗ್ಗೆ ಹೇಳಿಕೊಳ್ಳದಿದ್ದರೆ ಲೋಕಕ್ಕೆ ತನ್ನ ಹಿರಿಮೆ ತಿಳಿಯದಂತಾಗಿ, ಅದರಿಂದ ಲೋಕಕ್ಕೆ ತುಂಬಲಾಗದ ನಷ್ಟವಾದೀತು ಅಂದುಕೊಳ್ಳುವವನು ಆತ್ಮಚರಿತ್ರೆ ಬರೆಯಬೇಕು.

ಯಾಕಾದರೂ ಹುಟ್ಟಿದೆನೋ? ಹುಟ್ಟಿದವನೇ ತಕ್ಷಣಕ್ಕೆ ಸಾಯದೆ ಯಾಕಿಷ್ಟು ಕಾಲ ಬದುಕಿ ನಮ್ಮ surroundingsನ ಇಷ್ಟು ಕಲ್ಮಶಗೊಳಿಸಿ ದೆನೋ ಅಂದುಕೊಳ್ಳುವ ನನ್ನಂಥವನು ತನ್ನ ಕಥೆಯನ್ನು ನಾಚಿಕೆಯಿಲ್ಲದೆ ಹೇಳಿ ಕೊಳ್ಳುತ್ತಿದ್ದಾನೆಂದರೆ, ಅದು ಯಾವ ಕಾರಣಕ್ಕೂ ಕ್ಷಮಿಸಬಹುದಾದುದಲ್ಲ.

ಆದರೂ ಆ ಕೆಲಸ ನಡೆಯುತ್ತಿದೆಯೆಂದರೆ, ಯಾವುದೂ ನಮ್ಮ ಕೈಲಿಲ್ಲ ಅಂತ ಅರ್ಥ. ಮೇಲಾಗಿ ನನಗೀಗ ಕಣ್ಣು ಕಾಣುತ್ತಿಲ್ಲ. ಪೆನ್ನು ಹಿಡಿಯಲಾರೆ. ನನ್ನ ಬೆರಳೇ ನನ್ನ ಮಿದುಳು. ಬೆರಳು ಕದಲದೆ ಆಲೋಚನೆಗಳು ಪಲುಕಲಾರವು. ಆದರೂ ಈ ಪುಸ್ತಕ ಸಿದ್ಧಗೊಳ್ಳುತ್ತಿದೆ.

ಅದಕ್ಕೆ ಇಮ್ಮೀಡಿಯೆಟ್ ಕಾರಣನಾದವನು ವಿಶ್ವಂ. ಕೆಲಸಕ್ಕೆ ರಜೆ ಹಾಕಿ ಬಂದು ಸೌರಿಸ್‌ನ encourage ಮಾಡಿದ. ಆ ನಂತರ innocent ಆಗಿ ನನ್ನನ್ನು ನೋಡಲು ಬಂದ ಭಾರತಿಯನ್ನು ಈ ಕೆಲಸಕ್ಕೆ ಹಚ್ಚಿದವಳು ನರ್ತಕಿ. ತಾನು ಹುಟ್ಟಿದ್ದೇ ಈ ಕೆಲಸಕ್ಕೆ ಎಂಬಂತೆ, ಇದು ತನ್ನ ಏಕೈಕ ಜವಾಬ್ದಾರಿಯೆಂಬಂತೆ ಕೂತು ಬರೆದುಕೊಂಡದ್ದು ಭಾರತಿಯ ಪ್ರಾರಬ್ಧ!

ಇಷ್ಟು ಬಿಟ್ಟು ಇನ್ನೇನೂ ಹೇಳಲಾರೆ.

ಅರುಣಾಚಲಂ - ಚಲಂ

30.12.1972

ತೆನಾಲಿ.

ಬೆಳಿಗ್ಗೆ ಹತ್ತು ಗಂಟೆ. ನಾನೊಂದು ಡಬಲ್ ಸ್ಪ್ರಿಂಗ್ ಮಂಚದ ಕೆಳಗೆ ನೆಲದ ಮೇಲೆ ತುಂಬ ಕಂಫರ್ಟಬಲ್ ಆಗಿ ಅಂಗಾತ ಮಲಗಿದ್ದೇನೆ. ಅಲ್ಲಿ ನಾನು ಮಲಗಿರೋದು ಯಾರಿಗೂ ಗೊತ್ತಿಲ್ಲ. ಬೆನ್ನ ಕೆಳಗಿನ ಗಾರೆ ನೆಲ: ಎಂಥದೋ ಹಿತ. ಆಗಾಗ ಪಕ್ಕದ ಕೋಣೆಯಿಂದ ದೊಡ್ಡವರು ಆಡುವ ಮಾತು ಕೇಳಿಸುತ್ತವೆ. ನನಗೆ ಹತ್ತು ವರ್ಷ ವಯಸ್ಸು. ದೊಡ್ಡವರ ಮಾತೇ ನನ್ನ ಕನಸುಗಳಿಗೆ ಆಧಾರ. ವಿಶಾಲವಾದ ಆ ಕೋಣೆಯಲ್ಲಿ ಬಂಗಾರದಂಥ ಬೆಳಕು. ಜೇಬಿನಲ್ಲಿ ಹುಣಿಸೆ ತೊಕ್ಕೋ, ತೊಳೆದ ಮಾವಿನ ಕಾಯಿ ಉಪ್ಪಿನ ಕಾಯೋ ಇದ್ದು ಬಿಟ್ಟರೆ, ಈ ಲೋಕಕ್ಕೂ ನನಗೂ ತುಂಬ ಹೊತ್ತು ಸಂಬಂಧವಿರದು. ಅದೆಲ್ಲಕ್ಕಿಂತ ದೊಡ್ಡ ಕಂಫರ್ಟ್ ಅಂದರೆ ನಮ್ಮಪ್ಪ ಆ ಕೋಣೆಯೊಳಕ್ಕೆ ಬರುವುದಿಲ್ಲ. ಯಾತಕ್ಕೆ ಅಲ್ಲಿಗೆ ಬರಲಾರನೋ ನನಗೆ ಗೊತ್ತಿಲ್ಲ. ನಾನು ಎಲ್ಲಿ ಅಡಗಿಕೊಂಡಿದ್ದೇನಾ ಅಂತ ಅಲ್ಲಿಂದಿಲ್ಲಿಗೆ prowl ಮಾಡುತ್ತಲೇ ಇರುತ್ತಾನೆ. ದೂರದಿಂದ ನಿಂತು ನೋಡಿದರೆ ಈ ಮಂಚದ ಕೆಳಗೆ ನಾನು ಮಲಗಿರುವುದು ಆತನಿಗೆ ಕಾಣುತ್ತದೆ. ಆದರೆ ತಲೆ ಕೊಡವಿ ಹೊರಟು ಹೋಗುತ್ತಾನೆ. ಹಲ್ಲು ಕಟಕಟ ಕಡಿಯುತ್ತಾನೇನೋ? ಆತನ ಸಿಟ್ಟು ಅಂತಹುದು. ಜಗತ್ತಿನಲ್ಲಿ ನಮ್ಮಪ್ಪ ಅನ್ನುವವನೊಬ್ಬ ಇರದೇ ಹೋಗಿದ್ದಿದ್ದರೆ it is not such a bad world at all.

ನನ್ನ ಮೊದಲನೇ ಜ್ಞಾಪಕವೆಂದರೆ, ಐದನೇ ವರ್ಷದವನಾಗಿದ್ದಾಗ ನನ್ನ ತಂದೆ ನನ್ನನ್ನು ಹೊಡೆದದ್ದು. ಎರಡನೇ ಜ್ಞಾಪಕವೆಂದರೆ ಆತ ನನ್ನನ್ನು ಹೊಡೆದದ್ದು. ಮೂರನೇ ಜ್ಞಾಪಕ: ಮತ್ತೆ ಹೊಡೆದದ್ದು. ಅದಕ್ಕಿಂತ ಹೆಚ್ಚು ಹೊಡೆದರೆ ಈ ಸಣಕಲ ಸತ್ತು ಹೋದಾನು ಅಂದುಕೊಂಡು ಆ ಕೆಲಸ ಕೈ ಬಿಡುತ್ತಿದ್ದ ನನ್ನ ಅಪ್ಪ. ಭಗವಂತನನ್ನು ವರ ಕೇಳುವ ಪರಿಸ್ಥಿತಿ ಬಂದರೆ, ನಿರಂತರವಾಗಿ ಇವನನ್ನು ಹೊಡೆಯುವ ಶಕ್ತಿ ಕೊಡು ಅಂತ ದೇವರನ್ನು ಕೇಳುತ್ತಾನೆ. ಒಂದು ವರ್ಷದ ಮಟ್ಟಿಗೆ 'ನಾನೇ ಓದು ಹೇಳ್ತೀನಿ' ಅಂದು ಶಾಲೆ ಬಿಡಿಸಿದ

ಆತ. ಪಾಠ ಹೇಳುವುದೆಂದರೆ ಪ್ರಶ್ನೆ ಕೇಳುವುದು, ಹೊಡೆಯುವುದು. ಅಪ್ಪ ಅಂದರೇನೇ ನಂಗೆ ದ್ವೇಷ. ಆತನಿಂದ ಸದಾ ತಪ್ಪಿಸಿಕೊಂಡು ತಿರುಗುತ್ತಿದ್ದೆ. ಆತನ ಮೇಲಿನ ದ್ವೇಷ ಜೀವನ ಪರ್ಯಂತ ಉಳಿದು ಹೋಯಿತು. ಇವತ್ತಿನ ತನಕ ಆತನನ್ನು ನಾನು 'ಅಪ್ಪ' ಅಂತ ಕರೆದಿಲ್ಲ. ಅಂಥ ಅಸಹ್ಯ. ಎಷ್ಟು ಬಡಿದರೂ ತಪ್ಪಾಯಿತು ಅಂತಾಗಲೀ, ಹೊಡೀ ಬೇಡ ಅಂತಾಗಲೀ, ನಾನಿನ್ನು ಭರಿಸಲಾರೆ ಅಂತಾಗಲೀ ಅನ್ನುತ್ತಿರಲಿಲ್ಲ. ನೋವು ಭರಿಸಲಾಗದಾದಾಗ ಸುಮ್ಮನೆ ಅಳುತ್ತಿದ್ದೆ. ಅದೆಷ್ಟು ಹೊತ್ತು ಅಳುತ್ತಾನೋ ನೋಡೇ ಬಿಡೋಣ ಅಂತ ಆತ ಹಟಕ್ಕೆ ಬಿದ್ದವನಂತೆ ಹೊಡೆಯುತ್ತಿದ್ದ. ಹಾಗೆ, ನಮ್ಮಿಬ್ಬರಿಗೂ ಒಂದು ಜನ್ಮ ವಿರೋಧ ಏರ್ಪಟ್ಟಿತ್ತು.

ಅಪ್ಪನಿಗೆ ಸಂಪಾದನೆಯಿಲ್ಲ. ನೌಕರಿಯಿಲ್ಲ. ಹೆಂಡತಿ ಮಕ್ಕಳ ಸಮೇತ ಅತ್ತೆ ಮನೆ ಸೇರಿದ್ದ. ನನ್ನ ತಾಯಿಯ ಅಪ್ಪ ಅಮ್ಮ ತುಂಬ ಒಳ್ಳೆಯವರು. ಈ ಮನುಷ್ಯ ಪರಮ ನೀಚ. ಇವನ ಹೊಡೆತಗಳಿಗಿನ್ನು ನಾನು ಸತ್ತೇ ಹೋಗುತ್ತೇನೆ ಅನ್ನಿಸಿದಾಗ ನನ್ನ ಅಜ್ಜಿ ತಾತ ತಮ್ಮ ಕೋಣೆಯಿಂದ ಹೊರಬಂದು ನಿಲ್ಲುತ್ತಿದ್ದರು. ಅಲ್ಲಿಯ ತನಕ ಹೊಡೆತ ಬೀಳುತ್ತಲೇ ಇರುತ್ತಿದ್ದವು. ಒಂದು ದಿನಕ್ಕೂ ಅಜ್ಜಿ ತಾತ ಆತನೊಂದಿಗೆ ಮಾತನಾಡುತ್ತಿರಲಿಲ್ಲ.

ಅವತ್ತು ನಾನು ಮಲಗಿದ್ದುದು ಅಜ್ಜಿಯ ಮಂಚದ ಕೆಳಗೆ. ಆಕೆಗೆ ನನ್ನನ್ನು ಕಂಡರೆ ದಯೆ, ಮುದ್ದು: ಆಕೆ ಮನೆಯ ಯಜಮಾನತಿ. ಆಕೆಯ ಒಬ್ಬಳೇ ಮುದ್ದಿನ ಮಗಳು ನಮ್ಮ ಅಮ್ಮ. ಮನೆಬಿಟ್ಟು ಹೋಗು ಅಂದರೆ, ಅಳಿಯ ಮಗಳನ್ನೂ ಎಳಕೊಂಡು ಹೋಗಿಬಿಡುತ್ತಾನೇನೋ ಎಂಬ ಭಯಕ್ಕೆ, ಅಂಥ ದುಷ್ಟ ಅಳಿಯನನ್ನು ಭರಿಸುತ್ತಿದ್ದಳು ಅಜ್ಜಿ. ಆಕೆ ಯಾವಾಗಲೂ ಮಂಚಕ್ಕಂಟಿದ ಅನಾರೋಗ್ಯದ ಹೆಣ್ಣುಮಗಳು. ಆಕೆಯ ಹಾಸಿಗೆ, ದಿಂಬು ತುಂಬ ಶುಭ್ರವಾಗಿರುತ್ತಿದ್ದವು. ಅಜ್ಜಿಯ ಮಂಚದ ಮೇಲೆ ಕೂಡಲಿಕ್ಕೆ ಅನುಮತಿಯಿದ್ದುದು ಅಮ್ಮನಿಗೆ ಮತ್ತು ನನಗೆ ಮಾತ್ರ. ಅಜ್ಜನಿಗೆ ಕೂಡ ಅನುಮತಿಯಿರಲಿಲ್ಲ. ಅಜ್ಜಿಯ ಕೋಣೆಯಲ್ಲಿ ಒಂದು ಪಂಖಾ ಹಗಲಿಡೀ ತುಯ್ಯುತ್ತಿತ್ತು. ಪಂಖಾ ಎಳೆಯಲಿಕ್ಕೆಂದೇ ಸರದಿಯಲ್ಲಿ ಆಳುಗಳಿರುತ್ತಿದ್ದರು. ಕೊನೆಯ ನಿಮಿಷಗಳಲ್ಲಿ, ಆಕೆಯ ಕಳೇಬರವನ್ನು ಮಂಚದಿಂದ ಇಳಿಸಿದ ಮೇಲೆ ಪಂಖಾ ಎಳೆಯುವುದನ್ನು ನಿಲ್ಲಿಸಿದರು.

ನಾವಿದ್ದ ಬಂಗಲೆಯನ್ನು ತುಂಬ ಶ್ರದ್ಧೆಯಿಂದ, ಮದರಾಸಿನಿಂದ ಜನರನ್ನು ಕರೆಯಿಸಿ ಹೊಚ್ಚ ಹೊಸದಾಗಿ ಕಟ್ಟಿಸಿದ್ದರು. ಸುತ್ತ ತೋಟವಿತ್ತು. ಹಸು ಕರುಗಳಿದ್ದವು. ಮೊದಲಿನಿಂದಲೂ ನಾನು ಶಕ್ತಿಹೀನ, ಸಣಕಲ. ಹುಟ್ಟುತ್ತಲೇ ಯಾವುದೋ ನರದೌರ್ಬಲ್ಯದಿಂದ ಹುಟ್ಟಿದೆ. ಅಲೋಪಥಿ ವೈದ್ಯರು ಅದಕ್ಕೆ ಮೈಗ್ರೇನ್ ಅಂತ

ಹೆಸರಿಟ್ಟಿದ್ದರು. ಆಚಂಟ ಲಕ್ಷ್ಮೀಪತಿಯವರು ಅದಕ್ಕೆ defect in sympathetic nervous system ಅಂದಿದ್ದರು. ಯಾವಾಗಲೂ ಸುಸ್ತು, ನಿತ್ರಾಣ. ಜೀವನವೆಲ್ಲ ಹಾಗೆ ಕಳೆದುಹೋಯಿತು. ಅಪ್ಪ ವಿಪರೀತವಾಗಿ ಹೊಡೆದುದರಿಂದಲೇ ಏನೋ ಆಗಿದ್ದಿರಬೇಕು. ಶಾಲೆಯಲ್ಲಿ ಕೂತು ಪಾಠ ಓದಬಲ್ಲ, ಮೇಷ್ಟ್ರುಗಳು ಹೇಳಿದುದನ್ನು ಅರ್ಥ ಮಾಡಿಕೊಳ್ಳಬಲ್ಲ ಚೈತನ್ಯವಿರುತ್ತಿರಲಿಲ್ಲ. ಸರಿಯಾಗಿ ಪರೀಕ್ಷೆ ಹೊತ್ತಿಗೆ ಖಾಯಿಲೆ ಬಿದ್ದು, ಪರೀಕ್ಷೆ ತಪ್ಪಿಸುತ್ತಿದ್ದೆ.

ಅಮ್ಮ ಒಂದಾದ ಮೇಲೊಂದರಂತೆ ಮಕ್ಕಳನ್ನು ಹೆತ್ತು ನೆಲ ಹಿಡಿದು ಬಿಟ್ಟಿದ್ದಳು. ಒಂದೆರಡು ಹೆರಿಗೆಗಳಲ್ಲಿ ಸತ್ತೇ ಹೋಗುತ್ತಾಳೆಂದುಕೊಂಡಿದ್ದೆವು. ಅಷ್ಟಾದರೂ ಆಕೆಯನ್ನು ಗಂಡ ಬಿಡುತ್ತಿರಲಿಲ್ಲ. ಅರ್ಧ ರಾತ್ರಿಗಳಲ್ಲಿ ನನ್ನ ತಮ್ಮ ತಂಗಿಯರು ಎದ್ದು ಅಳುತ್ತಿದ್ದರು. ಅಂಥ ಬಲಹೀನತೆಯಲ್ಲೂ, ಅಪ್ಪನ ಹಿಂಸೆಯ ನಡುವೆಯೂ ರಾತ್ರಿಯಿಡೀ ಜೋಲಿ ತೂಗುತ್ತಾ ಅಮ್ಮ ಮಕ್ಕಳಿಗೆ ಜೋಗುಳ ಹಾಡುತ್ತಿದ್ದಳು. "ಎಷ್ಟು ಹೊತ್ತಾದರೂ ಮಲಗೋದಿಲ್ಲವಲ್ಲೋ.... ನಾನೇನು ಮಾಡಲಿ?" ಅಂತ ಬಿಕ್ಕುತ್ತಿದ್ದಳು. ಅಮ್ಮನ ಪರಿಸ್ಥಿತಿ ನನಗೆ ಎಷ್ಟರ ಮಟ್ಟಿಗೆ ಅರ್ಥವಾಗುತ್ತಿತ್ತೋ? ಆಕೆಯ ರುದ್ಧ ಕಂಠ ಕೇಳಿ ಸದ್ದಿಲ್ಲದೆ ಅಳುತ್ತಿದ್ದೆ. ಆದರೆ ಅಮ್ಮ ಯಾವತ್ತಿಗೂ ಮಕ್ಕಳನ್ನು ಹೊಡೆಯುತ್ತಿರಲಿಲ್ಲ. ಅಪ್ಪನ ಕ್ರೌರ್ಯ, ಅಮ್ಮನ ಅಸಹಾಯಕತೆ ನನ್ನಲ್ಲಿ ಎಂಥ ದಿಗಿಲು ಹುಟ್ಟಿಸುತ್ತಿತ್ತೆಂದರೆ, ಪ್ರತೀರಾತ್ರಿ ನಾನು ಪ್ರತಿಜ್ಞೆಗಳನ್ನು ಸ್ವೀಕರಿಸುತ್ತಿದ್ದೆ. "ಯಾವತ್ತಿಗೂ ಮದುವೆಯಾಗಬಾರದು. ದೊಡ್ಡವರು ಒತ್ತಾಯ ಮಾಡಿದರೂ ಮಕ್ಕಳನ್ನು ಹೆರಬಾರದು. ಮಕ್ಕಳನ್ನು ಹೆತ್ತರೂ ಅವರನ್ನು ಅಳಿಸಕೂಡದು. ಅವರು ಅತ್ತರೂ ಅವರನ್ನು ಹೊಡೆಯಕೂಡದು!"

ಮೊದಲಿನವೆರಡೂ ನನ್ನ ನಿಲುಕಿನವಲ್ಲ. ಉಳಿದ ಪ್ರತಿಜ್ಞೆಗಳನ್ನು ನಾನು ತಪ್ಪದೆ ಪಾಲಿಸಿದೆ. ನನ್ನ ಬಾಲ್ಯವೆಲ್ಲ ಅನಾರೋಗ್ಯ, ಅಪ್ಪನ ಒದೆ ಮತ್ತು ಭಯಗಳ ನಡುವೆಯೇ ಕಳೆದುಹೋಯಿತು. ಹೀಗಾಗಿ "ಬಾಲ್ಯವೆಂಬುದು ಎಂಥ ಅದ್ಭುತವಾದುದಲ್ಲ!" ಅಂತ ಯಾರಾದರೂ ಅಂದರೆ ನನಗೆ ಅರ್ಥವಾಗುವುದಿಲ್ಲ. ತಾಯಿಯ ಪ್ರೀತಿ, ತಂದೆಯ ಪ್ರೀತಿ-ಎರಡೂ ನನಗೆ ಅಪರಿಚಿತ. ಅಮ್ಮ ಯಾವತ್ತೂ ನನ್ನನ್ನು ಮುದ್ದು ಮಾಡಲಿಲ್ಲ. ಕೆಲವೊಮ್ಮೆ ಶಾಲೆಯ ತನಕ ನಡೆಯುವ ಶಕ್ತಿಯೂ ನನಗಿರುತ್ತಿರಲಿಲ್ಲ. ದೊಡ್ಡ ವಯಸ್ಸಿನ ಗೆಳೆಯರು ಎಳೆದುಕೊಂಡು ಹೋದರೆ, ಹೋಗುತ್ತಿದ್ದೆ. ನನಗೆ ಹಾಲೂ ಜೀರ್ಣವಾಗುತ್ತಿರಲಿಲ್ಲ. ಸಾಧ್ಯವಾಗುತ್ತಿದ್ದುದೆಲ್ಲ ಒಂದೇ: ಅಜ್ಜಿಯ ಮಂಚದ ಕೆಳಗೆ ಮಲಗಿ ಕನಸು ಕಾಣುವುದು.

ತೆನಾಲಿಯಲ್ಲಿದ್ದ ದಿನಗಳಲ್ಲಿ ನಮ್ಮ ಅಜ್ಜಿ ಅಕ್ಕಪಕ್ಕದ ಮನೆಗಳ ಹೆಣ್ಣುಮಕ್ಕಳಿಗೆ

ಮಧ್ಯಾಹ್ನದ ವೇಳೆ ಮಹಾಭಾರತ ಓದಿ ಹೇಳುತ್ತಿದ್ದಳು. ಶಾಲೆ ತಪ್ಪಿಸಿ, ಅಪ್ಪ ಹೇಳಿಕೊಡುತ್ತಿದ್ದ ಪಾಠಗಳನ್ನೂ ತಪ್ಪಿಸಿ ಅಜ್ಜಿಯ ಬೆನ್ನ ಹಿಂದೆ ಕೂಡುತ್ತಿದ್ದೆ. ಅಲ್ಲಿಗೆ ಅಪ್ಪ ಬರಲಾರ. ಆದರೆ ಪುರಾಣ ಮುಗಿದ ಮೇಲೆ, ಅಲ್ಲೆಲ್ಲಾದರೂ ಆಟವಾಡುವಾಗ ಅಥವಾ ಊಟಕ್ಕೆ ಮುಂಚೆ ರಪ್ಪನೆ ಹಿಡಿದು ಬಡಿಯತೊಡಗುತ್ತಿದ್ದ ಅಪ್ಪ. "ನಿಂಗ್ಯಾಕೋ ಓದು? ಪುರಾಣ ಹೇಳಿಕೊಂಡು ಬದಿಕ್ಕೋತೀಯ" ಅನ್ನುತ್ತಿದ್ದ. ನಿಜಕ್ಕೂ ಪುರಾಣ ಹೇಳಿಕೊಂಡು ಬದುಕುವ ಅದೃಷ್ಟ ನನ್ನದಾದೀತಾ ಅಂತ ಸಂತೋಷಿಸುತ್ತಿದ್ದೆ. ಬೀಳುತ್ತಿದ್ದ ಒದೆಗಳ ನೋವೂ ಮರೆತು ಹೋಗುತ್ತಿತ್ತು. ಶಾಲೆಯಲ್ಲಿ ಕೆಲವರು ನನ್ನ ಪಾಡಿಗೆ ನನ್ನನ್ನು ಬಿಟ್ಟು ಬಿಡುತ್ತಿದ್ದರು. ಆದರೆ ಕೆಲವರಿಗೆ ಅದೇನೋ ಖುಷಿ: ಸಮಯ ಸಿಕ್ಕಾಗಲೆಲ್ಲ ನನ್ನನ್ನು ಬಯ್ಯಬೇಕು, ಒದೆಯಬೇಕು ಅಂತ ಹವಣಿಸುತ್ತಿದ್ದರು. ನನ್ನ ಮುಖದಲ್ಲೋ, ಜಾತಕದಲ್ಲೋ ಜನದ್ವೇಷಕ್ಕೆ ಈಡಾಗಬೇಕೆಂದಿದೆಯೇನೋ? ಇವತ್ತಿಗೂ ಹಾಗನ್ನಿಸುತ್ತದೆ.

ನೆಂಗೊಬ್ಬ ಭಾವನಿದ್ದ. ಯಾಕೋ ಗೊತ್ತಿಲ್ಲ: ಮುಖ ನೋಡಿದ ಕೂಡಲೆ ನನ್ನನ್ನು ಒದ್ದ. ಅವನನ್ನು ನಾನು ತಿರುಗಿ ಒದೆಯಲಾರೆ. ನನಗಿಂತ ಬಲಶಾಲಿ. ಕಾಕಿನಾಡದಲ್ಲಿ ಅವನಿಂದ ಒದೆ ತಿಂದು ತೆನಾಲಿಗೆ ಬಂದ ಮೇಲೂ ಆ ಅವಮಾನವನ್ನು ನನ್ನಿಂದ ಭರಿಸಲಾಗಿರಲಿಲ್ಲ. ಅವನನ್ನು ಒಂದು ಪಾತ್ರವನ್ನಾಗಿ ಮಾಡಿ ಒಂದು ಕಥೆ ಬರೆಯಬೇಕು ಅನ್ನಿಸಿತು. ಅವತ್ತಿಗಾಗಲೇ ನಾನು ಕೊಂಚ ದೊಡ್ಡವನು. ಇಂಗ್ಲಿಷಿನ ಕಾದಂಬರಿಯೊಂದನ್ನು ತೆಲುಗಿಗೆ ತರ್ಜುಮೆ ಮಾಡಿ ಅದರಲ್ಲಿನ ವಿಲನ್ ಪಾತ್ರಕ್ಕೆ ಭಾವನ ಹೆಸರಿಟ್ಟೆ. ಬರೆದ ಕೆಲವು ಪುಟಗಳನ್ನು ಆಂಧ್ರ ಪ್ರಚಾರಣೀ ಗ್ರಂಥಮಾಲಾ ಅವರಿಗೆ ಕಳಿಸಿ, ಇದನ್ನು ಪ್ರಕಟಿಸುತ್ತೀರಾ ಅಂತ ಕೇಳಿದೆ. ಯಾರೋ ಗಂಭೀರವಾದ ಹಿರಿಯ ಲೇಖಕರು ಅಂದುಕೊಂಡರೇನೋ? ತಕ್ಷಣ ಉಳಿದ ಪುಟಗಳನ್ನು ಕಳಿಸಿಕೊಡಿ ಅಂತ ಪತ್ರ ಬಂತು. ಆದರೆ ಅವತ್ತಿನ ಹುಡುಗು ಬುದ್ಧಿಗೆ ಅದೆಲ್ಲ ಎಲ್ಲಿ ಸಾಧ್ಯವಾದೀತು? ಸುಮ್ಮನಾದೆ. ನಾನೇನು ಮಾಡಲಾಗದ ನನ್ನ ಭಾವನ ಮೇಲಿನ ಕೋಪವೇ ಅಂತರ್ಭೂತವಾಗಿ ನನ್ನ ಕಥೆಗಳಲ್ಲಿ ಕದಲಿತೇ? ಸಮಾಜವನ್ನ ಏನೂ ಮಾಡಲಾಗದೆ ನನ್ನೊಳಗಿನ ಕೋಪವನ್ನೆಲ್ಲ ನನ್ನ ಕಥೆಗಳ ಮೂಲಕ ತೀರಿಸಿಕೊಂಡೆ ಅನ್ನಿಸುತ್ತದೆ.

ತೆನಾಲಿಯ ನಮ್ಮ ಮನೆಯಲ್ಲಿ ಪುರಾಣ ಪಠನ ಇದ್ದೇ ಇರುತ್ತಿತ್ತು. ಮಧ್ಯಾಹ್ನಗಳಲ್ಲಿ ಶಾಸ್ತ್ರಿಗಳೊಬ್ಬರು ಬಂದು ಪುರಾಣ ಮತ್ತು ವೇದಾಂತಗಳನ್ನು ಸಂಸ್ಕೃತದಲ್ಲಿ ಓದಿ,ತೆಲುಗಿನಲ್ಲಿ ವಿವರಿಸುತ್ತಿದ್ದರು. ಇದರ ಪರಿಣಾಮವಾಗಿ ನನ್ನಲ್ಲಿ ನನಗೆ ಗೊತ್ತಿಲ್ಲದೆಯೇ ದೈವಭಕ್ತಿ ಬೆಳೆಯಿತು. ವಿಷ್ಣು ಇಷ್ಟವಾದ. ವಿಷ್ಣುವಿನ ಕಥೆಗಳು ಇಷ್ಟವಾದವು. ಆ ಕತೆಗಳನ್ನೆಲ್ಲ ಮನನ ಮಾಡಿಕೊಂಡು ನನಗಿಂತ ಚಿಕ್ಕವರಿಗೆ ಹೇಳುತ್ತಿದ್ದೆ. ಯಾವುದೋ ಒಂದು ರೀತಿಯಲ್ಲಿ, ನನಗೆ ತೋಚಿದಂತೆ ವಿಷ್ಣುವಿನ ಪೂಜೆ ಮಾಡುತ್ತಿದ್ದೆ.

ಕೆಲವು ದಿನಗಳ ನಂತರ ನನ್ನ ವಿಷ್ಣುವಿಗೆ ಪೂಜೆ ಮಾಡಲಿಕ್ಕೆಂದೇ ನನಗೊಂದು ಪ್ರತ್ಯೇಕವಾದ ಗುಡಿ ಬೇಕೆನ್ನಿಸಿತು. ಒಂದಷ್ಟು ಇಟ್ಟಿಗೆ ತಂದು ಚಿಕ್ಕ ಗುಡಿ ಕಟ್ಟಿಕೊಂಡೆ. ಚೂರು ದುಡ್ಡು ಹೊಂಚಿ ಕರ್ಪೂರ, ಕಲ್ಲುಸಕ್ಕರೆ, ಖರ್ಜೂರ ತಂದಿಟ್ಟುಕೊಂಡೆ. ಆ ಗುಡಿಯ ಮುಂದೆ ಕುಳಿತು ವಿಷ್ಣುವಿನ ಪೂಜೆ ಮಾಡುವುದು ನನಗೆ ಎಂಥದೋ ಸಂತೋಷ ಕೊಡುತ್ತಿತ್ತು. ಶಾಲೆಯಲ್ಲಿ ಕುಳಿತರೂ ಅದೇ ಧ್ಯಾನ. ನನ್ನ ದೇವರನ್ನ, ಗುಡಿಯನ್ನ ನೆನೆಸಿಕೊಂಡರೆ ತುಂಬ ಸಂತೋಷವಾಗುತ್ತಿತ್ತು. ಇವತ್ತಿಗೂ ಆ ನೆನಪುಗಳು ನನಗೆ ಸಂತೋಷವನ್ನುಂಟು ಮಾಡುತ್ತವೆ.

ನನಗೆ ಚಿಕ್ಕಂದಿನಲ್ಲೇ ಉಪನಯನ ಮಾಡಿದರು. ಶ್ರದ್ಧೆಯಿಂದ ನಾನು ಸಂಧ್ಯಾವಂದನೆ, ಗಾಯತ್ರಿ ಮಂತ್ರ ಕಲಿತುಕೊಂಡು, ದಿನಕ್ಕೆ ಮೂರೂ ಹೊತ್ತು ಸಂಧ್ಯಾವಂದನೆ ಮಾಡುತ್ತಿದ್ದೆ. ನನಗಿಂತ ಕೊಂಚ ಮುಂಚೆ ಉಪನಯನವಾಗಿದ್ದ ಶ್ರೀರಾಮುಲು ಎಂಬ ಗೆಳೆಯನೊಬ್ಬನಿದ್ದ. ತೀವ್ರವಾದ ಶ್ರದ್ಧೆಯಿಂದ ಗಾಯತ್ರಿ ಮಂತ್ರ ಪಠಿಸಿದ್ದರಿಂದ ತನಗೆ ಗಾಯತ್ರೀ ದೇವಿ ಪ್ರತ್ಯಕ್ಷ ವಾದರೆಂದು ಹೇಳಿದುದಲ್ಲದೆ, ದೇವಿ ಗಾಯತ್ರಿ ಹೀಗ್ಹೀಗಿರುತ್ತಾರೆ ಅಂತಲೂ ವಿವರಿಸಿದ್ದ. ಅದನ್ನು ಕೇಳಿದ ಮೇಲೆ ನಾನೂ ಗಾಯತ್ರೀ ದೇವಿಯನ್ನು ಒಲಿಸಿಕೊಳ್ಳಬೇಕೆಂದು ತೀರ್ಮಾನಿಸಿ, ತೀವ್ರವಾಗಿ ಗಾಯತ್ರಿ ಮಂತ್ರ ಪಠನ ಮಾಡತೊಡಗಿದೆ. ನನ್ನ ವೇಷ, ಭಾಷೆ, ಅಭ್ಯಾಸಗಳಲ್ಲಿ ಶುದ್ಧ ಶ್ರೋತ್ರೀಯ ಬ್ರಾಹ್ಮಣನಂತೆ ತಯಾರಾದೆ. ತಲೆ ಬೋಳಿಸಿಕೊಂಡು ಜುಟ್ಟು ಬಿಟ್ಟೆ. ಬಾವಿಯಿಂದ ನೀರು ಸೇದಿಕೊಂಡು ಸ್ನಾನ ಮಾಡಿ, ಮಡಿಯುಟ್ಟುಕೊಂಡು ನನ್ನ ಚಿಕ್ಕ ಗುಡಿಯ ಮುಂದೆ ಕುಳಿತು ಗಾಯತ್ರಿ ಜಪ ಮಾಡುತ್ತಿದ್ದೆ. ಬ್ರಾಹ್ಮಣರಲ್ಲದವರು ಕಾಣಿಸಿದರೆ ಊಟ ಬಿಟ್ಟು ಎದ್ದು ಹೋಗಿ ಬಿಡುತ್ತಿದ್ದೆ. ಅವಕಾಶವಾದಾಗಲೆಲ್ಲ ಪುರಾಣಗಳನ್ನು ಓದುತ್ತಿದ್ದೆ.

ನನ್ನ ಬದುಕು ತೆನಾಲಿಯಲ್ಲಿ ಹಾಗೆ ಕಳೆಯಿತು. ಅಲ್ಲಿ ನಮ್ಮದು ತುಂಬ ದೊಡ್ಡ ಮನೆ, ದೊಡ್ಡ ಮಹಡಿ ಮತ್ತು ವಿಶಾಲವಾದ ತೋಟ. ಹೀಗಾಗಿ ಊರಿನ ಹುಡುಗಿಯರೆಲ್ಲ ನನ್ನ ತಂಗಿಯರೊಂದಿಗೆ ಆಡಿಕೊಳ್ಳಲು ಬರುತ್ತಿದ್ದರು. ನನಗೆ ಹುಡುಗರೊಂದಿಗೆ ಸ್ನೇಹವೇ ಇಲ್ಲ. ಸಂಜೆಗಳಲ್ಲೂ ಆಡಲು ಹೊರಗೆ ಹೋಗುತ್ತಿರಲಿಲ್ಲ. ಬೆಳೆಯುವ ಹುಡುಗಿಯರೊಂದಿಗಿನ ಆಟ, ನಾಟಕ, ನಲಿದಾಟಗಳಲ್ಲೇ ಕಾಲ ಕಳೆಯುತ್ತಿತ್ತು. ಅವರೆಲ್ಲ ನನ್ನ ಬಾಲ್ಯದ ಗೆಳತಿಯರು. ಒಬ್ಬರು ದೂರವಾದರೂ ಅವರನ್ನು ನೆನಪು ಮಾಡಿಕೊಂಡು, ಮಹಡಿಯ ಮೇಲೆ ಒಬ್ಬನೇ ಕುಳಿತು ಅಳುತ್ತಿದ್ದೆ. ಆಕಾಶದ ಮೋಡಗಳೊಂದಿಗೆ ಮಾತಾಡುತ್ತಿದ್ದೆ. ಅವಳಿರುವ ದಿಕ್ಕಿಗೆ ಹೋಗುತ್ತಿದ್ದೀರಲ್ಲವಾ? ನನ್ನ ವೇದನೆಯನ್ನ ಅವಳಿಗೆ ತಿಳಿಸಲಾರಿರಾ? ಅಂತ ಕೇಳುತ್ತಿದ್ದೆ.

ತಬ್ಬುಗೆಗೆ ಹುಡುಗಿಯರು ಸಿಗುತ್ತಿದ್ದರು. ಆ ಸೌಂದರ್ಯವನ್ನು ಏನು

ಮಾಡಬೇಕೆಂದು ಅರ್ಥವಾಗದೆ ಒದ್ದಾಡುತ್ತಿದ್ದೆ. "ಇಷ್ಟಕ್ಕೂ ಏನಂತೀಯ?" ಎಂಬಂತೆ ನನ್ನ ಹುಡುಗಿಯರು ನೋಡುತ್ತಿದ್ದರು.

ದೊಡ್ಡವನಾದ ಮೇಲೂ ಅಷ್ಟೇ. ಎಷ್ಟೋ ಕಷ್ಟಪಟ್ಟು ಸ್ನೇಹ ಸಂಪಾದಿಸುತ್ತಿದ್ದೆ. "ಇನ್ನೂ ಏನು ಬೇಕು, ಹಾಗೆ ಹುಡುಕ್ತೀಯ?" ಎಂಬಂತೆ ಗೆಳತಿಯರು ನೋಡುತ್ತಿದ್ದರು.

ಉತ್ತರ ಸಿಕ್ಕುತ್ತಿರಲಿಲ್ಲ.

ಅಮ್ಮಣ್ಣಿಗೆ ಮದುವೆ ನಿಶ್ಚಯವಾಯಿತು. ಮದುವೆ ಗಂಡು ಕುದುರೆ ಹತ್ತಿ ಬಿಡದಿ ಮನೆಗೆ ಬರುತ್ತಿದ್ದರೆ, ಎಲ್ಲರೂ ಕಿಟಕಿಗಳಲ್ಲಿ ನಿಂತು ನೋಡುತ್ತಿದ್ದರು. ಆಗ ಅಳಲು ಶುರು ಮಾಡಿದಳು ಅಮ್ಮಣ್ಣಿ. ಏನಾಯಿತು ಅಂತ ಗಾಬರಿಯಾಗಿ ಅವಳನ್ನು ಕೇಳಿದೆ. ಅವಳು ಮತ್ತು ನಾನು ತುಂಬ ಸ್ನೇಹಿತರು. ಸೋದರ-ಸೋದರಿ ಬಂಧವಷ್ಟೇ ಅಲ್ಲದೆ, ಅದರಾಚೆಗಿನದ್ಯಾವುದೋ ಬಂಧ ನಮ್ಮ ನಡುವೆ ಇತ್ತು. ಅವಳು ಬಿಕ್ಕಿ ಬಿಕ್ಕಿ ಅಳುತ್ತಿದ್ದರೆ, ಕಾರಣ ಗೊತ್ತಿಲ್ಲದೆಯೇ ಸಂತೈಸಿದೆ. ಮರುದಿನ ಮದುವೆ ಗಂಡನ್ನು ನೋಡುತ್ತಿದ್ದಂತೆಯೇ ಕಾರಣ ಗೊತ್ತಾಯಿತು. ಒಂದು ದಿನಕ್ಕೂ ಯಾರನ್ನೂ ಏನೂ ಅನ್ನದ ನನ್ನ ತಾತ "ಇವನು ಒದಿಕೊಂಡ ಕತ್ತೆಯ ಹಾಗಿದ್ದಾನೆ" ಅಂತ ತಮ್ಮ ಡೈರಿಯಲ್ಲಿ ಬರೆದುಕೊಂಡರು. ಅಷ್ಟು ದೂರ ನಿಂತರೂ ಭರಿಸಲಾಗದ ಕತ್ತೆಯಂತಿರುವ ಇವನೊಂದಿಗೆ ಇಷ್ಟು ನಾಜೂಕಾದ ನಮ್ಮ ಅಮ್ಮಣ್ಣಿ ಇಡೀ ಜೀವನ ಹೇಗೆ ಕಳೆಯುತ್ತಾಳೋ? ನನ್ನಲ್ಲೊಂದು ಅಸಹನೆ ಆರಂಭವಾಯಿತು. ಅದನ್ನು ಯಾರೊಂದಿಗೆ ಹೇಳಿಕೊಳ್ಳಲಿ? ಹೇಳಿಕೊಳ್ಳಲಾಗದೆ ಎಷ್ಟು ಜನ ಹುಡುಗಿಯರು ಇಂಥ ನೋವು ಅನುಭವಿಸುತ್ತಿದ್ದಾರೋ? ಅಂಥ ಪರಮ ದುಷ್ಟನಾದ ನನ್ನ ತಂದೆ ಕೂಡ ಅಳಿಯನೊಂದಿಗೆ ಒಂದೂ ಮಾತಾಡದೆ ನಿಂತು ಬಿಟ್ಟಿದ್ದ. ಮದುವೆಯುದ್ದಕ್ಕೂ ಅಮ್ಮಣ್ಣಿ ಅಳುತ್ತಲೇ ಇದ್ದಳು. ಆ ಮದುವೆಯ ವಿರುದ್ಧ ದನಿಯೆತ್ತುವಷ್ಟು ನಾನು ದೊಡ್ಡವನಲ್ಲ ಆಗ.

ಅಷ್ಟರಲ್ಲಿ ನನ್ನ ಮದುವೆ ಬಂತು. ಅದೇಕೋ ಏನೋ, ಮದುವೆ ಅಂದರೇನೇ ನನಗೆ ಇಷ್ಟವಿರಲಿಲ್ಲ. ಅವತ್ತಿಗಾಗಲೇ ಚಿಕ್ಕ ವಯಸ್ಸಿನ ಮೂವರು ಹುಡುಗಿಯರ ಮೇಲೆ ನನಗೆ ಪ್ರೇಮ. ಬೇರೆ ಜಾತಿಯವರಾದ್ದರಿಂದ ಅವರನ್ನು ನಾನು ಮಾಡಿಕೊಳ್ಳುವಂತಿರಲಿಲ್ಲ. ನನ್ನ ದೊಡ್ಡಪ್ಪನ ಮಗಳು ರಮಣ ನನಗಿಷ್ಟವಾಗಿದ್ದಳು. ಆದರೆ ವರಸೆಯಲ್ಲಿ ತಂಗಿಯಾದ್ದರಿಂದ ಅವಳನ್ನು ಮದುವೆಯಾಗಲಾರೆ. ಆವತ್ತಿಗಿನ್ನೂ ನನಗೆ ಹದಿನಾರು ವರ್ಷ. ದೊಡ್ಡಪ್ಪನ ಮಗಳು ರಮಣಳೊಂದಿಗೆ ಮದುವೆಯಾಗಲು ನನಗೆ exemption

ಕೊಡಿಸಿ ಅಂತ ಶೃಂಗೇರಿ ಪೀಠದವರಿಗೆ ಪತ್ರ ಬರೆದಿದ್ದೆ. ಜಾತಿ, ಶಾಸ್ತ್ರ, ಸಂಬಂಧಗಳ ವಿರುದ್ಧ ನನ್ನ ಮನಸು ದಂಗೆಯೆದ್ದಿತ್ತು.

ನನಗೆ ಮದುವೆ ಬೇಡವೆಂದು ಗಲಾಟೆ ಮಾಡಿದೆ. ಮನೆಬಿಟ್ಟು ಓಡಿ ಹೋಗಬೇಕು ಅಂದುಕೊಂಡೆ. ಆದರೆ ಯಾವತ್ತಿಗೂ ಹೋದವನಲ್ಲ. ಮೊದಲೇ ಸಣಕಲ, ಸುಕುಮಾರ, ಅನಾರೋಗ್ಯವಂತ: ಎಲ್ಲಿಗೆ ಅಂತ ಹೋಗಲಿ? ಒಂದೇನೆಂದರೆ, ಈ ಮದುವೆಯಿಂದಾಗಿ ಅತ್ಯಂತ ತಮಾಷೆಯವರೂ, ಪ್ರೇಮಮಯಿಗಳೂ ಆದ ಇಬ್ಬರು ಅತ್ತಿಗೆ ನಾದಿನಿಯರು ನನಗೆ ಸಿಕ್ಕರು. ಅವರನ್ನು ನೋಡಿ ಸುಮ್ಮನಾದೆ. ಜೀವನ ಪರ್ಯಂತ ಅವರಿಬ್ಬರೂ ನನಗೆ ಆತ್ಮೀಯರಾಗೇ ಉಳಿದು ಹೋದರು.

ನಾನು ಓದಿನಲ್ಲಿ ತೊಡಗಿಕೊಂಡೆ.

ಮಧ್ಯೆ ರಜೆಗೆಂದು ಬಂದಾಗ ಅಮ್ಮಣ್ಣಿಗೆ ಶೋಭನವೆಂದೂ, ಅದಕ್ಕೆ ಅವಳ ಗಂಡ ಬರುತ್ತಿದ್ದಾನೆಂದೂ ಗೊತ್ತಾಯಿತು. ಅಮ್ಮಣ್ಣಿ ಅಳತೊಡಗಿದಳು. ತಕ್ಷಣ "ಶೋಭನವೆಂದರೆ ನನ್ನ ತಂಗಿ ಮತ್ತು ನಿನಗೂ ಸೇರಿಯೇ ಅಲ್ಲವಾ? ಹಾಗಾದರೆ, ಅವಳಿಗಿದು ಇಷ್ಟವಿದೆಯೋ ಇಲ್ಲವೋ ತಿಳಿದುಕೊಂಡಿದ್ದೀಯಾ?" ಅಂತ ನನ್ನ ಭಾವನಿಗೆ ಪತ್ರ ಬರೆದೆ. "ಇಂಥ ಅಭಿಪ್ರಾಯಗಳು ತಲೆಗೇರುತ್ತವೆ ಅಂತ ಅನ್ನಿಸಿಯೇ ಅವಸರಪಟ್ಟು ಶೋಭನದ ಮುಹೂರ್ತವಿಡಿಸಿ ಅವಳನ್ನು ಕರೆದೊಯ್ಯಲು ಬರುತ್ತಿದ್ದೇನೆ" ಅಂತ ಆ ಕತ್ತೆಯಂಥವನು ಜವಾಬು ಬರೆದ! ಸುತರಾಂ ತಾನು ಶೋಭನಕ್ಕೆ ಒಪ್ಪುವುದಿಲ್ಲವೆಂದು ಅಮ್ಮಣ್ಣಿ ಹಟ ಹಿಡಿದಳು. ಆ ಕಾರ್ಯವೇ ನಡೆಯದಂತೆ ನೋಡಿಕೊಳ್ಳುವುದಾಗಿ ನನ್ನ ತಮ್ಮ ತಂಗಿಯರಾದ ಬುಚ್ಚಿ, ಚಿಟ್ಟಿ ಮತ್ತು ನಾನು ನಿರ್ಧರಿಸಿದೆವು. ಅಷ್ಟರಲ್ಲಿ ಎರಡೂ ಕಡೆಯ ಬಂಧುಗಳು ಬಂದರು. "ಶತಾಯಗತಾಯ ಶೋಭನ ಕಾರ್ಯ ನಡೆಯುವಂತಿಲ್ಲ. ಮದುಮಗನನ್ನು ನೋಡಿದರೆ ನಮ್ಮ ಅಮ್ಮಣ್ಣಿಗೆ ಅಸಹ್ಯ" ಅಂತ ಅವನ ಕಡೆಯವರಿಗೆ ಕೇಳಿಸುವ ಹಾಗೆಯೇ ನಾವು ಹುಡುಗರು ಕೂಗಾಡಿದೆವು. ನಮ್ಮಪ್ಪ ಎಂದಿನಂತೆ ಉಗ್ರನಾಗಿ, ವ್ಯಗ್ರನಾಗಿ ಇದ್ದ. ಅಳಿಯನನ್ನು ಕಂಡರೆ ಆತನಿಗೂ ಅಸಹ್ಯವೇ. ಆದರೆ ಬಂದ ಬಂಧುಗಳು, ಅದರಲ್ಲೂ ಹೆಣ್ಣು ಮಕ್ಕಳು ಅಮ್ಮಣ್ಣಿಯ ಸುತ್ತ ಗುಮಿಗೂಡಿ ಬಿಟ್ಟರು. ಅವಳು ನಮ್ಮ ಕೈಗೇ ಸಿಗದಂತೆ ಮಾಡಿ ಅವಳಿಗೆ ಬೋಧನೆ ಆರಂಭಿಸಿದರು. ಆದರೂ ನಾವು ಹೇಗೋ ಅಮ್ಮಣ್ಣಿಗೆ ಧೈರ್ಯ ಹೇಳುತ್ತಲೇ ಇದ್ದೆವು. ಶೋಭನ ಕಾರ್ಯ ತಡೆಯೋಣವೆಂದು ಅಮ್ಮಣ್ಣಿಯನ್ನು ಕೋಣೆಯೊಳಕ್ಕೆ ಕಳಿಸುವ ತನಕ ಪ್ರಯತ್ನಿಸಿದೆವು. ಆದರೆ ಅಮ್ಮಣ್ಣಿ ಅವರೆಲ್ಲರ ಒತ್ತಡಕ್ಕೆ ಮಣಿದು ಬಿಟ್ಟಳು. ಅಷ್ಟಾದರೂ ರಾತ್ರಿ ಅವಳು ಕೋಣೆಯಲ್ಲಿ

ರಗಳೆ, ಗಲಾಟೆ ಮಾಡುತ್ತಾಳೆಂದುಕೊಂಡು ಇಡೀ ಕಾದೆವು. ನಮ್ಮ ಪ್ರಯತ್ನಗಳನ್ನು ನೋಡಿ ನಮ್ಮಪ್ಪನಿಗೆ ಕೆಂಡಾಮಂಡಲ ಸಿಟ್ಟು ಬಂದಿತ್ತು. ಒದೆಯಲು ಬಂದಾಗ ನಾನು ತಿರುಗಿಬಿದ್ದೆ. ಎಲ್ಲ ಸೇರಿ ನನ್ನನ್ನು ಹೊರಕ್ಕೆ ಓಡಿಸಿಬಿಟ್ಟರು. ಆ ರಾತ್ರಿ ಹಾಗೆ ಕಳೆಯಿತು.

ಬೆಳಿಗ್ಗೆ ಕೋಣೆಯಿಂದ ಹೊರಬಂದ ಅಮ್ಮಣ್ಣಿ ನನ್ನನ್ನು ಗುರುತೇ ಹಿಡಿಯದವಳಂತೆ ಹೊರಟು ಹೋದಳು! ಅಲ್ಲಿಗೆ ಮುಗಿಯಿತು ನಮ್ಮ ಸ್ನೇಹ. ಬದುಕಿನಲ್ಲಿ ಮತ್ತೆಂದೂ ನಾವು ಒಬ್ಬರನ್ನೊಬ್ಬರು ಮಾತನಾಡಿಸಲಿಲ್ಲ. ಗರ್ಭದಾನದ ಕೋಣೆಯಲ್ಲಿ ಹುಡುಗಿಯರು ಹೇಗೆ ಬದಲಾಗಿ ಬಿಡುತ್ತಾರಲ್ಲವಾ ಅಂತ ಮೊದಲು ಆಶ್ಚರ್ಯವೆನ್ನಿಸಿದರೂ ಆಮೇಲೆ ಅರ್ಥವಾಯಿತು.

ಮುಂದೆ ನಾನು ಮದ್ರಾಸಿಗೆ ಓದಲು ಹೋದೆ. ಅಮ್ಮಣ್ಣಿ ನನಗೆ ಪತ್ರ ಬರೆಯಲಾರಂಭಿಸಿದಳು. ಅವಳಿಗೆ ಗಂಡನ ಮನೆಯಲ್ಲಿ ಭಯಂಕರ ಕಾಟ ಶುರುವಾಗಿತ್ತು: ಅತ್ತೆಯದು, ಗಂಡನದು. ಅವಳ ಪತ್ರಗಳಿಗೆ ನಾನು ಉತ್ತರ ಬರೆಯತೊಡಗಿದೆ. 'ಅವರು ದುಷ್ಟರು, ಅವರನ್ನು ಕ್ಷಮಿಸು' ಅಂತ ಬರೆದೆ. ಅಮ್ಮಣ್ಣಿಗೆ ಕಾಟ ಮತ್ತೂ ಹೆಚ್ಚಾಯಿತು. ನನ್ನ ಪತ್ರಗಳನ್ನು ಅವರು ಬಿಚ್ಚಿ ಓದತೊಡಗಿದರು. 'ನನ್ನ ಪತ್ರ ತೆಗೆದು ಓದುವವರು ನೀಚರು' ಅಂತ ಅವೇ ಪತ್ರಗಳ ಮೇಲೆ ಬರೆಯತೊಡಗಿದೆ. ಅವಳಿಗೆ ಪೆನ್ನು, ಪೇಪರು, ಸ್ಟ್ಯಾಂಪಿಗೆ ಹಣ-ಯಾವುದೂ ಸಿಗದಂತೆ ಮಾಡಿದರು. ವಯಸ್ಸಿನಲ್ಲಿ ನಾನು ಚಿಕ್ಕವನೇ. ಆದರೆ ಅವಳ ಅತ್ತೆ ಮನೆಯವರಿಗೆ ನನ್ನನ್ನು ಕಂಡರೆ ಭಯ ಶುರುವಾಗಿತ್ತು. ನನ್ನ ಪತ್ರಗಳನ್ನು ಅವಳಿಗೆ ಕೊಡದೇ ಹರಿದು ಹಾಕತೊಡಗಿದರು. ನಾನು ಪೋಸ್ಟಲ್ ಡಿಪಾರ್ಟ್‌ಮೆಂಟಿನವರಿಗೆ ದೂರು ಕೊಟ್ಟೆ. ಅವಳ ಕೈಲಿ ಸಹಿ ಮಾಡಿಸಿ, ನನ್ನ ಪತ್ರ ಕಿತ್ತುಕೊಂಡು ಹರಿದು ಹಾಕತೊಡಗಿದ ಭಾವಯ್ಯ. ಕಡೆಗೆ ಬೇರೆ ದಿಕ್ಕು ಕಾಣದ ನನ್ನ ತಂಗಿ ರಸ್ತೆಯಲ್ಲಿ ಸಿಗುತ್ತಿದ್ದ ರದ್ದಿ ಕಾಗದ ಆಯ್ದು ಅದರಲ್ಲಿ ಖಾಲಿ ಇದ್ದ ಕಡೆ ತನ್ನ ಬಾಧೆಗಳನ್ನೆಲ್ಲ ಬರೆದು, ಸ್ಟ್ಯಾಂಪು ಹಚ್ಚದೆ ನನ್ನ ವಿಳಾಸಕ್ಕೆ ಪೋಸ್ಟು ಮಾಡತೊಡಗಿದಳು. "ನನ್ನ ಹೆಂಡತಿಗೆ ಪತ್ರ ಬರೆದರೆ prosecute ಮಾಡುತ್ತೇನೆಂದು" ವಕೀಲರಿಂದ ನೋಟೀಸು ಕೊಡಿಸಿದ ಭಾವ. ನಾನು ಮತ್ತೂ ಹಟಕ್ಕೆ ಬಿದ್ದವನಂತೆ ಅಮ್ಮಣ್ಣಿಗೆ ಪತ್ರ ಬರೆಯಲಾರಂಭಿಸಿದೆ. ನನ್ನ ಪತ್ರ ಹೋದಾಗಲೆಲ್ಲ ಅವಳನ್ನು ಹಿಡಿದು ಹೊಡೆಯುತ್ತಿದ್ದ ಆತ. ತನ್ನ ಬಾಧೆಗಳು ದಿನದಿನಕ್ಕೂ ಹೆಚ್ಚುತ್ತಿವೆಯೆಂದೂ, ತನ್ನನ್ನು ರಕ್ಷಿಸದಿದ್ದರೆ ತಾನಿನ್ನು ಸತ್ತು ಹೋಗುತ್ತೇನೆಂದೂ ಸಾಲುಗಟ್ಟಿ ಬರೆದಳು ಅಮ್ಮಣ್ಣಿ.

ಅವಳ ಪತ್ರಗಳನ್ನೆಲ್ಲ ನಾನು ನನ್ನ ತಾಯಿಗೆ ಕಳಿಸಿ ಅಮ್ಮಣ್ಣಿಯನ್ನು ವಾಪಸು

ಕರೆತಂದು ಬಿಡಿ ಅಂತ ಪತ್ರ ಬರೆದೆ. ಅದಕ್ಕೆ ಉತ್ತರ ಬರಲಿಲ್ಲ. ಆಮೇಲೆ ಅವರಿಗೆ ಹದಿನೈದು ದಿನಗಳ ಟೈಮು ಕೊಟ್ಟೆ. ನೀವು ಅವಳನ್ನು ಗಂಡನ ಮನೆಯಿಂದ ವಾಪಸು ಕರೆತರದಿದ್ದರೆ, ನಾನೇ ಹೋಗಿ ಕರೆತಂದು ಅವಳನ್ನು ಕ್ರಿಶ್ಚಿಯನ್ ಬೋರ್ಡಿಂಗಿಗೆ ಸೇರಿಸುತ್ತೇನೆ ಅಂತ ಬೆದರಿಸಿದೆ. ನಾನೊಬ್ಬನೇ ಆಗಿದ್ದಿದ್ದರೆ "ಅವ್ನ ಮುಖ. ಅವನ ಕೈಲೇನಾಗುತ್ತೆ" ಅಂದುಕೊಂಡು ಸುಮ್ಮನಾಗುತ್ತಿದ್ದರೇನೋ. ಆದರೆ ಅವರಿಗೆ ನನ್ನ ಹಿಂದೆ ಆಂಧ್ರದೇಶದ ಅಪ್ರತಿಮ ಸಮಾಜ ಸುಧಾರಕರಾದ ಕಂದಕೂರಿ ವೀರೇಶಲಿಂಗಂ, ರಘುಪತಿ ವೆಂಕಟರತ್ನಂ ನಾಯುಡು, ಪೀಠಾಪುರಂ ಮಹಾರಾಜ ಮುಂತಾದವರಿದ್ದಾರೆಂಬ ಭಯ ಅಂಟಿಕೊಂಡಿತ್ತು. ಅಸಲಿಗೆ, ಅವತ್ತು ನನ್ನ ಹಿಂದೆ ಯಾರೂ ಇರಲಿಲ್ಲ. ಅಷ್ಟರಲ್ಲಿ one fine day ಅಮ್ಮಣ್ಣಿ ಪತ್ರ ಬರೆದಳು. "ನನ್ನನ್ನು ನನ್ನ ಅತ್ತೆ ಮತ್ತು ಗಂಡ ತುಂಬ ಚೆನ್ನಾಗಿ ನೋಡಿಕೊಳ್ಳುತ್ತಿದ್ದಾರೆ. ಇನ್ನು ನಿನ್ನ ಸಹಾಯ ಬೇಕಿಲ್ಲ!"

ಕಂದಕೂರಿ ವೀರೇಶ ಲಿಂಗಂ ಅವರು ಮನೆಗಳಿಂದ ಬಾಲ ವಿಧವೆಯರನ್ನು ಸದ್ದಿಲ್ಲದೆ ಹೊರಡಿಸಿ, ಕರೆದೊಯ್ದು ವಿಧವಾ ವಿವಾಹಗಳನ್ನು ಮಾಡಿಸುತ್ತಿದ್ದಾರಂತೆ ಎಂಬ ವಾರ್ತೆ ಸಮಸ್ತ ಆಂಧ್ರ ದೇಶದ ಮಡಿವಂತ ಪ್ರಜೆಗಳಲ್ಲಿ ದಿಗಿಲು ಹುಟ್ಟಿಸಿತ್ತು. ನನ್ನ ತಂದೆಯ ಸ್ವಂತ ತಂಗಿಯೇ ಮನೆಯಿಂದ ಓಡಿ ಹೋಗಿ ಮರುವಿವಾಹ ಮಾಡಿಕೊಂಡಿದ್ದಳು. ಆ ಮದುವೆ ವೀರೇಶಲಿಂಗಂ ಅವರ ಕ್ರಾಂತಿಕಾರಿ ಚರಿತ್ರೆಯಲ್ಲೇ ಪ್ರಮುಖ ಘಟ್ಟ. ಆ ಘಟನೆಯಿಂದಾಗಿ ನಮ್ಮ ಮನೆಯವರು ತುಂಬ ಹೆದರಿ ಹೋಗಿದ್ದರು. ಸ್ವತಃ ನನ್ನ ತಾಯಿ ಅಮ್ಮಣ್ಣಿಯ ಮನೆಗೆ ಹೋಗಿ 'ಚಲಂ ಪತ್ರ ಬರೆಯುತ್ತಿದ್ದಾನೆ. ನೀವು ಎಚ್ಚರಗೊಳ್ಳದಿದ್ದರೆ ಅವನು ಯಾವುದಕ್ಕೂ ಹೇಸುವುದಿಲ್ಲ' ಅಂತ ಬುದ್ಧಿ ಹೇಳಿ ಬಂದಿದ್ದಳು.

ಅವತ್ತು ರಾತ್ರಿ ಕೋಣೆಯಲ್ಲಿ ಕೂಡಿಸಿಕೊಂಡು "ಮನೆ ಬಿಟ್ಟು ಹೋಗಿ, ತನ್ನ ವಂಶದ ಮರ್ಯಾದೆ ಕಳೆಯಬೇಡ"ವೆಂದು ಕಾಲು ಹಿಡಿದು ಕೇಳಿಕೊಂಡನಂತೆ ಕತ್ತೆಯಂಥ ಭಾವಯ್ಯ. ಅದಕ್ಕೆ ಅಮ್ಮಣ್ಣಿ ತನಗೆ ತೋಚಿದ conditions ಹಾಕಿದಳಂತೆ. ಅವೆಲ್ಲವಕ್ಕೂ ಅವನು ಒಪ್ಪಿಕೊಂಡನಂತೆ. "ನನ್ನ ಬಂಗಾರದಂಥ ಸಂಸಾರ ಒಡೆಯೋಕೆ ನೋಡಿದ್ದ ನಮ್ಮಣ್ಣ ಚಲಂ. ನಾನೇ ಹುಶಾರಾಗಿ, ಅವನ ಹುನ್ನಾರಗಳಿಂದ ಪಾರಾಗಿ ನನ್ನ ಸಂಸಾರ ಉಳಿಸಿಕೊಂಡೆ" ಅಂತ ನಂತರದ ದಿನಗಳಲ್ಲಿ ಅವರಿವರ ಮುಂದೆ ಹೇಳೋಳಂತೆ ಅಮ್ಮಣ್ಣಿ. ಅತ್ತೆ ಮನೆಯಲ್ಲಿ ಹೆಂಗಸರು ಏನೇನು ಅನುಭವಿಸುತ್ತಾರೆ. ಅವರ ಮನಸ್ಸು, ಮಿದುಳುಗಳನ್ನು ಅತ್ತೆಯಂದಿರು ಹೇಗೆ ನಿಯಂತ್ರಿಸುತ್ತಾರೆ. ತೊಂದರೆಯಲ್ಲಿರುವ ಸ್ತ್ರೀಯರಿಗೆ ಸಹಾಯ ಮಾಡಲು ಹೋದರೆ ಕಡೆಗೆ ಆ ಹೆಂಗಸರು ಏನನ್ನುತ್ತಾರೆ? ಎಲ್ಲವೂ ಅರ್ಥವಾದವು. ಅವತ್ತಿನಿಂದಲೇ ನನ್ನ ಸ್ತ್ರೀರಕ್ಷಣಾ ಆಂದೋಲನವೂ ಆರಂಭವಾಯಿತು.

ನಾಳೆ ತಾನು ತೀರಿಕೊಂಡ ಮೇಲೆ ತಿಥಿ-ಕರ್ಮಾದಿಗಳನ್ನು ಮಾಡುತ್ತಾನೆಂದು ಭಾವಿಸಿ ಬೆಳೆಸಿಕೊಂಡ ಹುಡುಗ ಹೀಗೆ ತಯಾರಾದನಲ್ಲ ಅಂತ ನನ್ನ ಅಜ್ಜ ದುಃಖಿತರಾದರು. ಅವರನ್ನು ನೋಯಿಸುತ್ತಿದ್ದೇನೆಂಬ ಬಾಧೆ ನನ್ನನ್ನು ಕಾಡುತ್ತಿತ್ತು. ನನಗೆ ಹಣ, ಆಸ್ತಿ ಕೊಡಕೂಡದೆಂದು ಅಜ್ಜನ ಮೇಲೆ ನನ್ನ ಬಂಧುಗಳು ಒತ್ತಡ ಹೇರತೊಡಗಿದರು. ಈ ಮಧ್ಯೆ ಹೊಸದೊಂದು ಸಮಸ್ಯೆ ಉದ್ಭವವಾಗಿತ್ತು. ನನ್ನ ಪತ್ನಿ 'T'ಯನ್ನು ಓದಿಸಬೇಕೆಂದು ನಾನು ಹಟ ಹಿಡಿದೆ. ನನ್ನ ಹೆಂಡತಿ ಓದಿಕೊಂಡವಳಾಗಿರಬೇಕು ಎಂಬ ಕಲ್ಪನೆಯಾದರೂ ಏಕೆ ಬಂತೋ? ನಾನು ಪಟ್ಟು ಹಿಡಿದೆ. ಮದುವೆಯಾದಾಗಿನಿಂದ ನನ್ನದು ಒಂದೇ ಹಟ. ನಾನು ಮದರಾಸಿನಲ್ಲಿರುವಾಗಲೇ 'T' ಕೂಡ ಹಾಸ್ಟೆಲೊಂದರಲ್ಲಿ ಇದ್ದು ಓದಿಕೋಬೇಕು ಅಂತ ತೀರ್ಮಾನಿಸಿ ಅದಕ್ಕೆ ಬೇಕಾದ ಏರ್ಪಾಟುಗಳೆಲ್ಲವನ್ನೂ ಮಾಡಿದೆ. ಅವತ್ತಿಗೆ ಅದಕ್ಕೆ ಬೇಕಾಗಿದ್ದುದು ತಿಂಗಳಿಗೆ 20 ರುಪಾಯಿ. ಆದರೆ 'T' ಮೈಮೇಲಿದ್ದ ಅಷ್ಟೂ ಒಡವೆ ಕಿತ್ತುಕೊಂಡು, ಅವರ ಅಪ್ಪ-ಅಮ್ಮ ನಯಾ ಪೈಸೆ ಕೊಡುವುದಿಲ್ಲ ಅಂದು ಬಿಟ್ಟರು.

ಹಾಗೆ ಹುಡುಗಿಯೊಬ್ಬಳು ಮದರಾಸಿನಲ್ಲಿ ಹಾಸ್ಟೆಲಿನಲ್ಲಿದ್ದುಕೊಂಡು ಓದುತ್ತಾಳೆಂಬುದು ನಮ್ಮವರ ಪಾಲಿಗೆ ಮಹಾ ಘೋರವಾದ ಸಂಗತಿ. ಮೊದಲು ಆ ಚಲಂನ ಮನೆಯಿಂದ ಒದ್ದೋಡಿಸಿ ಅಂತ ಬಂಧುಗಳೆಲ್ಲ ಸಲಹೆ ಕೊಟ್ಟರು. ಆದರೆ ನಾನು ಅಜ್ಜನ ಮುಂದೆ ಸಾತ್ವಿಕ ಹಟ ಹೂಡಿದ್ದೆ. ಹಾಸ್ಟೆಲಿನಲ್ಲಲ್ಲದಿದ್ದರೂ, ನಾನು ಮತ್ತು 'T' ಮದರಾಸಿನಲ್ಲೊಂದು ಮನೆ ಮಾಡಿಕೊಂಡು ಓದಿಕೊಳ್ಳುತ್ತೇವೆ ಅಂತ ಅವರನ್ನು ಒಪ್ಪಿಸಿದ್ದೆ. ಅದಕ್ಕೆ ಅಜ್ಜ ಒಪ್ಪಿದರು. 'T' ಮದರಾಸಿನಲ್ಲಿ ತುಂಬ ಖುಷಿಯಾಗಿ ಓದತೊಡಗಿದಳು. ಆದರೆ ಒಂದು ವರ್ಷ ಕಳೆಯುವುದರೊಳಗಾಗಿ ಅಜ್ಜ ತೀರಿಕೊಂಡರು. ಕೊಟ್ಟ ಮಾತಿನ ಪ್ರಕಾರ ನಾನು ಅವರ ಶ್ರಾದ್ಧ ಕರ್ಮಗಳನ್ನು ಮಾಡಿದೆ. ಅಲ್ಲಿಗೆ ನನಗೂ-ಧರ್ಮಕ್ಕೂ ನಂಟು ಬಿಟ್ಟು ಹೋಯಿತು.

ಮೊದಲಿನಿಂದಲೂ ನನಗೆ ಆಸ್ತಿ ಮತ್ತು ಹಣದ ವಿಚಾರದಲ್ಲಿ ನಿರಾಸಕ್ತಿಯೇ. ಆಸ್ತಿಯನ್ನು ಅದರ ಪಾಡಿಗೆ ಬಿಟ್ಟು, ನೌಕರಿಗೆ ಸೇರುವ ಯತ್ನ ಮಾಡಿದೆ. ನನ್ನ ತಂದೆ ತಾಯಿ, ಅಜ್ಜನ ಆಸ್ತಿಯನ್ನು ತಮಗಿಷ್ಟ ಬಂದ ಹಾಗೆ ಬಳಸಿಕೊಂಡರು. ನನ್ನ ವರ್ತನೆ ನೋಡಿ ಗಾಬರಿಯಾದ ನನ್ನ ಮಾವನವರು, ಅವರಿಗೆ ಗಂಡು ಮಕ್ಕಳಿರಲಿಲ್ಲವಾದ್ದರಿಂದ ತಮ್ಮ ಆಸ್ತಿಯನ್ನೆಲ್ಲ ಮತ್ಯಾರಿಗೋ ದಾನ ಮಾಡಿದರು.

ಹೀಗಾಗಿ, ನನ್ನ ಬದುಕಿನ ಎರಡು ದೊಡ್ಡ ಅಪಾಯಗಳಿಂದ ನಾನು ಪಾರಾದೆ.

ಅದು 1910.

ನನ್ನ ವಯಸ್ಸು ಹದಿನಾರರ ಆಸುಪಾಸು. ಕಾಕಿನಾಡ ಕಾಲೇಜಿನಲ್ಲಿ ಓದುತ್ತಿದ್ದೆ. ಅಲ್ಲಿಗೆ ಹೋದಾಗಿನಿಂದ ನನಗೆ ಬ್ರಹ್ಮಸಮಾಜದವರೊಂದಿಗೆ ಸ್ನೇಹ. ಅವರ ಪುಸ್ತಕಗಳನ್ನೇ ಓದುತ್ತಿದ್ದೆ. ಅವರ ಪ್ರಾರ್ಥನೆಗಳಿಗೆ ಹೋಗುತ್ತಿದ್ದೆ. ಬ್ರಹ್ಮಸಮಾಜ ನನ್ನ ಬದುಕಿನ ಮೇಲೆ ತೀವ್ರವಾದ ಪ್ರಭಾವ ಬೀರಿತ್ತು. ಕಾಕಿನಾಡ ಕಾಲೇಜಿನ ಪ್ರಿನ್ಸಿಪಾಲರಾದ ರಘುಪತಿ ವೆಂಕಟರತ್ನಂ ನಾಯುಡುಗಾರು ಅಂದರೆ ನನಗೆ ತುಂಬ ಗೌರವ, ಭಕ್ತಿ, ಪ್ರೀತಿ. ನನ್ನ ಬದುಕಿನ ನೈತಿಕತೆ ಮತ್ತು ಆಧ್ಯಾತ್ಮ ಅವರಿಂದಾಗಿ ತುಂಬ ಪ್ರಭಾವಿತಗೊಂಡಿತ್ತು. ಹಿಂದೂ ಸಂಪ್ರದಾಯಗಳ ವಿರುದ್ಧ ಸಿಡಿದೇಳತೊಡಗಿದೆ. ಅವುಗಳ ನಿರ್ಮೂಲನೆಯೇ ಕರ್ತವ್ಯ ಎಂಬಂತಾಗಿತ್ತು. ಅವರು ಎಷ್ಟೇ ದೊಡ್ಡವರಾಗಿರಲಿ: ಬ್ರಹ್ಮ ಸಮಾಜದವರಲ್ಲ ಅಂದರೆ ಅವರ ಬಗ್ಗೆ ನನಗೆ ಗೌರವವಿಲ್ಲ!

ತೆನಾಲಿಯಲ್ಲೂ ನನಗೆ ಮಿತ್ರರು ಸಿಕ್ಕಿದರು. ಅವರೊಂದಿಗೆ ಬ್ರಹ್ಮ ಸಮಾಜದ ಕುರಿತು ಚರ್ಚಿಸುವುದು, ಈಶ್ವರ ಪ್ರಾರ್ಥನೆ ಮಾಡುವುದು, ಅವರನ್ನು ಮನೆಗೆ ಕರೆತರುವುದು, ಅವರ ಮನೆಗಳಿಗೆ ಹೋಗುವುದು ಆರಂಭವಾಯಿತು. ಇದಕ್ಕೆಲ್ಲ ರಾಯಭಾರಿಗಳೆಂದರೆ ನನ್ನ ತಮ್ಮಂದಿರು, ತಂಗಿಯರು. ಅವರಿಗೂ ನನಗೂ ಮಧ್ಯೆ ಮಹಾಸ್ನೇಹವಿತ್ತು. ಆದರೆ ನಮ್ಮ ಚಟುವಟಿಕೆಗಳು ಬಯಲಾದಂತೆಲ್ಲ ನನ್ನ ಅಪ್ಪ ಅವರನ್ನು ಹಿಡಿದುಕೊಂಡು ವಿಪರೀತ ಹೊಡೆಯುತ್ತಿದ್ದ. ಅದೊಂದು ರಾತ್ರಿ ಆತ ರಾಕ್ಷಸನಂತೆ ಬಡಿಯುತ್ತಿದ್ದರೆ ಎದ್ದು ಹೋಗಿ ಅಡ್ಡ ನಿಂತು ಆ ಹೊಡೆತಗಳನ್ನು 'ನಾನು ಭರಿಸದೆ' ಪ್ರಪಂಚದಲ್ಲಿ ಇಂಥ ಕ್ರೌರ್ಯವೂ ಇರುತ್ತಾ' ಅಂತ ಯೋಚಿಸುತ್ತ ಅಪ್ಪ

ದೂರದಲ್ಲಿ ಕುಳಿತು ನೋಡುತ್ತಿದ್ದೆ. ಹಾಗೇಕೆ ನಿಸ್ಸಹಾಯಕನಾಗಿ ನಿಷ್ಕ್ರಿಯನಾಗಿ ಕುಳಿತಿದ್ದೆನು ಅಂತ ಇವತ್ತಿಗೂ ನಾಚಿಕೆ ಪಡುತ್ತೇನೆ.

ನನ್ನ ತಂದೆಯ ವಿಷಯ ಮೊದಲೇ ಗೊತ್ತಿತ್ತಾದ್ದರಿಂದ, ತಮ್ಮ ನಂತರ ಶ್ರಾದ್ಧ ಕರ್ಮ ಮಾಡಲಿಕ್ಕೆ ಬೇಕಾಗುತ್ತದೆಂದು ನನ್ನ ಅಜ್ಜ ನನ್ನನ್ನು ದತ್ತಕಕ್ಕೆ ತೆಗೆದುಕೊಂಡಿದ್ದರು. ಚಿಕ್ಕಂದಿನಲ್ಲಿ ನನಗಿದ್ದ ಭಕ್ತಿ, ಶ್ರದ್ಧೆ ಅವರಿಗೆ ಮೆಚ್ಚುಗೆಯಾಗಿತ್ತು. ಆದರೆ ಈಗ ಮನಸು ಬ್ರಹ್ಮಸಮಾಜದತ್ತ ವಾಲತೊಡಗಿತ್ತು. ಹಿಂದೂ ಮತಾಚಾರದ ವಿರುದ್ಧ ಯೋಚನೆ ಮಾಡತೊಡಗಿದಾಗಿನಿಂದ ನನ್ನಲ್ಲೇ ಒಂದು ಸಂಕಟ, ಒಂದು ಸಂಘರ್ಷ ಆರಂಭವಾಯಿತು. ಅಜ್ಜನ ಮನಸ್ಸಿಗೆ ನೋವು ಮಾಡುತ್ತಿದ್ದೇನಲ್ಲಾ ಎಂಬ ಕಸಿವಿಸಿ. ನನ್ನ ಬಂಧುಗಳು ಯಥಾಪ್ರಕಾರ ಬಂದು ಹಿಂದೂ ಧರ್ಮದ ಶ್ರೇಷ್ಠತೆಯ ಬಗ್ಗೆ ನನಗೆ ಬೋಧನೆ ಆರಂಭಿಸಿದರು. ಒಂದೇ ಒಂದು ದಿನಕ್ಕೂ ಸಂಧ್ಯಾವಂದನೆ ಮಾಡದವರು ನನಗೆ ಗಾಯತ್ರಿ ಮಂತ್ರದ ಮಹತ್ವದ ಬಗ್ಗೆ ಪಾಠ ಹೇಳತೊಡಗಿದರು. ಅದೆಷ್ಟು ತಿಂಗಳು ನಾನು ಸಂಧ್ಯಾವಂದನೆ ಮಾಡಿದೆ, ಎಷ್ಟು ಸಾವಿರ ಸಲ ಗಾಯತ್ರಿ ಮಂತ್ರ ಪಠಿಸಿದೆ: ಗೊತ್ತಿಲ್ಲ ಅವರಿಗೆ. ಚೆನ್ನಾಗಿ ಓದಬೇಕು, ಒಳ್ಳೆಯ ನೌಕರಿ ಹಿಡಿಯಬೇಕು. ದುಡ್ಡು ಸಂಪಾದಿಸಬೇಕು, ಮನೆತನದ ಮರ್ಯಾದೆ ಉಳಿಸಬೇಕು: ಇದರಾಚೆಗೆ ಅವರ ಮನಸುಗಳು ಚಾಚಿಕೊಳ್ಳುತ್ತಲೇ ಇರಲಿಲ್ಲ. ಆ ಚಿಕ್ಕ ವಯಸ್ಸಿನಲ್ಲೇ ಈ ಮತೋಪನ್ಯಾಸಕರ ಗೊಳ್ಳುತನ ನನಗೆ ಅರ್ಥವಾಗಿತ್ತು. ಹಿಂದೂ ಧರ್ಮ ಯಾಕೆ ಅಧಃಪಾತಾಳ ತಲುಪಿದೆ ಎಂಬುದು ಅರ್ಥವಾಗಿತ್ತು. ಆದರೆ ಮನಸ್ಸಿಗೆ ಎಷ್ಟು ನೋವಾದರೂ ನಮ್ಮ ಅಜ್ಜ ಒಂದೇ ಒಂದು ಮಾತೂ ಆಡುತ್ತಿರಲಿಲ್ಲ.

ಅವತ್ತಿಗೆ ನನಗಿದ್ದ ಬಲವಾದ ಆಶಯಗಳೆಂದರೆ, ವಿಗ್ರಹ ಪೂಜೆ ಮಾಡಬಾರದು. ದೇವಸ್ಥಾನಗಳಿಗೆ ಹೋಗಬಾರದು. ಜಾತಿ ಬೇಧ ಮಾಡಬಾರದು! ಇವ್ಯಾವನ್ನೂ ನನಗೆ ಯಾರೂ ಬೋಧಿಸಲಿಲ್ಲ. ಇವುಗಳ ಜೊತೆಜೊತೆಯಲ್ಲೇ ನನ್ನಲ್ಲಿ ಒಡಮೂಡಿದ್ದು ಸ್ತ್ರೀ ಗೌರವ. ಅದು ಎಲ್ಲಿಂದ ಬಂದು ನನ್ನಲ್ಲಿ ಸೇರಿಕೊಂಡಿತೋ ನನಗೆ ಗೊತ್ತಿಲ್ಲ. ಬಹುಶಃ ನಾನು ಹುಟ್ಟೋದೇ ಹಾಗೆ ಹುಟ್ಟಿದ್ದಿರಬೇಕು. ಇಷ್ಟು ಚಿಕ್ಕ ವಿಷಯಗಳಿಗೋಸ್ಕರ ಅಜ್ಜನನ್ನು ಅಷ್ಟೆಲ್ಲ ನೋಯಿಸಬೇಕಾ? ಹಾಗಂತ ಕೇಳಿಕೊಳ್ಳುತ್ತಿದ್ದೆ. ನನ್ನಲ್ಲಿ ಉತ್ತರವಿರಲಿಲ್ಲ. ನನ್ನ ಹುಟ್ಟೇ ಅಂಥದಿರುವಾಗ, ಪ್ರಶ್ನೆಗಳಿಗೆ ಉತ್ತರ ಸಿಗುವುದೆಲ್ಲಿಂದ?

ಅವತ್ತಿಗೆ ನಮ್ಮ ಮನೆಯ ವ್ಯವಹಾರವೆಲ್ಲ ನೌಕರರ ಮೇಲೆ, ಅದರಲ್ಲೂ ಅಡುಗೆಯವರ ಮೇಲೆ ಆಧಾರ ಪಟ್ಟಿರುತ್ತಿತ್ತು. "ಇನ್ನೇನು ಮನೆಯ ಸೊಸೆ ಬರ್ತಾಳಲ್ಲ? ಇಡೀ ಕೆಲಸ ಅವಳೇ ಸಂಭಾಳಿಸ್ತಾಳೆ ಬಿಡು" ಅಂತ ನನ್ನ ಮುಂದೆಯೇ ಅಡುಗೆಯವರು ಮಾತಾಡಿಕೊಳ್ಳತೊಡಗಿದರು. ನನ್ನ ಪತ್ನಿ ರಂಗನಾಯಕಮ್ಮಗಾರು (T) ಮನೆಗೆ ಬಂದ

ಮೊದಲ ದಿನವೇ ಕೈಯಲ್ಲಿ ಪೊರಕೆ ಹಿಡಿದುಕೊಂಡು ಅಡುಗೆ ಮನೆಯಲ್ಲಿ ನಿಂತಿದ್ದುದನ್ನು ನೋಡಿದೆ. ತಕ್ಷಣ ನನ್ನ ತಮ್ಮಂದಿರನ್ನು ಕಳಿಸಿ, ರಂಗನಾಯಕಮ್ಮನವರನ್ನು ಕರೆಸಿ "ಬೋಳಿಮುಂಡೇರಾ, ನಿಮ್ಮ ಕೆಲಸ ನೀವು ಮಾಡಿಕೊಳ್ಳಿ" ಅಂತ ಅಡುಗೆಯವರಿಗೆ ಹೇಳಿ ಬಾ ಅಂತ ಹೇಳಿಕೊಟ್ಟೆ. ಕರೆಕ್ಟಾಗಿ ನಾನು ಹೇಳಿದಂತೆ ಹೇಳುತ್ತಾಳೋ ಇಲ್ಲವೋ ನೋಡಿಕೊಂಡು ಬನ್ನಿ ಅಂತ ಮತ್ತೆ ತಮ್ಮಂದಿರನ್ನು ಆಕೆಯ ಹಿಂದೆ ಕಳಿಸಿದ್ದೆ. ಕರೆಕ್ಟಾಗಿ ನಾನು ಹೇಳಿಕೊಟ್ಟದ್ದನ್ನೇ ಅಡುಗೆಯವರಿಗೆ ಹೇಳಿ ನನ್ನ ಬಳಿಗೆ ಓಡಿ ಬಂದಿದ್ದಳು 'T'. ಅವತ್ತೇ ಕೊನೆ, ಆಕೆಗೆ ಮನೆಯಲ್ಲಿ ಯಾರೂ ಕೆಲಸ ಹೇಳಲಿಲ್ಲ.

ನಮ್ಮ ಮನೆಯಿಂದ ಕೊಂಚ ದೂರಕ್ಕೆ ನಮ್ಮ ತೋಟವಿತ್ತು. ನಾನು ಅಲ್ಲೊಂದು badminton court ಮಾಡಿಸಿದೆ. ಸಾಯಂಕಾಲವಾಗುತ್ತಿದ್ದಂತೆಯೇ ನಾನು, 'T', ನನ್ನ ತಮ್ಮಂದಿರು, ತಂಗಿ-ಎಲ್ಲರೂ ಕೈಗಳಲ್ಲಿ ಬ್ಯಾಟ್ ಹಿಡಿದು ಬಂಗಲೆಯಿಂದ ಹೊರಡುತ್ತಿದ್ದೆವು. ಬೀದಿಯಲ್ಲಿ, ನಡೆದು ಹಾಗೆ ಹೋಗುತ್ತಿದ್ದರೆ ಊರ ಜನಕ್ಕೆ ಅದೇ ಒಂದು ಕಿರಿಕಿರಿ, ಅಸಹ್ಯ. ಇದೇನಿವನು ಹುಡುಗಿಯರನ್ನು ಕಟ್ಟಿಕೊಂಡು ಹೀಗೆ ಹೊರಡುತ್ತಾನೆ ಎಂಬ ಸಿಡಿಮಿಡಿ. ಕೆಲವರು ಬಾಗಿಲಲ್ಲಿ ನಿಂತು ನಮಗೆ ಕೇಳಿಸುವ ಹಾಗೆ ಬಯ್ಯುತ್ತಿದ್ದರು. ಮತ್ತೆ ಕೆಲವರು ಉಗಿಯುತ್ತಿದ್ದರು. ಹಿಂದೆ ಬಹ್ಮಸಮಾಜದವರಿಗೆ ಇಂಥವೇ ಸಾಮಾಜಿಕ ಅವಮಾನಗಳಾಗುತ್ತಿದ್ದವಂತೆ ಅಂತ ಕೇಳಿದ್ದೆವಲ್ಲ? ಹೆಮ್ಮೆಯಿಂದಲೇ ಅದನ್ನು ಭರಿಸಿದೆವು.

ಹಾಗೆ ಶುರುವಾಗಿತ್ತು ನನ್ನ ಸ್ತ್ರೀ ಸ್ವೇಚ್ಛಾಯಜ್ಞ! ಹಾಗೇಕೆ ಮಾಡಿದೆ ಅಂತ ಕೇಳಿದರೆ, ನನ್ನಲ್ಲಿ ಇವತ್ತಿಗೂ ಉತ್ತರವಿಲ್ಲ. ಕಾಕಿನಾಡ ಕಾಲೇಜಿಗೆ ಸೇರಿಕೊಂಡು ಅಲ್ಲಿ ಬ್ರಹ್ಮಸಮಾಜದವರ ಪ್ರಾರ್ಥನೆಗಳನ್ನು ಕೇಳುತ್ತಿದ್ದಂತೆಯೇ, ನಾನು ನನ್ನಿಷ್ಟದ ಜಾಗಕ್ಕೆ ಬಂದೆ ಅನ್ನಿಸತೊಡಗುತ್ತಿತ್ತು. ಈಶ್ವರನೆಂದರೆ ಇದೇ, ಆತನನ್ನು ಪೂಜಿಸಬೇಕಾದ ರೀತಿಯೆಂದರೆ ಇದೇ! ಹಾಗಂತ ಮನಸ್ಸಿಗೆ ನಾಟಿ ಹೋಗಿತ್ತು. ಬ್ರಹ್ಮಸಮಾಜದವರ ತ್ಯಾಗ, ಸತ್ಯ ದೀಕ್ಷೆ, ಭ್ರಾತೃಪ್ರೇಮ ಮುಂತಾದವೆಲ್ಲ ನನ್ನನ್ನು ತುಂಬ ಆಕರ್ಷಿಸಿದವು. ಹಿಂದೂಗಳ ಸುಳ್ಳು, ಮೋಸ, ಕ್ರೌರ್ಯ, ಬಾಲ್ಯ ವಿವಾಹಗಳು, ನಿರ್ಬಂಧ, ವೈಧವ್ಯ ಮುಂತಾದವುಗಳನ್ನು ನಾನು ಮನಸಾರೆ ದ್ವೇಷಿಸತೊಡಗಿದೆ. ಕಲ್ಲು, ಫೊಟೋ, ವಿಗ್ರಹ ಮುಂತಾದವುಗಳನ್ನು ಪೂಜಿಸುವುದು ಹೀನವೆನ್ನಿಸತೊಡಗಿತು. ನೀತಿ ವರ್ತನೆ ಎಂಬುದು ನನ್ನ ಮೊದಲ ಆದ್ಯತೆಯಾಯಿತು. ಆತನಕ ನಾನು ನೋಡಿದ ಮನುಷ್ಯರು, ನನ್ನ ಬಂಧುಗಳು ಎಂಥ ಧೂರ್ತರೋ, ಸುಳ್ಳು ಬುರುಕರೋ, ದುರ್ಮಾರ್ಗಿಗಳೋ ಅರ್ಥವಾಗತೊಡಗಿತು. ಅವರದು ಸುಳ್ಳಿನ ಆಧಾರದ ಮೇಲೆ ನಿಂತ ನೀತಿ. ನಾನು ನಿಜವಾದ ನೀತಿಯನ್ನು ಅನ್ವೇಷಿಸಬೇಕು. ಅಂಥ ನೀತಿಯನ್ನು ಬದುಕಿಗೆ ಅಳವಡಿಸಬೇಕು ಅಂತ ತೀರ್ಮಾನಿಸಿದೆ.

ಸತ್ಯದ ಮೇಲೆ ಅಂಥ ದೃಢ ವಿಶ್ವಾಸವಿದ್ದುದರಿಂದಲೇ ತೆನಾಲಿಗೆ ಹೋಗಿ ನನ್ನ ಅಷ್ಟೆಲ್ಲ ಬಂಧುಗಳನ್ನು ಎದುರಿಸಬೇಕಾಗಿ ಬಂತು. ಅಷ್ಟೆಲ್ಲ ಕಷ್ಟ ಅನುಭವಿಸಬೇಕಾಗಿ ಬಂತು. ಮನಸ್ಸಿನಲ್ಲಿದ್ದುದನ್ನೆಲ್ಲ ಬಹಿರಂಗವಾಗಿ ಹೇಳಿಕೊಂಡದ್ದರಿಂದಲೇ ನನ್ನ ತಂದೆ, ತಾಯಿ, ಬಂಧುಗಳೆಲ್ಲ ಸೇರಿ "ಚಲಂನನ್ನು ಮನೆಯಿಂದ ಓಡಿಸಿ" ಅಂತ ನನ್ನ ಅಜ್ಜನನ್ನು ಹಿಂಸಿಸತೊಡಗಿದರು.

ರಂಗನಾಯಕಮ್ಮಗಾರು ಓದಿ ವಿದ್ಯಾವಂತಳಾಗಲೇ ಬೇಕು ಅಂತ ನಾನು ತೀರ್ಮಾನಿಸಿದ್ದೆ. ಮನೆಯಲ್ಲಿ ಅದೇ ದೊಡ್ಡ ರಂಪ, ಭೂಕಂಪ. ಅಕ್ಷರಶಃ ಮನೆಯ ಮಂದಿಯೆಲ್ಲ ನನ್ನನ್ನು ದ್ವೇಷಿಸತೊಡಗಿದ್ದರು. ಇನ್ನೆರಡು ದಿನಗಳಿಗೆ ಕಾಲೇಜು ತೆರೆಯುತ್ತಾರೆ. ಆವತ್ತು ರಾತ್ರಿ ನಾನು ಊರಿಗೆ ಹೊರಡಬೇಕು. 'ಈ ಹುಡುಗಿಯನ್ನ ನೀನು ಓದಿಸೋದಾದರೆ ನಿನ್ನ ಓದಿಗೂ ಹಣ ಕೊಡೋದಿಲ್ಲ' ಅಂತ ಅಜ್ಜ ಹೇಳಿ ಬಿಟ್ಟಿದ್ದರು. ಗಡಿಯಾರ ನೋಡಿದರೆ ಅರ್ಧರಾತ್ರಿ ಹನ್ನೆರಡು ಗಂಟೆ. ಕೈಯಲ್ಲಿ ನಯಾ ಪೈಸೆಯಿಲ್ಲ. ಮನೆಯ ಮುಂದೆ ಚಕ್ಕಡಿ ಬಂದು ನಿಂತಿದೆ. ಮನೆಯ ಮಂದಿಯೆಲ್ಲ ಮಲಗಿದ್ದಾರೆ. ಇನ್ನು ನಾನು ಹೊರಡಬೇಕು. ಎಲ್ಲಿಗೆ ಹೋಗುತ್ತೇನೋ? ಏನು ಮಾಡುತ್ತೇನೋ? ಗೊತ್ತಿಲ್ಲ. ಹೋಗುತ್ತಿದ್ದೇನೆ ಅಂತ ಹೇಳಲಿಕ್ಕೋಸ್ಕರ ಅಜ್ಜನ ಕೋಣೆಯೊಳಕ್ಕೆ ಹೋದೆ. ತೀರಿ ಹೋದ ಅಜ್ಜಿಯ ದೊಡ್ಡ ಮಂಚದ ಮೇಲೆ ಮಲಗಿದ್ದರು ಅಜ್ಜ. "ನಾವು ಊರಿಗೆ ಹೋಗ್ತಿದೀವಿ ಅಜ್ಜಾ..." ಅಂತ ಅವರ ಪಕ್ಕದಲ್ಲಿ ನಿಂತು ಹೇಳಿದೆ. ಏನೂ ಮಾತಾಡದೆ ಕತ್ತಲಲ್ಲಿ ಕೈಚಾಚಿ ನನ್ನನ್ನು ಹತ್ತಿರಕ್ಕೆ ಎಳೆದುಕೊಂಡು ಬಿಗಿಯಾಗಿ ತಬ್ಬಿಕೊಂಡು ಅತ್ತರು. ಇವತ್ತು ಅದೆಲ್ಲ ಅರ್ಥವಾಗುತ್ತದೆ. ಆತನಿಗೆ ನನ್ನ ಮೇಲೆ ಎಷ್ಟು ಪ್ರೀತಿಯಿತ್ತು. ಎಂಥ ವಿಶಾಲ ಹೃದಯಿ ಆತ. ಆತನಲ್ಲಿ ಎಷ್ಟು ಕ್ಷಮೆ. ತುಂಬ ಹೊತ್ತು ಅಜ್ಜ ನನ್ನನ್ನು ತಬ್ಬಿಕೊಂಡೇ ಇದ್ದರು. ಆಮೇಲೆ ಎದ್ದು ನಿಂತ ನನ್ನ ಕೈಗೆ ಒಂದು ನೋಟಿನ ಕಟ್ಟು ಕೊಟ್ಟು ಒಂದೇ ಒಂದು ಮಾತೂ ಆಡದೆ ಸುಮ್ಮನೆ ಮಲಗಿ ಬಿಟ್ಟರು. "ಹೋಗಿ ಬರ್ತೀನಿ" ಅನ್ನುವ ಹೊತ್ತಿಗೆ ನನ್ನ ಕಂಠ ಗದ್ಗದ.

"ಬಿಟ್ಟು ಬಿಡಿ. ಎಲ್ರೂ ನನ್ನನ್ನ ನನ್ನ ಪಾಡಿಗೆ ಬಿಟ್ಟು ಬಿಡಿ. ಆಗೋಯ್ತು. ನಾನು ಏನಾಗಿ ಹೋಗ್ತೀನೋ ಏನೋ... ನೀವು ಬಿಟ್ಟು ಬಿಡಿ" ಅಂದಳು ಕಮಲ. ಅವಳ ಕಣ್ಣೀರು ಚಾರೆ ಚಾರೆಯಾಗಿ ಕೆನ್ನೆಯ ಮೇಲಿಳಿಯುತ್ತಿದ್ದವು. ವಿಶಾಲವಾದ ಮನೆಯ ಹಾಲ್‌ನಲ್ಲಿ ಒಬ್ಬಳೇ ಕುಳಿತು ಅಳುತ್ತಿದ್ದಳು. ಅಸಲಿಗೆ ಏನಾಗಿದೆಯೆಂದು ಹೇಳಲೊಲ್ಲಳು. ಶುರುವಾದ ಅಳು ನಿಲ್ಲಿಸಲೊಲ್ಲಳು. ನಾನಾದರೂ ಚಿಕ್ಕವನೇ. ಏನಂತ ಸಮಾಧಾನ ಹೇಳಲಿ? ನಿನ್ನೆಯೆಲ್ಲ ಜಗತ್ತಿನ ಸಂತೋಷ ಮೈಮೇಲೆ ಸುರಿದುಕೊಂಡವಳಂತೆ ಮನೆ ತುಂಬ ಓಡಾಡುತ್ತಿದ್ದಳು ಇದೇ ಕಮಲ. ಈಗ ನೋಡಿದರೆ 'ಏನಾಗಿ ಹೋಗ್ತೀನೋ ಏನೋ' ಅನ್ನುತ್ತಿದ್ದಾಳೆ. "ಇಷ್ಟಕ್ಕೂ ಏನಾಯ್ತು ಕಮಲಾ?" ಅಂದೆ.

"ಇಷ್ಟಕ್ಕೂ ಏನಾಯ್ತಾ? ಏನಾಯ್ತು ಅಂತ ಕೇಳ್ತಿದೀಯಲ್ಲಾ ಚಲಂ? ಇದಕ್ಕಿಂತ ಇನ್ನೇನಾಗಬೇಕು? ಬೆಳಿಗ್ಗೆಯಿಂದ ಅವರು ಕಾಣುಸ್ತಿಲ್ಲ. ಏನಾಗಿದಾರೋ? ಎಲ್ಲಿಗೆ ಹೋಗಿದಾರೋ? ನಂಗೊಂದು ಮಾತೂ ಹೇಳದೆ ಹೋಗಿದ್ದಾರೆ. ಬೆಳಿಗ್ಗೆಯಿಂದ ಕೈಕಾಲು ಆಡ್ತಿಲ್ಲ..." ಅಂದಳು ಕಮಲ.

"ಗಂಡ ಬೆಳಿಗ್ಗೆಯಿಂದ ಕಾಣ್ತಿಲ್ಲ ಅಂದ ಮಾತ್ರಕ್ಕೆ ಈ ಪರಿ ಅಳ್ತಿದೀಯಾ ತಾಯೀ?" ಅಂದುಕೊಂಡೆ. ನಿಧನಿಧಾನವಾಗಿ ನನಗೆ ಈ ಹೆಂಗಸರ ವಿಷಯ ಅರ್ಥವಾಗತೊಡಗಿದ್ದ ಕಾಲವದು. ತೆನಾಲಿ ಮನೆಯ ಮಹಡಿಯ ಮೇಲೆ ಮಲಗಿ ರಾತ್ರಿಯಿಡೀ ಮೇಘ ಸಂದೇಶ ಕಳಿಸಿದ್ದು, ಶೃಂಗೇರಿ ಪೀಠಕ್ಕೆ ಪತ್ರ ಬರೆದು ನನ್ನ ದೊಡ್ಡಪ್ಪನ ಮಗಳನ್ನು ಮದುವೆಯಾಗಲು ಅನುಮತಿ ಕೊಡಿ ಅಂತ ಕೇಳಿದ್ದು-ಇದೇ ಕಮಲಳ ತಂಗಿ ರಮಣಿಗಾಗಿಯೇ. ಅವಳ ಅಕ್ಕ ಈ ಕಮಲ: ನನ್ನ ದೊಡ್ಡಪ್ಪನ ಮಗಳು. ಹದಿಮೂರನೇ

ವಯಸ್ಸಿನಲ್ಲೇ ತವರಿನವರಿಗೆ ಹೇಳದೆ ಕೇಳದೆ ವಿನಾಕಾರಣ ಅತ್ತೆಯ ಮನೆಗೆ ಓಡಿ ಹೋಗಿದ್ದವಳು ಕಮಲ. ಶೋಭನ ಶಾಸ್ತ್ರ ಮಾಡಿ ಕಳಿಸ್ತೀವಿ ಬಾರೇ ಮಹರಾಯ್ತೀ ಅಂದರೂ ಬಾರದೇ ಗಂಡನ ಮನೆಯಲ್ಲೇ ಉಳಿದವಳು ಕಮಲ. ಅಕಸ್ಮಾತ್ತಾಗಿ ಅಂತ ಅವಳ ಮನೆಗೆ ನಾನು ಹೋದ ದಿನವೇ ಅವಳ ಗಂಡ ನಾಪತ್ತೆ. ಹಾಲ್‌ನಲ್ಲಿ ಕುಳಿತವಳ ಘೋರ ರೋದನ. ಆಯ್ತು ಅದಕ್ಕೇನಾದರೂ ಮಾಡೋಣ ಅಂತ ನಾನಿನ್ನೂ ವಿಚಾರ ಮಾಡುತ್ತಿರುವಾಗಲೇ ಈ ಕಮಲ ಧಡಕ್ಕನೆ ಎದ್ದು ಗೋಡೆಗೆ ಮೆತ್ತಿ ಹೋಗುವಂತೆ ನಿಂತುಕೊಂಡಳು. ಯಾರಾದರೂ ಹಿರಿಯರು ಬಂದರೇನೋ ಅಂತ ನೋಡಿದೆ. ಬಂದವನು ಏಳು ವರ್ಷದ ಮೆಳ್ಳಗಣ್ಣಿನ ಹುಡುಗ.

"ಮೈದುನಂದ್ರು ಬಂದ್ರು... ಮೈದುನಂದ್ರು!" ಅಂದವಳೇ ಕಮಲ ಭಯ ಭಕ್ತಿಯಿಂದ ಮತ್ತಷ್ಟು ಸಂಕುಚಿತಳಾಗಿ ಗೋಡೆಗೆ ಮೆತ್ತಿಕೊಂಡು ಹೋದಳು.

"ಮೈದುನಂದ್ರು ಅಂತೀಯಲ್ಲ ಕಮಲಾ? ಇದೇನೇ ಕರ್ಮಾ? ಚೋಟುದ್ದ ಇಲ್ಲ ಅವನೂ. ಏಯ್ ನಡಿಯೋ ಆಚೆಗೆ" ಅಂತ ಗದರಿದೆ. "ಹ್ಞಾಂ... ಎಲ್ಲಾದ್ರೂ ಉಂಟಾ? ಮೈದುನಂದ್ರು... ಮೈದುನಂದ್ರು" ಬಡಬಡಿಸಿದಳು ಕಮಲಾ. ಅವಳ ಭಯ ಭಕ್ತಿ, ಗೌರವ ಮರ್ಯಾದೆಗಳೂ ಅರ್ಥವಾಗಲಿಲ್ಲ: ಅವನಿಗೆ ನಾನು ಗದರಿಸಿದ್ದೂ ಅರ್ಥವಾಗಲಿಲ್ಲ. ಏಳು ವರ್ಷದ ಚೋಟುದ್ದದ ಹುಡುಗ ತನ್ನ ಪಾಡಿಗೆ ತಾನು ಆಡುತ್ತ ಹೊರಟು ಹೋದ.

ನಾನು ಕಾಕಿನಾಡ ಕಾಲೇಜಿಗೆ ಸೇರುವ ಹೊತ್ತಿನಲ್ಲೇ ಈ ಕಮಲಳಿಗೆ ಮದುವೆಯಾಗಿತ್ತು. ತವರು ಮನೆಯವರಿಗೆ ಹೇಳದೆ ಕೇಳದೆ ಅತ್ತೆ ಮನೆಗೆ ಓಡಿಬಿಟ್ಟಿದ್ದಳು. 'ಹೋಗುತ್ತೇನೆ' ಅಂದಿದ್ದರೆ ತವರಿನವರು ಬೇಡವೆನ್ನುತ್ತಿರಲಿಲ್ಲ: ಅತ್ತೆ ಮನೆಯವರೂ ಬರಬೇಡವೆನ್ನುತ್ತಿರಲಿಲ್ಲ. ಅವಳ ಗಂಡನ ಮನೆಯವರಾದರೂ ನಮಗೆ ದೂರದವರಲ್ಲ. ಅವಳ ಮಾವ ಬ್ರಂಹಾನಂದಯ್ಯ ನನಗೂ ಮಾವನೇ. ಪರಮ ಅಸಹ್ಯದ ಮನುಷ್ಯ. ಅವರ ಮನೆಯೆದುರಿನಲ್ಲೇ ಒಂದು ಮಿಠಾಯಿ ಅಂಗಡಿಯಿತ್ತು. ನಾವೆಲ್ಲ ಆಗ ಚಿಕ್ಕ ಮಕ್ಕಳು. ಮಿಠಾಯಿ ಅಂದರೆ ಆಸೆ. ಆದರೆ ಅಂಗಡಿಯ ಮೆಟ್ಟಿಲೇರಿದರೆ ಕಾಲು ಮುರೀತೀನಿ ಅನ್ನುತ್ತಿದ್ದ ಬ್ರಂಹಾನಂದಂ ಮಾವ. ನಮ್ಮ ಕೈಗೆ ಒಂದೇ ಒಂದು ಬಿಡಿಗಾಸೂ ಕೊಡುತ್ತಿರಲಿಲ್ಲ. ಸಾಯಂಕಾಲವಾದರೆ ಸಾಕು ದೊಡ್ಡ ಪೊಟ್ಟಣದಲ್ಲಿ ಶೇವು, ಪಕೋಡ, ಬೂಂದಿ, ಲಡ್ಡು ತಂದುಕೊಂಡು, ತನ್ನ ಕೋಣೆಯ ಇದ್ದ ಬದ್ದ ಬಾಗಿಲುಗಳನ್ನೆಲ್ಲ ಹಾಕಿಕೊಂಡು ಒಬ್ಬನೇ ಕುಳಿತು ಅದಿಷ್ಟನ್ನೂ ತಿಂದು ಮುಗಿಸುತ್ತಿದ್ದ. ನಾವೆಲ್ಲ ಹೊರಗೆ ನಿಂತು ಬಾಯಿ ಬಡಿದುಕೊಂಡರೂ ಒಂದು ಪಕೋಡಾ ಚೂರು ನಮಗೆ ಕೊಡುತ್ತಿರಲಿಲ್ಲ. ತನ್ನ ಮಕ್ಕಳಿಗೂ ಕೊಡುತ್ತಿರಲಿಲ್ಲ. ಅಂಥ ಬ್ರಂಹಾನಂದಂ ಮಾವಯ್ಯನನ್ನು ಈ ಕಮಲ ಕೂಡ ನಮ್ಮ ಜೊತೆಗೆ ಸೇರಿಕೊಂಡು ನಿನ್ನೆ ಮೊನ್ನೆಯ ತನಕ 'ತಿಂಡಿಪೋತ' ಅಂತ

ಅಣಗಿಸುತ್ತಿದ್ದಳು. ಈಗ ನೋಡಿದರೆ ಕಮಲ ಆ ಮನೆಯ ಸೊಸೆ.

ಅವಳನ್ನು ನೋಡಲಿಕ್ಕೆ ಹೋದಾಗಲೆಲ್ಲ ಅವಳದು ಒಂದೊಂದು ಅವತಾರ. "ಅಣ್ಣಾ ಈ ಜಗತ್ತಿನಲ್ಲಿ ನನಗಿಂತ ಅದೃಷ್ಟವಂತಳಿಲ್ಲ ಕಣೋ..." ಎಂಬಂತೆ ಮನೆಯ ತುಂಬ ಸಡಗರದಿಂದ ಓಡಾಡುತ್ತಿರುವುದು ಒಂದು ದೃಶ್ಯ. ಇನ್ನೊಮ್ಮೆ ಹೋದಾಗ ತನ್ನ ಅತ್ತೆಯೊಂದಿಗೆ ಕೂತು ತರಕಾರಿ ಹೆಚ್ಚುತ್ತಿದ್ದವಳು, ಧಡಕ್ಕನೆ ಎದ್ದು ನಿಂತು 'ಮಾವನವರು, ಮಾವನವರು' ಅಂತ ಭಯ ಭಕ್ತಿಯಿಂದ ಗೋಡೆಗೆ ಮೆತ್ತಿಕೊಂಡು ಹೋಗುತ್ತಿದ್ದುದು ಇನ್ನೊಂದು ದೃಶ್ಯ. ಇದ್ಯಾವ ಸೀಮೆಯ ಮಾವನವರೇ ಕಮಲಾ? ಮೊನ್ನೆ ಮೊನ್ನೆ ಇವನನ್ನೇ ಅಲ್ಲವಾ ಅಣಗಿಸಿ ಬಾಯಿಗೆ ಸಿಕ್ಕಂತೆ ಬಯ್ಯುತ್ತಿದ್ದುದು ಅಂತ ಕೇಳಿದರೆ, "ಎಲ್ಲಾದರೂ ಉಂಟಾ ಅಣ್ಣಯ್ಯಾ... ಮಾವನವರು ಮಾವನವರು..." ಅನ್ನುತ್ತಿದ್ದಳು. ಮತ್ತೊಮ್ಮೆ ಹೋಗುವ ಹೊತ್ತಿಗೆ ಕಮಲಳಿಗೆ ಘೋರ ದುಃಖ. ಅವಳ ಗಂಡ ಹೇಳದೆ ಕೇಳದೆ ಹೊರಟು ಹೋಗಿರುತ್ತಿದ್ದ.

ಅವನದೊಂದು ಹೊಸ ಸ್ಟಂಟು. ಎಲ್ಲಿಂದಲೋ ಒಂದು ಸೈಕಲ್ಲು, ಒಂದು ಸ್ಟೋವು, ನೀರು ಕಾಯಿಸುವ ಒಂದು ಕೆಟ್ಲಿ ಸಂಪಾದಿಸಿದ್ದ. ಸೈಕಲ್ಲಿನ ಹಿಂದೆ ಅದನ್ನು ಕಟ್ಟಿಕೊಂಡು ಕಾಫಿ ಪುಡಿ ಪೊಟ್ಟಣವೊಂದನ್ನಿಟ್ಟುಕೊಂಡು ಹೇಳದೆ ಕೇಳದೆ ಹೋಗಿ ಬಿಡುತ್ತಿದ್ದ. ಹಸಿವಾದಾಗಲೆಲ್ಲ ಅಲ್ಲಲ್ಲಿ ನಿಂತು ಕಾಫಿ ಮಾಡಿಕೊಂಡು ಕುಡಿದು ಮುಂದಕ್ಕೆ ಹೋಗುತ್ತಿದ್ದ. ಹೀಗೆ ಅವನದು ಎರಡು ಮೂರು ದಿನಗಳ ಟ್ಯೂರು. ಇಲ್ಲಿ ನಮ್ಮ ಕಮಲಳದು ಅವನು ಹಿಂತಿರುಗಿ ಬರುವ ತನಕ ಶುದ್ಧ ನಿರಾಹಾರ ದೀಕ್ಷೆ. ಅದನ್ನಾದರೂ ಸಹಿಸಿಕೊಳ್ಳಬಹುದು: ಆದರೆ ಕಮಲಳ ಅಳು ಭರಿಸುವವರು ಯಾರು? "ನಾನು ಹೋಗಿ ಅವನನ್ನು ರಿಕ್ವೆಸ್ಟು ಮಾಡಿ ವಾಪಸು ಕರೆದುಕೊಂಡು ಬರ್ಲಾ ಕಮಲಾ?" ಅಂತ ಕೇಳಿದರೆ, "ಅವರು ಹಾಗೆಲ್ಲ ಬರೋದಿಲ್ಲ ಅಣ್ಣಯ್ಯಾ" ಅಂತಾಳೆ ಅಳುತ್ತಾಳೆ. ಹೋಗಿ ಎಲ್ಲಿದ್ದರೂ ಹುಡುಕಿ ನಾಲ್ಕು ತದುಕೋಣವೆಂದುಕೊಂಡರೆ, ಅವನು ನನಗಿಂತ ಬಲಿಷ್ಠ. ತಿರುಗಿ ಒದ್ದಾನೆಂಬ ಭಯ. ಮೊದಲಿಂದಲೂ ಅವನಿಗೆ ನನ್ನನ್ನು ಕಂಡರೆ ಆಗದು. ಅವಕಾಶ ಸಿಕ್ಕರೆ ಸಾಕು ಒದೆಯೋಣವೆಂದು ಹೊಂಚುತ್ತ ಓಡಾಡುತ್ತಿದ್ದ. ಅವನಿಗೆ ನನ್ನನ್ನು ಕಂಡರೆ ನಿಷ್ಕಾರಣ ದ್ವೇಷ. ನನಗೋ, ಕಮಲೆಯ ಮೇಲೆ ಅಗಾಧ ವಾತ್ಸಲ್ಯ.

ಆಗಷ್ಟೆ ನಾನು ಹೊರಗಿನ ಜಗತ್ತಿನತ್ತ ಕಣ್ತೆರೆಯುತ್ತಿದ್ದೆ. ಈ ಕಮಲಳನ್ನು ನೋಡುತ್ತಿದ್ದ ಹಾಗೇ ಹೆಂಗಸರೆಂದರೆ ಎಂಥವರೋ, ಅವರ ಮನಸ್ಸಿನ ಭಾವನೆಗಳೇನೋ, ಗಂಡಸರಿಗಿಂತ ಅವರು ಹೇಗೆ ಭಿನ್ನರೋ ಒಂದೊಂದಾಗಿ ಅರ್ಥವಾಗುತ್ತಿತ್ತು. ಕಮಲ ನನಗಿಂತ ಚಿಕ್ಕವಳು. ನಾನೂ ಚಿಕ್ಕವನೇ. ಅವಳ ವರ್ತನೆಯೇ ನನಗೆ ವಿಚಿತ್ರವೆನ್ನಿಸುತ್ತಿತ್ತು. ಅವತ್ತು ಅವಳು ಹಾಗೆ ಅಳುತ್ತ ಕುಳಿತಿದ್ದಾಗಲೇ ಕಾಫಿ ಭಾವ ಬಂದ. ಇವಳು ಧಿಡಗ್ಗನೆ

ಎದ್ದು ನಿಂತು "ಅವರು ಬಂದ್ರು ಅವರು ಬಂದ್ರು..." ಅಂತ ಗೋಡೆಗೆ ಮೆತ್ತಿಕೊಳ್ಳತೊಡಗಿದಳು. ಸರಿ, ಮಾತಾಡುವುದಕ್ಕಿದು ಸಮಯವಲ್ಲ ಅಂತ ನಿರ್ಧರಿಸಿ ಮನೆಯಿಂದ ಹೊರಬಿದ್ದೆ. ಮರುದಿನ ಕಾಫಿಭಾವ ರಸ್ತೆಯಲ್ಲಿ ಕಾಣಿಸಿದ. "ಏನು ಮಾಡಿದರೆ ನನ್ನ ತಂಗಿಯನ್ನು ಚೆನ್ನಾಗಿ ನೋಡಿಕೊಳ್ತೀಯ ಹೇಳು?" ಅಂತ ಕೇಳೋಣವೆಂದು ಕೊಂಡೆ. ದಾರಿಯಲ್ಲಿ ಬೇಡ: ಕಮಲೆಯನ್ನೂ ಒಂದು ಮಾತು ವಿಚಾರಿಸೋಣ ಅಂದುಕೊಂಡು ಮನೆಗೆ ಹೋದರೆ, ಮಾತಿಗೇ ಸಿಗಲೊಲ್ಲಳು! "ಅಣ್ಣಾ... ಬಂದೆ ಇರು... ಇವ್ರು ಬಂದಿದಾರೆ" ಅಂತಾಳೆ, ಓಡ್ತಾಳೆ. ಮನೆಯೆಲ್ಲ ಅವಳದೇ ಗಲಗಲ. ಅಸಲಿಗೆ ನಾನು ಬಂದಿದ್ದೇನೆ ಎಂಬುದು ಗೊತ್ತೇ ಇಲ್ಲದವಳಂತೆ ಓಡಾಡುತ್ತಾಳೆ. ಕಣ್ಣಿಗೆ ಕಣ್ಣು ಕೊಡುವುದಿಲ್ಲ. ತಿಂಡಿಪೋತ ಬ್ರಂಹಾನಂದಂ ಮಾವಯ್ಯನಿಗೆ ಸಣ್ಣಗೆ ಕಬ್ಬು ಹೆಚ್ಚಿ ಬೆಳ್ಳಿ ಬಟ್ಟಲಿಗೆ ತುಂಬಿಡುತ್ತಾಳೆ. ನನಗೊಂದು ಚೂರು ಕೊಡೇ. ಆ ತಿಂಡಿಪೋತನಿಗ್ಯಾಕೆ ಇಷ್ಟು ಸಣ್ಣಗೆ ಹೆಚ್ಚುತ್ತಿದ್ದೀಯ? ಏನಾಗಿದೆ ಅವನಿಗೆ. ಮಟ್ಟಸವಾಗಿ ಮೂರು ಜನಕ್ಕಾಗುವಷ್ಟು ಪಕೋಡ ನೆಮಲುತ್ತಾನೆ ಅಂತ ಕೇಳಿದರೆ "ಎಲ್ಲಾದರೂ ಉಂಟಾ ಅಣ್ಣಯ್ಯಾ, ಊಟ ಆಗ್ತಿದ್ದ ಹಾಗೇ ಅವರಿಗೆ ತಿನ್ನೋಕೆ ಕೊಡಬೇಕು. ಮಾವನವರು, ಮಾವನವರು" ಅಂದವಳು ನನಗೆ ಒಂದೇ ಒಂದು ಚೂರೂ ಕಬ್ಬು ಕೊಡದೆ, ತಾನೂ ತಿನ್ನದೆ ಎದ್ದು ಹೋಗುತ್ತಾಳೆ. ಈ ಹುಡುಗೀನ ಮಾತಾಡಿಸಿ ಪ್ರಯೋಜನವಿಲ್ಲ ಅಂದುಕೊಂಡು ಆ ಮನೆಯಿಂದ ಹೊರಟು ಬಂದೆ. ಆದರೆ ಮರುದಿನವೇ ಕಮಲಳಿಂದ ಕರೆ. ಹೋಗಿ ನೋಡಿದರೆ ಮನೆಯಲ್ಲಿ ಸೈಕಲ್ಲಿಲ್ಲ! ಇವಳದು ಅದೇ ಗೋಳು: ಅವರು ಹೊರಟು ಹೋದರು... ಏನಾದರೋ? ಹೋಗಿ ನೋಡು. ನಿನಗೊಬ್ಬನಿಗಾದರೂ ನನ್ನ ದುಃಖ ಅರ್ಥವಾಗುತ್ತೆ ಅಂದುಕೊಂಡಿದೀನಿ. ಎಲ್ಲಿದ್ದಾರೋ, ನಾಲ್ಕು ಕಡೆ ವಿಚಾರಿಸಿ ನೋಡು ಅಣ್ಣಯ್ಯಾ. ಏನಾಗಿ ಹೋಗಿದ್ದಾರೋ...

ನಾನು ಮೊದಲೇ ಕಾಲೇಜು ವಿದ್ಯಾರ್ಥಿ. ಕ್ಲಾಸುಗಳಿಗೆ ಹೋಗಬೇಕು. ಕಾಫಿಭಾವ ಕಾಕಿನಾಡದಲ್ಲಿರುವುದಿಲ್ಲ. ಸೈಕಲ್ಲು ಹತ್ತಿದನೆಂದರೆ, ಹಳ್ಳದ ಗುಂಟ ಹಾಡುತ್ತ, ಕೂಗುತ್ತ, ಅಲ್ಲಲ್ಲಿ ಕಾಫಿ ಕುಡಿಯುತ್ತ ತೋಚಿದ ಕಡೆಗೆ ಹೋಗುತ್ತಿರುತ್ತಾನೆ. ಅವನನ್ನು ಎಲ್ಲಿ ಹುಡುಕೋದು.

ಹೀಗೇ ಕಳೆಯಿತು ಕಾಲ. ಇದನ್ನೆಲ್ಲ ಯಾಕೆ ಹೇಳಿದೆ ಅಂದರೆ ಯೌವನದ ಆರಂಭದ ದಿನಗಳಲ್ಲಿ ನನ್ನನ್ನು ಆಕರ್ಷಿಸಿದ್ದು ಕಮಲ ಮತ್ತು ಅವಳ ಅತ್ತೆ!

ನಾನು ಬಿ.ಎ., ಪಾಸಾಗುತ್ತಿದ್ದಂತೆಯೇ ನೌಕರಿ ಹುಡುಕಲಾರಂಭಿಸಿದೆ. ಅಷ್ಟರಲ್ಲಿ ನನ್ನ ಕಾಲೇಜಿನ ಪ್ರಿನ್ಸಿಪಾಲರಾದ ವೆಂಕಟರತ್ನಂ ನಾಯುಡುಗಾರು ಅದೇ ಕಾಲೇಜಿನಲ್ಲಿ ನನ್ನನ್ನು tutor ಆಗಿ ತೆಗೆದುಕೊಂಡು, ತಕ್ಷಣ ಬಂದು ಸೇರುವಂತೆ ಟೆಲಿಗ್ರಾಂ ಕಳಿಸಿದರು. ಅವರಿಗೆ ನಾನು ಪ್ರೀತಿಯ ಶಿಷ್ಯ. ಅವರು ನನ್ನ ಆಧ್ಯಾತ್ಮ ಗುರು. ಪೀಠಾಪುರಂ ಮಹಾರಾಜನ ಮೇಲೆ ಅದೇಕೆ ಅವರಿಗೆ ಆ ಪರಿ ಪ್ರೀತಿ ಬೆಳೆಯಿತೋ ಕಾಣೆ: ಅದೊಂದು ಬಲಹೀನತೆ ಬಿಟ್ಟರೆ ವೆಂಕಟರತ್ನಂ ನಾಯುಡು ಅವರಲ್ಲಿ ಯಾವ ಚಿಕ್ಕ ಲೋಪವೂ ಇರಲಿಲ್ಲ.

ಕಾಕಿನಾಡಕ್ಕೆ ಹಿಂತಿರುಗುತ್ತಿದ್ದಂತೆಯೇ ನಾನು ಸಂಪೂರ್ಣವಾಗಿ ಬ್ರಹ್ಮಸಮಾಜಕ್ಕೆ ಸೇರಿಕೊಂಡೆ. ನನ್ನ ಊಟ, ತಿಂಡಿ, ಉಸಿರು, ಬದುಕು ಎಲ್ಲವೂ ಬ್ರಹ್ಮಸಮಾಜವಾಯಿತು. 'T' ನನ್ನನ್ನು ಅನುಸರಿಸಿದಳು. ಬ್ರಹ್ಮಸಮಾಜ ಸಿದ್ಧಾಂತದಲ್ಲಿ, ಈಶ್ವರನಲ್ಲಿ ಭಕ್ತಿ ಮತ್ತು ಮಾನವ ಭ್ರಾತೃತ್ವ - ಎರಡೂ ತುಂಬ ಮುಖ್ಯವಾದವು. ಅವೆರಡೂ ನನ್ನನ್ನು ಗಟ್ಟಿಯಾಗಿ ಆವರಿಸಿಕೊಂಡವು. ಸದಾ ಏಕಾಂತದಲ್ಲಿರುವುದು, ಈಶ್ವರನ ಮೇಲೆಯೇ ಮನಸು ನಿಲ್ಲಿಸುವುದು, ಪ್ರಾರ್ಥಿಸುವುದು, ನನ್ನೊಳಗಿನ ದೋಷಗಳನ್ನು ನಿರ್ಮೂಲಿಸಲು ಇನ್ನಿಲ್ಲದ ಪ್ರಯತ್ನ ಮಾಡುವುದು - ಇದೇ ಬದುಕಾಯಿತು. ನನ್ನೊಳಗಿನ ಲೋಪಗಳನ್ನು ನಿರ್ಮೂಲಿಸುವ ಪ್ರಯತ್ನವನ್ನು ನಾನು ಜೀವನ ಪರ್ಯಂತ ಮಾಡಿದ್ದೇನೆ. ಇವತ್ತಿಗೂ ನನ್ನೊಳಗೊಂದು ತೀವ್ರ ಯುದ್ಧ ನಡೆಯುತ್ತಲೇ ಇದೆ. ನಾನು ಮಾಡಿದ ಕೆಲಸ, ಭಾಗವಹಿಸಿದ ಆಂದೋಲನಗಳು, ಬರೆದ ಬರಹಗಳು-ಎಲ್ಲವೂ ಪ್ರಜೆಗಳನ್ನು ತಿದ್ದಲಿಕ್ಕೆ ಮಾಡಿದ ಪ್ರಯತ್ನಗಳಲ್ಲ. ನನ್ನನ್ನು ನಾನು ತಿದ್ದಿಕೊಳ್ಳಲಿಕ್ಕಾಗಿ ಮಾಡಿದ ಪ್ರಯತ್ನಗಳಷ್ಟೆ.

ನಮ್ಮ ಜಾತಿ ಚಿಹ್ನೆಗಳನ್ನು ತೆಗೆದು ಹಾಕೋದು, ಜಾತಿ ಬೇಧಗಳಿಲ್ಲದೆ ಊಟ

ಮಾಡೋದು, ಸ್ತ್ರೀ ಸ್ವಾತಂತ್ರ್ಯ, ವಿಗ್ರಹಾರಾಧನೆ ಮಾಡದಿರುವುದು -ಇಂಥ ಆದರ್ಶಗಳು ಅವೆಷ್ಟೋ! 'ನಿನ್ನ ಜಾತಿ ಯಾವುದು?' ಅಂತ ಯಾವತ್ತೂ ನಾನು ಯಾರನ್ನೂ ಕೇಳಲಿಲ್ಲ. ಗೊತ್ತಾದರೂ ಅದನ್ನು ಮನಸ್ಸಿನಲ್ಲಿಟ್ಟುಕೊಳ್ಳಲಿಲ್ಲ. ನನ್ನನ್ನು ಯಾರಾದರೂ ಕೇಳಿದರೆ 'ನನಗೆ ಜಾತಿಯಿಲ್ಲ' ಅಂತಲೇ ಉತ್ತರಿಸುತ್ತಿದ್ದೆ. ಇದರಿಂದ ಸಾಕಷ್ಟು ತೊಂದರೆಗಳೂ ಆದವು. ಮೊದಲು ನನ್ನೊಳಗಿನಿಂದ ಜಾತಿ ಹೊರಟು ಹೋದರೆ, ಆಮೇಲೆ ನಾನು ಆ ಕುರಿತು ಪ್ರಚಾರ ಮಾಡಿದರೆ, ಯಾವತ್ತೋ ಒಂದು ದಿನ ಈ ಪ್ರಪಂಚದಿಂದ ಕುಲಮತಗಳು ಹೊರಟು ಹೋಗುತ್ತವೆ ಎಂಬ ಆಶಯ ನನ್ನದಿತ್ತು.

ಕಾಕಿನಾಡದ ಬ್ರಹ್ಮಸಮಾಜಕ್ಕೆ ನಾನು ಸೇರುವುದರೊಂದಿಗೆ ಆ ಸಮಾಜದಲ್ಲೂ ಹೊಸ ಉತ್ಸಾಹ ಉಬುಕಿ ಬಂತು. ಅಲ್ಲಿ ಗೆಳೆಯ ರಾಮ್ಮೂರ್ತಿ ಸಿಕ್ಕ. ಅಮಿತವಾದ ಉತ್ಸಾಹ ಮತ್ತು ಅಗಾಧ ಸಂತೋಷದಲ್ಲಿ ಎರಡು ವರ್ಷ ಕಳೆದು ಹೋದವು. ನನ್ನೊಳಗೊಂದು struggle ನಿರಂತರವಾಗಿ ನಡೆಯುತ್ತಲೇ ಇತ್ತು. ನನ್ನ ಸ್ವಭಾವ ಇನ್ನೂ ಉನ್ನತವಾಗಬೇಕು, ವೈರಾಗ್ಯ ಹೆಚ್ಚಾಗಬೇಕು, ಈಶ್ವರ ಸಾಕ್ಷಾತ್ಕಾರ ಮಾಡಿಕೊಳ್ಳಬೇಕು ಎಂಬ ತಪನೆ ನನ್ನನ್ನು ಪೀಡಿಸುತ್ತಿತ್ತು. ಅಷ್ಟರಲ್ಲಿ ನನ್ನ ಬದುಕಿನೊಳಕ್ಕೆ ಪ್ರವೇಶಿಸಿದ್ದು ರವೀಂದ್ರನಾಥ ಟ್ಯಾಗೋರ್ ಅವರ 'ಗೀತಾಂಜಲಿ'. ಅವತ್ತಿನಿಂದ ಇವತ್ತಿನ ತನಕ ಟ್ಯಾಗೋರರ ಭಕ್ತಿಗೀತೆಗಳು ನನ್ನ ಅಂತರಂಗವನ್ನು ಪ್ರಭಾವಿತಗೊಳಿಸುತ್ತಲೇ ಇವೆ. ಅವರು ಪ್ರಸ್ತಾಪಿಸಿದ, ಆರಾಧಿಸಿದ personal God ನನ್ನ ಬಳಿಗೆ ಬಂದು ನನ್ನ ಪಕ್ಕ ಕೂತ ಹಾಗಿರುತ್ತಿತ್ತು. ನನ್ನ ಬದುಕೇ ಒಂದು struggle.

ಅಷ್ಟರಲ್ಲಿ ರತ್ನಳೊಂದಿಗೆ ಸ್ನೇಹ ಬೆಳೆಯಿತು.

ಪರಸ್ತ್ರೀಯೊಂದಿಗೆ ಸಂಗ ಮಾಡುವುದು ಹಾಗಿರಲಿ, ಅಂಥ ವಾಂಛೆ ಮೂಡುವುದು ಕೂಡ ಪಾಪವೇ.

ಆದರೆ ರೊಮಾನ್ಸ್ ಅನ್ನೋದು ನನ್ನ ರಕ್ತದಲ್ಲಿ ಬೆರೆತು ನನ್ನೊಳಗೇ ಹುಟ್ಟಿದೆ. ಎಷ್ಟು ಪ್ರಯತ್ನಿಸಿದರೂ ಶೃಂಗಾರವಾಂಛೆಯನ್ನು ಇವತ್ತಿಗೂ ಜಯಿಸಲಾಗಲಿಲ್ಲ. ಶೃಂಗಾರವಾಂಛೆಯೇ ಇಲ್ಲದೆ ಹೋದರೆ ನಾನು ಬದುಕಿ ಏನುಪಯೋಗ? ಒಬ್ಬ ಸ್ತ್ರೀಯೊಂದಿಗೆ ಸ್ನೇಹವಾದರೆ, ಕೆಲವು ದಿನಗಳ ನಂತರ ಆಕೆಯೆಡೆಗಿನ ಶೃಂಗಾರಭಾವ ಹಳತಾಗಿ ಹೋಗುತ್ತಿತ್ತು. ಅಲ್ಲಿಗೆ ಮುಗಿಯಿತು ನನ್ನ ಆಕರ್ಷಣೆ. ಮತ್ತೊಂದು ಹೊಸ ಸಂಬಂಧಕ್ಕಾಗಿ ಚಡಪಡಿಸಲಾರಂಭಿಸುತ್ತೇನೆ. ಇದು ಮಹಾನ್ ಪ್ರೇಮವಲ್ಲ. ಹಾಗಂತ ಬರೀ ಕಾಮವೂ ಅಲ್ಲ. ಚಿಕ್ಕಂದಿನಿಂದಲೂ ಈ ವಾಂಛೆಗಳು ನನ್ನನ್ನು ಕಾಡಿದವು. ಎಂತೆಂಥ ವಿರಹ ಬಾಧೆಗಳೋ! ಅವೆಷ್ಟು ಕನಸುಗಳೋ!

ಲೋಪರಹಿತವಾದ ಈ ಭೂಮಿಯ limitations ಮೀರಿ ಸಂಚರಿಸುವ ಒಬ್ಬ

ಸ್ತ್ರೀ ಸದಾ ನನ್ನಲ್ಲಿ ಬೆಳಗುತ್ತಿದ್ದಳು. ಆಕೆ ನನ್ನ ಸ್ವಪ್ನ ಚಾರಿಣಿ. ಆಕೆ ಈ ಭೂಮಿಯ ಮೇಲಿಲ್ಲ. ಇಲ್ಲಿ ನನಗೆ ಸಿಗಲಾರಳು ಅಂತ ಗೊತ್ತು. ಆಕೆ ಸಿಕ್ಕಬೇಕೆಂದರೆ ಪ್ರಯತ್ನ ಪೂರ್ವಕವಾಗಿ ಔನ್ನತ್ಯ ಪಡೆದು ಆಕೆಯನ್ನು ತಲುಪಿಕೊಳ್ಳಬೇಕು. ನಾನು ಬಯಸೋ ಬೆಳಕು, ವೈಶಾಲ್ಯ ಅವಳಲ್ಲಿ ನನಗೆ ಸಿಕ್ಕುತ್ತವೆ. ಆದರೆ ಆಕೆ ಎಲ್ಲಿ? ಎಲ್ಲಿ? ಎಂಬ ಅನ್ವೇಷಣೆ ನನ್ನನ್ನು ಆವರಿಸಿಕೊಂಡಿರುತ್ತಿತ್ತು. ಆದರೆ ಈ ಶೃಂಗಾರವೆಲ್ಲ ಕಾಮದೊಂದಿಗೆ ಬೆಸೆದುಕೊಂಡಿರುತ್ತಿತ್ತು. ಹೀಗಾಗಿ, ಇದು ಪಾಪ-ಎಂಬ ಪಶ್ಚಾತ್ತಾಪ. ನನ್ನೊಳಗಿನ ಈಶ್ವರ ನನ್ನ ಮೇಲೆ ಮುನಿಯಲು ಇದೇ ಕಾರಣ ಅನ್ನಿಸುತ್ತಿತ್ತು. ಈ ಶೃಂಗಾರ ವಾಂಛೆಯಿಂದ ತಪ್ಪಿಸಿಕೋಬೇಕು ಅಂತ ಎಷ್ಟು ಪ್ರಯತ್ನಿಸಿದೆನೋ? ಅಲ್ಲದೆ ನನ್ನ ಈ ವಾಂಛೆ ಯಾವತ್ತಿದ್ದರೂ 'T' ಗೆ ನೋವುಂಟುಮಾಡುತ್ತಿತ್ತು. ಆದರೆ ಶೃಂಗಾರವಿರದ ಬದುಕು ಬದುಕೇ ಅಲ್ಲ ಅನ್ನಿಸುತ್ತಿತ್ತು ನನಗೆ. ಮತ್ಯಾವುದರಲ್ಲೂ ನನಗೆ ಸುಖವಿಲ್ಲ. ಅರ್ಥವಿಲ್ಲ. ಈಶ್ವರನನ್ನು ಅದೆಷ್ಟು ಅಂಗಲಾಚುತ್ತಿದ್ದೆನೋ!

ಇದು ಪಾಪವಾ? ಇದು ಆನಂದಕರವಾದುದು. ಮತ್ತೆ, ಪಾಪವಾ? ಯಾಕೆ ಪಾಪ? ಹೆಂಡತಿಯೊಂದಿಗಾದರೆ, ಶೃಂಗಾರ ಪಾಪವಲ್ಲ. ಬೇರೆ ಹೆಂಗಸಿನೊಂದಿಗೆ ಪಾಪ ಹೇಗಾಗುತ್ತದೆ? ಈ ಶೃಂಗಾರ ಪಾಪವೆಂದು ನಿಜಕ್ಕೂ ನನ್ನ ಈಶ್ವರ ಹೇಳಿದ್ದಾನಾ? ಅಥವಾ ಶೃಂಗಾರದ ಆನಂದವೆಂಥದು ಅಂತ ಗೊತ್ತಿರದ ಅವಿವೇಕಿಗಳು ಇಂಥ ಸುಳ್ಳು ನಿಬಂಧನೆ, ಕಟ್ಟುಪಾಡು ಕಲ್ಪಿಸಿದ್ದಾರಾ? ಇವೆಲ್ಲವೂ ಒಬ್ಬ ಹೆಂಡತಿಯನ್ನು ಮದುವೆಯಾಗುವುದರೊಂದಿಗೆ ಶುರುವಾದ ರಗಳೆಯಲ್ಲವಾ? ಸ್ತ್ರೀಯನ್ನು ನೆನೆಸಿಕೊಂಡರೇನೇ ಪಾಪ. ಆದರೆ ಆಕೆಯನ್ನು ಮದುವೆಯಾಗಿಬಿಟ್ಟರೆ ಆ ನಿಮಿಷದಿಂದ ಆಕೆಯನ್ನು ನೆನೆಸಿಕೊಳ್ಳುವುದಷ್ಟೇ ಏಕೆ, ಆಕೆಯ ದೇಹವನ್ನು ಏನು ಮಾಡಿದರೂ, ಹೇಗೆ ಬಳಸಿಕೊಂಡರೂ ಪಾಪವಲ್ಲ. ಅದೆಲ್ಲ ಪವಿತ್ರವಾದದ್ದು! ಅದನ್ನೇ ಅಲ್ಲವಾ ಮದುವೆ ಅನ್ನೋದು?

ನನ್ನಲ್ಲಿ ಇಂಥ ಬಲವಾದ ಸಂದೇಹಗಳು ಎದ್ದು ನಿಲ್ಲತೊಡಗಿದವು. ಇಂಥ ಸಂದೇಹಗಳಿಂದಾಗಿಯೇ ನಾನು ನಿಧಾನವಾಗಿ ಬ್ರಹ್ಮ ನಿಬಂಧನೆಗಳ ವಿರುದ್ಧ ತಿರುಗಿ ಬೀಳತೊಡಗಿದೆ. ಬ್ರಹ್ಮಸಮಾಜದ ಪ್ರಕಾರ ಸ್ವರ್ಗ ನರಕಗಳಿಲ್ಲ. ಸತ್ತು ಹೋದ ನಂತರ ಮನುಷ್ಯರೆಲ್ಲ ಇಲ್ಲಿಯ ಜನಕ್ಕೆ ಸಾಧ್ಯವಾಗದ ಔನ್ನತ್ಯವನ್ನು ಎಟುಕಿಸಿಕೊಳ್ಳಲು ಪ್ರಯತ್ನಿಸುತ್ತಾರೆ. ಅಂದ್ರೆ, ಆ ಲೋಕದಲ್ಲಿ moral and spiritual evolution ಇರುತ್ತೆ ಅಂತ ಅರ್ಥ. ಆದರೆ ಬ್ರಹ್ಮಸಮಾಜದ ನಿಯಮಗಳಲ್ಲಿ ಪಾಪ ಪುಣ್ಯಗಳಿವೆ. ಪುಣ್ಯಕಾರ್ಯಗಳು ನಮ್ಮನ್ನು ಈಶ್ವರನಿಗೆ ಹತ್ತಿರದವರನ್ನಾಗಿ ಮಾಡುತ್ತವೆ. ಪಾಪಗಳು ದೂರ ಮಾಡುತ್ತವೆ. ಈಶ್ವರನೆಂಬುದು ಒಂದು ಅಪ್ರಮೇಯ ಆನಂದಾನುಭವ. ನಮಗೆ

ಪುನರ್ಜನ್ಮವಿಲ್ಲ. ಬ್ರಹ್ಮಸಮಾಜದಲ್ಲಿ ಇದ್ದಷ್ಟು ದಿನ ಈ ಜಗತ್ತಿನ ಕುರಿತು ಯಾವ ಪ್ರಶ್ನೆಯೂ ನನ್ನಲ್ಲಿ ಉದ್ಭವವಾಗಲಿಲ್ಲ. ದಯಾಮಯನಾದ ಈಶ್ವರನ ಲೋಕದಲ್ಲಿ ಇಷ್ಟೆಲ್ಲ ಅಕ್ರಮಗಳು ಯಾಕಿವೆ ಎಂಬ ಪ್ರಶ್ನೆಯೇ ಮನಸಿಗೆ ಬರಲಿಲ್ಲ. ಆದರೆ ಈಗ ನನ್ನ ಬದುಕಿನಲ್ಲಿ ನೈತಿಕ ಸಮಸ್ಯೆಗಳು ಉದ್ಭವವಾಗುವುದರೊಂದಿಗೆ, ಈಶ್ವರನ ಮೇಲೆಯೇ ಪ್ರಶ್ನೆಗಳು ಹುಟ್ಟಿಕೊಂಡವು. ಇಷ್ಟು ದಿನ, ಇಷ್ಟು ತಿಂಗಳು ನನ್ನ ಸಹಚರನಾಗಿ, ನನ್ನ ಪ್ರಿಯನಾಗಿ, ಅಷ್ಟೊಂದು ಪ್ರೀತಿಯಿಂದ ನನ್ನೊಂದಿಗಿದ್ದ ಈಶ್ವರ ನಿಜಕ್ಕೂ ಇದ್ದಾನಾ? ಇಲ್ಲವಾ? ಈ ಪ್ರಶ್ನೆ ಹುಟ್ಟಿಕೊಳ್ಳುವುದರೊಂದಿಗೆ ಮನಸು ತುಂಬ ನೊಂದುಕೊಳ್ಳತೊಡಗಿತು. ಇದನ್ನೆಲ್ಲ ಸೃಷ್ಟಿಸಿದ್ದು ಈಶ್ವರನೇನಾ? ಲೋಕವನ್ನ ಇದಕ್ಕಿಂತ ಚೆಂದಗೆ ಸೃಷ್ಟಿಸಲಾಗುತ್ತಿರಲಿಲ್ಲವಾ? ಕೆಲವರನ್ನೇಕೆ ಕುರೂಪಿಗಳನ್ನಾಗಿ ಸೃಷ್ಟಿಸಿದ? ಕೆಲವರನ್ನೇಕೆ ಕ್ರೂರಿಗಳನ್ನಾಗಿ ಹುಟ್ಟಿಸಿದ? ಕೆಲವರನ್ನೇಕೆ ಜೀವನ ಪರ್ಯಂತ ನೋಯಿಸಿ ಬೇಯಿಸಿ ಕೈ ಬಿಡುತ್ತಾನೆ?

ಕೇವಲ ನೀತಿ ಪರರನ್ನ, ತನ್ನ ಭಕ್ತರನ್ನ ಮಾತ್ರ ಕನಿಕರಿಸುತ್ತಾನಾ? ಹಿಂದೂ ಮತ ಬೋಧಿಸುವ ಕರ್ಮ ಸಿದ್ಧಾಂತವೂ ಅವತ್ತಿಗೆ ನನಗೆ ಅರ್ಥವಾಗಿತ್ತು. ಆದರೆ ಅದರಲ್ಲೂ ನನಗೆ ನಂಬಿಕೆಯಿಲ್ಲವಾಗಿತ್ತು. ಇವತ್ತಿಗೂ ಅದರಲ್ಲಿ ನನಗೆ ನಂಬಿಕೆಯಿಲ್ಲ. ನನ್ನ ಹೃದಯ, ನನ್ನ ಮನಸ್ಸುಗಳೆಲ್ಲವೂ ಈಶ್ವರನ ಮೇಲಿನ ಭಕ್ತಿಯಿಂದ ತುಂಬಿ ಹೋಗಬೇಕು ಅಂತ ಹಾತೊರೆಯುತ್ತವೆ. ಆದರೆ ಜಗತ್ತಿನ ಘೋರಗಳನ್ನೆಲ್ಲ ನೋಡಿದಾಗ ನಿಜಕ್ಕೂ ಈಶ್ವರನಿದ್ದಾನಾ ಎಂಬ ಅನುಮಾನ ಹೆಡೆಯೆತ್ತುತ್ತದೆ. ಇಲ್ಲದ ಈಶ್ವರನನ್ನು ಪ್ರೀತಿಸುವುದು ಹೇಗೆ? ಇಂಥದ್ದನ್ನೆಲ್ಲ ಕಟ್ಟಿಕೊಂಡು ನನಗೇನಾಗಬೇಕು ಅಂತ ಉಳಿದವರಂತೆ ತಲೆ ಕೊಡವಿ ಸುಮ್ಮನಾಗಲು ನನ್ನಿಂದ ಆಗಲಿಲ್ಲ. 'ಇದೆಲ್ಲ ಏನು' ಎಂಬ ಪ್ರಶ್ನೆ ನನ್ನನ್ನು ಸುಡತೊಡಗಿತು. ಮುಖ್ಯವಾಗಿ, ನಾನು ಪ್ರೀತಿಸುವ, ನನ್ನನ್ನು ಪ್ರೀತಿಸುವ ಜನ ಸತ್ತು ಮಾಯವಾಗಿ ಹೋಗುತ್ತಾರೆ ಎಂಬ ವಿಷಯ ನನ್ನನ್ನು ತಲ್ಲಣಕ್ಕೆ ಈಡು ಮಾಡುತ್ತಿತ್ತು. ಇಷ್ಟು ವರ್ಷ ಅಂಗೈಯಲ್ಲಿ ಅದೇ ಪ್ರಶ್ನೆಯಿಟ್ಟುಕೊಂಡು ಎಷ್ಟು ಓದಿದರೂ, ಕೇಳಿದರೂ, ತರ್ಕಿಸಿದರೂ-ಇವತ್ತಿಗೂ ಅದಕ್ಕೆ ಉತ್ತರ ಸಿಕ್ಕಿಲ್ಲ. ಇಷ್ಟೆಲ್ಲ ಘೋರಗಳನ್ನು ಸುತ್ತೂ ಇಟ್ಟುಕೊಂಡು ಜನ ಹೇಗಾದರೂ ಸುಖವಾಗಿ ಬಾಳುತ್ತಾರೋ? ಆಶ್ಚರ್ಯವಾಗುತ್ತಿತ್ತು.

"You have an aunt Venkatachalam?" ಕೇಳಿದ್ದರು ಪ್ರಿನ್ಸಿಪಾಲ್ ವೆಂಕಟರತ್ನಂ ನಾಯುಡುಗಾರು.

"I have several, Sir" ಅಂದೆ. ನಾನು ಅವರ ಕಾಲೇಜಿನಲ್ಲಿ ಕೆಲಸ ಮಾಡುತ್ತಿದ್ದೆ. ಅವರಿಗೆ ನನ್ನ ಮೇಲೆ ಅಗಾಧವಾದ ಪ್ರೀತಿ. ಅವರು ನನ್ನ ದೂರದ ಸಂಬಂಧಿಯೊಬ್ಬಾಕೆಯ ಬಗ್ಗೆ ಪ್ರಸ್ತಾಪಿಸಿದ್ದರು: ವರಸೆಯಲ್ಲಿ ಅತ್ತೆಯಾಗಬೇಕು ಆಕೆ. "ಆಕೆಯ ಬಗ್ಗೆ ಕೇಳಿದ್ದೇನೆ. ತುಂಬ ಚಿಕ್ಕವನಿದ್ದಾಗ ನೋಡಿದ ನೆನಪು" ಅಂದೆ.

"ನಿಂಗೆ ಆಶ್ಚರ್ಯವಾಗಬಹುದು. ಆಕೆ ಈ ವಿಂಧ್ಯದ ದಟ್ಟ ಕಾಡುಗಳ ಮಧ್ಯೆ ಇದ್ದಾಳೆ. ಜೊತೆಗೆ ಅವಿವಾಹಿತಳಾದ ಮಗಳೂ ಇದ್ದಾಳೆ. ನಮ್ಮಿಬ್ಬರನ್ನೂ ರಕ್ಷಿಸಿ ಅಂತ ಕೇಳುತ್ತಿದ್ದಾಳೆ. ಹೇಗೂ ನಿನಗೆ ಇಂಥದರಲ್ಲಿ ಆಸಕ್ತಿ. ರಕ್ಷಿಸುತ್ತೀಯಾ ಚಲಂ? ಯಾಕೋ ಗೊತ್ತಿಲ್ಲ, ಎಲ್ಲರೂ ಆಕೆಗೆ ವಿರೋಧಿಗಳೇ. ಮೊದಲು ಇಬ್ಬರು ಶ್ರೀಮಂತರೊಂದಿಗೆ ಇದ್ದಳು ಅಂತ ಕಾಣುತ್ತೆ. ಈಗ ಭಯಂಕರ ಶಕ್ತಿಶಾಲಿ ಜಮೀಂದಾರನೊಬ್ಬನ ಸುಪರ್ದಿಯಲ್ಲಿದ್ದಾಳೆ. ಆಕೆಯ ಬಗ್ಗೆ ಜಮೀಂದಾರನಿಗೆ ಎಂಥ ಮೋಹ ಅಂದರೆ, ದಟ್ಟ ಕಾಡಿನ ಮಧ್ಯೆ ಆಕೆಗೋಸ್ಕರ ಒಂದು ಕೋಟೆ ಕಟ್ಟಿದ್ದಾನೆ. ಅಂಥ ಪಂಜರದೊಳಗಿನಿಂದಲೇ ಒಂದು ಪತ್ರ, ಅದು ಹೇಗೆ ಬರೆದಳೋ ಪುಣ್ಯಾತಗಿತ್ತಿ. ನನಗೆ ಬರೆದಿದ್ದಾಳೆ. ರಕ್ಷಿಸು ಅಂತ ಕೋರಿದ್ದಾಳೆ. ಆಕೆ ಮಾಡಿಕೊಂಡ ಕರ್ಮ ಆಕೆ ಅನುಭವಿಸಬೇಕು. ಆದರೆ ಪಾಪ, ಆಕೆಯ ಜೊತೆಯಲ್ಲಿ ಆಕೆಯ ಮಗಳಿದ್ದಾಳೆ..." ಅಂದರು ಪ್ರಿನ್ಸಿಪಾಲ್.

"Yes, I know. A very sweet girl" ಅಂದೆ.

"She says that sweet girl is in danger of losing her sweetness!

ರಕ್ಷಿಸಬೇಕಾಗಿರುವುದು ಆ ಹುಡುಗಿಯನ್ನ ಚಲಂ. ತಾಯಿಯ ಕರ್ಮ ತಾಯಿ ಅನುಭವಿಸಲಿ. ಮಗಳೇನು ಮಾಡಿದ್ದಾಳೆ, ಪಾಪ" ಅಂದರು. ನನಗೆ ಮೊಟ್ಟ ಮೊದಲ ಬಾರಿಗೆ ಅತ್ತೆಯನ್ನು ಭೇಟಿಯಾದ ದಿನಗಳು ನೆನಪಾದವು.

ಅವತ್ತಿಗಿನ್ನೂ ನಾನು ಚಿಕ್ಕವನು. ನನ್ನ ಮನೆಯವರು ಊರು ತೋರಿಸಲಿಕ್ಕೆ ಅಂತ ನನ್ನನ್ನು ಮದ್ರಾಸಿಗೆ ಕರೆದುಕೊಂಡು ಹೋಗಿದ್ದರು. ಅದು ನಾನು ಹುಟ್ಟಿದ ಜಾಗವಂತೆ: ಕಪಾಲೇಶ್ವರ ಕೋವಿಲ್ ಬೀದಿ. ಅಲ್ಲಿ ಇಳಕೊಂಡಿದ್ದೆವು. ಅರ್ಧ ಬೀದಿಯುದ್ದಕ್ಕೂ ಜೇನಿನಲ್ಲಿ ಅದ್ದಿ ಬಾಳೆ ಎಲೆಗಳ ಮೇಲಿಟ್ಟ ಹಲಸಿನ ಹಣ್ಣು ಮಾರುವ ಅಂಗಡಿಗಳು. ಇನ್ನರ್ಧ ಬೀದಿಯುದ್ದಕ್ಕೂ ನಿಗಿನಿಗಿ ಕೆಂಡದ ಮೇಲೆ ಮಗ್ಗಲು ಬದಲಿಸುತ್ತಿದ್ದ ಮಾಂಸದ ಚಾಕಣ ಮಾರುವ ಅಂಗಡಿಗಳು. ಇವತ್ತಾಗಿದ್ದಿದ್ದರೆ ಅವೆರಡರ ಕಾಂಬಿನೇಷನ್ನು ಎಂಥ ಅದ್ಭುತ ಅನ್ನುತ್ತಿದ್ದೆನೇನೋ? ಅವತ್ತು ಸುಮ್ಮನೆ, ಹಲಸಿನ ತೊಳೆಗಳನ್ನೇ ಆಸೆಯಿಂದ ನೋಡುತ್ತ ನಿಂತಿದ್ದೆ. ನನ್ನ ಪಾಲಿಗೆ ಅದು ನಿಷಿದ್ಧ ಫಲ. ನನ್ನ ಹಿರಿಯರು ನನಗೆ ಅಂಥದನ್ನೆಲ್ಲ ಕೊಡಿಸುವುದಿಲ್ಲ. ಅವರ ಬಾಲ್ಯವನ್ನು ಅವರು ಯಾವತ್ತೋ ಮರೆತು ಹೋಗಿದ್ದಾರೆ. ಹಾಗೆ ಹಲಸಿನ ತೊಳೆ ನೋಡುತ್ತ ನಿಂತವನ ಕೈಯೊಳಕ್ಕೆ ಒಂದು ಪುಟ್ಟ ಕೈಯಿ! ತಿರುಗಿ ನೋಡಿದರೆ ಮುದ್ದಾದ, ಚಿಕ್ಕ ಹುಡುಗಿ. ನನ್ನ ಕಣ್ಣುಗಳನ್ನೇ ದೀನಳಾಗಿ ನೋಡುತ್ತಿದ್ದಾಳೆ: ನಾನಲ್ಲದೆ ಈ ಜಗತ್ತಿನಲ್ಲಿ ಮತ್ಯಾರೂ ತನಗಿಲ್ಲವೇನೋ ಎಂಬಂತೆ. ದಾರಿ ತಪ್ಪಿದ ಬೆಕ್ಕಿನ ಮರಿಯೊಂದು ರಕ್ಷಣೆಗಾಗಿ ಕಂಡವರ ಕಾಲಿಗೆ ಮೈ ಉಜ್ಜಿದಂತೆ. 'ಯಾರು ನೀನು?' ಅಂತ ಅವತ್ತೂ ಕೇಳಲಿಲ್ಲ. ಚಲಂ ಎಂಬ ರೊಮ್ಯಾಂಟಿಸ್ಟ್ ಇವತ್ತೂ ಕೇಳುವುದಿಲ್ಲ. 'ಶ್!' ಎಂಬಂತೆ ತನ್ನ ತೋರುಬೆರಳನ್ನು ಪುಟ್ಟ ತುಟಿಗಳ ಮೇಲಿಟ್ಟುಕೊಂಡು 'ಬಾ' ಎಂಬಂತೆ ಕೈ ಎಳೆದಳು. ಎಲ್ಲಿಗೆ ಅಂತ ಕೇಳಲಿಲ್ಲ. ಸುಮ್ಮನೆ ಆ ಹುಡುಗಿಯ ಹಿಂದೆ ನಡೆಯತೊಡಗಿದೆ.

ಅದೊಂದು ಮನೆ. ವರಾಂಡದ ಬೆನ್ನಿಗೊಂದು ವಿಶಾಲವಾದ ಹಾಲ್ ಇತ್ತು. ಒಂದು ಮುಚ್ಚಿದ ಬಾಗಿಲ ಕೋಣೆ. ಅಷ್ಟು ಮಧ್ಯಾಹ್ನವಾದರೂ ಆ ಹಾಲ್‌ನಲ್ಲಿ ಕೆಲವರು ಯುವಕರು, ಸ್ಫುರದ್ರೂಪಿಗಳು, ಕೆಲವು ಹಿರಿಯರು ಶುದ್ಧ ವಿಲಾಸಿಗಳಂತೆ ಮಲಗಿದ್ದರು. ಕಳೆದ ರಾತ್ರಿಯ ಸುಖದ ಸುಸ್ತು ಆ ಮುಖಗಳ ಮೇಲಿತ್ತು. ಮುಚ್ಚಿದ ಬಾಗಿಲು ತಳ್ಳಿಕೊಂಡು ಒಳಕ್ಕೆ ಹೋದ ಹುಡುಗಿ,

"ಅಮ್ಮಾ, ಅಣ್ಣ ಬಂದ!" ಅಂದಳು.

"ಅಣ್ಣಾ ಅಂತೀಯಲ್ಲೇ? ಅವನು ಭಾವ ನಿಂಗೆ" ಎಂಬುದರ ಹಿಂದೆಯೇ ಖಿಲ್ಲನೆ ನಕ್ಕಿತೊಂದು ಹೆಣ್ಣುದನಿ. ಅದಾದ ಒಂದು ನಿಮಿಷದೊಳಗಾಗಿ ಹೊರಬಂದಿತಲ್ಲ phantom of love? ನಾನೊಬ್ಬ ಚಿತ್ರಕಾರನೇ ಆಗಿದ್ದಿದ್ದರೆ ಆಕೆಯ ಸೌಂದರ್ಯವನ್ನು

ಖಂಡಿತವಾಗ್ಯೂ ಚಿತ್ರಿಸುವುದು ನನ್ನಿಂದ ಸಾಧ್ಯವಾಗುತ್ತಿರಲಿಲ್ಲ. ಬಂದವಳೇ ನನ್ನನ್ನು ಅನಾಮತ್ತಾಗಿ ಎಳೆದು ಮಡಿಲಲ್ಲಿ ಕೂಡಿಸಿ ಕೊಂಡು, ಹುಚ್ಚು ಕಂಗಳಲ್ಲಿ ನನ್ನತ್ತ ನೋಡುತ್ತಾ "ಬಂದ್ಯಾ... ಬಂದ್ಯಾ ಚಲಂ? ಅತ್ತೇನ ನೋಡೋಕೆ ಬಂದ್ಯಾ? ನೀನು ನಮ್ಮ ಸಾಂಬಮೂರ್ತಿ ಮಗನಲ್ಲವೆ?" ಅನ್ನುತ್ತಾ, ನಗುತ್ತಾ, ಅಳುತ್ತಾ ಬಡಬಡಿಸಿದಳು.

ಅಲ್ಲಿ ಹಾಲ್‌ನಲ್ಲಿ ಮಲಗಿದ್ದ ಸುರಸುಂದರರೆಲ್ಲ ಒಬ್ಬೊಬ್ಬರಾಗಿ ಎದ್ದು ಹೊರಟು ಹೋದರು. ಆಮೇಲೆ ಎಷ್ಟೋ ವರ್ಷಗಳ ನಂತರ ಗೊತ್ತಾಯಿತು: ಅವರಲ್ಲಿ ಒಬ್ಬಾತ ಮದ್ರಾಸಿನಲ್ಲಿ ಕುಳಿತು ಇಡೀ ದೇಶವನ್ನಾಳಿದರು. ಇನ್ನೊಬ್ಬರು ಬ್ರಿಟಿಷ್ ಸರ್ಕಾರಕ್ಕೆ ಸಿಂಹಸ್ವಪ್ನವಾಗಿದ್ದರು. ಉಳಿದ ಮೂವರು ದೊಡ್ಡ ಹೆಸರಿನ ಸರ್ಕಾರಿ ನೌಕರರು.

"ಎಷ್ಟು ದಿನ ಇರ್ತೀಯ?" ಕೇಳಿದರು ಅತ್ತೆ.

"ಸಾಯಂಕಾಲ ಹೋಗ್ತೀನಿ" ಅಂದೆ.

"ಅಷ್ಟು ಬೇಗನೇ ಹೋಗ್ತೀಯಾ? ಆಯ್ತು ಹೋಗು... ನಿನ್ನ ಬಗ್ಗೆ ತಿಳ್ಕೋತೀರ್ತಿನಿ ಬಿಡು... ಈಗ ಹೊರಡು. ನಿಮ್ಮವರು ಹುಡಿಕ್ಕೋತಿರ್ತಾರೆ. ನನ್ನ ಮನೇಗೆ ಬಂದಿದ್ದೆ ಅಂತ ಹೇಳಬೇಡ ಅವರಿಗೆ, ಗೊತ್ತಾಯ್ತಾ? ಕಮಲಾ, ಭಾವನ್ನ ಅಲ್ಲೀ ತಂಕಾ ಬಿಟ್ಟು ಬಾ..." ಅಂದಳು ಅತ್ತೆ. ಅವೇ ಪುಟ್ಟ ಬೆರಳು ನನ್ನ ಕೈ ಹಿಡಿದವು. ನಾನು ಅತ್ತೆಯಿಂದ ಬಲವಂತವಾಗಿ ನನ್ನ ಮನಸನ್ನೂ ಕಣ್ಣುಗಳನ್ನೂ ಬಿಡಿಸಿಕೊಂಡು ಹೊರಟೆ.

"ಮತ್ತೆ ಯಾವಾಗ ಬರ್ತೀಯ ಭಾವಾ?" ಕೇಳಿದಳು ಹುಡುಗಿ.

"ನಂಗೇನು ಗೊತ್ತು?"

"ಅದೇ ನಿಮ್ಮ ಮನೆ" ಅಂದವಳೇ ಮರುಕ್ಷಣ ಮಾಯವಾದಳು. ಅವರಿಬ್ಬರ ಬಗ್ಗೆ ಯಾರನ್ನಾದರೂ ಕೇಳಬೇಕು ಅನ್ನಿಸುತ್ತಿತ್ತು. ಆದರೆ ಯಾರನ್ನೂ ಕೇಳಬೇಡವೆಂದಿದ್ದಳು ಅತ್ತೆ. ಆಕೆಯೆಡೆಗೆ ನಾನು ತುಂಬ ಆಕರ್ಷಿತನಾಗಿದ್ದೆ. ಆಕೆಯಿದ್ದಾಳೆಂಬ ಕಾರಣಕ್ಕೆ ಮದರಾಸು ನಗರವೇ ನನಗೆ ದೊಡ್ಡ ಆಕರ್ಷಣೆಯಾಗಿತ್ತು. ಅವತ್ತಿನಿಂದಲೇ, ಆ ಚಿಕ್ಕವಯಸ್ಸಿನಲ್ಲೇ ನನಗೆ ಕನಸು. ಮದರಾಸಿನಲ್ಲಿ ನಾನು-ಅತ್ತೆ. ನನ್ನ ಕೈಯಲ್ಲಿ ಕಮಲಳ ಪುಟ್ಟ ಕೈಯಿ.

ಹಾಗೇ ದಿನಗಳು ಉರುಳಿ ವರ್ಷಗಳಾದವು. ಅದೊಮ್ಮೆ ಕಾಕಿನಾಡ ಕಾಲೇಜಿನಲ್ಲಿ ಓದುತ್ತಿದ್ದಾಗ ರಜೆಗೆ ಅಂತ ವಾಪಸು ತೆನಾಲಿಗೆ ರೈಲಿನಲ್ಲಿ ಹೋಗುತ್ತಿದ್ದೆ. ನಾನಿದ್ದ ಬೋಗಿಯಲ್ಲಿ ವಿಪರೀತ ಬೀಡಿ ವಾಸನೆ. ಅದನ್ನು ಭರಿಸಲಾಗದೆ ಇನ್ನೊಂದು ಕಂಪಾರ್ಟ್‌ಮೆಂಟು ಹುಡುಕಿಕೊಂಡು ಹೋಗಿ, ಅಲ್ಲೊಂದು ಸೀಟು ಖಾಲಿಯಿದ್ದರೆ, ಹತ್ತಿ ಉಸ್ಸಂತ ಕುಳಿತುಕೊಂಡೆ. ಅಷ್ಟರಲ್ಲಿ ಒಬ್ಬಾತ ಬಂದು "ಇಲ್ಲಿ ನಾನು ಕೂತಿದ್ದೆ

ಇಷ್ಟು ಹೊತ್ತು..." ಅಂದ. 'ಓ' ಅನ್ನುತ್ತ ಇನ್ನೇನು ಏಳಬೇಕೆಂದು ಕೊಳ್ಳುವಷ್ಟರಲ್ಲಿ ಆತ ಅಲ್ಲೇ ಜಾಗ ಮಾಡಿಕೊಂಡು ಕುಳಿತ. ಆದರೆ ನನ್ನನ್ನೇ ಆತ ಎಗಾದಿಗಾ ನೋಡುತ್ತಿದ್ದ.

"ನೀನು ವೆಂಕಟ ಚಲಂ ಅಲ್ವಾ?" ಕೇಳಿದ.

"ಹೌದು" ಅಂದೆ.

"ನಿಮ್ಮ ಅತ್ತೆ ಇದೇ ರೈಲಲ್ಲಿದ್ದಾಳೆ!" ಅಂದ.

"ಯಾವ ಅತ್ತೆ?" ಕೇಳಿದೆ.

ಅತ್ತೆ ಅಂದ ಕೂಡಲೆ ಓಡುತ್ತಿರುವ ರೈಲಿನಿಂದ ಧಡಲ್ಲನೆ ಹೊರಕ್ಕೆ ಹಾರಿ ಅತ್ತೆಯನ್ನು ಹುಡುಕದೆ ಇವನೇನು ಹೀಗೆ ಕೂತಿದ್ದಾನೆ ಎಂಬಂತೆ ನೋಡಿದ ಆತ, ರೈಲು ನಿಲ್ಲುತ್ತಿದ್ದಂತೆಯೇ ನನ್ನನ್ನು ಎಬ್ಬಿಸಿಕೊಂಡು ಹೊರಟೇ ಬಿಟ್ಟ: ಹೆಂಗಸರ ಡಬ್ಬಿಯ ಬಳಿಗೆ. ಆ ದಿನಗಳಲ್ಲಿ ರೈಲ್ವೆ ಬೋಗಿಗಳಲ್ಲಾಗಲೀ, ಸ್ಟೇಷನ್ನುಗಳಲ್ಲಾಗಲೀ ಸರಿಯಾದ ದೀಪಗಳಿರುತ್ತಿರಲಿಲ್ಲ. ಆ ನಸುಗತ್ತಲೆಯಲ್ಲಿ ಕಿಟಕಿಯೊಂದರ ಬಳಿ ಕುಳಿತಿದ್ದಳು ಆಕೆ!

"ಯಾರೋ ನೋಡು?" ಅಂದ ಈತ. ಕತ್ತಲಲ್ಲಿ ನನ್ನ ಮುಖವನ್ನು ಅರಸುತ್ತಿದ್ದಳು ಅತ್ತೆ. "ನಿನ್ನ ಅಳಿಯ... ವೆಂಕಟ ಚಲಂ" ಅಂದ ಈತ.

"ನೀನಾ?" ಅನ್ನುತ್ತ ತುಂಬ ಪ್ರೀತಿಯಿಂದ ತನ್ನೆರಡೂ ಕೈಗಳನ್ನು ನನ್ನ ಭುಜಗಳ ಮೇಲೆ ಹಾಕಿದಳು ಅತ್ತೆ: ಆಕೆಯ ಸ್ಪರ್ಶಕ್ಕೆ ನನ್ನ ಮೈಯೆಂಬ ಮೈಯೇ ಕರಗಿ ಹೋದಂತಾಯಿತು. "ಚಲಂ... ಚೆನ್ನಾಗಿದ್ದೀಯಾ?" ಅಂದಳು. ಹಾಗೆ ನಾನು ಅಕಸ್ಮಾತ್ತಾಗಿ ಸಿಕ್ಕೇ ಸಿಗುತ್ತೀನೇನೋ ಎಂಬ ಭಾವ ಆಕೆಯ ದನಿಯಲ್ಲಿತ್ತು. "ಹೋಗಿ ಬಾ ಚಲಂ" ಅಂತ ಅನ್ನುತ್ತ ನನ್ನೆರಡೂ ಕೆನ್ನೆ ತಟ್ಟಿದಳು. ನನ್ನನ್ನು ಕರೆತಂದ ವ್ಯಕ್ತಿ ಮತ್ತೆ ಎಚ್ಚರಿಸಿ ವಾಪಸು ಕಂಪಾರ್ಟ್‌ಮೆಂಟಿಗೆ ಕರೆದೊಯ್ಯದೆ ಹೋಗಿದ್ದಿದ್ದರೆ ನಾನು ಸ್ತಂಭೀಭೂತನಾಗಿ ಅಲ್ಲೇ ನಿಂತು ಬಿಟ್ಟಿರುತ್ತಿದ್ದೆ.

ಇವತ್ತು ಪ್ರಿನ್ಸಿಪಾಲ್ ವೆಂಕಟರತ್ನಂ ನಾಯುಡುಗಾರು ಮತ್ತೆ ಆಕೆಯ ಪ್ರಸ್ತಾಪ ಮಾಡುವುದರೊಂದಿಗೆ ಹಳೆಯದೆಲ್ಲ ನೆನಪಾಯಿತು.

"That woman is devastating" ಅಂದರು ಪ್ರಿನ್ಸಿಪಾಲ್. ಅತ್ತೆ ಮತ್ತು ಕಮಲ ವಿಂಧ್ಯದ ಅರಣ್ಯಗಳಲ್ಲಿ ಕೋಟೆಯೊಂದರಲ್ಲಿ ಚಡಪಡಿಸುತ್ತ ನನಗೋಸ್ಕರ ಎದುರು ನೋಡುವ ದೃಶ್ಯ ಕಣ್ಣಲ್ಲಿ ಕದಲಿತು.

ಈ ಮಧ್ಯೆ ವಿಧವಾ ವಿವಾಹಗಳ ಮೂಲಕ ಆಂಧ್ರ ದೇಶದಲ್ಲಿ ಕ್ರಾಂತಿಯನ್ನೇ ಮಾಡಿದ ವೀರೇಶಲಿಂಗಂಗಾರು ತೀರಿಕೊಂಡರು. ಅವರೊಬ್ಬ ದೊಡ್ಡ ಯೋಧ. ಅತ್ಯಂತ ನಿಯಮಶೀಲಿ. ನಾನು ಕಾಕಿನಾಡದಿಂದ ರಾಜಮಂಡ್ರಿಗೆ ಹೊರಟೆ. 'ಚಲಂ ಬರುತ್ತಿದ್ದಾನೆ' ಅಂತ ರಾಜಮಂಡ್ರಿಯ ಬ್ರಹ್ಮವೀರರು ಸಂಭ್ರಮಿಸುತ್ತಿದ್ದರು. ಆದರೆ ಚಲಂ ಆ ಶಿಖರಗಳಿಂದ ಕೆಳಕ್ಕೆ ಬಿದ್ದು ಅವಿನೀತಿಯ ಕೆಸರಲ್ಲಿ ಹೊರಳುತ್ತಿದ್ದಾನೆಂಬುದು ಅವರಿಗೆ ತಿಳಿಯದು. ವೀರೇಶಲಿಂಗಂ ಅವರ ತೋಟದೊಳಗೇ ಇದ್ದ ಒಂದು ಚಿಕ್ಕ ಬಂಗಲೆಯನ್ನು ನನಗೆ ಬಿಟ್ಟುಕೊಟ್ಟಿದ್ದರು. ನಾನಿನ್ನೂ ನಮ್ಮ ಟ್ರಂಕು ಬಿಚ್ಚಿರಲಿಲ್ಲ: "ಕುರಿ ಮಂದೆಯೊಳಕ್ಕೆ ಈ ತೋಳ ತಂದು ಬಿಟ್ಟದ್ದು ಯಾರು?" ಅಂತ ಕೆಲವರು ಅಂದೇ ಬಿಟ್ಟರು. ತಕ್ಷಣ ಮನೆ ಖಾಲಿ ಮಾಡಬೇಕೆಂದು ನನಗೆ ಅಪ್ಪಣೆಯಾಯಿತು.

"ಇನ್ನು ಹೊರಡುವುದೆಲ್ಲಿಗೆ ವೆಂಕಟಚಲಂ?" ಅಂತ ಯೋಚಿಸುತ್ತಾ ಆ ಮನೆಯ ವರಾಂಡದಲ್ಲಿ ನಿಂತಿರುವಾಗಲೇ, ಒಂದು ತಣ್ಣನೆಯ ಕೈಯಿ ನನ್ನ ಬೆನ್ನು ತಾಕಿತು. ಫಕ್ಕನೆ ತಿರುಗಿ ನೋಡಿದರೆ, ರೈಲ್ವೆ ಕಂಪಾರ್ಟ್‌ಮೆಂಟಿನ ಕಿಟಕಿಯಲ್ಲಿ ಕಾಣಿಸಿದ ಮುಖ. ಅತ್ತಯ್ಯ! "ಮರೆತು ಹೋದೆಯೇನೋ ಮಗೂ?" ಅಂತ ಕೇಳಿದಳು. ನೀರೊಳಗೆ ವೀಣೆ ಮಿಡಿದಂತಿತ್ತು ದನಿ. ನನ್ನ ಮನಸು ಒಂದು ವಿಚಿತ್ರ ಸಂತೋಷದಲ್ಲಿ ತೇಲಿ ಮುಳುಗಿತು. ಇನ್ನು ನನಗೆಂಥ ಕಷ್ಟ? ಆದರೆ ಅತ್ತೆ ಮೊದಲಿನಂತಿರಲಿಲ್ಲ. ಮೈಮೇಲೆ ಒಂದೇ ಒಂದು ಒಡವೆ ಇಲ್ಲ. ತಲೆಗೆ ಎಣ್ಣೆ ಹಚ್ಚಿ ಯಾವ ಕಾಲವಾಯಿತೋ? ಚಿಂಪರುಗೂದಲು ಗಾಳಿಗೆ ಹೆಡೆಯಾಡುತ್ತಿದ್ದವು. ಸಂತೋಷ ಉಕ್ಕಬೇಕಿದ್ದ ಕಣ್ಣುಗಳಲ್ಲಿ ಯಾವುದೋ ಮಸುಕು ಮಸುಕಾದ ದಿಗಿಲು. ಮಾಸಿ ಹೋದ ಸೀರೆಯುಟ್ಟುಕೊಂಡು ನಿಂತಿದ್ದಳು ಅತ್ತೆ.

"ಎಲ್ಲಾ ಕೇಳಿದೀನಿ. ನೀನೇನೂ ಹೇಳಬೇಕಾಗಿಲ್ಲ. ಈ ಬ್ರಹ್ಮಸಮಾಜದವರು ಹಿಂದೂ ಧರ್ಮ, ಹಿಂದೂ ಸಮಾಜವನ್ನು ಬೈಯೋದು ನಿಜವೇ. ಆದರೆ ಹಿಂದೂಗಳ ಪೈಕಿ ಒಬ್ಬರಲ್ಲ ಒಬ್ಬರಿಗೆ ರವಷ್ಟು ಹೃದಯ, ಕರುಣೆ ಅಂತ ಇರುತ್ತೆ. ಈ ಸಮಾಜೋದ್ಧಾರಕರಿದ್ದಾರಲ್ಲ? ನೀತಿವಂತರಿದ್ದಾರಲ್ಲ? ಇವರಲ್ಲಿ ಒಬ್ಬರಿಗೂ ಹೃದಯ ಅನ್ನೋದಿರೋದಿಲ್ಲ, ಬಾ..." ಅನ್ನುತ್ತ ಅದೇ ತೋಟದ ಮೂಲೆಯೊಂದರಲ್ಲಿದ್ದ ತನ್ನ ಮನೆಗೆ ಕರೆದೊಯ್ದಳು ಅತ್ತೆ. ಅಸಲಿಗೆ, ಅದೊಂದು ಬಿದ್ದು ಹೋದ ದನದ ಕೊಟ್ಟಿಗೆ. ಅಷ್ಟರಲ್ಲಿ, ಕಣ್ತುಂಬ ನೀರು ತುಂಬಿಕೊಂಡು 'ಭಾವಾ' ಅನ್ನುತ್ತ ಓಡಿ ಬಂದು ನನ್ನನ್ನು ಅವಚಿಕೊಂಡಳು ಕಮಲ. ಅವತ್ತಿನ ಅಪರೂಪದ, ನಾಜೂಕು ಹುಡುಗಿ ಇವಳೇನಾ? ಏನಾಯಿತು ಅದೆಲ್ಲ ನಾಜೂಕು?

"ಇಲ್ಲಿಗೆ ಹೇಗೆ ಬಂದೆ ಅತ್ತೇ?" ಅಂತ ಕೇಳಿದೆ.

"ಊಟಗಳಾಗಲಿ... ಎಲ್ಲ ಹೇಳ್ತೀನಿ" ಅಂದಳು. ಊಟಗಳಾದವು. ಚಿಕ್ಕಂದಿನಲ್ಲೇ ಮದುವೆಯಾಗಿತ್ತು. ಬಾಲ್ಯವಿವಾಹ. ಆ ಗಂಡ ಸತ್ತು ಹೋಗಿದ್ದ. ಆಕೆಯ ಆಜನ್ಮಾಂತ ವೈಧವ್ಯ ನೆನಪಿಸಿಕೊಂಡು, ಭರಿಸಲಾಗದೆ ನೆಂಟರಿಷ್ಟರ ವಿರೋಧ ಕಟ್ಟಿಕೊಂಡು ನಮ್ಮ ದೊಡ್ಡಪ್ಪ, ಅಮಾಯಕಳಾದ ಅತ್ತೆಯನ್ನು ತಂದು ವೀರೇಶಲಿಂಗಂ ಅವರ ವಿಧವಾ ಶರಣಾಲಯದಲ್ಲಿ ಬಿಟ್ಟು ಹೋಗಿದ್ದರು. ಹಾಗೆ ಶರಣಾಲಯಕ್ಕೆ ಬಂದ ವಿಧವೆಯರನ್ನು ವೀರೇಶಲಿಂಗಂ ಅವರು ಹೇಗೆ treat ಮಾಡುತ್ತಿದ್ದರೆಂಬುದು ಗೊತ್ತಿದ್ದ ಸಂಗತಿಯೇ. "ಗಂಡ ಬೇಕೂ..." ಅಂತ ಮನೆಗಳಿಂದ ಓಡಿ ಬಂದ ಈ ವಿಧವೆಯರನ್ನು ಯಾರು ಮದುವೆಯಾಗಬೇಕು? ದಿಕ್ಕಿಲ್ಲದ ನೀಚರು, ಹೆಣ್ಣು ಸಿಗದ ದರಿದ್ರರೂ, ಯಾತಕ್ಕೂ ಕೆಲಸಕ್ಕೆ ಬಾರದವರು-ವರಮಹಾಶಯರಾಗಿ ಬರುತ್ತಿದ್ದವರು ಅವರೇ. ಆಗ ವೀರೇಶಲಿಂಗಂ ಅವರು ಪುರುಷ ಸ್ವಯಂವರ (!) ಏರ್ಪಾಟು ಮಾಡಿ, ಹುಡುಗಿಯರಿಗೆ ಇಷ್ಟವಿದ್ದರೂ ಇರದಿದ್ದರೂ ಅವರಲ್ಲೊಬ್ಬ ವರನಿಗೆ ಕಟ್ಟಿ ಕಳಿಸುತ್ತಿದ್ದರು. ಹಾಗೆ ಮಾಡದೆ ಅವರಿಗೂ ಗತ್ಯಂತರವಿರಲಿಲ್ಲ. ವಿಧವಾ ವಿವಾಹ ಚಳವಳಿ ಮುನ್ನಡೆಯಲೇಬೇಕಾಗಿತ್ತು. ಹಾಗೆ ಸಾಗ ಹಾಕದೆ, ಬಂದ ವಿಧವೆಯರನ್ನು ಎಷ್ಟು ದಿನ ಅಂತ ಆಶ್ರಯ ಕೊಟ್ಟು ಇಟ್ಟುಕೊಳ್ಳುವುದು? ಅತ್ತೆಯ ಅದೃಷ್ಟ ದೊಡ್ಡದಿತ್ತು. ಶರಣಾಲಯವನ್ನು ನೋಡಲಿಕ್ಕೆ ಅಂತ ದೊಡ್ಡ ಆಫೀಸರ್ ನ್ಯಾಪತಿ ಶೇಷಗಿರಿರಾವು ಅವರು ಬಂದು, ನಿಂತ ನಿಲುವಿನಲ್ಲೇ ಆಕರ್ಷಿತರಾಗಿ ಅತ್ತೆಯನ್ನು ಮದುವೆಯಾದರು. ಅಲ್ಲಿಂದ ಮುಂದೆ ಅತ್ತೆಯ ವೈವಾಹಿಕ ಜೀವನ ಅದ್ಭುತವಾಗಿ ಆನಂದ ಮೇಘ ರಥಗಳ ಮೇಲೆ ಮುನ್ನಾಗಿತು. ಆಕೆಯ ಶ್ರೀಮಂತಿಕೆ ನೋಡಿ ನೆಂಟರಿಷ್ಟರು, ಅಣ್ಣತಮ್ಮಂದಿರು ರಹಸ್ಯವಾಗಿ ಆಕೆಯ ಬಳಿಗೆ ಬರತೊಡಗಿದರು. ನ್ಯಾಪತಿ ಶೇಷಗಿರಿರಾವು ಎಲ್ಲೆಲ್ಲಿ ವರ್ಗಾ ಆಗಿ ಹೋಗುತ್ತಿದ್ದರೋ ಅಲ್ಲಿಗೆಲ್ಲ ಹೋದ

ಅತ್ತೆ, ಒಂದು ಸುತ್ತು ಇಡೀ ದಕ್ಷಿಣ ಭಾರತ ಸುತ್ತಿ ಬಂದಳು. ಆಕೆಯ ಸೌಂದರ್ಯಕ್ಕಾಗಿಯೇ ಶೇಷಗಿರಿರಾಯರ ಸ್ನೇಹ ಮಾಡಲು ಅನೇಕ ದೊಡ್ಡ ಮನುಷ್ಯರು ಹಾತೊರೆಯುತ್ತಿದ್ದರು. ರೈಲಿನಲ್ಲಿ ಹೊರಟರೆ ಆಕೆಯ ಸೌಂದರ್ಯ ನೋಡಲು ಜನ ಮುಕುರಿಕೊಳ್ಳುತ್ತಿದ್ದರು. ಜನರನ್ನು ಅಲ್ಲಿಂದ ಹೊರಡಿಸಲು ಬರುತ್ತಿದ್ದ ರೈಲ್ವೆ ಗಾರ್ಡು, ಅವರೆಲ್ಲ ಹೋದ ಮೇಲೆ ಆಕೆಯನ್ನು ನೋಡುತ್ತ ನಿಲ್ಲುತ್ತಿದ್ದ. ನಿಜಕ್ಕೂ ಆಕೆಯ ಸೌಂದರ್ಯದೆಡೆಗೆ ನೋಡದೆ, ವಿಧವೆಯರ ಪೈಕಿ ಆಕೆಯನ್ನೂ ಒಬ್ಬ ಮಾಮೂಲು ವಿಧವೆಯನ್ನಾಗಿ ನೋಡಿದವರು ವೀರೇಶಲಿಂಗಂ ಒಬ್ಬರೇ!

ಇದೆಲ್ಲದರ ಮಧ್ಯೆ ದೊಡ್ಡ ಆಸ್ತಿಯನ್ನು ಆಕೆಗೆ ಬಿಟ್ಟು, ನ್ಯಾಪತಿ ಶೇಷಗಿರಿರಾಯರು ಸತ್ತು ಹೋದರು. ಮೊದಲನೆಯ ಗಂಡನ ಆಸ್ತಿಯೇ ಅಪಾರವಾಗಿತ್ತು. ಈಗ ಎರಡನೇ ಗಂಡನ ಆಸ್ತಿ. ಮೇಲಾಗಿ ಅಪರೂಪದ ಸೌಂದರ್ಯ. ಬಂಧುಗಳ್ಯಾರಿಗೂ ಆಕೆಯನ್ನು ಮನೆಗೆ ಕರೆಯುವ ಧೈರ್ಯವಿಲ್ಲ. ಆಕೆ ಮದರಾಸು ಸೇರಿದಳು. ಅಲ್ಲಿದ್ದ ಆಂಧ್ರರು, ಸುಸಂಸ್ಕೃತರು, ಸಂಸ್ಕಾರವಂತರೂ ಆದ ಶೃಂಗಾರ ಪುರುಷರೆಲ್ಲ ಆಕೆಯ ಸುತ್ತ ಸೇರಿದರು. ಅವರೆಲ್ಲರಿಗೂ ಒಂದು ಕಣ್ಣು ಆಕೆಯ ಸೌಂದರ್ಯದ ಮೇಲಾದರೆ, ಇನ್ನೊಂದು ಕಣ್ಣು ಆಸ್ತಿಯ ಮೇಲೆ.

"ಆಗ ನಾನೇನಾಗಿದ್ದೆ ಅತ್ತೇ? ಸತ್ತು ಹೋಗಿದ್ನಾ?" ಆವೇಶದಿಂದ ಕೇಳಿದೆ.

"ಆ ಪರಿ ಮೀಸೆ ಬಿಟ್ಟಿದ್ದ ನಿಮ್ಮ ಅಪ್ಪನಿಗೇ ನನ್ನನ್ನು ಬಂದು ಕಾಣಲು ಭಯ. ಇನ್ನು ತನ್ನ ಮಗನನ್ನು ನನ್ನ ಹತ್ತಿರಕ್ಕೆ ಬರಲು ಬಿಟ್ಟಾನಾ? ನಿಂಗೆ ನೆನಪಿಲ್ಲವಾ, ಒಂದು ಸಲ ಕಮಲಳನ್ನು ಕಳಿಸಿ ನಿನ್ನನ್ನ ಮನೆಗೆ ಕರೆಸಿಕೊಂಡಿದ್ದೆ?" ಅಂದಳು. "ಈ ಉದಾತ್ತ ಪುರುಷರಿದ್ದಾರಲ್ಲಾ ಚಲಂ? ಎಷ್ಟೇ ಉತ್ತಮರಾದರೂ ಹೆಣ್ಣು-ಹಣದ ಗೀಳು ಅವರನ್ನು ಬಿಡದು. ಅವತ್ತು ನನ್ನ ಸುತ್ತ ಸೇರಿದವರೆಲ್ಲ ಮಹಾನ್ ನೀತಿವಂತರೇ. ಹೆಸರು ಹೇಳಿದರೆ ನೀನೊಬ್ಬನೇ ಅಲ್ಲ: ಇಡೀ ಜಗತ್ತು ಅವರನ್ನು ಗುರುತು ಹಿಡಿಯುತ್ತದೆ. ನನ್ನ ವಿಷಯದಲ್ಲಿ ಒಬ್ಬರ ಮೇಲೊಬ್ಬರು ಸ್ಪರ್ಧೆಗೆ ಬೀಳುತ್ತಿದ್ದರು. ಯಾರೂ ಯಾರನ್ನೂ ನನ್ನೊಂದಿಗೆ ಏಕಾಂತದಲ್ಲಿರಲು ಬಿಡುತ್ತಿರಲಿಲ್ಲ. ಅವರಿಗಿಂತಲೂ ಒಂದು ಸೀಝುನ್ನಿನಲ್ಲಿ ರಸ್ತೆಯ ಮೇಲೆ ಒಂದಕ್ಕೊಂದು ಅಂಟಿಕೊಳ್ಳುವ ನಾಯಿಗಳು ಮೇಲು. ಬರ್ತಾ ಬರ್ತಾ ನನ್ನನ್ನು ಕಳಚಿಕೊಳ್ಳದ ಹೊರತು ಅವರವರಲ್ಲೇ ಯಾರಿಗೂ ಶಾಂತಿಯಿಲ್ಲ ಎಂಬಂಥ ಪರಿಸ್ಥಿತಿ ನಿರ್ಮಾಣವಾಯಿತು. ಕೊನೆಗೆ ಅವರಲ್ಲೇ ಇದ್ದ ಒಬ್ಬ ದೂರ ದೇಶದ ಜಮೀನ್ದಾರನಿಗೆ ನನ್ನನ್ನು ಮಾರಿಬಿಟ್ಟರು..." ಅಂದಳು.

"We do not even know whether she was married to the Jamindar, Venkatachalam" ಅಂದಿದ್ದರು ನನ್ನ ಗುರು ಸಮಾನರಾದ ಪ್ರಿನ್ಸಿಪಾಲ್. ಒಂದು ಸಲ

ಕೇಳಿದರೆ ಮದುವೆಯಾಗಿತ್ತು ಅನ್ನುತ್ತಿದ್ದಳು. ಮತ್ತೊಮ್ಮೆ ಕೇಳಿದರೆ, "ಏನೋ, ನಂಗೇನು ಗೊತ್ತು. ಚಿಕ್ಕ ವಯಸ್ಸು. ಅದ್ಯಾವುದೋ ಆಫೀಸಿಗೆ ಕರೆದುಕೊಂಡು ಹೋಗಿ ಸೈನು ಮಾಡು ಅಂದರು. ಹಾರ ಬದಲಾಯಿಸಿದರು. ಸಂಜೆ ಹೊತ್ತಿಗೆ ಕಲ್ಕತ್ತಾ ಮೇಲ್ ಹತ್ತಿಸಿದರು" ಅನ್ನುತ್ತಿದ್ದಳು. ಕೆಲವು ಸಲ ಕಮಲ ತನ್ನ ಮಗಳೇ ಅಲ್ಲ: ಸಾಕಿಕೊಂಡ ಹುಡುಗಿ ಅನ್ನುತ್ತಿದ್ದಳು. ಈಕೆಯನ್ನು ಮದುವೆಯಾದ ಜಮೀಂದಾರನಿಗೆ ಈಕೆಯ ಹಳೇ ಮಿತ್ರರು ಮತ್ತೆ ಬಂದಾರೆಂಬ ಭಯ. ಹೀಗಾಗಿ ಅರಣ್ಯದ ಮಧ್ಯೆ ಇದ್ದ ಬಂಗಲೆಯೊಂದರಲ್ಲಿ ಈಕೆಯನ್ನು ಇರಿಸಿದ್ದ. ಅಷ್ಟಾದರೂ ಅಲ್ಲಿಂದ ಹೇಗೋ ಪತ್ರ ಬರೆದಿದ್ದಳು ಅತ್ತೆ.

"ಅಲ್ಲಿ ಹಾಗೆ ನನ್ನನ್ನು ಕೂಡಿ ಹಾಕಿ ಆಗಾಗ ಕೆಲವು ಕಾಗದ ಪತ್ರ ತಂದು ಅವಕ್ಕೆ ಸಹಿ ಹಾಕಿಸಿಕೊಳ್ಳುತ್ತಿದ್ದ ಜಮೀಂದಾರ. ಆತ ನನ್ನ ಎರಡೂ ಆಸ್ತಿಗಳನ್ನು ಹಾಗೆ ಕರಗಿಸಿ ಕೈ ಬಿಡುತ್ತಿದ್ದಾನೆಂಬುದು ನನಗೇನು ಗೊತ್ತು? ಅಷ್ಟರಲ್ಲಿ ಕಮಲ ದೊಡ್ಡವಳಾದಳು. ಜಮೀನ್ದಾರ ಈಗ ಅವಳ ಬೆನ್ನು ಬೀಳತೊಡಗಿದ. ಹೆಬ್ಬುಲಿಯಂತೆ ಅವನ ಮೈಮೇಲೆ ಬೀಳುತ್ತಿದ್ದೆ. ಕಡೆಗೆ ನನಗೆ ಇಂಥ ಮದುವೆ ಮಾಡಿದ ಮಹಾಶಯರೆಲ್ಲರಿಗೂ 'ನನ್ನನ್ನ ಇವನಿಂದ ರಕ್ಷಿಸಿ' ಅಂತ ಪತ್ರ ಬರೆದೆ. ಒಬ್ಬರೂ ಭುಜ ಮುಟ್ಟಗೊಡಲಿಲ್ಲ. ಗತಿಯಿಲ್ಲದೆ ಮತ್ತೆ ವೀರೇಶಲಿಂಗಂ ಅವರ ಪಾದಕ್ಕೇ ಬಿದ್ದೆ. ನಾನು ದಿಕ್ಕಿಲ್ಲದವಳು. ಅವರೆಲ್ಲರ ದೃಷ್ಟಿಯಲ್ಲಿ ಮಹಾಪಾಪಿ. ನನ್ನ ಸೌಂದರ್ಯವೇ ನನ್ನ ಪಾತಕ. ಅಸಲಿಗೆ ನಾನು ಮಾಡಿದ್ದಾದರೂ ಏನು? ಮೊದಲನೇ ಗಂಡನನ್ನು ನಾನು ಸಾಯಿ ಅನ್ನಲಿಲ್ಲ. ಆತ ಸತ್ತ ಮೇಲೆ ಎರಡನೇ ಮದುವೆ ಬೇಕು ಅಂತ ಗಲಾಟೆ ಮಾಡಲಿಲ್ಲ. ಎರಡನೇ ಗಂಡನನ್ನು ನಾನು ಕೊಲ್ಲಲಿಲ್ಲ. ಅದಾದ ಮೇಲೆ ಮದುವೆ ಬೇಕು ಅಂತ ಕೇಳಲಿಲ್ಲ. ನನ್ನ ಹೆಸರೆತ್ತಿದರೆ ಸಾಕು: ಮೂರು ಮದುವೆ ಮಾಡಿಕೊಂಡ ಮುಂಡೆ ಅಂತ ಎಲ್ಲರೂ ಅಸಹ್ಯ ಪಡುತ್ತಾರೆ. ಇಷ್ಟು ಜನ ಬಂಧುಗಳಲ್ಲಿ ನಿನ್ನ ವಿನಾ ಮತ್ತೊಬ್ಬನ್ಯಾರೂ ನನ್ನನ್ನು ಮಾತನಾಡಿಸಲಿಲ್ಲ. 'ಥೂ ಪಾಪಿ' ಅಂತ ಅಸಹ್ಯಿಸಿಕೊಳ್ಳದವರು ವೆಂಕಟರತ್ನಂ ನಾಯುಡು ಅವರೊಬ್ಬರೇ. ಅವರ ನೆನಪು ಬಂದು ಅವರಿಗೇ ಪತ್ರ ಬರೆದೆ. ಏನು ನಡೀತು ಅಂತ ನಂಗೆ ಗೊತ್ತಿಲ್ಲ. ಒಂದು ರಾತ್ರಿ ಆ ಜಿಲ್ಲೆಯ ಪೊಲೀಸ್ ಸೂಪರಿಂಟೆಂಡೆಂಟ್ ತನ್ನ ಸಿಬ್ಬಂದಿಯೊಂದಿಗೆ ಬಂದು ನನ್ನನ್ನು ರೈಲು ಹತ್ತಿಸಿ, ಇಲ್ಲಿಗೆ ತಂದಿಳಿಸಿದರು. ಈ ಮನೆಗೆ. ಇದೂ ಒಂದು ಮನೆಯೇನಾ ಚಲಂ? ದಿಕ್ಕಿಲ್ಲದ ಹೆಂಗಸು ಅಂದರೆ ಇಷ್ಟೇ" ಅಂದಳು ಅಬ್ಬತ್ತೆ.

ಆಕೆಯ ಹೆಸರು ಅದು: ಅಬ್ಬತ್ತೆ.

ಹಾಗಂತಲೇ ನಾನು ಕರೆಯುತ್ತಿದ್ದುದು. ಜಮೀನ್ದಾರ್ ಗಂಡನಿಂದ ಹೊರಬಿದ್ದು

ಬರುವಾಗ ಆಕೆ ಅಷ್ಟಿಷ್ಟು ಒಡವೆ ತಂದಿದ್ದಳು. ಅದೆಲ್ಲವನ್ನೂ ಖರ್ಚು ಮಾಡಿಬಿಡುತ್ತಾಳೆ ಅಂದುಕೊಂಡು ವೆಂಕಟರತ್ನಂ ನಾಯುಡು ಅವರು ತಮ್ಮ ಸ್ವಾಧೀನದಲ್ಲಿಟ್ಟುಕೊಂಡಿದ್ದರು. ಅಬ್ಬತ್ತೆ ಪಾಳುಬಿದ್ದ ದನದ ಕೊಟ್ಟಿಗೆಯಲ್ಲಿದ್ದಳು. ಬೇರೆ ದಿಕ್ಕಿರದ ನನ್ನನ್ನು ತನ್ನೊಂದಿಗೇ ಇರುವಂತೆ ಸೂಚಿಸಿದಳು.

ಅದೊಂದು ದೊಡ್ಡ ತೋಟ. ಶರಣಾಲಯದಲ್ಲಿದ್ದ ವಿಧವೆಯರನ್ನು ನೋಡಿಕೊಂಡದ್ದಕ್ಕಿಂತ ಜಾಗ್ರತೆಯಾಗಿ ಆ ತೋಟವನ್ನು ನೋಡಿಕೊಂಡಿದ್ದರು ವೀರೇಶಲಿಂಗಂಗಾರು. ಎಲ್ಲೆಲ್ಲಿಂದಲೋ ತಂದು ಅಪರೂಪದ ಹೂವಿನ ಗಿಡ, ಅಂಟು ನಾಟಿದ್ದರು. ಅಲ್ಲಿ ಕದಂಬ ವೃಕ್ಷಗಳಿದ್ದವು. ಮೆಣಸಿನ ಬಳ್ಳಿಗಳಿದ್ದವು. ಲವಂಗ, ಯಾಲಕ್ಕಿ, ಜಾಯಿಕಾಯಿ, ಜಾಪತ್ರೆ ಪೊದೆಗಳಿದ್ದವು. ಕೆಲವು ಹೂವಿನ ಗಿಡ ಬಳ್ಳಿಗಳ ಹೆಸರೇ ನನಗೆ ಗೊತ್ತಾಗುತ್ತಿರಲಿಲ್ಲ. ಅಂಥದ್ದೊಂದು ದಿವ್ಯವಾದ ತೋಟವನ್ನು ಬಿಟ್ಟು ಮತ್ತೊಂದು ಲೋಕಕ್ಕೆ ಹೋಗಲು ಅದೆಷ್ಟು ನೊಂದುಕೊಂಡರೋ ವೀರೇಶಲಿಂಗಂ. ಸಾಯುವ ಮುನ್ನ, ಇಂತಿಂಥ ಕಟ್ಟುಪಾಡುಗಳನ್ನಿಟ್ಟುಕೊಂಡೇ ವಿಧವಾ ಶರಣಾಲಯವನ್ನು ನಡೆಸಬೇಕು ಅಂತ ಮರಣ ಪತ್ರವನ್ನು ಬರೆದಿಟ್ಟರೇ ಹೊರತು, ಬಂಗಾರದಂಥ ತೋಟವನ್ನು ಹೇಗೆ ಮತ್ತು ಯಾರು ನೋಡಿಕೊಳ್ಳಬೇಕು ಎಂಬುದನ್ನು ಅವರು ಬರೆದಿಡಲಿಲ್ಲ.

ಅಷ್ಟಾದರೂ ಆ ತೋಟಕ್ಕೊಬ್ಬ ಸಾಧು ಮುಖ್ಯಸ್ಥನಾಗಿದ್ದ. ಒಳ್ಳೆ ಮನುಷ್ಯ. ಅಬ್ಬತ್ತೆಯ ಬಾಯಿಗೇ ಹೆದರುತ್ತಿದ್ದನೋ, ನನ್ನ ಮೇಲೆ ಕರುಣೆ ತೋರಿ ಸುಮ್ಮನಾಗುತ್ತಿದ್ದನೋ ಗೊತ್ತಿಲ್ಲ. ಆತ ನನ್ನ ತಂಟೆಗೆ ಬರುತ್ತಿರಲಿಲ್ಲ. ಅಬ್ಬತ್ತೆಗೆ ಶರಣಾಲಯದಲ್ಲಿನ ಕೆಲವು ವ್ಯಕ್ತಿಗಳ ಬಗ್ಗೆ ಕೆಲವು ರಹಸ್ಯಗಳು ಗೊತ್ತಿದ್ದವೆಂದು ಕಾಣುತ್ತದೆ. ಅಲ್ಲಿಂದ ಆಕೆಯನ್ನು ಹೊರಹಾಕುವ ಧೈರ್ಯ ಯಾರಿಗೂ ಇರಲಿಲ್ಲ. ತೋಟದ ಆದಾಯಕ್ಕೆ ಯಾರು ವಾರಸುದಾರರಿದ್ದರೋ ತಿಳಿಯದು. ಅದರ ಅಂದಕ್ಕೆ, ಆನಂದಕ್ಕೆ ಮಾತ್ರ ನಾನು ವಾರಸುದಾರನಾಗಿಬಿಟ್ಟೆ. ಅಬ್ಬತ್ತೆಯ ಮಡಿಲಿಗೆ ಬಿದ್ದರೆ ನಾನು ಪುಟ್ಟ ಹುಡುಗನಂತಾಗುತ್ತಿದ್ದೆ. ಆಕೆಯೊಂದಿಗೆ ಕಳೆದ ದಿನಗಳು ನಿಜಕ್ಕೂ ಅದ್ಭುತವಾಗಿದ್ದವು. ಬೆಳಿಗ್ಗೆ ಏಳೇಳುತ್ತಿದ್ದಂತೆಯೇ ತೋಟದ ಮಧ್ಯಕ್ಕೆ ಓಡುತ್ತಿದ್ದೆ. ಮಧ್ಯಾಹ್ನದ ಊಟ ನೆನಪಾದಾಗಲೇ ವಾಪಸು. ಈಶ್ವರನನ್ನು ನಾನು ಬಿಟ್ಟರೂ, ಈಶ್ವರ ನನ್ನನ್ನು ಬಿಡುತ್ತಿರಲಿಲ್ಲ. ಒಂದು ಏಕತಾರಿಯನ್ನು ಎಲ್ಲಿಂದಲೋ ಸಂಪಾದಿಸಿ, ನಿರ್ಜನವಾದ ಆ ತೋಟದ ಮಧ್ಯೆ ಹಾಡುತ್ತಾ ನರ್ತಿಸುತ್ತಿದ್ದೆ. ಕಾಲೇಜು ಅಂತ ಒಂದಿಲ್ಲದಿರುತ್ತಿದ್ದರೆ ಆ ಕಾಲವೆಷ್ಟು ಆನಂದಮಯವಾದುದಾಗಿತ್ತೋ!

ಆತ ಮತ್ತು ಆಕೆ.

ಮದರಾಸಿನ ಸಮುದ್ರ ತೀರದಲ್ಲಿ ಅವರಿಬ್ಬರೂ ಕುಳಿತಿದ್ದಾರೆ. ಅಲ್ಲೆಲ್ಲೋ ದೂರದಲ್ಲಿ ಸೂರ್ಯೋದಯವಾಗುತ್ತಿದೆ. ಅವರು ಲೋಕವರಿಯದ ಅಮಾಯಕರು. ಇಬ್ಬರೂ ಬಡವರು. "ಹೊರಡೋಣವಾ?" ಕೇಳುತ್ತಾಳೆ ಆಕೆ. "ಹೊರಡಬೇಕಾ?" ಅನ್ನುತ್ತಾನೆ ಚಲಂ. ಏಳಲಾಗದೆ ಮತ್ತೆ ಆಕೆಯ ಪಕ್ಕದಲ್ಲಿ ಇನ್ನಷ್ಟು ಹತ್ತಿರವಾಗಿ ಕೂಡುತ್ತಾನೆ. ನಿಧಾನವಾಗಿ ಆಕೆ ತನ್ನ ಬೆರಳುಗಳಿಂದ ಆತನ ಬೆರಳು ಬೆಸೆಯುತ್ತಾಳೆ. ತನ್ನನ್ನು ಈ ಲೋಕದಿಂದ ರಕ್ಷಿಸು ಅಂತ ಕೇಳಿದಂತಿದೆ ಸ್ಪರ್ಶ.

"ನೀನು ಹೊರಟು ಹೋಗ್ತೀಯಾ?" ಕೇಳುತ್ತ ಕಣ್ಣೀರಾಗುತ್ತಾಳೆ ಆಕೆ. ಆತ ಸುಮ್ಮನೆ ಸೊಂಟದ ಸುತ್ತ ಕೈ ಹಾಕಿ ಆಕೆಯನ್ನು ಹತ್ತಿರಕ್ಕೆಳೆದುಕೊಳ್ಳುತ್ತಾನೆ. ಆಕೆ ಆತನ ಭುಜಕ್ಕೆ ಮುದ್ದು ಮಾಡುತ್ತಾಳೆ. ಕೆನ್ನೆಯ ಮೇಲಿನ ಸೂರ್ಯ ಕಿರಣವನ್ನು ಪಕ್ಕಕ್ಕೆ ಸರಿಸಿ ಮೃದುವಾಗಿ ಮುತ್ತಿಡುತ್ತಾನೆ. ಆಕೆಯ ತುಟಿಗಳು ತುಂಬ ಮೃದುವಾಗಿ, ತುಂಬ ನಾಜೂಕಾಗಿ ಆತನ ತುಟಿಗಳ ಅಡಿಯಲ್ಲಿ ನಲುಗುತ್ತವೆ. ಇನ್ನು ಆಕೆಯನ್ನು ಏನಾದರೂ ಮಾಡಿಬಿಟ್ಟೇನು ಎಂಬ ಭಯದಿಂದ ಸಣ್ಣಗೆ ಕಂಪಿಸುತ್ತಾನೆ ಚಲಂ.

"ಹೊರಡೋಣ!" ಅಂತ ದೃಢವಾಗಿ ಅಂದು ಆಕೆಯನ್ನೆಬ್ಬಿಸಿಕೊಂಡು ಪಟ್ಟಣದ ಕಡೆಗೆ ನಡೆಯತೊಡಗುತ್ತಾನೆ. ನಿರ್ಜನವಾದ ಮದರಾಸಿನ ಆವತ್ತಿನ ಬೀದಿಯಲ್ಲಿ ಅವರು ಮತ್ತೆ ಮತ್ತೆ ಒಬ್ಬರನ್ನೊಬ್ಬರು ತಬ್ಬಿಕೊಳ್ಳುತ್ತಾರೆ. ಅವತ್ತಿನಿಂದ ಇವತ್ತಿನ ತನಕ ಹೀಗೇ ಚಲಂನ ಪ್ರಣಯ ಚರಿತ್ರೆ ಮರಗಳ ಕೆಳಗೆ, ಬೆಟ್ಟಗಳ ನೆರಳಲ್ಲಿ, ನದೀ ದ್ವೀಪಗಳಲ್ಲಿ ಅವಿಚ್ಛಿನ್ನವಾಗಿ ಸಾಗಿದೆ.

"ನಿಮ್ಮವರು ನಿನಗೆ ಮದುವೆ ಮಾಡ್ತಾರಾ?" ಕೇಳಿದೆ.

"ಉಹುಂ... ಹೇಗೆ ಮಾಡ್ತಾರೆ?"

"ಮನೇಲಿ ಕೂತು ಏನು ಮಾಡ್ತೀಯ?" ಕೇಳಿದೆ. ಆಕೆ ಕಣ್ಣು ತಗ್ಗಿಸಿದಳು. ಹತ್ತು ಹೆಜ್ಜೆ ನಡೆಯುವಷ್ಟರಲ್ಲಿ ಈಕೆ ನನ್ನಿಂದ ದೂರವಾಗಿ ಹೋದರೆ ನಾನು ಬದುಕುವುದು ಹೇಗೆ ಅಂತ ಆಲೋಚಿಸತೊಡಗಿದೆ.

"ನಾನು ಬಂದ್ರೆ ನನ್ನನ್ನ ಓದುಸ್ತೀಯಾ ವೆಂಕಟಚಲಂ?" ಕೇಳಿದಳು.

"ಖಂಡಿತ ಓದುಸ್ತೀನಿ. ಉಹುಂ, ನಾನೇ ಓದು ಹೇಳಿಕೊಡ್ತೀನಿ" ಅಂದೆ.

"ನಂಗೆ ಡಾಕ್ಟರಾಗಬೇಕು ಅಂತಿದೆ..."

"ಓ... ಅದಕ್ಕೇನಂತೆ!" ಅಂದುಬಿಟ್ಟೆ. ಹಾಗಂತ ಮಾತು ಕೊಟ್ಟೆ. ಒಂದೇ ಒಂದು ಅಕ್ಷರ ಇಂಗ್ಲಿಷು ಬಾರದ ಈಕೆಯನ್ನು ಡಾಕ್ಟರಳನ್ನಾಗಿ ಮಾಡುತ್ತೇನೆ ಅಂತ, ಅಸಲಿಗೆ ನಾನು ಹೇಗೆ ಬದುಕಬೇಕು ಎಂಬುದೇ ಗೊತ್ತಿಲ್ಲದ ನಾನು ಹಾಗಂತ ಮಾತು ಕೊಟ್ಟಿದ್ದೆ. ಯಾಕೆ ನಂಬಿದಳು ಆಕೆ? ಇವತ್ತಿಗೂ ಚಲಂನನ್ನ ಯಾಕೆ ನಂಬುತ್ತಾರೆ? ಅಲ್ಲೇ ರಸ್ತೆಯ ಮೇಲೆ ಬಿಗಿದಪ್ಪಿಕೊಂಡಳು. ಅವೇ ಕೈಗಳ ಮೇಲೆ ಮುಂದೆ ಎಷ್ಟೋ ಜನ ದಿಕ್ಕಿಲ್ಲದ ಹೆಂಗಸರು, ತೊಂದರೆಯಲ್ಲಿರುವವರು, ದುಃಖಿತರು, ಒಂದು ಸಾಂತ್ವನಕ್ಕಾಗಿ ಚಡಪಡಿಸುವವರು, ನಂಗೆ ಅಮ್ಮ ಬೇಕೂ... ಅಂತ ಅಳುವವರು, ದಿಕ್ಕಿಲ್ಲದ ದೀನರು, ಸಂಘ ಬಹಿಷ್ಕೃತರು, ಎಷ್ಟೋ ಜನ ಹೆಣ್ಣುಮಕ್ಕಳು, ತಾಯಂದಿರಿಂದ ದೂರವಾದ ಕಂದಮ್ಮಗಳು, ನನ್ನನ್ನು ಎತ್ತಿಕೋ ಅಂತ ಗರ್ಭದೊಳಗಿನಿಂದಲೇ ಕೈ ಚಾಚುವ ಮಕ್ಕಳು... ಅಂಥವರೆಲ್ಲ ತಮ್ಮ ಬದುಕಿನಲ್ಲಿ ಒಂದು ದೊಡ್ಡ fulfillment ಸಂಭವಿಸಿದಂತೆ ಸಮಾಧಾನಪಟ್ಟರೋ!

ಆಕೆಯ ಹೆಸರು ವೊಯ್ಯಿ. ಚಲಂನ ಪತ್ನಿ ರಂಗನಾಯಕಮ್ಮ ಅವರ ಅಕ್ಕ.

ಅದೊಂದು ಬೆಳಿಗ್ಗೆ ಎಂದಿನಂತೆ ಏಕತಾರಿ ಹಿಡಿದುಕೊಂಡು ತೋಟದ ಮಧ್ಯೆ ಪದ್ಮಾಸನ ಹಾಕಿಕೊಂಡು ಒಬ್ಬನೇ ಕುಳಿತಿದ್ದೆ. ಮನಸು ಈಶ್ವರನನ್ನು ಧೇನಿಸುತ್ತಿತ್ತು. ಸ್ವಲ್ಪ ಹೊತ್ತಿಗೆ ಮೃದುವಾದ ಎರಡು ಕೈಗಳು ನನ್ನ ಬೆನ್ನು ತಾಕಿದವು. ಬಂದು ಬಿಟ್ಟೆಯಾ? ನಿಜಕ್ಕೂ ಬಂದು ಬಿಟ್ಟೆಯಾ? ಧ್ಯಾನದಿಂದ ಪೂರ್ತಿಯಾಗಿ ಹೊರಬರದೇನೇ ಕೇಳಿದೆ. ವೊಯ್ಯಿ ನನ್ನ ಬೆನ್ನ ಮೇಲೆ ಕೆನ್ನೆಯಿರಿಸಿದಳು. ಅವತ್ತು ಮದ್ರಾಸಿನಲ್ಲಿ ಅರ್ಧಕ್ಕೆ ನಿಂತಿದ್ದ ನಡಿಗೆ, ಇವತ್ತು ಮತ್ತೆ ರಾಜಮಂಡ್ರಿಯಲ್ಲಿ ಆರಂಭಗೊಂಡಿತ್ತು. ವೊಯ್ಯಿ ಮನೆ ಬಿಟ್ಟು ಬಂದು ಬಿಟ್ಟಿದ್ದಳು. ನನಗೇ ಇಲ್ಲಿ ಮನೆಯಿಲ್ಲ. ಇಲ್ಲಿ ಯಾಕಿದ್ದೀಯ? ಚಿಟ್ಟಿ ಎಲ್ಲಿ?

ರವಿ ಎಲ್ಲಿ? ಬರೀ ಪ್ರಶ್ನೆಗಳೇ. ನನ್ನ ಪತ್ನಿ ರಂಗನಾಯಕಮ್ಮನನ್ನು ಅವರ ಮನೆಯಲ್ಲಿ ಚಿಟ್ಟಿ ಅನ್ನುತ್ತಿದ್ದರು. ನಾನು 'T' ಅನ್ನುತ್ತಿದ್ದೆ. ಅವತ್ತಿಗಾಗಲೇ ನಮಗೆ ರವಿ ಹುಟ್ಟಿದ್ದ. ಅವರಿಬ್ಬರನ್ನೂ ನಾನು ತೆನಾಲಿಯಲ್ಲಿ ಬಿಟ್ಟಿದ್ದೆ. "ತೆನಾಲಿಯಲ್ಲಿ ಯಾಕೆ?" ಕೇಳಿದಳು ವೊಯ್ಯಿ. "ಇಲ್ಲಿ ನಮಗೆ ಯಾರೂ ಮನೆ ಕೊಡುವುದಿಲ್ಲವಾದ್ದರಿಂದ. ಅಲ್ಲಿ ಕಾಣಿಸುತ್ತಿರುವ ದನದ ಕೊಟ್ಟಿಗೆ ಅಬ್ಬತ್ತೆಯ ಮನೆ. ಈ ತೋಟದವರು ಅಬ್ಬತ್ತೆಗೆ ಆಶ್ರಯ ಕೊಟ್ಟಿದ್ದಾರೆ: ಅಬ್ಬತ್ತೆ ನನಗೆ..." ಅಂತ ಮಾತನಾಡುತ್ತಲೇ ಯೋಚಿಸುತ್ತಿದ್ದೆ. ನನ್ನ ಕೈ ಹಿಡಿದುಕೊಂಡು ದೊಡ್ಡ ವಿಶ್ವಾಸದೊಂದಿಗೆ ನಡೆಯುತ್ತಿದ್ದಳು ವೊಯ್ಯಿ. ಇಬ್ಬರೂ ದರಿದ್ರರು, ದಿಕ್ಕಿಲ್ಲದವರು, ಲೋಕ ಬಹಿಷ್ಕೃತರು. ಆದರೆ ಇವತ್ತಿನಿಂದ ನಮ್ಮ ಬದುಕುಗಳು ಒಂದು ಉಜ್ವಲ ಕಾಂತಿಯೊಳಕ್ಕೆ ನಡೆದು ಹೋಗಲಿವೆ.

"ಚಲಂ, ನಾನು ಬಂದಿದ್ದರಿಂದ ತೊಂದರೆಯಾಯಿತಾ ನಿಂಗೆ?" ಕೇಳಿದಳು.

"ನೀನು ಬಂದು ನನ್ನೊಳಗೆ, ಈ ತೋಟದೊಳಗೆ ದಿವ್ಯವಾದ ಕಾಂತಿಯನ್ನು ಉಂಟು ಮಾಡಿದೆ" ಅಂದೆ. ಆಮೇಲೆ ನಾವಿಬ್ಬರೂ ಮಾತಾಡದೆ ಮನೆಗೆ ಬಂದೆವು. ಬಾಗಿಲಲ್ಲಿ ನಿಂತ ಅಬ್ಬತ್ತೆಯನ್ನು ನೋಡಿ "ಇವಳೇ ನನ್ನ ವೊಯ್ಯಿ" ಅಂದೆ. ಅವಳ ಸುತ್ತ ಕೈ ಹಾಕಿ ಹತ್ತಿರಕ್ಕೆಳೆದುಕೊಂಡು "ಚಲಂ ಎಲ್ಲ ಹೇಳಿದ್ದಾನೆ" ಅಂದಳು ಅಬ್ಬತ್ತೆ. ಅದರ ಮರುದಿನದಿಂದ ವೊಯ್ಯಿಗೆ ನಾನು ಇಂಗ್ಲಿಷು ಹೇಳಿಕೊಡತೊಡಗಿದೆ.

ಅವತ್ತಿನಿಂದ ಆರಂಭವಾದದ್ದೇ ನನ್ನ ಬದುಕಿನ ದೇದೀಪ್ಯಮಾನವಾದ ಕಾಲ. ನೆನಪು ಮಾಡಿಕೊಳ್ಳೋಣವೆಂದರೆ, ನೆನಪು ಮಾಡಿಕೊಳ್ಳಲಿಕ್ಕೆ ಏನೂ ಇಲ್ಲ. ಅಸಲಿಗೆ ಆನಂದ ಅಂದರೇನು? ಏನೂ ಇಲ್ಲದೆ ಹೋಗುವುದೇ ಆನಂದವಲ್ಲವೆ? ಇದರಿಂದಾಗಿ ಸಂತೋಷ ಬಂತು ಅಂದುಕೊಂಡರೆ, ಅದು ಆನಂದದೊಳಗಿನ ಲೋಪವೇ. ಚಿಕ್ಕ ಮಕ್ಕಳು ತುಂಬ ಖುಷಿಯಾಗಿ ದಿನ ಕಳೆಯುತ್ತಾರೆ: ಅದರಲ್ಲೂ ಬಡವರ ಮಕ್ಕಳು. ಎಲೆ, ಕಲ್ಲು, ಮಣ್ಣು, ಬಳೆಯ ಚೂರು-ಹೀಗೆ ಏನು ಸಿಕ್ಕರೆ ಅದರೊಂದಿಗೆ ಆಡುತ್ತ ಕಾಲ ಕಳೆಯುತ್ತಾರೆ. ಈಡೆನ್ ಗಾರ್ಡನ್‌ನಲ್ಲಿ ಆ್ಯಡಮ್ ಮತ್ತು ಈವ್ ಹಾಗೆಯೇ ಕಾಲ ಕಳೆದಿದ್ದಿರಬೇಕು: forbidden apple ತಿನ್ನುವ ತನಕ.

ಅಬ್ಬತ್ತೆ ಅಡುಗೆ ಮಾಡಿಡುತ್ತಿದ್ದಳು. ಅದನ್ನು ತಿಂದವರು ಎಲ್ಲಿ ಹೋಗಿ ಮಲಗುತ್ತಿದ್ದೆವೋ? ಏನು ಮಾತನಾಡಿಕೊಳ್ಳುತ್ತಿದ್ದೆವೋ? ಕೆಲವು ಎಕರೆಗಳಷ್ಟು ವಿಸ್ತಾರವಿದ್ದ ಆ ತೋಟದಲ್ಲಿ ಹೂವು, ಹಣ್ಣು, ಹಕ್ಕಿ, ಹಾವು, ಮರಗಳ ಮಧ್ಯದಿಂದ ಕಾಣುವ ಆಕಾಶ, ಮೋಡಗಳನ್ನು ಬೆಳಗಿಸುವ ಬಿಸಿಲು, ಸೂರ್ಯನಿಗೆ good bye ಹೇಳುವ

ನಕ್ಷತ್ರಗಳು-ಇಷ್ಟೇ ನೆನಪು. ಉಟ್ಟ ಬಟ್ಟೆ ಬಿಟ್ಟರೆ ನಮಗೆ ಬೇರೆ ಏನೂ ಇಲ್ಲ. ಕಾಲೇಜಿಗೆ ಅಂತ ಹೋಗುತ್ತಿದ್ದೆನಾದರೂ ನನ್ನ ಮನಸ್ಸೆಲ್ಲ ಅವಳ ಸೀರೆಯ ನೆರಿಗೆಗಳಲ್ಲೇ ಸಿಕ್ಕಿಕೊಂಡಿರುತ್ತಿತ್ತು. ಕಾಲೇಜು ಮುಗಿಯುತ್ತಿದ್ದಂತೆಯೇ ಓಡಿ ಬರುತ್ತಿದ್ದೆ. ಯಾವುದೋ ಮರದ ರೆಂಬೆಯಲ್ಲಿ ಕುಳಿತು ನನಗೋಸ್ಕರ ಕಾಯುತ್ತಿದ್ದಳು ವೊಯ್ಯಿ. ಸುಮ್ಮನೆ ಅವಳ ಕೈ ಬೆರಳು ಹಿಡಿದು, ಅವಳೊಳಕ್ಕೆ ತೆವಳಿ ಬಿಡುತ್ತಿದ್ದೆ. ಮನುಷ್ಯ ಸಂಚಾರವೇ ಇಲ್ಲದ ಅಷ್ಟು ದೊಡ್ಡ ತೋಟವನ್ನು ನಮಗೋಸ್ಕರವೇ ನಿರ್ಮಿಸಿದರಾ? ಕೃತಜ್ಞತೆಯಿಂದ ಮನಸು ತುಂಬಿ ಹೋಗುತ್ತಿತ್ತು. ಇದೆಲ್ಲ ನಿಜವಾ? ಕನಸಾ? ಇಂಥದ್ದೊಂದು ಆನಂದ ನಿಜಕ್ಕೂ ಇರುತ್ತಾ? ಹೀಗೇನೇ ಇದ್ದು ಬಿಡೋದು ಸಾಧ್ಯವಾ? ಅಸಲಿಗೆ, ಇದಕ್ಕಿಂತ ಮುಂಚೆ ನಾವು ಬದುಕಿದ್ದೆವಾ? ಆಗೊಮ್ಮೆ ಈಗೊಮ್ಮೆ ಇಂಥ ಆಲೋಚನೆಗಳು ಬರುತ್ತಿದ್ದವು. ಏನು ತಿನ್ನುತ್ತಿದ್ದೆವೋ? ಏನು ಉಡುತ್ತಿದ್ದೆವೋ? ಪರಿವೆ ಯಾರಿಗಿತ್ತು? ಅದೊಂದು ದಿನ ಪ್ರಿನ್ಸಿಪಾಲ್ ನನ್ನನು ಕರೆದು,

"ಏನಿದು ಅವತಾರ? ನಿನ್ನನ್ನು ಪಾಠ ಹೇಳೋಕೆ ಅಂತ ಕ್ಲಾಸಿನೊಳಕ್ಕೆ ಹೇಗೆ ಕಳಿಸಲಿ?" ಅಂತ ಗದರಿದರು. ಆಗ್ಲೂ ನನಗೆ ಅವರ ಮಾತು ಅರ್ಥವಾಗಿರಲಿಲ್ಲ. ಏನಾಗಿದೆ ನನ್ನ ಅವತಾರಕ್ಕೆ? ಏನನ್ನಾದರೂ ಬದಲಾಯಿಸಬೇಕಾ? ಹೇಗೆ ಬದಲಾಯಿಸೋದು? ಗಂದರಗೋಳಕ್ಕೆ ಒಳಗಾದೆ. ಅವತ್ತು ನಾನು ಕಾಲೇಜಿಗೆ ಕೇವಲ ಪ್ಯಾಂಟು ಮತ್ತು ಬನೀನು ಹಾಕಿಕೊಂಡು ಹೋಗಿದ್ದೆ.

ಮತ್ತೊಂದು ದಿನ ಕಾಲೇಜಿನ ತನಕ ಹೋದ ಮೇಲೆ ಗೊತ್ತಾಯಿತು: ಕಾಲೇಜಿಗೆ ರಜೆ ಅಂತ. ಅಕಸ್ಮಾತ್ತಾಗಿ ಮನೆಗೆ ಬಂದು ಬಿಟ್ಟೆ. ಮನೆಯೊಳಗಿನಿಂದ ಅಬ್ಬತ್ತೆಯ ಅಳು ಕೇಳಿಸಿತು. ಅಲ್ಲೇ ಮರೆಯಲ್ಲಿ ನಿಂತು ಕೇಳಿಸಿಕೊಂಡೆ. ಅದು ಆಕೆಯ ಸ್ವಂತ ದುಃಖ. ತನ್ನಲ್ಲಿ ತಾನೇ ಮಾತಾಡಿಕೊಳ್ಳುತ್ತಾಳೆ. ಯಾರನ್ನೋ ಶಪಿಸುತ್ತಾಳೆ. ಹಾಗೆ ಆಕೆ ಅಳುವುದು ನನಗೆ ಹೊಸದೇನಲ್ಲ. ಹಾಗೆ ಅತ್ತಾಗಲೆಲ್ಲ ನಾನು, ವೊಯ್ಯಿ ಹೋಗಿ ಅವಚಿಕೊಂಡು ನಾಲ್ಕು ಸಮಾಧಾನದ ಮಾತು ಹೇಳುತ್ತಿದ್ದೆವು. ನಮ್ಮ ಸಂತೋಷವನ್ನು ಹಂಚಿ ನಗಿಸುತ್ತಿದ್ದೆವು. ಆಗಾಗ ಹಾಗೆ ಅಳುತ್ತಾಳೆ ಅಂತ ವೊಯ್ಯಿ ನನಗೆ ಹೇಳುತ್ತಿದ್ದಳು. ಪರಸ್ಪರರ ಪ್ರೀತಿಯಲ್ಲಿ ಇಡೀ ಲೋಕವನ್ನೇ ಮರೆತಿದ್ದೆವು ನಾನು-ವೊಯ್ಯಿ. ಆದರೆ ಯಾರೊಂದಿಗೆ ಬದುಕುತ್ತಿದ್ದೆವೋ ಅವರನ್ನೇ ಮರೆಯುವಂಥ ಮೈಮರೆವಾ? ಅಬ್ಬತ್ತೆ, ಕಮಲ ಏನೂ ಊಟ ಮಾಡುತ್ತಿದ್ದಾರೆಂಬುದನ್ನೂ ಯೋಚಿಸದೆ ತಿರುಗುತ್ತಿದ್ದೆವಾ? ನಾಚಿಕೆಯಾಯಿತು. ಸರಸರನೆ ಹೋಗಿ ಅಬ್ಬತ್ತೆಯ ಕೊರಳಿಗೆ ಬಿದ್ದೆ.

"ಯಾಕೆ ಅಬ್ಬತ್ತೇ? ಏನಿದೂ..." ಅಂದೆ.

"ಏನಿಲ್ಲ ಕಣೋ..." ಅಂದಳು.

"ಹೇಳು ನಂಗೆ..." ಅಂತ ಹಟ ಮಾಡಿದೆ.

ಅಂಥ ದಿವ್ಯ ಆನಂದದಲ್ಲಿ, ಉಕ್ಕಿ ಬರುವ ಉನ್ಮಾದದಲ್ಲಿ ಬದುಕುತ್ತಿದ್ದ ನನಗೆ ಇನ್ನೊಬ್ಬರ ದುಃಖ ಅರ್ಥವಾಗಿರಲಿಲ್ಲ. ನನ್ನ ಕಣ್ಣುಗಳಿಗೆ ಲೋಕವಿಡೀ ಆನಂದಮಯವಾಗೇ ಕಾಣುತ್ತದೆ. ಒಂದು ಹೊತ್ತು ಅಬ್ಬತ್ತೆ ಅಡುಗೆ ಮಾಡಿಡದಿದ್ದರೆ, ಒಂದು ಬೆಳಿಗ್ಗೆ ಸ್ನಾನಕ್ಕೆ ನೀರಿಡದೆ ಹೋಗಿದ್ದಿದ್ದರೆ, ನಮ್ಮ ಸಂತೋಷ ಎಷ್ಟರ ಮಟ್ಟಿಗಿನದು ಎಂಬುದು ಅರ್ಥವಾಗುತ್ತಿತ್ತೇನೋ. ಈ ಗಾಳಿ, ಬಿಸಿಲು, ರಾತ್ರಿ, ಹಗಲು, ಮರ, ಬೆಳದಿಂಗಳು- ಇವೆಲ್ಲವನ್ನೂ ತಕರಾರಿಲ್ಲದೆ ಅನುಭವಿಸುತ್ತೇವೆ. ಯಾವುದಾದರೂ ಕೊಂಚ ಕಡಿಮೆಯಾದರೆ ಬೈದುಕೊಳ್ಳತೊಡಗುತ್ತೇವೆ: ವಿಧಿಯನ್ನೋ, ವಿಧಾತನನ್ನೋ. ಶೃಂಗಾರವೂ ಹಾಗೇ. ಅದರಲ್ಲಿ ಒಬ್ಬರಲ್ಲೊಬ್ಬರು ತನ್ಮಯರಾದಷ್ಟೂ ಲೋಕವನ್ನು ಮರೆಯುತ್ತಾರೆ. ಹಾಗೆ ಮರೆಯದೆ ಹೋದರೆ ಅದು ಮಹಾನ್ ಶೃಂಗಾರವೇ ಅಲ್ಲ.

ಅಷ್ಟು ಆನಂದಮಯವಾದ ಭಾನೋದಯ ಕಾಲದಲ್ಲಿ ಅಬ್ಬತ್ತೆ ಯಾಕೆ ಅಳುತ್ತಿದ್ದಾಳೆ ಎಂಬುದು ಅರ್ಥವಾಗದೆ ಆಶ್ಚರ್ಯದಿಂದ ಆಕೆಯ ಕಡೆಗೆ ನೋಡಿದೆ. ಆಸ್ತಿಯೆಲ್ಲ ಹೋಗಿ ಎಲ್ಲೂ ದಿಕ್ಕಿಲ್ಲದಂತಾಗಿ, ಭವಿತವ್ಯವೇನಾದೀತೋ ತಿಳಿಯದಾಗಿ, ಬೆಳೆಯುತ್ತಿರುವ ಮಗಳು ಕಮಲಳನ್ನು ಏನು ಮಾಡಬೇಕೋ ಅರ್ಥವಾಗದಾಗಿ ಆಗಾಗ ಹಾಗೆ ಬಿಕ್ಕಿ ಅಳುವುದನ್ನು ಕಂಡರೆ ನನಗೆ ಆಶ್ಚರ್ಯ. ನಾನು ಮನೆಗೆ ಬರುವಾಗ, ಹೋಗುವಾಗ ಬಾಗಿಲ ಬಳಿ ನಿಂತಿರುತ್ತಿದ್ದಳು ಕಮಲ: ನನ್ನ ಒಂದು ಮಾತಿಗೆ, ಒಂದೇ ಒಂದು ದಯೆ ತುಂಬಿದ ನೋಟಕ್ಕೆ ಎದುರು ನೋಡುತ್ತಾ. ಅವಳನ್ನು ಒಂದು ಸಲಕ್ಕಾದರೂ ಮಾತನಾಡಿಸಿದೆನಾ? ಅಬ್ಬತ್ತೆಗೆ ನಮ್ಮ ಮೇಲಿದ್ದ ಅಪಾರ ಕರುಣೆಗೆ ಒಂದು ಸಲವಾದರೂ ಕೈಯೆತ್ತಿ ನಮಸ್ಕರಿಸಿದೆನಾ? ನನಗೆ ನನ್ನದೇ ಲೋಕ. ಅದು ನನ್ನ ಬದುಕಿನ ಅತ್ಯಂತ ಸಂತೋಷದ ಕಾಲ.

ಪ್ರತೀ ರಾತ್ರಿ ಜಾರಿ ಬೀಳುವ ನಕ್ಷತ್ರ ಕಾಂತಿ ಬೆಳದಿಂಗಳಿನಲ್ಲಿ ಗುರುತೇ ಇಲ್ಲದೆ ಕರಗಿ ಹೋಗುವಂತೆ ನಮ್ಮ ಕಾಲವೆಲ್ಲ ಪ್ರೇಮ ಮಾಧುರ್ಯದಲ್ಲಿ ಬೆರೆತು ಹೋಗುತ್ತಿತ್ತು. ಆದರೆ ಅದೆಲ್ಲ ಹಾಗೇ ಎಷ್ಟು ಕಾಲವಿದ್ದೀತು? ಪರೀಕ್ಷೆಗಳು ಆಗಿ ಹೋಗುತ್ತಿದ್ದಂತೆಯೇ ನಾನೂ-ವೊಯ್ಯಿ ಅಲ್ಲಿಂದ ಹೊರಟು ಹೋಗಬೇಕು. ಆಮೇಲೆ ಅಬ್ಬತ್ತೆ ಏನಾಗಿ ಹೋಗುತ್ತಾಳೆ? ಆ ಯೋಚನೆಯೇ ನನಗಿಲ್ಲ. ಆದರೆ ಅದೊಂದು ಬೆಳಗ್ಗೆ ಆ ಬಗ್ಗೆ ಯೋಚಿಸಲೇ ಬೇಕಾಯಿತು. ನಾನೂ-ವೊಯ್ಯಿ ಊಟ ಮಾಡುತ್ತಿದ್ದೆವು. ನಮ್ಮ ಸಂತೋಷವನ್ನೇ ತನ್ನ ಸಂತೋಷವೆಂದುಕೊಂಡು ಉಣ ಬಡಿಸುತ್ತಿದ್ದಳು, ನಗುನಗುತ್ತ ಕಮಲ. ಏನು ತಿನ್ನುತ್ತಿದ್ದೇವೆಂಬ ಪರಿವೆಯೇ ನಮಗಿಲ್ಲ. ನಮ್ಮ ನೋಟವೆಲ್ಲ ಸುತ್ತಲಿನ ತೋಟದ ಮೇಲೆ. ನಿನ್ನೆ ರಾತ್ರಿ ಮಳೆ ಸುರಿದಿದೆ. ಎಲೆಗಳ ಮೇಲಿನ ನೀರ ಹನಿ ಎಳ

ಬಿಸಿಲಿನೊಂದಿಗೆ ಆಡಿಕೊಳ್ಳುತ್ತ ಥಳಥಳಿಸುತ್ತಿದೆ. 'ಇನ್ನೂ ತೋಟಕ್ಕೆ ಬರುತ್ತಿಲ್ಲವಲ್ಲ ನೀವು?' ಎಂಬಂತೆ ಹಕ್ಕಿಗಳ ಕುಕಿಲು. ದಿಗಿಲು ತುಂಬಿದ ದನಿಯಲ್ಲಿ,

"ಇವತ್ತು ಬರೀ ಸಾರು ಮಜ್ಜಿಗೆ... ಅಷ್ಟೆ" ಅಂದಳು ಕಮಲ.

ಏನಂದೇ-ಎಂಬಂತೆ ತಲೆಯೆತ್ತಿ ನೋಡಿದೆ.

"ಪಲ್ಯ ಮಾಡಿಲ್ಲ" ಅಂದಳು.

"ಪಲ್ಯ? ಪಲ್ಯ ಮಾಡದಿದ್ದರೇನಂತೆ?" ಅಂದಳು ವೊಯ್ಯಿ. ಮಜ್ಜಿಗೆ ಅನ್ನ ತಿಂದು ತೋಟದೊಳಕ್ಕೆ ಇಬ್ಬರೂ ಓಡಿದೆವು. "ಸೊಪ್ಪು ತರಕಾರಿ ತೆಗೆದುಕೊಳ್ಳುವುದಕ್ಕೂ ಅವರ ಹತ್ತಿರ ಹಣವಿಲ್ಲ" ಅಂದಳು ವೊಯ್ಯಿ. ಎಂಥ ಕುರುಡ ನಾನು? ನಮ್ಮಿಬ್ಬರಿಗೂ ಅಬ್ಬತ್ತೆ ಯಾಕೆ ಊಟ ಹಾಕಬೇಕು? ಯಾವ ಋಣ? ನಮ್ಮಿಂದ ಆಕೆಗೆ ಹಣವಿಲ್ಲ. ಒಂದೊಳ್ಳೆಯ ಮಾತು, ಒಂದು ಕಿರುನಗೆ ಕೂಡ ಇಲ್ಲ. ತಕ್ಷಣ ಅದೆಲ್ಲ ನೆನಪಾಗಿ ದೊಡ್ಡ ಪಶ್ಚಾತ್ತಾಪ ಆವರಿಸಿಕೊಂಡು, ಅಬ್ಬತ್ತೆಯ ಬಳಿಗೆ ಓಡಿದೆ. ನಾವು ಹೋಗೋ ಹೊತ್ತಿಗೆ ಅರ್ಧ ತಿಂದ ಅನ್ನ ಸಾರಿನ ತಟ್ಟೆಯ ಮುಂದೆ ಕುಳಿತುಕೊಂಡು ನಿಶಬ್ದವಾಗಿ ಅಳುತ್ತಿದ್ದಳು ಅತ್ತೆ. ಎಷ್ಟು ಅಂಗಲಾಚಿದರೂ ಆ ಅಳು ನಿಲ್ಲದು. ಅಬ್ಬತ್ತೆ ಅಳು ನಿಲ್ಲಿಸಲಾರಳು. ತುಂಬ ಹೊತ್ತಿನ ನಂತರ,

"ನೋಡು ಮಗಾ, ಏನೋ ಸಮಯಾ ಅಂತ ಬಂದು ನನ್ನ ಮನೆ ಸೇರಿದ ನನ್ನ ಸೋದರಳಿಯನಿಗೆ ಪ್ರೀತಿಯಿಂದ ಅಡುಗೆ ಮಾಡಿ ಹಾಕೋದಕ್ಕೂ ಇಲ್ಲದಂತೆ ಮಾಡಿಬಿಟ್ಟ ಅವನೂ!" ಅಂದಳು. ಅವನು ಅಂದರೆ, ಆಕೆಯ ಮೂರನೆಯ ಗಂಡ!

"ನಿನ್ನ ಹತ್ರ ಹಣ ಇಲ್ವಾ?" ಅಬ್ಬತ್ತೆಯನ್ನು ಕೇಳಿದೆ.

"ನನ್ನ ಪಡಿಪಾಟಲು ನನಗೆ. ನೀನು ಸುಮ್ಮನಿರು" ಅಂದಳು. ಕಡೆಗೆ ಕಮಲ ಹೇಳಿದ್ದೆಂದರೆ, ಅಬ್ಬತ್ತೆ ದಿನಕ್ಕೊಂದು ಅಡುಗೆ ಪಾತ್ರೆಗಳನ್ನು ಮಾರಿಕೊಳ್ಳುತ್ತಿದ್ದಳು. ಅವುಗಳ ಬದಲಿಗೆ ಮಡಕೆಗಳನ್ನು ಕೊಳ್ಳುತ್ತಿದ್ದಳು. ನಮ್ಮಿಬ್ಬರಿಗೂ ಒಳ್ಳೆಯ ಊಟ ಹಾಕಿ, ತಾನು-ಕಮಲ ಗಂಜಿ ಕುಡಿಯುತ್ತಿದ್ದರು.ಕಮಲಳ ಮದುವೆಗಿರಲಿ ಅಂತ ಅಬ್ಬತ್ತೆಯ ಒಡವೆಗಳನ್ನೆಲ್ಲ ವೆಂಕಟರತ್ನಂ ನಾಯುಡು ಅವರು ಎತ್ತಿಟ್ಟುಕೊಂಡಿದ್ದರು. ತಿಂಗಳಿಗೆ ಇಬ್ಬರಿಗಾಗುವಷ್ಟು ಅಕ್ಕಿ ಬೇಳೆ ಕಳಿಸುತ್ತಿದ್ದರು. ದಿನಕ್ಕೆ ಒಂದು ಪಾವಲಿ ಭತ್ಯೆ ಕೊಡುವಂತೆ ವೀರೇಶಲಿಂಗಂ ಅವರು ವ್ಯವಸ್ಥೆ ಮಾಡಿಟ್ಟಿದ್ದರು. ಅವರ ದೃಷ್ಟಿಯಲ್ಲಿ ಮೂರು ಮದುವೆ ಮಾಡಿಕೊಂಡ ಅಬ್ಬತ್ತೆಯ ನೈತಿಕ ಮೌಲ್ಯ ಅಷ್ಟೇನೋ? ಅವತ್ತಿಗೆ ನನಗೆ ತಿಂಗಳಿಗೆ ಹದಿನೈದು ರುಪಾಯಿ ಭತ್ಯ. ಅದರಲ್ಲಿ ಸ್ವಲ್ಪ ಹಣ ತೆಗೆದು ಅತ್ತೆಗೆ ಕೊಡಲು ಹೋದೆ. "ಇದ್ಯಾಕೆ ನಂಗೆ? ನನ್ನ ಸೋದರಳಿಯನಿಗೆ ಊಟ ಹಾಕೋಕು ಇಲ್ಲದ ಹಾಗೆ ಮಾಡಿದನಲ್ಲ ಮುಂಡೇಮಗ? ಅವನಿಂದ ಕಿತ್ತತೀನಿ ಹಣಾನ. ನೀನು ಯಾಕೆ ಕೊಡ್ತೀಯ? ನಿನ್ನ ಹತ್ತಿರ

ಮಾತ್ರ ಎಷ್ಟು ಮಹಾ ಇದೆ?" ಅಂದವಳೇ ಅತ್ತಳು. ಹಾಗೆ ಅಬ್ಬತ್ತೆ ದಿನಕ್ಕೊಮ್ಮೆಯಾದರೂ ಅಳುತ್ತಿದ್ದಳು. ಪ್ರತೀ ಸಲ ನಾನು ಸಮಾಧಾನ ಮಾಡಿ, ಮುದ್ದು ಮಾಡಿ ಆಕೆಯನ್ನು ನಗುವಂತೆ ಮಾಡುತ್ತಿದ್ದೆ. "ಇದೊಂದು training ಆಗಿ ಹೋಗಲಿ ಅಬ್ಬತ್ತೇ. ಆಮೇಲೆ ನಿನ್ನನ್ನು ನನ್ನ ಜೊತೆಯಲ್ಲೇ ಇಟ್ಟುಕೊಳ್ಳುತ್ತೇನೆ. ಹಾಯಾಗಿರೋಣ" ಅನ್ನುತ್ತಿದ್ದೆ. "ನಿಜವಾ ಚಲಂ?" ಅನ್ನುತ್ತಿದ್ದಳು ಅಬ್ಬತ್ತೆ.

ನನ್ನ ಬದುಕಿನಲ್ಲಿ ನನಗೆ ನಾನು ಮಾಡಿಕೊಳ್ಳಬೇಕು ಅಂದುಕೊಂಡ, ಇತರರಿಗೆ ಮಾಡಬೇಕೆಂದು ಕೊಂಡ ಎಷ್ಟೋ ಉಪಕಾರಗಳನ್ನು ಮಾಡಲಾಗಲಿಲ್ಲ. ಆದರೆ ಅಬ್ಬತ್ತೆಯ ವಿಷಯದಲ್ಲಿ ನಾನು-ವೊಯ್ಯಿ ಅದೆಷ್ಟು ಪಟ್ಟು, ಎಷ್ಟು ದೊಡ್ಡ ಉಪಕಾರ ಮಾಡಿದೆವೋ? ನೆನಪಿಸಿಕೊಂಡರೆ ಆಶ್ಚರ್ಯವೆನ್ನಿಸುತ್ತದೆ.

ಚಳಿಗಾಲ ಬಂತು. ಬೆಚ್ಚನೆಯ ಪ್ರದೇಶಗಳನ್ನು ಹುಡುಕಿಕೊಂಡು ಕೋಗಿಲೆಗಳು ಹೊರಟು ಹೋದವು. ಬೆಳಿಗ್ಗೆಯಾಯಿತೆಂದರೆ ಪಾರಿಜಾತದ ಗಿಡದ ಕೆಳಗೆ ಬಿಳೀ ಬಟ್ಟೆ ಹಾಸಿದಂತೆ ಪಾರಿಜಾತದ ಹೂವುಗಳು. ಆಗಷ್ಟೆ ಕುಂತಲ ಕೌಮುದಿ ಹೂ ಬಿಟ್ಟಿತ್ತು. ದೂರದಲ್ಲೆಲ್ಲೋ ಊರಲ್ಲಿ ಪಟಾಕಿ ಸಿಡಿದ ಸದ್ದು. ಗಿಡಗಳಲ್ಲಿ ಸೀತಾಫಲ ಬಿಚ್ಚಿಕೊಂಡ ವಾರ್ತೆ. ಮತ್ತೆ ನಮ್ಮ ಸಂತೋಷದಲ್ಲಿ ಎಲ್ಲವನ್ನೂ ಮರೆತು ಹೋದೆವು. ಮರದ ಕೊಂಬೆಗಳ ಮೇಲೆ ಅಂಗಾತ ಮಲಗಿದರೆ ಕಣ್ಣಿಗೆ ಕಾಣುತ್ತಿದ್ದ ಆ ಸುವಿಶಾಲ ನೀಲಿಯೆಲ್ಲ ನಾವು ಕಲ್ಪಿಸಿಕೊಂಡದ್ದೇನಾ? ಆಕಾಶವೆಂದರೆ, ಅಲ್ಲಿ ಏನೂ ಇಲ್ಲವಾ? ಅನ್ನಿಸುತ್ತಿತ್ತು. ಈ ಮಧ್ಯೆ ಅದೊಂದು ದಿನ ಅಬ್ಬತ್ತೆ "ಇನ್ನು ಸಾಕು. ನೀವು ಹೊರಟು ಹೋಗಿ" ಅಂದಳು. ಸಿಡಿಲು ಬಡಿದಂತಾಯಿತು. ಅಬ್ಬತ್ತೆ ಹಾಗೇಕಂದಳು ಅಂತ ಯೋಚಿಸಲಿಲ್ಲ. ನನ್ನ ಗತಿಯೇನು? ನಾನೆಲ್ಲಿಗೆ ಹೋಗಲಿ? ಹೊಟ್ಟೆ ಗತಿಯೇನು? ನನಗೆ ಮನೆ ಯಾರು ಕೊಡುತ್ತಾರೆ? ಓಡಿ ಹೋಗಿ, ತೋಟದಲ್ಲಿದ್ದ ವೊಯ್ಯಿಗೆ ಹೇಳಿದೆ.

"ಅಷ್ಟೇನಾ! ಯಾವುದಾದರೂ ಗುಡಿಸಲೊಳಕ್ಕೆ ಹೋಗಿ ಬಿಡೋಣ" ಅಂದಳು ವೊಯ್ಯಿ. "ರವಿ ಬರ್ತಿದಾನೆ ಅಂತ ಭಯಪಟ್ಟಳೇನೋ ಅಬ್ಬತ್ತೆ" ಅಂದೆ. ನಮ್ಮ ಬದುಕುಗಳೊಳಕ್ಕೆ ರವಿ ಬರುತ್ತಿದ್ದ. ವೊಯ್ಯಿ ಹೇಳಿದ್ದು ಸರಿ ಅನ್ನಿಸಿ, ಈಗ ಬಂದೆ ಅಂತ ಹೊರಕ್ಕೆ ಹೊರಟೆ. ಅರ್ಧ ಗಂಟೆಯೊಳಗಾಗಿ ಮನೆಯ ವ್ಯವಸ್ಥೆಯಾಯಿತು. ಅದರ ಹೆಸರು ಲಕ್ಷ್ಮಿಂವಾರಪೇಟ! ಮಾದಿಗರ ಗುಡಿಸಲುಗಳ ಸಾಲಿನಲ್ಲಿ ಖಾಲಿ ಇದ್ದ ಒಂದು ಕುಟೀರವನ್ನು ಬಾಡಿಗೆಗೆ ಮಾತಾಡಿಕೊಂಡು ಬಂದೆ. ನಮಗೇನು ಸಾಮಾನಾ ಮತ್ತೊಂದಾ? ಎರಡೆರಡು ಬಟ್ಟೆ, ಪುಸ್ತಕ ಕೈಗೆತ್ತಿಕೊಂಡು "ಹೋಗ್ತಿದೀವಿ ಅಬ್ಬತ್ತೇ" ಅಂದು ಹೊರಟು

ಬಿಟ್ಟೆವು. ಕಣ್ತುಂಬಿಕೊಂಡು ನಮ್ಮನ್ನೇ ನೋಡುತ್ತ ಆ ಪಾಳು ಮನೆಯ ಬಾಗಿಲಲ್ಲಿ ನಿಂತಿದ್ದಳು ಕಮಲ.

ಲಕ್ಷ್ಮಿಂವಾರಪೇಟದಲ್ಲಿ ಹೊಸ ಬದುಕು ಬಿಚ್ಚಿಕೊಂಡಿತ್ತು. ನಮ್ಮ ಗುಡಿಸಲ ಪಕ್ಕದಲ್ಲೇ ನಮ್ಮ ಹೊಟೇಲ್! ಬೆಳಿಗ್ಗೆ ಎದ್ದವರೇ ಒಂದು ಕಾಸಿಗೆ ಒಂದು ದೋಸೆಯಂತೆ, ಒಂದಾಣೆಯಷ್ಟು ದೋಸೆ ತಿನ್ನುತ್ತಿದ್ದೆವು. ನಾನು ಕಾಲೇಜಿಗೆ, ವೊಯ್ಯಿ ಸ್ಕೂಲಿಗೆ: ಹೋಗುವ ದಾರಿಯಲ್ಲಿ ಗೋದಾವರಿ ರೈಲ್ವೆ ಸ್ಟೇಷನ್ ರಸ್ತೆ ಪಕ್ಕದಲ್ಲಿ ಮಾರುತ್ತಿದ್ದ ಎರಡು ರೊಟ್ಟಿ ತಿನ್ನುತ್ತಿದ್ದೆವು. ಅದರಲ್ಲೇ ರವಿಗೆ ಪಾಲು. ಅವನು ಮನೆಯ ಹತ್ತಿರವೇ ಇರುತ್ತಿದ್ದ, ಅಕ್ಕಪಕ್ಕದ ಮಕ್ಕಳೊಂದಿಗೆ ಆಡುತ್ತಾ. ಮಧ್ಯಾಹ್ನ ಯಾವಾಗಲೋ ನಮಗೆ ಹೊಟೇಲಿನಿಂದ ಊಟ ಬರುತ್ತಿತ್ತು. ಇಡೀ ದಿನಕ್ಕೆ ಅದೊಂದೇ ಊಟ. ಸ್ನಾನಕ್ಕೆ ಗೋದಾವರಿಯಿತ್ತು. ಶನಿವಾರಗಳಂದು ಡೋರತೀ ಸ್ಟೀಮರ್‌ನಲ್ಲಿ ಒಂದು ಚಿಕ್ಕ ಟ್ರಿಪ್ಪು. ದೋಣಿಯಲ್ಲಿ ಕೂತು ಕೊವ್ವೂರು ದಡದ ತನಕ ಹೋಗೋದು ಹಿಂತಿರುಗೋದು. ಮತ್ತೆ ರೈಲ್ವೆ ಬ್ರಿಡ್ಜ್ ಮೇಲೆ ನಡೆದು ಕೊವ್ವೂರಿಗೆ ಹೋಗಿ ಅಲ್ಲಿರುತ್ತಿದ್ದ ಪ್ರಕಾಶಂನನ್ನು ನೋಡಿ ಬರುತ್ತಿದ್ದುದು ನಮ್ಮ ಪಾಲಿನ ದೊಡ್ಡ entertainments. ಕಾಸಿಗೆ ಕಾಸು ಲೆಕ್ಕವಿಟ್ಟುಕೊಳ್ಳುವಂಥ ದರಿದ್ರ ಕಾಲವದು. ಆದರೆ ಜೀವನದಲ್ಲಿ ಯಾವತ್ತಾದರೂ ಅಷ್ಟು ಸಂತೋಷವಾಗಿದ್ದೇವಾ? ರವೀ, ನಿಂಗೆ ಆ ದಿನಗಳು ನೆನಪಿಗಿವೆಯಾ?

ಇನ್ನು ನನಗೆ ಆ ಹದಿನೈದು ರುಪಾಯಿಗಳ ಭತ್ಯವೂ ಬರುವುದಿಲ್ಲ. ರಾಜಮಂಡ್ರಿ ಬಿಟ್ಟು ಹೋಗಲು ಮನಸ್ಸಿಲ್ಲ. ಯಾಕೋ ದಿಗಿಲು. ರಜೆಯ ದಿನಗಳಲ್ಲಿ ಯಥಾ ಪ್ರಕಾರ ನಮ್ಮ ತೋಟಕ್ಕೆ ಹೋಗುತ್ತಿದ್ದೆವು. ಈಗ ಮಾವು ಚಿಗುರಿ, ಕೋಗಿಲೆಗಳು ಹಿಂತಿರುಗಿದ್ದವು. ಕದಂಬ ವೃಕ್ಷದಲ್ಲಿ ಹೂವು. ತೋಟದ ತುಂಬೆಲ್ಲ ಮಾವಿನ ಹೂಗಳ ಪರಿಮಳ. ಅವೆಲ್ಲ ಕಾಯಿಗಳಾಗುತ್ತಿದ್ದಂತೆಯೇ ಅಬ್ಬತ್ತೆಯನ್ನು ಕೇಳಿ ಉಪ್ಪು ಖಾರ ತರಿಸಿಕೊಂಡು, ಚಪ್ಪರಿಸಿಕೊಂಡು ಮಾವಿನ ಕಾಯಿ ತಿನ್ನುತ್ತಿದ್ದೆವು. ಕಮಲ ಕೂಡ ನಮ್ಮೊಂದಿಗಿರುತ್ತಿದ್ದಳು. ಅವತ್ತಿಗಾಗಲೇ ಕಮಲೆಗೆ ಸಂಬಂಧಗಳು ಬರತೊಡಗಿದ್ದವು. ಯಾರೇ ಬಂದರೂ ವೆಂಕಟರತ್ನಂ ನಾಯುಡು ಅವರಲ್ಲಿಗೆ ಕಳಿಸುತ್ತಿದ್ದಳು ಅಬ್ಬತ್ತೆ. ಆ ಪೈಕಿ ಒಬ್ಬಾತ ತಮಿಳಿಗ: ಡಾಕ್ಟರು. ಆತ ನನಗೆ ಗಂಟು ಬಿದ್ದಿದ್ದ. ರಾಂಚಿಯಲ್ಲಿ ಆತನಿಗೆ ತುಂಬ ಒಳ್ಳೆ ಪ್ರಾಕ್ಟೀಸಿತ್ತು. ಕಮಲಳ ಆಳ್ತನಕ್ಕೆ ಹೇಳಿ ಮಾಡಿಸಿದಂತಿದ್ದ. ಮುಖ ನೋಡಿದರೆ ಒಳ್ಳೆಯವನು ಅಂತಲೂ ಅನ್ನಿಸುತ್ತಿದ್ದ. ಆದರೆ ಆತ ವೆಂಕಟರತ್ನಂ ನಾಯುಡು ಅವರಿಗೆ ಇಷ್ಟವಾಗಲಿಲ್ಲ. ಪಾಪ ತಮಿಳಿಗ, ಕಮಲಳನ್ನು ಕಂಡರೆ ಪ್ರಾಣ ಬಿಡುತ್ತಿದ್ದ. "ಎಷ್ಟಾದರೂ, ಕಮಲಳ ಭಾವ ನೀವಲ್ಲವೇ? ನೀವು ಒಪ್ಪಿದರೆ ಸಾಕು. ಮಧ್ಯದಲ್ಲಿ ನಾಯುಡು ಅವರೇಕೆ?" ಅನ್ನುತ್ತಿದ್ದ. ಹಣ ಯಾರ ಕೈಯಲ್ಲಿರುತ್ತದೋ ಅವರೇ ಗಾರ್ಡಿಯನ್ ಎಂಬ ಮಹಾಸೂತ್ರದ

ಅರಿವಿಲ್ಲದ ಅಮಾಯಕ. ಅಷ್ಟರಲ್ಲಿ ಕಮಲಳಿಗೆ ಇನ್ನೊಂದು ಸಂಬಂಧ ಬಂತು. ಆತ ಅಡ್ವೊಕೇಟು. ಆತನ ಮುಖ ನೋಡಿದರೆ ಪೆದ್ದ ನರಿಯೊಂದರ ನೆನಪಾಗುತ್ತಿತ್ತು. ಇವನನ್ನೇನಾದರೂ ಮಾಡಿಕೊಂಡರೆ ಅನಾಮತ್ತು ತೊಡೆ ಸಿಗಿದು ಒಳಗಿಟ್ಟು ಹೊಲಿದುಕೊಂಡು ಬಿಡುತ್ತಾಳೆ ನಮ್ಮ ಕಮಲ, ಅಂದುಕೊಂಡೆ. ಅವಳೊಂದು ಗುದ್ದು ಗುದ್ದಿದರೆ ಪರಲೋಕದಲ್ಲೇ ಹುಡುಕಬೇಕು ಅಡ್ವೊಕೇಟ್ ಮಹಾನುಭಾವನನ್ನ. ಆತ ಎದುರಿಗೆ ಕೂತು ಮಾತಾಡುತ್ತಿದ್ದರೆ ಮೈಯೆಲ್ಲ ಎಂಜಲಾದಂಥ ಅನುಭವ. ಆದರೆ ಇವ್ಯಾವೂ ವೆಂಕಟರತ್ನಂ ನಾಯುಡು ಅವರಿಗೆ ಕಾಣಿಸವು. ಪಾಪ, ರಾಂಚಿಯ ನಿರ್ಭಾಗ್ಯ ತಮಿಳಿಗ ಅಳುತ್ತ ರೈಲು ಹತ್ತಿದ. ಸ್ವಲ್ಪ ಹೊತ್ತು ನಾನೂ ಅತ್ತೆ.

ಅದೊಂದು ಮಧ್ಯಾಹ್ನ ಮಾವಿನ ಮರ ಹತ್ತಿ ಮೂವರೂ ಕಾಯಿ ತಿನ್ನುತ್ತಿದ್ದೆವು: ನಾನು, ವೊಯ್ಯಿ, ರವಿ. ಕಮಲ ಕೆಳಗೆ ಕುಳಿತಿದ್ದಳು.

"ಕಮಲಾ, ನಾವು ಹೊರಟು ಹೋಗ್ತಿದೀವಿ" ಅಂದೆ.

"ನೀವೂ ಹೋಗ್ತಿದೀರಾ? ನಾನೂ ಹೊರಟು ಹೋಗ್ತೀನಲ್ಲ? ಅಮ್ಮ ಒಬ್ಬಳೇ ಆಗಿಬಿಡ್ತಾಳೆ ಇಲ್ಲಿ. ನನ್ನ ಜೊತೆಗೆ ಬಾ ಅಂದರೆ ಬರೋದಿಲ್ಲ ಅಂತಾಳೆ" ಅಂದಳು. ನಾನು ರವಿಯನ್ನೇ ನೋಡುತ್ತ ಆಲೋಚಿಸುತ್ತಿದ್ದೆ. ಇಲ್ಲಿಂದ ಹೊರಡಲೇ ಬೇಕು. ಈ ಬದುಕು ಇಲ್ಲಿಗೆ ಕೊನೆ. ಬದುಕಿನ ಗ್ರಂಥ ಪುಟ ತಿರುಗಿಸುತ್ತದೆ. ಇನ್ನೊಂದು ಅಧ್ಯಾಯ ಆರಂಭವಾಗುತ್ತದೆ. ಹೀಗೆ ಮರಗಳ ಮೇಲೆ ಮಲಗಿ ಆಕಾಶದಲ್ಲಿ ವಿಹರಿಸೋದು, ಬೆಳಿಗ್ಗೆ ಸಂಜೆ ಗೋದಾವರೀ ಸ್ನಾನ, ಗುಡಿಸಲಿನಲ್ಲಿ ತಂಪನೆಯ ಗಾಳಿಯಲ್ಲಿ ನಿದ್ರೆ, ಮನುಷ್ಯರ ಮಧ್ಯೆ ಓಡಾಡುತ್ತಿದ್ದರೂ ಅದು ನಮಗೆ ಸಂಬಂಧವೇ ಇಲ್ಲವೇನೋ ಎಂಬಂಥ ಮೈಮರೆವು-ಇವೆಲ್ಲ ಇನ್ನು ಮುಗಿದವಾ? ಇವು ಮತ್ತೆ ಬದುಕಿನೊಳಕ್ಕೆ ಬಾರವಾ? ಮನುಷ್ಯರು ನಾವು. ಏನೋ ನಿರ್ಣಯಿಸಿಕೊಂಡು ಏನೋ ಮಾಡುತ್ತೇವೆ ಅಂದುಕೊಳ್ಳುತ್ತೇವೆ. ಆದರೆ ನಿರ್ಣಯಿಸುವವರು ನಾವಲ್ಲ.

ರಾಜಮಂಡ್ರಿಯಲ್ಲೇ ಇರಲಿಕ್ಕೆ ನಮಗೆ ಹತ್ತು ರುಪಾಯಿ ಸಾಕು. ಅದನ್ನು ಹೇಗೋ ಸಂಪಾದಿಸಿಕೊಂಡು ಅಲ್ಲೇ ಇದ್ದು ಬಿಡಬಹುದಾಗಿತ್ತು. ಆದರೆ ವೊಯ್ಯಿಗೆ ಡಾಕ್ಟರಾಗಬೇಕೆಂಬ ಆಸೆ. ಆ destiny ಅವಳನ್ನು ಹೊರಡುವಂತೆ ಮಾಡುತ್ತಿದೆ. 'T' ನನಗೊಂದು ಜವಾಬ್ದಾರಿ. ಆಕೆ ಒಂದು ಮನೆ, ಒಂದು ಸ್ಥಿರವಾದ ಆದಾಯ ಕೋರುತ್ತಾಳೆ. ಇಂಥ ಆಲೋಚನೆಗಳೇ ಬರದೆ, ಕೈಯೊಳಕ್ಕೆ ಒಂದು ಸಂತೋಷ ಗಟ್ಟಿಯಾಗಿಯೂ ಬಾರದೆ, ಈಗ ಕೂತು ಈಗ ಹಾರಿ ಹೋಗುವ ಹಕ್ಕಿಯಂತೆ ಎಷ್ಟು ದಿನ ಬದುಕಬಲ್ಲೆವು? ರವಿ ಭವಿಷ್ಯತ್ತು ಇಷ್ಟೇನಾ? ನನಗೇ ಗೊತ್ತಿಲ್ಲದೆ ಈ ಪ್ರಶ್ನೆಗಳು ನನ್ನನ್ನು ಕಾಡತೊಡಗಿದ್ದವು. ನನಗಿನ್ನು ಹುಟ್ಟುವ ಮಕ್ಕಳು 'ನಮ್ಮ ಗತಿ ಏನು?' ಅಂತ ಆ

ಲೋಕದಿಂದಲೇ ಕೇಳಿದಂತೆ ಭಾಸವಾಗುತ್ತಿತ್ತು. ಆದರೆ ಇಲ್ಲಿಂದ ಹೊರಬಿದ್ದೆವಾ? ನೇರವಾಗಿ ವಿರೋಧಿ ಬಣದ ಕೈಗೆ ಸಿಕ್ಕೆವು ಅಂತಲೇ ಅರ್ಥ. ಇದು ಗೊತ್ತಿದ್ದೂ ಅಲ್ಲಿಂದ ಹೊರಬಿದ್ದೆವು. ಮಡಿಯೊಳಕ್ಕೆ, ಆಚಾರದೊಳಕ್ಕೆ, ಮರ್ಯಾದೆಯೊಳಕ್ಕೆ, ಮುಟ್ಟು ಸಂಪ್ರದಾಯದೊಳಕ್ಕೆ, ನಮ್ಮನ್ನು ನೋಡಿದರೆ ಅಸಹ್ಯಿಸಿಕೊಳ್ಳುವ ಮನುಷ್ಯರೊಳಕ್ಕೆ ನಡೆದು ಹೋಗಿಬಿಟ್ಟೆವು. ಸ್ವೇಚ್ಛೆಯಾಗಿ ವಿಹರಿಸುವ ಪಕ್ಷಿಗಳು ಕಾಳಿನ ಆಸೆಗಾಗಿ ಬಲೆಯೊಳಕ್ಕೆ ನಡೆದುಹೋಗುವಂತೆ ಹೋಗಿ ಬಿಟ್ಟೆವು. ಅಷ್ಟಾದರೂ ನಮ್ಮ ಪ್ರೇಮ ನಮ್ಮನ್ನು ಕಾಪಾಡಿತು. ಒಬ್ಬರನ್ನು ಅಗಲಿದರೂ ಅದು ದುಃಸ್ವಪ್ನವೇ. ಇನ್ನೇನು ಕೆಲವೇ ದಿನಗಳಲ್ಲವಾ? ನೌಕರಿ ಸಿಕ್ಕು ಮತ್ತೆ ಎಲ್ಲರೂ ಒಟ್ಟಿಗಿರುತ್ತೇವೆ ಅನ್ನೋ ವಿಶ್ವಾಸದ ಮೇಲೆ ಹೇಗೋ ನಲಿಯುತ್ತಿದ್ದೆವು. ಇದೆಲ್ಲದರ ಮಧ್ಯೆ ನಮ್ಮ ಮನೆಯವರು ನಮ್ಮನ್ನು ಮನೆ ಬಿಟ್ಟು ಹೋಗೆಂದರು. ನಿಜ ಹೇಳಬೇಕೆಂದರೆ, ಅವರಿದ್ದುದು ನಮ್ಮ ಮನೆಯಲ್ಲಿ. ಆದರೆ ಮಾತೇ ಆಡದೆ travellers ಬಂಗಲೆಗೆ ಹೊರಟು ಹೋದೆವು.

ತುಂಗಭದ್ರಾ ಕಾಲುವೆ ಹೊಸಪೇಟೆಯನ್ನು ಬಳಸಿಕೊಂಡು ಪ್ರವಹಿಸುತ್ತದೆ. ಆ ಬೆಳದಿಂಗಳ ರಾತ್ರಿ ಕಾಲುವೆ ದಡದ ಮೇಲೆ ಕುಳಿತು, ರವಿಯನ್ನು ಮಡಿಲಲ್ಲಿ ಕೂಡಿಸಿಕೊಂಡು ಮಹಾಭಾರತದಲ್ಲಿನ ಅಜ್ಞಾತವಾಸದ ಕಥೆ ಹೇಳುತ್ತಿದ್ದೆ. ಸ್ವಲ್ಪ ಹೊತ್ತಿಗೆ ನನ್ನ ಒಬ್ಬ student ಬಂದು "ಅವರೇ ನಮ್ಮ ಹೆಡ್ಮಾಸ್ಟರ್" ಅಂತ ನನ್ನನ್ನು ಯಾರೋ ತೋರಿಸಿ ತಾನು ಹೊರಟು ಹೋದ. ತೀರ ನೋಡಿದರೆ ಬೆಳದಿಂಗಳಲ್ಲಿ ನಗುತ್ತ ಬಂದದ್ದು ನಮ್ಮ ಪ್ರಕಾಶಂ. ಅದ್ಹೇಗೆ ಬಂದ ಇಷ್ಟು ದೂರ?

"ಬನ್ನಿ, ಕೂತುಕೊಳ್ಳಿ" ಅಂದೆ.

"ಎಷ್ಟು ಚೆನ್ನಾಗಿದೆ ಈ ಜಾಗ! ನಾನು ನೆನಪಿದೀನಾ ರವೀ?" ಕೇಳಿದ ಪ್ರಕಾಶಂ. "ಊಟವಾಯಿತಾ? ಆಗಿಲ್ಲವಾದರೇ... ನಾನು ಮಾಡಿ ಹಾಕಲಾ?" ಅನುಮಾನಿಸುತ್ತಾ ಕೇಳಿದೆ. ಪ್ರಕಾಶಂಗೆ ಅಂದರೆ ಅಷ್ಟು ಹೊತ್ತಿನಲ್ಲಿ ಎದ್ದು ಅಡುಗೆ ಮಾಡುವುದಿಲ್ಲ 'T'. ಇನ್ನು ಆ ಕನ್ನಡ ದೇಶದ ಹೊಟೇಲುಗಳಲ್ಲಿ ಪ್ರಕಾಶಂ ಊಟ ಮಾಡಲಾರ. ಪ್ರಕಾಶಂ ಇಷ್ಟು ದೂರಕ್ಕೆ ನನ್ನನ್ನು ಹುಡುಕಿಕೊಂಡು ಬಂದದ್ದೇ ನನಗೊಂದು ಆಶ್ಚರ್ಯ. ಆತ ಒಂದರ್ಥದಲ್ಲಿ ರಾಮ್ಮೂರ್ತಿಗೆ ಶಿಷ್ಯ. ಶ್ರೀಮಂತನಾದ ಮಾವನನ್ನು ಧಿಕ್ಕರಿಸಿ, ತನ್ನ ಹೆಂಡತಿ ಸತ್ಯವತಿಯ ಸಮೇತ ಬಡತನದಲ್ಲಿ ನಲುಗಿ ಕಡೆಗೆ ಕಾಕಿನಾಡಕ್ಕೆ ಬಂದು ಅಲ್ಲಿ ನಮಗೆ ಜೊತೆಯಾಗಿದ್ದ.

"ರಾಮ್ಮೂರ್ತಿ ಕಳಿಸಿದ್ದಾನೆ ನನ್ನನ್ನ. ನಿಮ್ಮ ಹತ್ತಿರ ಮಾತಾಡಲಿಕ್ಕೆ ಅಂತ. ನಾನೂ ಸತ್ಯವತಿ ಇಬ್ರೂ ಬಂದಿದೀವಿ" ಅಂದ ಪ್ರಕಾಶಂ.

"ಸತ್ಯವತಿ ಎಲ್ಲಿ?" ಕೇಳಿದೆ.

"ಅಲ್ಲಿ ನಿಮ್ಮ ಮನೆ ಹತ್ತಿರ ಬಿಟ್ಟು ಬಂದೆ" ಅಂದ. ರಂಗನಾಯಕಮ್ಮನಿಗೂ ಸತ್ಯವತಿಗೂ ಪರಿಚಯವಿಲ್ಲ. ಆದರೂ, ಇಬ್ಬರು ಹೆಂಗಸರು ಅರ್ಧಗಂಟೆಯೊಳಗಾಗಿ ಗೆಳತಿಯರಾಗುತ್ತಾರೆ. ಅಜ್ಞಾತವಾಸದ ಕಥೆ ಪೂರ್ತಿ ಮಾಡುವಂತೆ ರವಿ ಒತ್ತಾಯಿಸುತ್ತಿದ್ದ.

ಅದಕ್ಕಿಂತ ದೊಡ್ಡ ಕಥೆ ಹೇಳಲು ಪ್ರಕಾಶಂ ತುದಿಗಾಲಲ್ಲಿ ನಿಂತಿದ್ದ. ನಮ್ಮಿಬ್ಬರ ಹರಟೆಯಲ್ಲಿ ರವಿಗೆ ಆಸಕ್ತಿಯಿಲ್ಲ. "ಹೋಗೋಣ ಅಪ್ಪಾ" ಅಂದ. ಪುತ್ರವಾಕ್ಯ ಪರಿಪಾಲಕನಂತೆ ಎದ್ದು ನಿಂತೆ. ನಮ್ಮಿಂದ ಕೊಂಚ ದೂರಕ್ಕೆ ರವಿ ಮುಂದೆ ಮುಂದೆ ಹೋಗುತ್ತಿದ್ದರೆ,

"ನೀವು ಕಾಕಿನಾಡ ಬಿಟ್ಟ ಮೇಲೆ ಅಲ್ಲಿ ನಡೆದ ಬಗ್ಗೆ ಏನಾದರೂ ಕೇಳಿದ್ದೀರಾ?" ಅಂದ ಪ್ರಕಾಶಂ.

"ಯಾವ ಸಂಗತಿಗಳು?"

"ರಾಮ್ಮೂರ್ತಿ-ರತ್ನ ವಿಷಯಕ್ಕೆ ಸಂಬಂಧಿಸಿದಂಥವು..." ಅಂದ.

"ನಾನು ಅದನ್ನೇ ಯೋಚಿಸತೊಡಗಿದೆ. ರಾಮ್ಮೂರ್ತಿ-ರತ್ನ ಕುರಿತಾದ ಸಂಗತಿಗಳು ನನಗ್ಯಾಕೆ? ಇಷ್ಟು ಮೈಲಿ ಪ್ರಯಾಣ ಮಾಡಿ ಬಂದಿರಾ ಆ ಬಗ್ಗೆ ಹೇಳೋದಕ್ಕೆ? ಅವಕ್ಕೂ ನನಗೂ ಏನು ಸಂಬಂಧ?" ಅಂದೆ.

"ಆಶ್ಚರ್ಯ ಪಡ್ತಿದೀರೇನೋ ಅಲ್ವಾ? ನಾನು ಹೇಳೋ ಸಂಗತಿಗಳು ನಿಮಗೆ ಗೊತ್ತಿಲ್ಲ? ಹೇಳಿ ಬಾ ಅಂತ ರಾಮ್ಮೂರ್ತಿ ಕಳಿಸಿದ್ದಾನೆ: ಕಣ್ಣೀರಿಟ್ಟುಕೊಂಡು, ಪಶ್ಚಾತ್ತಾಪದಿಂದ?" ಪ್ರಕಾಶಂ ಮಾತು ಮುಗಿಸುವ ಮುನ್ನವೇ ಕೊಂಚ ನಿಂತುಕೊಂಡೆ. ರಾಮ್ಮೂರ್ತಿಯ ಹೆಸರಿನೊಂದಿಗೆ ಕಣ್ಣೀರು ಮತ್ತು ಪಶ್ಚಾತ್ತಾಪವೆಂಬ ಎರಡು ಶಬ್ದ ಕೇಳಿ ಆಶ್ಚರ್ಯವೆನಿಸಿತು. ಪ್ರಕಾಶಂ ಮಾತು ಮುಂದುವರೆಸಿದ.

ಅದೊಂದು ಉಜ್ವಲವಾದ ಕಾಲ. ನಾನು, ರಂಗನಾಯಕಮ್ಮಗಾರು, ರವಿ, ರಾಮ್ಮೂರ್ತಿ, ಚಂದ್ರಮತಿ, ವೀರಭದ್ರರಾವು-ಎಲ್ಲರೂ ಒಂದೇ ಮನೆಯಲ್ಲಿದ್ದೆವು ಆಗ. ಕವಿ ಕೃಷ್ಣಶಾಸ್ತ್ರಿಗಳು ದಿನದ ಹೆಚ್ಚಿನ ಭಾಗವನ್ನು ನಮ್ಮೊಂದಿಗೇ ಕಳೆಯುತ್ತಿದ್ದರು. ನಮ್ಮ ಮನೆ ಆ ದಿನಗಳಲ್ಲಿ ಬ್ರಹ್ಮಸಮಾಜಕ್ಕೆ ಮೂಲಸ್ಥಾನದಂತಾಗಿತ್ತು. ರಾಮ್ಮೂರ್ತಿಯ ಅತ್ತೆ ಮನೆ ಹತ್ತಿರದಲ್ಲೇ ಇತ್ತು. ಅವನಿಗೊಬ್ಬ ನಾದಿನಿ: ರತ್ನಂ ಅಂತ. ಕಾಲೇಜಿನಲ್ಲಿ ಓದುತ್ತಿದ್ದವಳು, ಒಂದೊಂದು ರಾತ್ರಿ ತನಗ್ಯಾವುದೋ ಸಬ್ಜೆಕ್ಟು ಅರ್ಥವಾಗಲಿಲ್ಲವೆಂದು ನನ್ನ ಬಳಿಗೆ ಓಡಿ ಬರುತ್ತಿದ್ದಳು.

ಅದೊಮ್ಮೆ ರಾಮ್ಮೂರ್ತಿ-ಚಂದ್ರಮತಿ ತಮ್ಮ ಕೈಗೂಸನ್ನು ಅತ್ತೆ ಮನೆಯಲ್ಲೇ ಬಿಟ್ಟು ತುಂಬ ದಿನ ಇರಲಿಕ್ಕೆಂದು ಕಲ್ಕತ್ತಾಕ್ಕೆ ಹೊರಟು ಹೋಗಿದ್ದರು. ಅದೊಂದು ರಾತ್ರಿ ನಮ್ಮ ಮನೆಯಲ್ಲಿ ರತ್ನಂಗೆ ಪಾಠ ಹೇಳುತ್ತಿದ್ದೆ. ಹೇಳುತ್ತ ಹೇಳುತ್ತ ಅರ್ಧ ರಾತ್ರಿಯಾಯಿತು. "ನಾನು ಮನೆಗೆ ಹೋಗ್ತೀನಿ" ಅಂದಳು ರತ್ನಂ. "ಇನ್ನೂ ಸ್ವಲ್ಪ

ಹೊತ್ತು ಇರು" ಅಂದೆ. "ಮಗು ಅಳುತ್ತೆ" ಅಂದಳು. "ನಿಮ್ಮ ತಾಯಿಯವರು ಇದ್ದಾರಲ್ಲವಾ? ನೋಡಿಕೊಳ್ತಾರೆ" ಅಂದೆ. ಆದರೆ ಅವತ್ತು ರತ್ನಳ ತಾಯಿಯೂ ಊರಿಗೆ ಹೋಗಿ ಬಿಟ್ಟಿದ್ದರು. ಮನೆಯಲ್ಲಿ ರತ್ನಂ ಮತ್ತು ಮಗು: ಇಬ್ಬರೇ.

"ಅಲ್ಲಿಗೇ ಬಂದು ಪಾಠ ಹೇಳುತ್ತೇನೆ" ಅಂದೆ.

ಅವಳ ಮನೆ ತಲುಪುವ ಹೊತ್ತಿಗೆ ರತ್ನಂ ಮಾತೇ ಸತ್ತವಳಂತೆ ಸುಮ್ಮನಾಗಿ ಬಿಟ್ಟಳು. ಬಾಗಿಲಲ್ಲಿ ನಿಂತಾಗ ನೋಡಿದರೆ ಕಣ್ತುಂಬ ನೀರು. 'ಯಾಕೆ ರತ್ನಂ?' ಅನ್ನಲು ಪುರುಸೊತ್ತಿಲ್ಲ, ಒಳಕ್ಕೆ ನಡೆದು ನನ್ನನ್ನು ಅವಚಿಕೊಂಡು ಎದೆಯ ಮೇಲೆ ತಲೆಯಿಟ್ಟು ಬಿಕ್ಕಿಬಿಕ್ಕಿ ಅಳತೊಡಗಿದಳು. ನಾನಾದರೂ ಏನು ಮಾಡಲಿ ಮಾನವ ಮಾತ್ರನಾದವನು. ನನ್ನ ತಾರುಣ್ಯದುದ್ದಕ್ಕೂ ನಾನು ನೋಡಿದ, ಆಸೆ ಪಟ್ಟ, ಮನಸಿನ ರಚ್ಚೆ ತೀರಿಸಿಕೊಂಡ ಅಪರೂಪದ ಸೌಂದರ್ಯವತಿಯರೆಲ್ಲರಿಗಿಂತಲೂ ಚೆನ್ನಾಗಿದ್ದಳು ರತ್ನಂ. ಆಗಷ್ಟೆ ಅವಳಲ್ಲಿ ಯೌವನ ವಿಕಸಿಸುತ್ತಿತ್ತು. ಸಣ್ಣ ಮಳೆಗೆ ತೊಯ್ದ ತುಂಬು ಹೂವಿನಂತಿದ್ದಳು. ಅವಳನ್ನು ಸುಮ್ಮನೆ ಎಳೆದು ಮಡಿಲಲ್ಲಿ ಮಲಗಿಸಿಕೊಂಡೆ. ಇನ್ನಿಲ್ಲದ ಅಕ್ಕರೆಯಿಂದ ತಬ್ಬಿಕೊಂಡಳು ರತ್ನಂ.

"ಇದು ಪಾಪವಾ?"

ಆ ಪ್ರಶ್ನೆ ಇಬ್ಬರನ್ನೂ ಕಾಡುತ್ತಿತ್ತು. ಪಾಪ ಭೀತಿಯಿಂದ ಇಬ್ಬರೂ ನರಳುತ್ತಿದ್ದೆವು. ಈಶ್ವರಾ! ಈಶ್ವರಾ! ಈ ಪಾಪದಿಂದ ನಮ್ಮನ್ನು ರಕ್ಷಿಸು ಅನ್ನುತ್ತಿದ್ದವು ಹೃದಯಗಳು. ಆದರೆ ಮನ್ಮಥ ಎಲ್ಲ ನಿಯಮಗಳನ್ನೂ ತೃಣ ಪ್ರಾಯವಾಗಿ ತುಂಡರಿಸಿ ಹಾಕುತ್ತಿದ್ದ. ಆ ರಾತ್ರಿ ನಾನು ರತ್ನಳ ದೇಹದಲ್ಲಿ ತೂಫಾನಾಗಿ ಪ್ರಳಯಿಸಿದ್ದೆ. ರತ್ನಂ ತೃಪ್ತಳಾಗಿ ಮಲಗಿ ನಿದ್ರೆ ಮಾಡಿದಳು. ಮಧ್ಯದಲ್ಲಿ ಎದ್ದ ಮಗು 'ಇಂದು'ವನ್ನು ನಾನೇ ಸಮಾಧಾನ ಮಾಡಿದೆ.

"ಯಾಕೋ ಪಾಠಗಳು ಬರ್ತಾ ಬರ್ತಾ ಕಠಿಣವಾಗ್ತಿರೋ ಹಾಗಿವೆ?" ಅಂದಳು T. ಪ್ರೀತಿಸೋ ಹೆಂಡತಿಗೆ ಅನುಮಾನ ಬರೋಕೆ ಎಷ್ಟು ಮಹಾ ಹೊತ್ತು ಬೇಕು? ಆಕೆಯ humour ತುಂಬಿದ ಮಾತಿಗೆ ನಾನೂ ನಕ್ಕು ಸುಮ್ಮನಾದೆ. ಆದರೆ ಹಠಾತ್ತನೆ ಬಿಕ್ಕಿ ಅಳತೊಡಗಿದರು ರಂಗನಾಯಕಮ್ಮ. ಆಕೆಯ ದಿಗಿಲು ಭರಿಸಲಾಗದೆ ನಾನೂ ಮಂಚದ ಮೇಲೆ ಕುಳಿತು ತುಂಬ ಹೊತ್ತು ಅತ್ತೆ. ಮಾರನೆಯ ದಿನದಿಂದಲೇ ನನ್ನಲ್ಲಿ ವೇದನೆ ಆರಂಭವಾಯಿತು. ಚಿಟ್ಟಿಗೆ 'T' ಅಂತ ಹೆಸರಿಟ್ಟವನು ನಾನು. ನಮ್ಮ ಬದುಕಿನೊಳಕ್ಕೆ ರತ್ನಂ ಪ್ರವೇಶವಾಗುವವರೆಗೂ ನಮ್ಮ ಪ್ರೇಮ ಜೀವನ ತುಂಬ ಅದ್ಭುತವಾಗಿತ್ತು. ರತ್ನಂಳನ್ನು ನೋಡಿದರೆ 'T'ಗೆ ತುಂಬ ಪ್ರೀತಿ, ತುಂಬ ಮುದ್ದು. ಅವಳನ್ನು ನೋಡಿದರೆ

ಎಂಥವರಿಗೂ ಮುದ್ದು, ಪ್ರೀತಿ ಹುಟ್ಟುತ್ತಿತ್ತು. ಹಠಾತ್ತಾಗಿ ನನ್ನ ಜೀವನ ರತ್ನಂಮಯವಾಗಿ ಹೋಗಿತ್ತು. ಅಲ್ಲಿಯವರೆಗೂ ಶಾಂತವಾಗಿ, ಸುಖವಾಗಿ ಕಳೆಯುತ್ತಿದ್ದ ಬದುಕಿಗೆ ಹಠಾತ್ತನೆ ಗ್ರಹಣ ಹಿಡಿದಂತೆ. ಇದು ತೀರದ ವೇದನೆ. ಕೈಗೆ ನಿಲುಕದ ಯಾವುದಕ್ಕೋಸ್ಕರವೋ ಹುಡುಕುವ ಮನೋಸ್ಥಿತಿ. ಅದೊಮ್ಮೆ ರಾಮ್ಮೂರ್ತಿಯಿನ್ನೂ ಕಲ್ಕತ್ತಾಕ್ಕೆ ಹೊರಡುವುದಕ್ಕೆ ಮೊದಲು ನಾನು-ಅವನೂ ಮಾತನಾಡಿಕೊಳ್ಳುತ್ತಿದ್ದೆವು.

"ರಾಮ್ಮೂರ್ತಿ, ನಂಗೊಂದು ಅನುಮಾನ. ಎಲ್ಲಾದರೂ ಒಬ್ಬ ಸುಂದರವಾದ ಸ್ತ್ರೀಯನ್ನು ನೋಡಿದರೆ ತುಂಬ attract ಆಗಿಬಿಡ್ತೀನಿ ನಾನು. ಇದು ಪಾಪ ಅಂತೀಯಾ?" ಕೇಳಿದ್ದೆ.

"ಪಾಪವೇ ಮತ್ತೆ!"

"ಪಾಪಗಳೆಂದರೆ ಅಸಹ್ಯ ನಂಗೆ. ಒಂದು ಚಿಕ್ಕ ಸುಳ್ಳು ಹೇಳಿದರೂ ತುಂಬ ನೊಂದುಕೊಳ್ತೇನೆ. ನನ್ನ ಬಗ್ಗೆ ನನಗೇ ಅಸಹ್ಯ ಹುಟ್ಟುತ್ತೆ. ನಾಚಿಕೆಯಾಗುತ್ತೆ. ಪಶ್ಚಾತ್ತಾಪ ಪಡುತ್ತೇನೆ. ಯಾವ ಪಾಪವಾದರೂ ಅಷ್ಟೆ. ಆದರೆ ಸ್ತ್ರೀಯರ ವಿಷಯದಲ್ಲಿ ನನಗೆ ಮೂಡೋ ಆಕರ್ಷಣೆಯಿದೆಯಲ್ಲ? ಅದರಿಂದ ನನಗೆ ಯಾವ ಪಶ್ಚಾತ್ತಾಪವೂ ಆಗದು."

"ಹೌದು. ಕೇವಲ ಆಕರ್ಷಣೆ ಉಂಟಾಗಿ, ಅದು ಅಲ್ಲಿಗೇ ಮುಗಿದರೆ ತಪ್ಪಿಲ್ಲ. ಅಂದವನ್ನ, ಸೌಂದರ್ಯವನ್ನ ಅಪ್ರಿಷಿಯೇಟ್ ಮಾಡಿದೆವು ಅಂತಾಗುತ್ತೆ. ಅದನ್ನ ಮೀರಿದ ಕೋರಿಕೆ ಇರಬಾರದು, ಅಷ್ಟೆ" ಅಂದ.

"ಬರೀ ಆಕರ್ಷಣೆಯ ಮಟ್ಟಕ್ಕೆ ನಿಲ್ಲುವುದಿಲ್ಲವಲ್ಲ ರಾಮ್ಮೂರ್ತೀ? ತಬ್ಬಿಕೊಳ್ಳಬೇಕೆನ್ನಿಸುತ್ತದೆ. ಮುತ್ತು ಕೊಡಬೇಕೆನ್ನಿಸುತ್ತದೆ. ಅಕಸ್ಮಾತ್ ಆಕೆಗೂ ನಾನು ಇಷ್ಟವಾಗಿ ಹೋದರೆ, ಅದಕ್ಕಿಂತ ದೊಡ್ಡ ಸಂತೋಷವಿಲ್ಲ. ಇಷ್ಟು ಆನಂದವನ್ನುಂಟು ಮಾಡುವ ಕೆಲಸ ತಪ್ಪು ಅಂದರೆ, ಪಾಪ ಅಂದರೆ-ಉಹುಂ, ಮನಸ್ಸೊಪ್ಪುತ್ತಿಲ್ಲ. ಪಾಪದಲ್ಲಿ ಅಷ್ಟೊಂದು ಆಕರ್ಷಣೆ ಇದೆ ಅಂತೀಯಾ?" ಕೇಳಿದ್ದೆ.

"ಖಂಡಿತವಾಗ್ಯೂ ಇದೆ!"

"ಗೊತ್ತು ನಂಗೆ. ಶಾಸ್ತ್ರಗಳು, ಪುರಾಣಗಳು, ಹಿರಿಯರು, ನಮ್ಮ ಬ್ರಹ್ಮಸಮಾಜದ ಗುರುಗಳು ಎಲ್ಲರೂ ಇದನ್ನು ಬಲವಾಗಿ ಖಂಡಿಸುತ್ತಾರೆ. ಅವರು ಹೇಳೋದೆಲ್ಲ ನಿಜವೂ ಇರಬಹುದು. ಆದರೆ ನನಗೆ ಅದು ನಿಜವೆನ್ನಿಸುತ್ತಿಲ್ಲ. ನಾವು ಜಾತಿ, ವಿಗ್ರಹಾರಾಧನೆ, ಶ್ರಾದ್ಧ ಮುಂತಾದವನ್ನೆಲ್ಲ ಅತಿಕ್ರಮಿಸಿದವರು. ಆದರೆ ಇಂಥ ನೀತಿಗಳಿಗೆ ಯಾಕಿನ್ನೂ ಮನ್ನಣೆ ಕೊಡಬೇಕು? ಇವೆಲ್ಲ ಕೆಟ್ಟ ಕೆಲಸಗಳು ಅಂತ ದೇವರು ಎಲ್ಲಾದರೂ ಹೇಳಿದ್ದಾನಾ?" ಕೇಳಿದೆ.

"ಆದರೆ ನಿನ್ನ ಅಂತರಾತ್ಮ ಏನಾಯಿತು?" ಪ್ರಶ್ನಿಸಿದ ರಾಮ್ಮೂರ್ತಿ.

"ನನ್ನ ಅಂತರಾತ್ಮ ಅದರಲ್ಲಿ ತಪ್ಪಿಲ್ಲ ಅನ್ನುತ್ತಿದೆ" ಉತ್ತರಿಸಿದೆ.

"ಏನೋನಪ್ಪ ... ನಂಗೆ ತಿಳಿಯುತ್ತಿಲ್ಲ" ಅಂದುಬಿಟ್ಟಿದ್ದ. ನಾನು ಆಡಿದ ಮಾತು, ಮಾಡಿದ statementsನೊಳಗಿನ limitationsನ ಅರ್ಥ ಮಾಡಿಕೊಳ್ಳಬಲ್ಲ ಜ್ಞಾನ ಅವತ್ತಿಗಿನ್ನೂ ನನಗಿಲ್ಲ. ನಿಧಾನವಾಗಿ ಬದುಕು ತಲೆಗೆ ಮೊಟಕಿ ಬುದ್ಧಿ ಹೇಳುವ ತನಕ ಆ ಸಮಸ್ಯೆ ಸ್ಪಷ್ಟವಾಗಲಿಲ್ಲ.

ಇವತ್ತಿಗೆ ನನಗಾದ ಒಂದು ಜ್ಞಾನೋದಯವೆಂದರೆ, ಒಬ್ಬೊಬ್ಬರು ಒಂದೊಂದು ಗಟ್ಟಿಯಾದ inclinationನೊಂದಿಗೆ ಹುಟ್ಟುತ್ತಾರೆ. ಅದು ಧರ್ಮವೇನಾ ಅಂತ ನಿರ್ಧರಿಸಿಕೊಳ್ಳಲು ಎಷ್ಟೋ ರೀತಿಯಾಗಿ ಪ್ರಯತ್ನಿಸುತ್ತಾರೆ. ಆದರೆ ಒಂದೊಂದು ಕಾಂಕ್ಷೆ ಏನು ಮಾಡಿದರೂ ಬೆನ್ನು ಬಿಡುವುದಿಲ್ಲ. ಇದು ಎಷ್ಟು ಜನ್ಮಗಳಿಂದ ತಂದುಕೊಂಡದ್ದೋ ಅನ್ನಿಸಿಬಿಡುತ್ತದೆ. ಕೊನೆಗೆ ಆ ಮನುಷ್ಯನೊಂದಿಗೇ ಅದು ಭಸ್ಮವಾಗಬೇಕೇನೋ? ಅಥವಾ ಆಗಲೂ ಉಳಿದು ಹೋಗುತ್ತದಾ? ಪಾಪ, 'T' ತುಂಬ ನೊಂದುಕೊಂಡಿದ್ದಳು. ಪ್ರತೀ ರಾತ್ರಿ ನಾನು ಪಾಠ ಹೇಳಲಿಕ್ಕೆ ಹೋಗುತ್ತಿದ್ದೆ, ರತ್ನಂ ಮನೆಗೆ. ಎಲ್ಲಿಯ ಪಾಠಗಳು? ಮೈಯೆಲ್ಲ ಮುತ್ತಿಟ್ಟು, ಅಪ್ಪಿಕೊಂಡು, ಪ್ರಚಂಡ ಸುಖ ಅನುಭವಿಸುವುದೇ ಆಗುತ್ತಿತ್ತು. ಎಲ್ಲ ಮುಗಿಸಿ ನಾನು ಮನೆಗೆ ಹೊರಡುವ ಮುನ್ನ, ನಾನು-ರತ್ನಂ ಈಶ್ವರನನ್ನು ಪ್ರಾರ್ಥಿಸುತ್ತಿದ್ದೆವು. ಈಶ್ವರಾ, ಹೇಗಾದರೂ ಮಾಡಿ ಈ ಸಂಬಂಧವನ್ನು ಪವಿತ್ರವನ್ನಾಗಿ ಮಾಡು, ನಮ್ಮನ್ನು ಈ ವ್ಯಾಮೋಹದಿಂದ ತಪ್ಪಿಸು ಅಂತ. ಆದರೆ ಯಾವುದೂ ಪ್ರಯೋಜನವಾಗುತ್ತಿರಲಿಲ್ಲ. ಒಬ್ಬರನ್ನು ಬಿಟ್ಟು ಒಬ್ಬರಿಗಿರಲಾಗುತ್ತಿರಲಿಲ್ಲ. ಯಾವ ಬ್ರಹ್ಮಮತಕ್ಕಾಗಿ ನಾನು ನನ್ನ ಜೀವನವನ್ನು ಮುಡಿಪಾಗಿ ಇಡ ಬಯಸಿದ್ದೆನೋ, ಆ ಬ್ರಹ್ಮಮತದ ಪ್ರಕಾರ ಇದು ಅವಿನೀತಿ. ನಾನು ಧರ್ಮವನ್ನಷ್ಟೇ ಅಲ್ಲ: ರವಿಯನ್ನೂ ಮರೆಯುತ್ತಿದ್ದೆ. ಹುಚ್ಚು ಅಪ್ಪ ಎಂಥ ಮೋಹದಲ್ಲಿ ಬಿದ್ದು ಒದ್ದಾಡುತ್ತಿದ್ದಾನೆಂಬುದು ತನಗೆ ಗೊತ್ತಾಯಿತೇನೋ ಎಂಬಂತೆ, ಅಪ್ಪನ ಪಾಡಿಗೆ ಅಪ್ಪನನ್ನು ಬಿಟ್ಟು ಯಾರ್ಯಾರೋ ಸ್ನೇಹಿತರೊಂದಿಗೆ ಆಡುತ್ತ ಕಾಲಕಳೆಯುತ್ತಿದ್ದ ರವಿ. ಇದನ್ನು ಬಿಡಲು ಸಾಧ್ಯವಿಲ್ಲವಾ ಅಂತ ಆಗ್ರಹಿಸಿ ಕೇಳುತ್ತಿದ್ದಳು 'T'. ನನ್ನಿಂದ ಸಾಧ್ಯವಿಲ್ಲವೆಂದು ಕಣ್ಣೀರಿಟ್ಟುಕೊಂಡು ಹೇಳುತ್ತಿದ್ದೆ. ಕಡೆಗೆ ಜೀವ ಬೇಸರಾಗಿ ತಾನು ಹೊರಟು ಹೋಗುತ್ತೇನೆಂದಳು. ಹೋದಾಳಾದರೂ ಎಲ್ಲಿಗೆ? ಅವಳಿಗೆ ತನ್ನವರೆನ್ನುವವರ್ಯಾರೂ ಇರಲಿಲ್ಲ. ಕಡೆಗೆ, ನನ್ನ ಮನೆಯಿದ್ದ ತೆನಾಲಿಗೇ ಹೋಗುವುದು ಸರಿ ಅಂತ ತೀರ್ಮಾನಿಸಿದೆವು. 'T' ನನ್ನನ್ನು ಬಿಟ್ಟು ಹೊರಟು ಹೋದಳು. ರವಿ ನನ್ನೊಂದಿಗೇ ಉಳಿದ.

ಹಾಗೆ 'T' ಹೊರಟು ಹೋಗುವುದರೊಂದಿಗೆ ನಮ್ಮಿಬ್ಬರ ಮಧ್ಯೆ ಇದ್ದ ಎಲ್ಲ ನಿರ್ಬಂಧನೆಗಳೂ ತೊಲಗಿ ಹೋಗಿ ಕಾಮವೇ ಬದುಕಾಗಿ ವಿಜೃಂಭಿಸಿತು. ಕೆಲಸದವಳು ಮಾಡಿಡುತ್ತಿದ್ದ ಅಡುಗೆಯನ್ನು ಒಂದೇ ತಟ್ಟೆಗೆ ಸುರಿದುಕೊಂಡು ಇಬ್ಬರೂ ಊಟದ ಶಾಸ್ತ್ರ ಮುಗಿಸಿದರೆ, ಮತ್ತೆ ಮಂಚ. ನಮಗೆ ಬೇರೆ ಲೋಕವೇ ಇಲ್ಲ. ಮಾತು, ಸುದ್ದಿ, ಹಾಡು, ಕಾಮ! ಹಗಲು, ರಾತ್ರಿಗಳೆಂಬ ಪ್ರಬೇಧವೂ ಇರುತ್ತಿರಲಿಲ್ಲ. ಗೆಳೆಯರೊಂದಿಗೆ ಆಡಿ ಸುಸ್ತಾಗಿ ಬರುತ್ತಿದ್ದ ರವಿ ಏನೋ ಒಂದು ತಿಂದು ಮಲಗುತ್ತಿದ್ದ. ಅಳುವ ಹಸುಗೂಸು 'ಇಂದು' ಹಾಲಿನ ಬುಡ್ಡಿ ಕೊಟ್ಟರೆ ಸುಮ್ಮನಾಗುತ್ತಿದ್ದಳು. ಆದರೆ ಅನುಭವಿಸುತ್ತ ಅನುಭವಿಸುತ್ತ ಕಾಮ ಅಸಹ್ಯವಾಗುತ್ತದೆ. ಹಳತಾಗುತ್ತದೆ. ನಾನು ನಿಜಕ್ಕೂ ದೈವದ್ರೋಹಿಯಾದ ಮನುಷ್ಯ, ಮನೋ ನಿಯಂತ್ರಣವಿಲ್ಲದವನು ಅಂತ ತೀವ್ರವಾಗಿ ಅನ್ನಿಸತೊಡಗಿತು. ದಿನದಿನಕ್ಕೂ ನನ್ನಲ್ಲಿ ಪಾಪ ಭಾರ ಹೆಚ್ಚತೊಡಗಿತು. "ಇನ್ನು ಇದು ಸಾಕು ರತ್ನಾ... ನಾವು ಬೇರೆಯಾಗೋಣ" ಅಂತ ಒಂದು ಚೀಟಿ ಬರೆದೆ. ಅದನ್ನು ಅವಳಿಗೆ ಕೊಟ್ಟು ಹೊರಟು ಹೋಗಬೇಕು ಅಂದುಕೊಂಡೆ. ಆದರೆ ಹೋಗುವುದೆಲ್ಲಿಗೆ? ಇರುವ ನೌಕರಿ ಬಿಟ್ಟು ಹೋಗುವುದು ಹೇಗೆ? ನಾನು ಬರೆದು ಕೊಟ್ಟ ಚೀಟಿ ನೋಡಿ ರತ್ನಂ ಓಡಿ ಬರಲಿಲ್ಲ. ಮನೆಗೆ ಬಂದು ಗಲಾಟೆ ಮಾಡಲಿಲ್ಲ. ಎಷ್ಟು ಹೊತ್ತಾದರೂ ಬಾರದೆ ಇದ್ದಾಗ, ಏನು ಮಾಡುತ್ತಿದ್ದಾಳೋ ನೋಡೋಣವೆಂದು ಅವಳ ಮನೆಗೇ ಹೋದರೆ, ರತ್ನಂ ಎಚ್ಚರ ತಪ್ಪಿದವಳಂತೆ ಮಂಚದ ಮೇಲೆ ಬಿದ್ದಿದ್ದಾಳೆ. ಇಂದು ಉಸಿರುಗಟ್ಟಿ ಹೋಗುವಂತೆ ಅಳುತ್ತಿದೆ. ರತ್ನಂಗೆ ಅದು ಕೇಳಿಸುತ್ತಿಲ್ಲ. ಹತ್ತಿರಕ್ಕೆ ಹೋಗಿ ಕದಲಿಸಿ, ಎಬ್ಬಿಸಿ ಕೂಡಿಸುವ ಪ್ರಯತ್ನ ಮಾಡಿದರೆ, 'ರತ್ನಂ, ರತ್ನಂ' ಅಂತ ಕೂಗಿ ಅಂಗಲಾಚಿದರೆ,

"ಇನ್ನು ನಿಮ್ಮ ರತ್ನಂ ಇರೋದಿಲ್ಲ. ನಾನು ವಿಷ ಕುಡ್ದಿದೀನಿ..." ಅಂದಳು. "ನಿನ್ನನ್ನು ನೋಡದೆ, ನಿನ್ನವಳಾಗಿರದೆ ಬದುಕಿದ್ದು ಏನು ಪ್ರಯೋಜನ?" ಅಂತ ತೊದಲಿದಳು.

"ಉಹುಂ, ನಿನ್ನನ್ನ ಸಾಯೋಕೆ ಬಿಡಲಾರೆ. ನೀನು ನಂಗೋಸ್ಕರ ಬದುಕಬೇಕು. ನಾನು ನಿನ್ನನ್ನ ಬಿಟ್ಟಿರಲಾರೆ... ರತ್ನಂ..." ಅಂದವನೇ ನನಗೆ ಗೊತ್ತಿದ್ದ first aid ಅಂತ ಉಪ್ಪು ಕದರಿದ ನೀರು ಕುಡಿಸಿ ವಾಂತಿ ಮಾಡಿಸಿದೆ. ಡಾಕ್ಟರನ್ನು ಕರೆತರಲು ಓಡಿದೆ.

ಹೀಗೆ, ರತ್ನಂ ವಿಷ ಕುಡಿದಿದ್ದಾಳೆಂದೂ ಪ್ರಾಣಕ್ಕೇನೂ ಅಪಾಯವಿಲ್ಲವೆಂದೂ ಮಾರನೆಯ ದಿನವೇ ರಾಮ್ಮೂರ್ತಿಗೆ ಪತ್ರ ಬರೆದು ಹಾಕಿದೆ. ತಕ್ಷಣ ರಾಮ್ಮೂರ್ತಿ ಕಲ್ಕತ್ತಾದಿಂದ ಹೊರಟು ಬಂದ. ಬಂದವನು ಗಂಟೆಗಟ್ಟಲೆ ನನಗೆ ನೀತಿಯ ಕುರಿತು ಉಪನ್ಯಾಸಗಳನ್ನು ಕೊಡಲಾರಂಭಿಸಿದ. ಈ ಹುಡುಗಿಯನ್ನ, innocent virginನ ನೀನು

ಆಕರ್ಷಿಸಿ ಕಲುಷಿತಗೊಳಿಸಿದ್ದೀಯ. ಅದು ಅಕ್ಷಮ್ಯ ಅಪರಾಧ ಅಂದ. "ನಾನು ಆಕೆಯ ಗಾರ್ಡಿಯನ್. ಆಕೆಯ ವರ್ತನೆಗೆ ಆಗು ಹೋಗುಗಳಿಗೆ ನಾನು ಜವಾಬ್ದಾರಿ. ಚಲಂ ಎಂಥ ಘೋರ ಅನ್ಯಾಯ ಮಾಡಿಟ್ಟ ನೋಡಿ" ಅಂತ ಬ್ರಹ್ಮ ಮಿತ್ರರ ಮನೆಮನೆಗೂ ಹೋಗಿ ಪ್ರಚಾರ ಮಾಡಿ ನನ್ನ ಮೇಲೊಂದು ಆಗ್ರಹ, ಅಸಹ್ಯ ಹುಟ್ಟುವಂತೆ ಮಾಡಿದ.

ಈಗ, ಇಷ್ಟು ದಿನಗಳ ನಂತರ ಪ್ರಕಾಶಂನನ್ನು ನೋಡುತ್ತಿದ್ದಂತೆಯೇ ಅದೆಲ್ಲ ನೆನಪಾಯಿತು.

"Of course, ನೀವು ತುಂಬ guiltyಯಾಗಿ feel ಆಗಿ ಮುಖ ಮರೆಸಿಕೊಂಡು ಬಂದು ಬಿಟ್ಟಿರೇನೋ ಅಲ್ವಾ?" ಪ್ರಕಾಶಂ ಕೇಳಿದ.

"ಒಂದೇ ಒಂದು ಸಲ ರತ್ನಳನ್ನು ನೋಡಲಿಕ್ಕಾದರೂ ಅವಕಾಶ ಮಾಡಿಕೊಡು ಅಂತ ರಾಮ್ಮೂರ್ತಿಯನ್ನ ಅಂಗಲಾಚಿದ್ದೆ" ಅನ್ನುತ್ತಿದ್ದಂತೆಯೇ ಪ್ರಕಾಶಂ ಗಟ್ಟಿಯಾಗಿ ನಕ್ಕುಬಿಟ್ಟ.

"Poor Venkatachalamgaroo, ನಂತರದ ಕಥೇನ ಹೇಳ್ತೀನಿ ಕೇಳಿ: ರಾಮ್ಮೂರ್ತಿಯ confusion ಏನು ಅಂತ ಗೊತ್ತಾಗುತ್ತೆ. ಕಲ್ಕತ್ತಾಗೆ ಹೊರಡೋಕೆ ಕೆಲವು ತಿಂಗಳುಗಳಿಗೆ ಮುಂಚೆಯೇ ರಾಮ್ಮೂರ್ತಿಗೆ ರತ್ನಂ ಜೊತೆ ಸಂಬಂಧವಿತ್ತು. ಆಗಿನ್ನೂ ನಿಮಗೆ ರತ್ನಳ ಪರಿಚಯವೇ ಇರಲಿಲ್ಲ. ಆಕೆ ವಿಷ ಕುಡಿದಳು ಅಂತ ನೀವು ಪತ್ರ ಬರೆದರೆ, ತನ್ನಿಂದಾಗಿ ಗರ್ಭವತಿಯಾಗಿ ಆ ಕಾರಣಕ್ಕೆ ವಿಷ ಕುಡಿದಿರಬೇಕು ಅಂದುಕೊಂಡು ಓಡಿ ಬಂದನಂತೆ ರಾಮ್ಮೂರ್ತಿ. ನೀವು ಹುಚ್ಚರಂತೆ ರತ್ನಳ ಮೇಲೆ ನಿಮಗಿದ್ದ ಪ್ರೀತಿಯ ವಿಷಯ ಹೇಳಿಕೊಂಡಿರಿ. ಆತನಿಗೆ ಹೇಗನ್ನಿಸಿರಬೇಕು ಹೇಳಿ? ತನ್ನ ಮರ್ಯಾದೆ ಉಳಿಸಿಕೊಳ್ಳೋದಕ್ಕೋಸ್ಕರ ನಿಮ್ಮ ಮೇಲೆ perfidious propaganda ಪ್ರಾರಂಭಿಸಿದ. ರತ್ನ ಎಷ್ಟು ಅಂಗಲಾಚಿದರೂ ನಿಮ್ಮನ್ನು ಭೇಟಿಯಾಗಲು ಬಿಡಲಿಲ್ಲ. ನಿಮಗೆ ಕೊಟ್ಟ ನೀತಿ ಪಾಠ-ಉಪನ್ಯಾಸಗಳನ್ನೇ ಅವಳಿಗೂ ಕೊಟ್ಟೆ ಅಂತ, ಆ ಗಿಲ್ಟು ಭರಿಸಲಾಗದೆ ನನ್ನ ಹತ್ತಿರ ಹೇಳಿಕೊಂಡ. ರತ್ನಮ್ಮನ ಘಟನೆಯಾಗುವುದಕ್ಕೆ ಮುಂಚೆ ನೀವು ಚರ್ಚಿಸುತ್ತಿದ್ದ ವಿಷಯಗಳನ್ನೆಲ್ಲ ನನಗೆ ಹೇಳಿದ. ನಿಮಗೆ ಅದೆಲ್ಲ ನೆನಪಿದೆಯಾ?" ಕೇಳಿದ ಪ್ರಕಾಶಂ.

"ಇಲ್ದೆ ಏನು? ಕಾಕಿನಾಡದಿಂದ ನಾನು ಹೊರಬಿದ್ದ ಮೇಲೆ ಏನಾಯಿತು? ಅದನ್ನ ಹೇಳಿ" ಅಂದೆ.

"ನೀವು ಹೊರಟು ಹೋದ ಮೇಲೆ ರತ್ನಂ ಮತ್ತು ರಾಮ್ಮೂರ್ತಿಯ ಮಧ್ಯದ ಸಂಬಂಧ ಕಾಕಿನಾಡದಾದ್ಯಂತ ಸುದ್ದಿಯಾಗಿ ಹರಡಿತು. ರಾಮ್ಮೂರ್ತಿಯ ಹೆಂಡತಿ ಚಂದ್ರಮತಿ ಮನೆಮನೆಗೂ ಹೋಗಿ sympathyಗೋಸ್ಕರ ಎಲ್ಲರಿಗೂ ವಿಷಯ ಹೇಳಿಕೊಂಡು ಬಂದಳು."

"ಹೋಗಲಿ, ರತ್ನ ಸುಖವಾಗಿದ್ದಾಳಾ?" ಕಳವಳಗೊಂಡು ಕೇಳಿದೆ.

"ಯಾರಿಗ್ಗೊತ್ತು? ಅವಳನ್ನು ಮನೆಯಿಂದ ಹೊರಕ್ಕೆ ಬಿಡುವುದೇ ಇಲ್ಲ ರಾಮ್ಮೂರ್ತಿ. ಒಂದು ಸಲ ಅವಳು ಹೋಗಿ ಆ ಮಾರ್ವಾಡಿ ಗುಡಿಯೆದುರಿಗಿನ ಕೆರೆಗೆ ಬಿದ್ದಿದ್ದಳು. ಯಾರೋ ನೋಡಿ ಹೊರಕ್ಕೆ ತೆಗೆದರು. ಆ ಘಟನೆಯಿಂದಾಗಿ ಬ್ರಹ್ಮಸಮಾಜದ ಗೌರವಕ್ಕೆ ದೊಡ್ಡ ಪೆಟ್ಟಾಯಿತು. ಮನೆಯ ಗೊಂದಲಗಳನ್ನು ಭರಿಸಲಾಗದೆ ಚಂದ್ರಮತಿ ತವರು ಮನೆಗೆ ಹೊರಟು ಹೋದಳು. ಮತ್ತೆ ರಾಮ್ಮೂರ್ತಿಯ ಮುಖ ನೋಡುವುದಿಲ್ಲವೆಂದಳು. ರಾಮ್ಮೂರ್ತಿಯೊಂದಿಗೆ ಆಕೆಯ ತಂದೆ ತಾಯಿ ಗಲಾಟೆ ಮಾಡಿಕೊಂಡರು. ಅವನನ್ನು ಬಿಟ್ಟು ತಂದೆ ತಾಯಿ ಮನೆಗೆ ಹೋಗಲು ರತ್ನಂ ಒಪ್ಪಲಿಲ್ಲ. ಕಡೆಗೆ ರಾಮ್ಮೂರ್ತಿಯ ಮೇಲೆ ಪೊಲೀಸ್ ಕಂಪ್ಲೇಂಟು ಕೊಟ್ಟರು: ಅವತ್ತಿಗಿನ್ನೂ ರತ್ನ ಮೈನರು. ಹೀಗಾಗಿ ಕೇಸಾಯಿತು. ಪೊಲೀಸರು ರತ್ನಳನ್ನು ಪರಮ ನೀಚವಾದ ರೀತಿಯಲ್ಲಿ treat ಮಾಡಿದರು. ಕಡೆಗೆ ರತ್ನ major ಅಂತ ಸಾಬೀತಾಗಿ ಕೇಸು ಬಿಟ್ಟು ಹೋಯಿತು. ಅಲ್ಲಿ ರಾಮ್ಮೂರ್ತಿಯ ಕೈಲಿದ್ದ ಹಣ ಮುಗಿದು ಹೋಯಿತು. ಇಡೀ ಕಾಕಿನಾಡ ಅವರನ್ನು ಬಹಿಷ್ಕರಿಸಿ, outcaste ಮಾಡಿತು. ಮನೆ ಮಾಲಿಕ, ಮನೆ ಖಾಲಿ ಮಾಡೆಂದ. ಮೊದಲೇ ಬ್ರಹ್ಮಸಮಾಜದವರಿಗೆ ಯಾರೂ ಮನೆ ಕೊಡುವುದಿಲ್ಲ. ಈಗ ರತ್ನಂಗೆ-ರಾಮ್ಮೂರ್ತಿಗೆ ಊಟಕ್ಕೂ ತೊಂದರೆ.

"ನೀವು?" ಕೇಳಿದೆ ಪ್ರಕಾಶಂನನ್ನ.

"ನನಗಾದರೂ ಎಲ್ಲಿಂದ ಬರಬೇಕು ಹಣ? ಅಲ್ಲದೆ, ನನ್ನ ಹೆಂಡತಿ ಸತ್ಯವತಿ ಮಹಾ ಸುಕುಮಾರಿ. ಆ ರಗಳೆಗಳನ್ನೆಲ್ಲ ಅವಳು ಭರಿಸೋದೇ ಇಲ್ಲ" ಅಂದ ಪ್ರಕಾಶಂ.

"ಹಾಗಾದರೆ ಈಗ...?"

"ರಾಮ್ಮೂರ್ತಿಗೆ ನಿಮ್ಮ ಹೊರತು ಮತ್ಯಾರೂ ದಿಕ್ಕಿಲ್ಲ. ತನ್ನ ಪಶ್ಚಾತ್ತಾಪವನ್ನೆಲ್ಲ ನಿಮಗೆ ತಿಳಿಸು ಅಂತ್ಹೇಳಿ ನನ್ನನ್ನು ಕಳಿಸಿದ್ದಾನೆ. ಎಲ್ಲ ಹೇಳಿದ ಮೇಲೆ 'ನಾನೂ-ರತ್ನಂ ಇಲ್ಲಿಗೆ ಬರಬಹುದಾ ಅಂತ ಕೇಳು' ಅಂದಿದ್ದಾನೆ. ನೀನೇ ನಿರ್ಧರಿಸಬೇಕು. ಅವರದು ತುಂಬ ಹೀನಸ್ಥಿತಿ" ಅಂದ ಪ್ರಕಾಶಂ.

"ಚಂದ್ರಮತಿ? ಆಕೆಯ ಮಕ್ಕಳು?"

"ಅವರಿಗೇನಂತೆ? ಎಲ್ಲರ ಸಿಂಪಥಿಯೂ ಅವರ ಮೇಲೆಯೇ. ಅವರೆಲ್ಲ ಚಂದ್ರಮತಿಯ ತಂದೆಯ ಮನೆಯಲ್ಲಿದ್ದಾರೆ. ತೀರ ದಿಕ್ಕು ತಪ್ಪಿರುವುದು ರತ್ನಂ ಮತ್ತು ರಾಮ್ಮೂರ್ತಿ: ಇಬ್ಬರೇ" ಅಂದ ಪ್ರಕಾಶಂ.

"ಬಂದು ಬಿಡಲಿ: ನಾಳೆ ಟೆಲಿಗ್ರಾಂ ಕೊಡೋಣ"

ಅವತ್ತು ನಾವಿಬ್ಬರೂ ಮದರಾಸಿನ ಬೀದಿಗಳಲ್ಲಿ ಅಲೆಯುತ್ತಿದ್ದೆವು. ಜೂನ್ ತಿಂಗಳ ಸೂರ್ಯ ಧಗಧಗಿಸುತ್ತಿದ್ದ. ಈಗ ನಂಗೆ ನೌಕರಿಯಿದ್ದುದರಿಂದ ಕಿಸೆಯಲ್ಲಿ ಒಂದಷ್ಟು ಹಣವಿತ್ತು. ಆದರೆ ತೀರ ಜಟಕಾ ಹತ್ತಿ ತಿರುಗುವಷ್ಟಲ್ಲ. ಅವತ್ತಿಗೆ ಹುಡುಗಿಯರ ಹಾಸ್ಟೆಲುಗಳು ಅಂತ ಇದ್ದದ್ದೆಲ್ಲ ಮದರಾಸಿನಲ್ಲೇ. ಆಂಧ್ರದ ಯಾವ ಊರಿನಲ್ಲೂ ಹೆಣ್ಣುಮಕ್ಕಳ ಹಾಸ್ಟೆಲುಗಳಿರಲಿಲ್ಲ. ಯಾವುದಾದರೂ ಕಡಿಮೆ ಖರ್ಚಿನ ಸ್ಕೂಲು, ಹಾಸ್ಟೆಲು ಸಿಕ್ಕು ವ್ಯೊಯ್ಯಿಗೆ ಹೊಂದಿಕೆಯಾಗುತ್ತದೇನೋ ಅಂತ ಹುಡುಕುತ್ತಿದ್ದೆವು. ದುಡ್ಡು, ಅದರ ಬೆಲೆ, ಮರ್ಯಾದೆ, ಅದರ ಅಳತೆ-ಯಾವುದೂ ಗೊತ್ತಿಲ್ಲದ ಕಬೋಜಿಗಳು. ನಮ್ಮ ಕೊಳಕು ಬಟ್ಟೆ, ಬಾಡಿದ ಮುಖ ಕಂಡರೆ ಯಾರಿಗೂ ನಮ್ಮ ಬಗ್ಗೆ ನಂಬಿಕೆ ಹುಟ್ಟುತ್ತಿಲ್ಲ. ಅದೇನನ್ನಿಸಿತೋ ನಮ್ಮ ಮುಖಗಳನ್ನು ನೋಡಿ: ಒಬ್ಬ ಕ್ರಿಶ್ಚಿಯನ್ ಫಾದರ್ ಮಾತ್ರ "can i be of any help" ಅಂತ ಕೇಳಿದ್ದ. ಅದೇನು ಅದೃಷ್ಟವೋ ಗೊತ್ತಿಲ್ಲ: ವಿನಾಕಾರಣ ಸಹಾಯ ಮಾಡುತ್ತೇವೆ ಅಂತ ಹತ್ತಿರಕ್ಕೆ ಬಂದವರೆಲ್ಲ ಕ್ರಿಶ್ಚಿಯನ್ನರೇ. ಮೊದಲ ಬಾರಿಗೆ ಈಶ್ವರನ ಹೆಸರೆತ್ತಿದವರು ಯಹೂದಿಗಳಂತೆ. ನಗುನಗುತ್ತಾ ನನ್ನ ಸ್ನೇಹ ಕೋರಿ ಹತ್ತಿರಕ್ಕೆ ಬಂದವರೆಲ್ಲ ಮುಸಲ್ಮಾನರೇ. ನಾನು ಯಾರು ಅಂತಲೇ ಗೊತ್ತಿಲ್ಲದೆ, ಹತ್ತು ಮಂದಿಯ ಮಧ್ಯೆ ನಮ್ಮದೂ ಒಂದಿರಲಿ ಅಂತ ಕಲ್ಲೆಸೆದವರೆಲ್ಲ ಹಿಂದೂಗಳೇ: ಅದರಲ್ಲೂ ಬ್ರಾಹ್ಮಣರೇ!

ನಮಗೆ ಸಿಕ್ಕ ಹೊಸ ಮಿತ್ರನೊಂದಿಗೆ ನಮ್ಮ ಸಮಸ್ಯೆ ಹೇಳಿಕೊಂಡೆವು. ಎರಡು ಮೂರು ಪ್ರಶ್ನೆ ಕೇಳಿದ ಆತ ನಮ್ಮ ಬದುಕಿನ ದಾರಿದ್ರ್ಯವನ್ನು ಗ್ರಹಿಸಿದ್ದ. ಮೊದಲೇ ಜಾತಿಯಿಲ್ಲದವರು. ದೈವವೆಂಬುದು ಎಷ್ಟು ಹತ್ತಿರದಲ್ಲಿದೆಯೋ? ಆ ಕ್ಷಣದಲ್ಲಿ ತಿಳಿಯದು.

"ರಾಯಪುರಂ ಗರ್ಲ್ಸ್ ಹೈಸ್ಕೂಲಿನಲ್ಲಿ ಟ್ರೈ ಮಾಡಿದಿರಾ?" ಕೇಳಿದ. "ಅದು ನಿಮಗೆ ತುಂಬ ಒಳ್ಳೆಯ ಜಾಗ. ಅಲ್ಲಿಗೆ ಹೋಗಿ: God bless you" ಅಂದ. ಅಲ್ಲಿಗೆ ಹೋದರೆ ಒಬ್ಬ ಇಂಗ್ಲಿಷರ ಹೆಣ್ಣುಮಗಳು, ವೃದ್ಧೆ. ನಮ್ಮ ವ್ಯೊಯ್ಯಿಯನ್ನು

ಸೇರಿಸಿಕೊಳ್ಳುತ್ತೀರಾ ಅಂತ ಕೇಳಿದ ಮರುಕ್ಷಣವೇ "of course" ಅಂದಳು. ವೊಯ್ಯಿಗೆ ಸಂಬಂಧಿಸಿದ ಕಾಗದ ಪತ್ರಗಳನ್ನು ಕೊಟ್ಟೆ. ಅವಳನ್ನು ಕರೆದು ಆಕೆ ಪಕ್ಕದಲ್ಲಿ ಕೂರಿಸಿಕೊಂಡು ಮತ್ತೇನೋ ಬರೆಯತೊಡಗಿದವಳು ಮಧ್ಯೆ ತಲೆಯೆತ್ತಿ, "All right, you can go" ಅಂದಳು. ನನಗೇನೂ ಅರ್ಥವಾಗಲಿಲ್ಲ. ಮಾರನೆಯ ದಿನ ವೊಯ್ಯಿಯ ಬಟ್ಟೆಗಳಿದ್ದ ಟ್ರಂಕು ತೆಗೆದುಕೊಂಡು ಹೋದೆ. ಅದೇ ವೃದ್ಧೆ ಕೂಡುವಂತೆ ಹೇಳಿದಳು. ಪುಟ್ಟ ಹುಡುಗಿಯಂತೆ ಕುಣಿಯುತ್ತ ಬಂದಳು ವೊಯ್ಯಿ. "ಇಲ್ಲಿ ಎಲ್ಲವೂ ತುಂಬ ಚೆನ್ನಾಗಿದೆ. ಊಟದ್ದೇ ಸ್ವಲ್ಪ ತೊಂದರೆ. ಆದರೆ ಅದನ್ನ ತೊಂದರೆ ಅಂದುಕೋಬಾರದು ಅಂತ ನಿರ್ಧರಿಸಿದೀನಿ. ಚಲಂ, ನಂಗೆ ತಿಂಗಳಿಗೆ ಹದಿನೇಳು ರುಪಾಯಿ ಕಳಿಸಿದರೆ ಸಾಕು" ಅಂದಳು ವೊಯ್ಯಿ. ನಾನಿನ್ನೂ ದಿಗ್ಭ್ರಮೆಯಿಂದ ಹೊರ ಬಂದಿರಲಿಲ್ಲ. "ಇಲ್ಲಿ ಎಲ್ಲರೂ ಕ್ರೈಸ್ತರೇ. ನನ್ನನ್ನೂ ಕ್ರೈಸ್ತ ಧರ್ಮಕ್ಕೆ ಸೇರು ಅಂದರೆ ಸೇರಲಾ?" ಕೇಳಿದಳು ವೊಯ್ಯಿ.

"ಹಿಂದೇನೇ ನಾನೂ ಸೇರಿಕೋತೀನಿ: ಹಿಂದೂ ಪೀಡೆ ತೊಲಗುತ್ತದೆ" ಅಂದೆ. ಹಿಂದೂ ಶಾಲೆಗಳಲ್ಲಿ, ಸರ್ಕಾರಿ ಶಾಲೆಗಳಲ್ಲಿ ಅವರ ನೋಟ, ಅವರ ಅಹಂಕಾರ, ಅವರ ಪ್ರಶ್ನೆಗಳು ಎಲ್ಲ ನೆನಪಾದವು.

ಅವತ್ತು ರಾತ್ರಿ ನಾನು ತುಂಬ ನೆಮ್ಮದಿಯಾಗಿ ರೈಲು ಹತ್ತಿ ಊರ ಕಡೆಗೆ ಹೊರಟೆ. ಕುಳಿತಿದ್ದ ಕಂಪಾರ್ಟ್‌ಮೆಂಟಿನಲ್ಲಿ ಸಣ್ಣ ಬೆಳಕಿತ್ತು. ಇದ್ದ ಹದಿನೆಂಟಿಪ್ಪತ್ತು ಜನರ ಮುಖಗಳಲ್ಲೂ ಎಂಥದೋ ತೃಪ್ತ ಭಾವ. ಯಾವುದೋ ವಿಶ್ವಾಸ. ಈ ರೈಲು ಸುರಕ್ಷಿತವಾಗಿ ತಮ್ಮನ್ನು ಗೂಡು ಸೇರಿಸುತ್ತದೆ. ಗೂಡು ಸೇರುವಂತೆ ಮಾಡುತ್ತಾನೆ ಈಶ್ವರ. ಅವರಿಗೆ ಆ ವಿಶ್ವಾಸವಿದೆ. ಇಲ್ಲದ್ದು ಕೇವಲ ನನಗೆ. ಈಶ್ವರನ ಮೇಲೆ ವಿಶ್ವಾಸವಿದ್ದುದೇ ಆದರೆ ನೆಮ್ಮದಿಯಾಗಿ ಬ್ರಹ್ಮಸಮಾಜದಲ್ಲೇ ಇರುತ್ತಿದ್ದೆ. ಸ್ತ್ರೀ ವ್ಯಾಮೋಹ ನನ್ನನ್ನು ಈಶ್ವರನನ್ನೇ ಅನುಮಾನಿಸುವಂತೆ, ಅತ್ಯಂತ ಪ್ರಿಯವಾದ ಬ್ರಹ್ಮಸಮಾಜವನ್ನೇ ಧಿಕ್ಕರಿಸುವಂತೆ ಮಾಡಿತು. ಸ್ತ್ರೀ ವಾಂಛೆಯನ್ನು ಸೃಷ್ಟಿಸಿದವನೂ ಆ ಈಶ್ವರನೇ ಅಲ್ಲವಾ? ಅದರಲ್ಲೂ ಆತನೇ ಇರಬಾರದಾ? ಅದೊಂದು ಮಾತ್ರ ಪಾಪವೇಕಾಗಬೇಕು?

ಉತ್ತರ ಸಿಗದ ಪ್ರಶ್ನೆಗಳನ್ನಿಟ್ಟುಕೊಂಡೇ ಆ ರಾತ್ರಿ ರೈಲಿನಲ್ಲಿ ನಿದ್ದೆ ಹೋದೆ.

ನನ್ನಲ್ಲಿ ಕೇವಲ ನಿರೀಕ್ಷೆ. ಆ ನಿರೀಕ್ಷೆಯನ್ನು ರವಿಗೂ ರೂಢಿ ಮಾಡಿಸಿದೆ. 'ವೊಯ್ಯಿ ಬರುತ್ತಾಳೆ!' ಅಲ್ಲಿ ಸುತ್ತಲೂ ಕ್ರಿಶ್ಚಿಯನ್ನರೇ. ಆದರೆ ತನ್ನನ್ನು ಯಾರೂ ಕ್ರೈಸ್ತ ಮತಕ್ಕೆ ಸೇರುವಂತೆ ಕೇಳಲಿಲ್ಲ. ಎಲ್ಲರೂ ತುಂಬ ಒಳ್ಳೆಯ ಜನ. ಊಟ ಮಾತ್ರ ಘೋರ. ವಾರಕ್ಕೆ ಒಂದು ದಿನ ಅರ್ಧ ಬಕೀಟು ನೀರು ಸ್ನಾನಕ್ಕೆ ಅಂತ ಕೊಡುತ್ತಾರೆ ಅಂತ ವೊಯ್ಯಿ

ಪತ್ರ ಬರೆಯುತ್ತಿದ್ದರೆ, ನಾನು-ರವಿ ಅವಳ ನಿರೀಕ್ಷೆಯಲ್ಲೇ ಕುಳಿತು ಕನಸಾಗುತ್ತಿದ್ದೆವು. ಅವಳಿಲ್ಲದ ಬದುಕಿನಲ್ಲಿ ಏನೋ ನಿರಾಸಕ್ತಿ, ಎಂಥದೋ ಬಾಧೆ. ವೊಯ್ಯಿ ಬಂದು ಬಿಟ್ಟರೆ ಸಾಕು: ನಮ್ಮ ಜೀವನವೆಲ್ಲ ಆನಂದದಿಂದ ತುಂಬಿ ಹೋಗುತ್ತದೆ ಅಂತ ಕನಸು ಕಾಣುತ್ತಿದ್ದೆವು.

ನಾನು ನೌಕರಿಯಲ್ಲಿ ನನ್ನ ಅಧಿಕಾರಿಗಳೊಂದಿಗೆ ಯುದ್ಧವನ್ನೇ ಪ್ರಾರಂಭಿಸಿದ್ದೆ. ಅದರಲ್ಲೇ ಸರಿಹೋಗುತ್ತಿತ್ತು ಕಾಲ. ಆ ಕಾಲದಲ್ಲೇ ಪ್ರಕಾಶಂ ನನ್ನನ್ನು ನೋಡಲು ಬಂದದ್ದು. ಆಮೇಲೆ ರಾಮ್ಮೂರ್ತಿ-ರತ್ನ, ಪ್ರಕಾಶಂ-ಸತ್ಯವತಿ ಬಂದು ನಮ್ಮೊಂದಿಗೇ ಇರತೊಡಗಿದರು: ಬೇರೆ ದಿಕ್ಕಿರಲಿಲ್ಲ. ಯಾವಾಗ ಅವರು ಹಾಗೆ ಬಂದು 'ದೇಹಿ' ಅಂದರೋ 'T' ತನ್ನ ಹಳೆಯ ದ್ವೇಷಗಳನ್ನೆಲ್ಲ ಮರೆತು ಅವರನ್ನು ಹತ್ತಿರಕ್ಕೆಳೆದುಕೊಂಡಳು. ಅವರು ಬಂದ ದಿನಗಳಲ್ಲಿ 'T' ಗರ್ಭಿಣಿ. ಆದರೆ ಅವರ್‍ಯಾರೂ ಆಕೆಗೆ ಸಹಾಯ ಮಾಡರು. ಅವಳೇ ಎಲ್ಲರಿಗೂ ಮಾಡಿ ಹಾಕುತ್ತಿದ್ದಳು. ಎಲ್ಲ ಸೇರಿ ಹರಟೆ, ಕಥೆ, ಹಾಡು, ನಗೆ ಅಂತ-ಆ ಕಾಲವೆಷ್ಟು ಅದ್ಭುತವಾಗಿತ್ತೋ! ಜೊತೆಯಲ್ಲಿ ವೊಯ್ಯಿ ಇರುತ್ತಿರಲಿಲ್ಲವೆಂಬುದೊಂದೇ ಕೊರತೆ. ನಾನು ನಮ್ಮದೇ ಶಾಲೆಯಲ್ಲಿ ಪ್ರಕಾಶಂ ಮತ್ತು ರಾಮ್ಮೂರ್ತಿಗೆ ನೌಕರಿ ಕೊಡಿಸಿದೆ.

ಬಂದ ದಿನದಿಂದಲೇ ಸತ್ಯವತಿ ಮತ್ತು ರತ್ನಂ ನನ್ನ ಹೆಗಲಿಗೆ ಬೀಳತೊಡಗಿದರು. ನನ್ನ ಮನಸು ಮದರಾಸಿನಲ್ಲಿ ವೊಯ್ಯಿಯ ನೆನಪಿನಲ್ಲಿ ತುಯ್ಯುತ್ತಿತ್ತು. ಯಾವಾಗಿನಿಂದ ಈಶ್ವರನ ಅಸ್ತಿತ್ವದ ಕುರಿತು ನನ್ನಲ್ಲಿ ಸಂದೇಹಗಳುಂಟಾದವೋ ಆವಾಗಿನಿಂದ ಸ್ತ್ರೀಯೇ ನನ್ನ ಪಾಲಿಗೆ ದೈವವಾದಳು. ಆಕೆಯಲ್ಲೇ ನನ್ನ ಜೀವನ ಸಾಫಲ್ಯ. ಅದಕ್ಕಿಂತ ಮೀರಿದ್ದು, ಕೋರಬಹುದಾದ್ದು ಈ ಲೋಕದಲ್ಲಿ ಬೇರೇನೂ ಇಲ್ಲ. ನನ್ನ ದುಃಖ, ನನ್ನ ಆಸೆ, ಆಶಯ ಎಲ್ಲವನ್ನೂ ಆಕೆ ಮಾತ್ರ ತೀರಿಸಬಲ್ಲಳು. ಆಕೆಯ ಪ್ರೀತಿಯನ್ನು ಗಳಿಸುವುದರಲ್ಲೇ ಧನ್ಯತೆಯಿದೆ. ಆದರೆ ನನ್ನ ಬುದ್ಧಿ ಚಂಚಲ. ನನ್ನ ಮನಸು, ಹೃದಯ ಒಬ್ಬರ ಮೇಲೆ ನಿಂತಿದ್ದರೂ, ಮತ್ತೊಬ್ಬರು ಕೈ ಚಾಚಿದರೆ ಅವರೆಡೆಗೆ ನಡೆದುಬಿಡುತ್ತಿದ್ದೆ. ಆದರೆ ಈ ಚಂಚಲತೆಯಿಂದಾಗಿ ನನ್ನ ಆದರ್ಶ ಪ್ರೇಮಕ್ಕೆ ಯಾವ ಭಂಗವೂ ಬರುತ್ತಿರಲಿಲ್ಲ. ಈ ಚಾಂಚಲ್ಯ, ಚಪಲತೆ ಕಂಡರೆ ನನಗೆ ಅಸಹ್ಯ. ಅದರ ವಿರುದ್ಧ ಜೀವನವೆಲ್ಲ ಹೋರಾಡಿದೆ. ಇವತ್ತಿಗೂ ಮಾಡುತ್ತಿದ್ದೇನೆ. ಆದರೆ ನಾನು ಗೆಲ್ಲಲಾರೆ. ಅದರಿಂದಾಗಿ ಎಷ್ಟು ಕಷ್ಟಗಳಿಗೆ ಈಡಾದೆನೋ? ಕೆಲವು ಸಲ ತುಂಬ ಅಸಹ್ಯಕರ ಪರಿಸ್ಥಿತಿಗಳಿಗೆ ಸಿಕ್ಕಿಕೊಂಡೆ.

ವೊಯ್ಯಿಯನ್ನು ಶಾಲೆಗೆ ಸೇರಿಸಿ ಬಂದ ಮೇಲೆ ಕನಸು ಕಾಣುವುದೇ ನಮ್ಮ ಬದುಕಾಯಿತು. ನಾನು-ರವಿ ನೂರೆಂಟು ಕಥೆ ಹೇಳಿಕೊಳ್ಳುತ್ತಿದ್ದೆವು. ಅದರಲ್ಲೇ ಒಂದು ಮಹಾನ್ ಸಂತೋಷ. ಆ ಸಂತೋಷದಲ್ಲೇ ಒಂದು ದಿಗಿಲು. ಯಾವುದಕ್ಕೋಸ್ಕರವೋ

ಚಡಪಡಿಕೆ. ನನ್ನ ಎಲ್ಲ ಆಸೆಗಳ ಕೇಂದ್ರವಾಗಿದ್ದವಳು ವೊಯ್ಯಿ. ಆಗಷ್ಟೆ ಪ್ರಕಟವಾಗಿ, ಓದುಗರ ಕೈಗೆ ಸಿಗುವಂತಾಗಿದ್ದ ರವೀಂದ್ರನಾಥ ಟ್ಯಾಗೋರರ ಪುಸ್ತಕಗಳನ್ನು ತಂದುಕೊಂಡು ಓದುತ್ತಾ ನಾನು-ರವಿ ಕನಸು ಕಾಣುತ್ತಿದ್ದೆವು.

ನನಗೆ ಈಶ್ವರನಲ್ಲಿ ವಿಶ್ವಾಸವಿಲ್ಲ. ಆದರೆ ಟ್ಯಾಗೋರರ ನಿತ್ಯ ಪಥಿಕ, ಜನ್ಮಜನ್ಮಗಳ ಸಹಚರ, ಅದೆಷ್ಟು ಮಧುರ ಭಾವದಿಂದ ಅವರ ಬರಹಗಳನ್ನು ಹತ್ತಿರಕ್ಕೆ ತೆಗೆದುಕೊಂಡು ಆರಾಧಿಸುತ್ತಿದ್ದೆವೋ ನಾನು ಮತ್ತು ರವಿ. ಮನುಷ್ಯರಲ್ಲಿ ಕತ್ತಲು, ಇರುಕು ನೋಡಿದಾಗಲೆಲ್ಲ ನಾನು ಅವರಿಗಿಂತ ಉತ್ತಮನೆಂಬ ಭಾವ ಮೊದಲಿಂದಲೂ ನನ್ನಲ್ಲಿ ಉಂಟಾಗುತ್ತಿತ್ತು. ಮಾಮೂಲು ನೀಚತ್ವಗಳಿಂದ, ಸ್ವಾರ್ಥಗಳಿಂದ ಭಿನ್ನವಾದ ಬದುಕು ಬದುಕುತ್ತಿದ್ದೆ. ಉನ್ನತವಾಗಿ ಬದುಕುತ್ತಿದ್ದೆ. ನೀಚತ್ವ ಮತ್ತು ಸ್ವಾರ್ಥ ನನ್ನ ಸ್ವಭಾವದಲ್ಲೇ ಇರಲಿಲ್ಲ. ಸಂಪೂರ್ಣವಾಗಿ ಎದೆ ಬಿಚ್ಚಿ, open up ಆಗಿ ಇತರರೊಂದಿಗೆ ಸ್ನೇಹಿತನಂತೆ ಬೆರೆಯಲಾರೆ. ಅವರಿವರಿಂದ ಅನುಭವಿಸಿದ ಛೀದರಿಕೆ, ಅವಹೇಳನ, ಪ್ರತಿರೋಧಗಳು ನನ್ನನ್ನು ಹಾಗೆ ಮಾಡಿದೆ. ಏನೇ ನೋವಾದರೂ ನನಗೆ ನಾನು. ಪ್ರೀತಿ ಪ್ರೇಮಗಳಲ್ಲಿ ವಿಕಸಿಸಿದಂತೆ ನಾನು ಸ್ನೇಹದಲ್ಲಿ ವಿಕಸಿಸಲಾರೆ: ಅವತ್ತಿಗೂ ಇವತ್ತಿಗೂ. ಹೀಗಾಗಿ, ಎಲ್ಲರೊಡನಿದ್ದೂ ನಾನು ಒಬ್ಬಂಟಿ. ಅವರ ಮಾಮೂಲು ಮಾತು ನಾನಾಡಲಾರೆ. ಅವರ ಮಾಮೂಲು ವರ್ತನೆ ನನ್ನಿಂದಾಗದು. ನನ್ನ ಬದುಕಿನಲ್ಲಿ ನನಗೆ ಅತಿದೊಡ್ಡ ಸ್ನೇಹಿತನೆಂದರೆ ರವಿ.

ಅಧಿಕಾರಿಗಳೊಂದಿಗೆ ನನ್ನ ಜಗಳ-ಭಿನ್ನಾಭಿಪ್ರಾಯಗಳು ತೀವ್ರವಾದವು. ನನ್ನನ್ನು ಹೇಗಾದರೂ ಮಾಡಿ ತೊಲಗುವಂತೆ ಮಾಡಬೇಕೆಂಬುದು ಅವರ ಪ್ರಯತ್ನ. ಆದರೆ ವಿದ್ಯಾರ್ಥಿಗಳೆಲ್ಲ ನನ್ನ ಪರವಾಗಿದ್ದುದರಿಂದ ಏನೂ ಮಾಡಲಾರರು. ಕಡೆಗೆ ನಾನಿದ್ದ ಮನೆ ಖಾಲಿ ಮಾಡಬೇಕೆಂದರು. ಆ ಮನೆಯಾದರೂ ಹೊಸಪೇಟೆಯಿಂದ ಹೊರಗೇ ಇತ್ತು. ನನ್ನ ಮಗಳು ಸೌರಿಸ್ ಅಲ್ಲೇ ಹುಟ್ಟಿದಳು. ನನ್ನ ಅವಸ್ಥೆ ನೋಡಲಾಗದೆ ಆ ಊರಿನ agricultural officer ಒಬ್ಬಾತ, ಊರಿನಿಂದ ಮೂರು ಮೈಲಿ ದೂರವಿರುವ, ಅಡವಿ ಮಧ್ಯದ ಬಂಗಲೆಗೆ shift ಆಗುತ್ತೀಯ ಅಂತ ಕೇಳಿದ. ಸಂತೋಷದಿಂದ ಒಪ್ಪಿಕೊಂಡೆ. ಸರ್ಕಾರದವರು ಯಾವಾಗಲೋ ಕಟ್ಟಿ ಕೈ ಬಿಟ್ಟ, ಮರೆತು ಹೋದ ಬಂಗಲೆಯದು. ಟಪಾಲು ತರುವ ಒಬ್ಬ ಅಂಚೆಯವನ ಹೊರತಾಗಿ ಮತ್ಯಾರೂ ಮನುಷ್ಯರು ಅತ್ತ ಹಾಯುತ್ತಿರಲಿಲ್ಲ. ಊರಿಗೂ ಆ ಬಂಗಲೆಗೂ ಸಂಬಂಧವೇ ಇರುತ್ತಿರಲಿಲ್ಲ. ಸುತ್ತ ಮುಳ್ಳು ಕಂಟಿಗಳ ಅರಣ್ಯ. ಹಾವುಗಳದೇ ಸಾಹಚರ್ಯ. ಹತ್ತಿರದಲ್ಲಿದ್ದ ತುಂಗಭದ್ರಾ

ನದಿಯಿಂದ ಒಂದು ಕಾಲುವೆ ನಮ್ಮ ಬಂಗಲೆಯ ಪಕ್ಕದಲ್ಲೇ ಹಾದು ಹೋಗುತ್ತಿತ್ತು. ಹೆಚ್ಚು ರಭಸವಿಲ್ಲದ ವಿಶಾಲವಾದ ಕಾಲುವೆ. ಅದರೊಳಕ್ಕೆ ಮೇಲಿನಿಂದ ಒಬ್ಬೊಬ್ಬರಾಗಿ ಧುಮುಕಿ ಸ್ನಾನ ಮಾಡುತ್ತಿದ್ದೆವು: ನಾನು, ರವಿ ಮತ್ತು ವೊಯ್ಯಿ.

ಅವತ್ತಿಗೆ ಟ್ಯಾಗೋರರ ಪುಸ್ತಕಗಳೇ ನಮಗೆ ದೊಡ್ಡ ಆಕರ್ಷಣೆಗಳು. ಮರಗಳ ಕೆಳಗೆ ಕುಳಿತು Lawrance hope, ಮೊಗಲ್ ಕಾವ್ಯ, ಜೇಬುನ್ನೀಸಾ ದಿವಾನ್ ಮುಂತಾದವುಗಳನ್ನು ಓದಿಕೊಳ್ಳುತ್ತಿದ್ದೆವು. ಬಂಗಲೆಯ ವರಾಂಡದಲ್ಲೊಂದು hammock ಕಟ್ಟಿಕೊಂಡು, ಅದರಲ್ಲಿ ಮಲಗಿ ಆಕಾಶದಲ್ಲಿ ತೇಲಿ ಹೋಗುವ ಮೋಡಗಳನ್ನು ನೋಡುತ್ತಿದ್ದೆವು. ಗಾಳಿ ಅಲೆ ಬಂದು ತಾಕಿದರೆ ಖಿಲ್ಲನೆ ನಗುತ್ತಿದ್ದಳು, ನಮ್ಮ ಮಗಳು ಷಾ. ತರಕಾರಿ ತರುವವರಿಲ್ಲದೆ ಬರೀ ಸಾರು, ಮಜ್ಜಿಗೆ, ಈರುಳ್ಳಿಯಲ್ಲಿ ಕಾಲ ಕಳೆಯುತ್ತಿದ್ದೆವು. ಅಂಥ ನಿರ್ಜನ ಅರಣ್ಯದ ಮಧ್ಯೆ ಕಳ್ಳರ ಭಯವಾದರೂ ಆಗುತ್ತಿರಲಿಲ್ಲವಾ ಅಂತ ಈಗ ಅನ್ನಿಸುತ್ತದೆ. ಅವೆಲ್ಲ ಎಂಥ ಅದ್ಭುತ ಸಂತೋಷದ ದಿನಗಳೋ!

ಸಂಜೆ ಗೋದಾವರಿ ರೈಲ್ವೆ ಪ್ಲಾಟ್‌ಫಾರ್ಮ್‌ನ ಮೇಲೆ ಎರಡು ವರ್ಷದ ಹುಡುಗಿ ಷಾ ಬೆಳ್ಳಗಿನ frock ಹಾಕಿಕೊಂಡು ಗಿರಗಿರಗಿರ ತಿರುಗುತ್ತಿದ್ದಳು. ಶುದ್ಧ moody. ಒಂದು ಸಲ mood ಬಂತೋ, ಸುತ್ತ ಯಾರಿದ್ದರೂ, ಎಲ್ಲಿದ್ದರೂ ತನ್ನ ಪಾಡಿಗೆ ತಾನು ಡಾನ್ಸ್ ಮಾಡಲಾರಂಭಿಸುತ್ತಿದ್ದಳು. ಅವಳನ್ನೇ ಸುತ್ತಲಿನ ಜನ ನೋಡುತ್ತಿದ್ದರು. ಅಷ್ಟರಲ್ಲಿ ಮದ್ರಾಸ್ ಮೆಯಿಲ್ ಬಂದು ನಿಂತಿತು. ಷಾ ಓಡಿ ಬಂದು ನನ್ನ ಕೈ ಹಿಡಿದುಕೊಂಡಳು. ಇಳಿಸಂಜೆಯ ಬಿಸಿಲಿನಲ್ಲಿ, ರೈಲಿನಲ್ಲಿ ಕುಳಿತವರನ್ನೆಲ್ಲ ನೋಡುತ್ತ ನಾನು ಮತ್ತು ಷಾ ತಿರುಗುತ್ತಿದ್ದೆವು. ಕಂಪಾರ್ಟ್‌ಮೆಂಟುಗಳಲ್ಲಿ ಕೂತಿದ್ದ ಒಬ್ಬೊಬ್ಬರನ್ನೇ ನೋಡುತ್ತ, ನನ್ನ ಕೈ ಹಿಡಿದು ನಡೆಯುತ್ತಿದ್ದ ಮಗಳನ್ನು ಮರೆತು ಯಾವುದೋ ಕನಸಿನಲ್ಲಿ ಮುಳುಗಿ ನಡೆಯುತ್ತಿದ್ದೇನೆ. ಈ ಲೋಕದ ಬಂಧಗಳು, ಗಾಯಗಳು, ವಲಯಗಳು-ಎಲ್ಲವನ್ನೂ ತಪ್ಪಿಸಿಕೊಂಡು ಬದುಕುವುದಕ್ಕೆ ನನಗಿದ್ದ ಮಾರ್ಗ ಅದೊಂದೇ.

ಒಂದು first class compartmentನ ಕಿಟಕಿಯ ಬಳಿ ಬೆಳ್ಳಗಿನ ಹುಡುಗಿಯೊಬ್ಬಳು ಕುಳಿತಿದ್ದಳು. ಇದ್ದಕ್ಕಿದ್ದಂತೆ ಆಕೆಯ ನೀಲಿ ಕಣ್ಣು ನನ್ನ ಮೇಲೆ ಸ್ಥಿರಗೊಂಡವು. ನಾನು ಅಲ್ಲೇ ನಿಂತೆ. ಮನಸಿಗೆ ಆಗಲೇ ಯಾವುದೋ ಕನಸು. ರೈಲು ಚಿಕ್ಕದೊಂದು ಸಿಳ್ಳೆ ಹಾಕಿತು. ನೋಡಲಿಕ್ಕೆ ಇನ್ನೂ ಕಂಪಾರ್ಟ್‌ಮೆಂಟುಗಳಿವೆ ಎಂಬುದು ನೆನಪಾಗಿ ಬಿರಬಿರನೆ ಹೆಜ್ಜೆ ಹಾಕಿದೆ. ಹೆಂಗಸರ ಡಬ್ಬಿಯೊಳಗಿನಿಂದ ಹೊರಬರಲು ಒಬ್ಬಾಕೆ ಶತಪ್ರಯತ್ನ ಮಾಡುತ್ತಿದ್ದಳು. ಹೊರಗಿನಿಂದ ಬೋಗಿಯ ಬಾಗಿಲಿನ ಚಿಲುಕ ತೆಗೆದುಕೊಟ್ಟೆ. ಇನ್ನೇನು ರೈಲು ಮುಂದಕ್ಕೆ ಹೊರಡಬೇಕು: ಆಕೆ ಧುಮುಕಿದಳು. ಥ್ಯಾಂಕ್ಸ್ ಹೇಳಬೇಕು ಅಂದುಕೊಂಡು ನನ್ನೆಡೆಗೆ ತಿರುಗಿದಾಕೆ, ಏನೋ ಅಚ್ಚರಿಗೊಳಗಾದವಳಂತೆ ಹಾಗೇ ನಿಂತಳು. ರೈಲು ಹೊರಟು ಹೋಯಿತು. ಷಾ ಮತ್ತೆ ಡಾನ್ಸ್ ಪ್ರಾರಂಭಿಸಿದಳು. ನಾನು ನಿಂತಲ್ಲೇ ತಾರಾಡುತ್ತಿದ್ದೆ: ಎಷ್ಟು ಯೋಚಿಸಿದರೂ ನೆನಪಿಗೆ ಬರಲೊಲ್ಲದು: ಈಕೆಯನ್ನು ಎಲ್ಲಿ ನೋಡಿದ್ದೇನೆ? ಆಕೆಗೆ ನಾನು ಗುರುತು ಸಿಕ್ಕಿದ್ದೆ. ಹೀಗಾಗಿ ಒಂದು

explanationಗೋಸ್ಕರ ಹುಡುಕಾಡುತ್ತಿದ್ದಳು. ಕಡೆಗೆ,

"ರಾಮ್ಮೂರ್ತಿಗೋಸ್ಕರ ಬಂದೆ" ಅಂದಳು.

ಅರ್ಥವಾಯಿತು ಬಿಡಿ. ಈಗೊಂದಷ್ಟು ದಿನಗಳಿಂದ ಈಕೆ 'ಮುದ್ದಿನ ಮುರಳೀ' ಅಂತ ಸಂಬೋಧಿಸಿ ರಾಮ್ಮೂರ್ತಿಗೆ ಪತ್ರಗಳನ್ನು ಬರೆಯುತ್ತಿದ್ದಳು. ಆಕೆಯನ್ನೇ ಮತ್ತೆ ನೋಡಿದೆ. ಇದೇನು ಟೇಸ್ಟೇ ಪುಣ್ಯಾತಗಿತ್ತೀ ಅಂತ. ನಮ್ಮ ರಾಮ್ಮೂರ್ತಿ ಮತ್ತೇನು ಬೇಕಾದರೂ ಆದಾನು: ಮುದ್ದಿನ ಮುರಳಿಯಾಗಲಾರ. ಅವನ ಮೂಗಿನ ಸೈಜು ಅಂತ ಪರಿಯದು.

ಆಯ್ತು, ಪ್ಲಾಟ್‌ಫಾರ್ಮ್‌ನ ಮೇಲಿದ್ದವರೆಲ್ಲರೂ ಹೊರಟು ಹೋದರು.

"ಬನ್ನಿ ಹೋಗೋಣ" ಅಂದಳು ಆಕೆ.

"ಎಲ್ಲಿಗೆ?"

"ಹೌದು... ಎಲ್ಲಿಗೆ?" ಆಕೆಯೇ ಕೇಳಿದಳು. ನೋಡುತ್ತಿದ್ದರೆ, ನಂಗೋಸ್ಕರವೇ ಬಂದವಳಂತೆ ಮಾತನಾಡುತ್ತಿದ್ದಾಳೆ. ಎಲ್ಲಿಗೆ ಹೋಗ್ತೀಯಾ ಅಂತ ಹ್ಯಾಗೆ ಕೇಳಲಿ? ಆಕೆಯ ಕೈಯಲ್ಲಿ ಯಾವ ಸಾಮಾನೂ ಇಲ್ಲ. ಸುಮ್ಮನೆ ನಡೆಯತೊಡಗಿದೆವು; ಷಾ ಮುಂದೆ ಮುಂದೆ. ರೈಲ್ವೆ ಬ್ರಿಡ್ಜು ಇಳಿದು ಗೋದಾವರಿಯ ಪಕ್ಕದಲ್ಲೇ ನಡೆದೆವು. ಧೈರ್ಯ ಮಾಡಿ ಸ್ವಂತ ಮನೆಗೆ ಹೋಗೋ ಗಂಡಸಿನ ಹಾಗೆಯೇ ನಡೆಯುತ್ತಿದ್ದೇನಾದರೂ, ಕಾಲು ಮುಂದಕ್ಕೇಳುತ್ತಿಲ್ಲ.

"ರಾಮ್ಮೂರ್ತಿಯ ಹತ್ತಿರಕ್ಕೆ ಹೋಗ್ತೀರಾ?" ಕೇಳಿದೆ.

"ತುಂಬ ದೂರ ಅಲ್ವಾ?" ಅಂದಳು. ರಾಮ್ಮೂರ್ತಿ ಊರಿಗೆ ಹೋಗ್ತೇನಿ ಅಂದಿದ್ದನಾ? ನೆನಪು ಮಾಡಿಕೊಂಡೆ. ಮನೆಗೆ ಅನತಿ ದೂರದಲ್ಲಿದ್ದ ಹುಣಿಸೆ ಮರದ ಕೆಳಗೆ ನಿಂತೆವು. ಷಾ ಮನೆಯೊಳಕ್ಕೆ ಓಡಿದಳು. ನಾನು ಗೋದಾವರಿಯ ಕಡೆಗೆ ಮುಖವಾದೆ. ನದಿ ಫಳಫಳನೆ ಹೊಳೆಯುತ್ತಿದ್ದರೆ, ಅದರಲ್ಲಿನ ರಂಗುಗಳನ್ನು ಎತ್ತಿ ತಂದು ದಂಡೆಗೆ ಚೆಲ್ಲುತ್ತಿದ್ದವು ಅಲೆಗಳು. ಮುಳುಗುತ್ತಿದ್ದ ಸೂರ್ಯನನ್ನು ತನ್ನ ಅಲೆಗಳಲ್ಲಿ ಮುಳುಗಿಸಿ ಮುದ್ದು ಮಾಡುತ್ತಿದ್ದಳು ಗೋದಾವರಿ. ಒಂದು ಸಲ ನಿಟ್ಟುಸಿರಾಗಿ, ಹಿಂದೆ ನಿಂತ ಹೆಂಗಸನ್ನು ನೋಡಿ ಮನೆಯೊಳಕ್ಕೆ ನಡೆದೆ. ನನ್ನೊಂದಿಗಿದ್ದ ಆಕೆಯನ್ನು ನೋಡುತ್ತಿದ್ದಂತೆಯೇ, ಗಂಡ-ಮಗಳು ಮನೆಗೆ ಬಂದರೆಂಬ ಅಷ್ಟೂ ಸಂತೋಷ ಸುಟ್ಟು ಕರಕಲಾಯಿತು 'T' ಮುಖದಲ್ಲಿ.

"ಈಕೇ... ಈಕೆ... ರಾಮ್ಮೂರ್ತಿಗೋಸ್ಕರ ಬಂದವರು" ಅಂದೆ.

"ಸರಿ. ಅಲ್ಲಿಗೇ ಹೋಗಲಿಕ್ಕೆ ಹೇಳಿ" ಅಂದರು ರಂಗನಾಯಕಮ್ಮ.

"ಹೋಗ್ತೀರಾ?" ಅನ್ನುತ್ತಲೇ ಆಕೆಯನ್ನು ಕರೆದುಕೊಂಡು ಹಿಂದೆಯೇ ಮನೆಯಿಂದ

ಹೊರಬಿದ್ದೆ: ಬಂದ ದಾರಿಯಲ್ಲೇ. ನನಗೆ ಆಕೆಯ ಹೆಸರೂ ಗೊತ್ತಿಲ್ಲ. ಆಗಲೇ ಕತ್ತಲು ಸುರಿಯತೊಡಗಿತ್ತು. ಈ ಕತ್ತಲಲ್ಲಿ ಎರಡು ಮೂರು ಮೈಲು ಒಬ್ಬಳನ್ನೇ ಕಳಿಸಲಾ? ರಾಮ್ಮೂರ್ತಿ ಇಲ್ಲದೆ ಹೋದರೆ, ರತ್ನಂ ಈಕೆಯನ್ನು ಮನೆಗೆ ಸೇರಿಸುತ್ತಾಳಾ? ಅಲ್ಲಿಂದ ಮತ್ತೆ ಇಲ್ಲಿಗೇ ಬರಬೇಕಾಗುತ್ತದೇನೋ? ಹೋಗಲಿ ಈಕೆಯನ್ನ ನನ್ನ ಹಸಿರು ಹಾವಿನ ಗುಡಿಸಲಿಗೆ ಕರೆದೊಯ್ದರೆ?

ಊಟ?

ಹೊಟೇಲಿಗೆ ಕರೆದೊಯ್ದರೆ? ಆ ರಾತ್ರಿಯ ಮಟ್ಟಿಗೆ ಆಕೆ ನನ್ನೊಂದಿಗೆ ಇರಲೇಬೇಕು. ನಾಲ್ಕು ಗಜ ಉದ್ದದ ಆ ಗುಡಿಸಲಿನಲ್ಲಿ ರಾತ್ರಿ ಕಳೆಯಬೇಕು. ಅಕಸ್ಮಾತ್ ರತ್ನಂ ಬಂದರೆ? ಹೇಗೋ ಒಂದು. ಏನಾದರೂ ಮಾಡಲೇಬೇಕು. ಈಕೆಯನ್ನು ಹೀಗೆ ಬೆತ್ತಲೆ ದಾರಿಯಲ್ಲಿ ನಿಲ್ಲಿಸಲಾರೆ. ಆಕೆಯನ್ನು ನನ್ನ ಹಸಿರು ಹಾವಿನ ಪಾಳು ಗುಡಿಸಲೊಳಕ್ಕೆ ಹಾಗೆ ಕರೆದೊಯ್ದೆ.

ಆಮೇಲೆ ಆಕೆಯನ್ನು ಜಟಕಾ ಬಂಡಿಯಲ್ಲಿ ಕೂಡಿಸಿದೆ. ರಾಮ್ಮೂರ್ತಿಯ ಮನೆ ಎಲ್ಲರಿಗೂ ಗೊತ್ತು: jail officers quarters. ಆಕೆಯ ಬಳಿ ಹಣವಿದೆಯಾ? ಕೇಳುವುದು ಹೇಗೆ? ರಾಮ್ಮೂರ್ತಿ ಊರಲಿಲ್ಲವಾದರೆ ಆಕೆಯ ಗತಿಯೇನು? ವಾಪಸು ಬರುತ್ತಾಳಾ? ಬಂದರೆ? ಪ್ರಕಾಶಂ ಆಶ್ರಯ ಕೊಡುತ್ತಾನಾ? Impossible. ಸತ್ಯವತಿಗೆ ಕಷ್ಟವಾಗುತ್ತೆ ಎಂಬ ಕಾರಣಕ್ಕೆ ಮನೆಯಲ್ಲಿ ಬೆಕ್ಕೂ ಸಾಕದ ಮಹಾನುಭಾವ.

ಆಕೆಯನ್ನು ಕಳಿಸಿ, ಮತ್ತೆ ಮನೆಯೊಳಕ್ಕೆ ಹೋಗುವ ಧೈರ್ಯವಾಗದೆ, ಕತ್ತಲಲ್ಲಿ ಗೋದಾವರಿ ತೀರದಲ್ಲಿ ಕುಳಿತುಕೊಂಡೆ. ಕಾಲ ಬಳಿ ನನ್ನ ದೋಣಿ. ಇದ್ದ ಸೆಳವಿಗೆ, ಕಟ್ಟಿ ಹಾಕಿದ್ದ ಗೊಲುಸು ಕಳಚಿಕೊಂಡು ತೇಲಿ ಹೋಗಲು ಚಡಪಡಿಸುತ್ತಿತ್ತು. ಗೀತಾಂಜಲಿಯ ಪದ್ಯವೊಂದು ನೆನಪಾಯಿತು. ನದಿಯಾಚೆಗೆ ನಿತ್ಯ ಕಾಣುವ ಕೊವ್ವೂರು ಕಾಣಿಸುತ್ತಿರಲಿಲ್ಲ. ಗೋದಾವರಿಯಲ್ಲಿ ಪ್ರವಾಹ ತೀವ್ರವಿತ್ತು.

ಅಷ್ಟರಲ್ಲಿ ಮೆಲ್ಲಗೆ ಭುಜದ ಮೇಲೆ ಪುಟ್ಟವೆರಡು ಕೈಗಳು ಸರಿದಾಡಿದವು. ತಿರುಗಿ ನೋಡಬೇಕಿಲ್ಲ. ನಮ್ಮ ಮಧ್ಯೆ ಮಾತೂ ಬೇಕಿಲ್ಲ. ಅಪ್ಪ ಕನಸುಗಳಲ್ಲಿ ಮುಳುಗಿ ಹೋಗುತ್ತಾನೆಂಬುದು ಷಾಗೆ ಚೆನ್ನಾಗಿ ಗೊತ್ತು. ಆ ರಾತ್ರಿ ಗೋದಾವರಿಯಲ್ಲಿ ಯಾವ ಹಡಗೂ ನಿಂತಿರಲಿಲ್ಲ. ಹಿಂತಿರುಗಿ ನೋಡಿದರೆ ಮನೆಯ ಬಾಗಿಲಲ್ಲಿ ಹಳದಿ ಬೆಳಕಿನ ಲಾಂದ್ರ. ಇದ್ದಕ್ಕಿದ್ದಂತೆ ನನ್ನನ್ನು ಒಬ್ಬಂಟಿತನ ಆವರಿಸಿಕೊಂಡಿತು.

ನನ್ನ ಮೇಲೆ ಎಷ್ಟೇ ಸಿಟ್ಟಿರಲಿ, ನನ್ನನ್ನು ನಂಬಿ ಈ ನಿರ್ಭಾಗ್ಯ ಬದುಕಿನಲ್ಲಿ

ನನ್ನೊಂದಿಗೆ ನಿಂತವಳು ರಂಗನಾಯಕಮ್ಮಗಾರು. ಆಕೆ ಗರ್ಭವತಿ. ಒಳಗೆ ಮಗು ಮಗ್ಗಲು ತಿರುಗಿ ಒದೆಯುತ್ತಿದ್ದರೆ ಎಲ್ಲ ಕೆಲಸ ತಾನೇ ಮಾಡಿಕೊಳ್ಳುತ್ತಿದ್ದಳು. ಊರಿಂದ ಬಹಿಷ್ಕೃತರಂತೆ ಹೊರಬಿದ್ದ ನಮಗೆ ಕೆಲಸದವರಿಲ್ಲ. ಅಗಸರಿಲ್ಲ. ಇಬ್ಬರ ಮಧ್ಯೆ ಮುನಿಸು, ತಾಪ ಕಡಿಮೆಯಾದಾಗ ಪಾತ್ರೆ ತೊಳೆಯುತ್ತಲೋ, ಬಟ್ಟೆ ಒಗೆಯುತ್ತಲೋ ನಗುನಗುತ್ತ ಒಬ್ಬರಿಗೊಬ್ಬರು ಮಾತನಾಡಿಕೊಳ್ಳುತ್ತಿದ್ದೆವು. ಒಂದು ಸ್ನೇಹದ ಮಾತು, ಅರ್ಥ ಮಾಡಿಕೊಳ್ಳುವ ಒಂದು ನಗೆ ಕೂಡ ದೊರಕದವರಂತೆ ನಾವೆಲ್ಲ ಬದುಕುತ್ತಿದ್ದೆವು. ನದೀ ದಂಡೆಯುದ್ದಕ್ಕೂ ನಮ್ಮನ್ನು ಮಾತಾಡಿಸುವವರಿಲ್ಲ. ನಮ್ಮನ್ನು visit ಮಾಡುವವರು ಅಸಲಿಗಿಲ್ಲ. ತಾನು ಒಬ್ಬಂಟಿ. ನನ್ನನ್ನು ಬಿಟ್ಟು ಹೋಗೋಣವೆಂದರೆ, ಆಕೆಗೆ ತನ್ನವರು ಅಂತ ಯಾರೂ ಇಲ್ಲ. ನನ್ನನ್ನು ನಂಬಿ ತನ್ನ ಬಂಧುಗಳಿಂದಲೂ ಬಹಿಷ್ಕೃತಳಾದವಳು ರಂಗನಾಯಕಮ್ಮ. ನನಗಾದರೂ ಯಾರಿದ್ದರು?

ನನಗೆ ದೇವರೂ ಇಲ್ಲ!

ರವಿ ಓಡಿ ಬಂದು ಮಡಿಲಲ್ಲಿ ಕುಳಿತುಕೊಂಡ. ಪಶ್ಚಿಮದಲ್ಲಿ ಚೂರೇ ಚೂರು ಬೆಳಕುಳಿದಿತ್ತು: ಬಿಟ್ಟು ಹೋದ ಪ್ರಿಯತಮೆಯ ನೆನಪಿನಂತೆ.

ಸಣ್ಣಗೆ ಹಸಿವಾಗುತ್ತಿದೆ. ಆದರೆ ಕರೆ ಬಂದಿಲ್ಲ. ಆಕಾಶದಲ್ಲಿ ಅರ್ಧ ಚಂದಿರ. ಷಾ ತನ್ನ ಸ್ವಂತ ಕನಸುಗಳಲ್ಲಿ ತೇಲಿ ಮುಳುಗುತ್ತಿದ್ದಾಳೆ. ಬೆನ್ನ ಹಿಂದೆ ಕದಲಿಕೆಯಿಲ್ಲ. ನಾವು ಮೂರೂ ಜನ ಪ್ರೇಮ ಬಂಧಿತರಾಗಿ ಕತ್ತಲಲ್ಲಿ ಕುಳಿತಿದ್ದೇವೆ. ನಮ್ಮ ಅನುರಾಗ ಹಂಚಿಕೊಳ್ಳಲು ಮತ್ಯಾರೂ ಇಲ್ಲ. ಒಮ್ಮೊಮ್ಮೆ ಮಕ್ಕಳ ಮೇಲಿನ ಈ ಪ್ರೀತಿ ನನ್ನನ್ನು ಗೊಂದಲಕ್ಕೆ ಕೆಡವುತ್ತದೆ. ಯಾಕೋ ಅವರ ಮೇಲೆ ಇವತ್ತು ಕರುಣೆ ಉಕ್ಕಿ ಹರಿಯುತ್ತದೆ. ನನ್ನನ್ನು ನಂಬಿ ಈ ಕತ್ತಲೊಳಗಿನಿಂದ ಎದ್ದು ಬಂದ ಈ ಕಂದಮ್ಮಗಳಿಬ್ಬರೂ ಏನಾಗಲಿದ್ದಾರೆ? ಈ ಲೋಕದಲ್ಲಿ ಅದೇನೇನು ಅನುಭವಿಸಬೇಕೋ! ಎಷ್ಟು ದ್ವೇಷವನ್ನ, ಅಸಹ್ಯವನ್ನ, ಕೀಳರಿಮೆಯನ್ನ ಅನುಭವಿಸಬೇಕೋ? ಮಕ್ಕಳು ಹೀಗೇಕೆ ಹುಟ್ಟಬೇಕು? ಆದರೆ ಇವರೇ ಹುಟ್ಟದೆ ಹೋಗಿದ್ದಿದ್ದರೆ ಈ ರಾತ್ರಿಗೆ, ನನಗೆ, ಈ ಜೀವನಕ್ಕೆ ಇನ್ನು ಅರ್ಥವಾದರೂ ಏನಿರುತಿತ್ತು? ಈ ಪ್ರೇಮಕ್ಕೆ ಅರ್ಥವಿಲ್ಲವಾ?ಇದೆಲ್ಲ ಮಿದುಳಲ್ಲಿ ಹುಟ್ಟುವ ಉದ್ವೇಗವಷ್ಟೇನಾ? ಒಂದು ಕೆಮಿಕಲ್ ಕಾಂಬಿನೇಷನ್ ಮಾತ್ರವೇನಾ? ಉಹುಂ, ಮೂವರನ್ನೂ ಹೀಗೆ ಒತ್ತಾಗಿ, ಗಟ್ಟಿಯಾಗಿ ಸೇರಿಸುವವರು ಮತ್ಯಾರೋ ಇದ್ದಾರೆ ಅನ್ನಿಸುತ್ತಿತ್ತು. ನಾವು ಪರಸ್ಪರರನ್ನು ಪ್ರೀತಿಸಿಕೊಳ್ಳುವುದನ್ನು ನೋಡಿ, ಪ್ರೀತಿಸಿ, ಸಂತೋಷಿಸುವವರು ಯಾರೋ ಇದ್ದಾರೆ ಅನ್ನಿಸುತ್ತಿತ್ತು. ಅವರ್ಯಾರೋ ನಮ್ಮೊಂದಿಗೆ ಸೇರಿ ತೃಪ್ತಿ ಪಡುತ್ತಿದ್ದಾರೆ. ಇದು ಕೇವಲ chemical combination ಅಲ್ಲ. ಎರಡು ವರ್ಷದ ಹಿಂದೆ ಇಂಥ ಯಾವ ಸಂದೇಹವೂ ಇರುತ್ತಿರಲಿಲ್ಲ. ಹೀಗೆ ಕೂತರೆ, ನಿದ್ರೆ

ಬರುವ ತನಕ ಈಶ್ವರ ನನ್ನೊಂದಿಗಿರುತ್ತಿದ್ದ. ನಿದ್ರೆಯಿಂದೇಳುವುದೆಂದರೆ ನನ್ನನ್ನು ಎಚ್ಚರಿಸಿದ ಆತನ ಮಡಿಲೊಳಕ್ಕೆ ಮಗುವಿನಂತೆ ಸಾಗಿ ಹೋಗಿ ಕಣ್ಣು ಬಿಡುವುದೆಂದೇ. ಆಗ ಇವೆಲ್ಲ ಅನುಮಾನಗಳು ಯಾಕೋ ಬರುತ್ತಿರಲಿಲ್ಲ.

"ಅಪ್ಪಾ..." ಮೆಲುದನಿಯಲ್ಲಿ ಅಂದ ರವಿ.

"ಮ್?"

"ಹೇಳೋದು ಮರೆತೆ. ಅಮ್ಮ ಊಟಕ್ಕೆ ಬಾ ಅಂದಿದ್ದಳು" ಅಂದ. ಎದ್ದು ನಿಂತೆ ಮಕ್ಕಳು ತಲಾ ಒಂದು ಕೈ ಹಿಡಿದುಕೊಂಡರು, ತುಂಬು ವಿಶ್ವಾಸದಿಂದ. ಸುತ್ತ ಕತ್ತಲಿತ್ತು. ಮನೆಯಲ್ಲಿ ನೆಲದ ಮೇಲೆ ದೀಪ. ಆಕಾಶದಲ್ಲಿ ನಕ್ಷತ್ರಗಳು. ನದಿಯೊಳಗಿನಿಂದ ಜುಳುಜುಳು: ಯಾರೋ ಕರೆದಂತೆ. ಹಳದಿ ಬೆಳಕಿನ ಲಾಂದ್ರ ಮುಂದಿಟ್ಟುಕೊಂಡು ನಾಲ್ಕೂ ಜನ ಊಟ ಮಾಡುತ್ತಿದ್ದೆವು. ಷಾಗೆ ಆವಾಗಲೇ ತೂಕಡಿಕೆ.

"ಹೋದಳಾ?" ಕೇಳಿದರು ರಂಗನಾಯಕಮ್ಮ

"ಯಾರು?" ಅಂದೆನಾದರೂ, ಯಾರೆಂಬುದು ನೆನಪಿಗೆ ಬಂದಿತ್ತು.

"ಅವಳ್ಯಾವಳೋ... ವರಲಕ್ಷ್ಮಿ" ಅಂದರು ಆಕೆ.

"ಹೋದಳು. ಏನಾದಳೋ ಪಾಪ. ರಾಮ್ಮೂರ್ತಿ ಇರ್ತಾನೋ ಇಲ್ಲವೋ. ರತ್ನ ಏನಂದಿರುತ್ತಾಳೋ?"

ನಾವು ಮೂರು ಜನ: ರಾಮ್ಮೂರ್ತಿ, ಪ್ರಕಾಶಂ ಮತ್ತು ನಾನು. ಮೂವರನ್ನು ಈ ಮಡಿವಂತ ಮಹಾಲೋಕ ಬೀಸಿ ಈ ಗೋದಾವರಿ ತೀರಕ್ಕೆ ಒಗೆದಿದೆ: ಕೆಲಸಕ್ಕೆ ಬಾರದವರೆಂದು ತೀರ್ಮಾನಿಸಿ. ಅವರಿಬ್ಬರೂ ನಮ್ಮ ಗುಡಿಸಲಿನ ಕಡೆಗೆ ಬರುವುದಿಲ್ಲ. ಅವರಿಗೂ ರಂಗನಾಯಕಮ್ಮನವರಿಗೂ ಆಗದು. ನಾನು, ಷಾ ಮತ್ತು ರವಿ ಹೊರಡುತ್ತಿದ್ದೆವು. ಮೊದಲು ಪ್ರಕಾಶಂ ಮನೆಗೆ. ಅಲ್ಲಿಂದ ಪ್ರಕಾಶಂ, ಸತ್ಯವತಿ, ನನ್ನ ಮಕ್ಕಳು ಮತ್ತು ನಾನು ಸೇರಿಕೊಂಡು ರಾಮ್ಮೂರ್ತಿಯ ಕ್ವಾರ್ಟರ್ಸಿಗೆ ಹೋಗುತ್ತಿದ್ದೆವು. ಕೆಲವೊಮ್ಮೆ ರಾಮ್ಮೂರ್ತಿ ಮನೆಗೆ ನದಿ ದಾಟಿ ನಾನು-ಮಕ್ಕಳು ಹೋಗಿರುತ್ತಿದ್ದೆವು. ಸುತ್ತ ಬರೀ ಹಸಿರು. ಅದೆಷ್ಟು ಆನಂದವೋ! ಕತ್ತಲಾಗುವ ತನಕ ರಾಮ್ಮೂರ್ತಿಯ ಮನೆಯಲ್ಲಿದ್ದು, ಇನ್ನು ಕತ್ತಲಾಯಿತೆಂಬ ದುಗುಡದೊಂದಿಗೆ, ಒಲ್ಲದ ಮನಸ್ಸಿನೊಂದಿಗೆ ನಮ್ಮ ಗುಡಿಸಲಿಗೆ ಹಿಂತಿರುಗುತ್ತಿದ್ದೆವು. ದಾರಿಯಲ್ಲಿ ಪ್ರಕಾಶಂ ಮತ್ತು ಸತ್ಯವತಿ ಅವರ ಕುಟೀರದ ಬಳಿ ಕಳಚಿಕೊಳ್ಳುತ್ತಿದ್ದರು.

ಅವರ ಕುಟೀರದ್ದೇ ಒಂದು ಕಥೆ. ಲೋಕದ ದೃಷ್ಟಿಯಲ್ಲಿ ಕೊಂಚ ಎಡವಟ್ಟನಂತಿದ್ದ ಮೇಷ್ಟ್ರೊಬ್ಬ, ಯಾರದೂ ಅಲ್ಲದ ಅಡವಿಯ ಮಧ್ಯೆ ಅದೊಂದು ಕುಟೀರ ಕಟ್ಟಿಕೊಂಡಿದ್ದ. ಆತನಿಗೊಬ್ಬ talented ಆದ ಮಗಳಿದ್ದಳು. ಅದೇಕೆ ಮಾಡಿದನೋ ಗೊತ್ತಿಲ್ಲ: ಒಂದು

ಬಲವಂತದ ಮದುವೆ ಮಾಡಿದ ಮಗಳಿಗೆ. ಆದ ಮೂರನೇ ದಿನವೇ ಆ ಹುಡುಗಿ ಸತ್ತು ಹೋದಳು. ಎದೆಯೊಡೆದಂತಾದ ಮೇಷ್ಟ್ರ ಹೆಂಡತಿ ಗೋದಾವರಿಗೆ ಧುಮುಕಿ ಸತ್ತು ಹೋದಳು. ಮೇಷ್ಟ್ರಿಗೆ ಹುಚ್ಚು ಹಿಡಿಯಿತು. ಅಲ್ಲಿ ಇಲ್ಲಿ ಹುಚ್ಚುಚ್ಚಾಗಿ ತಿರುಗಿ ಆತ ಕೂಡ ಸತ್ತು ಹೋಗಿದ್ದ. ಅಂಥ ಕುಟೀರವನ್ನೇ ಸರಿಪಡಿಸಿ, ಚೆಂದ ಮಾಡಿ ಅದರಲ್ಲಿ ವಾಸಕ್ಕಿದ್ದ ಪ್ರಕಾಶಂ. ನಮ್ಮಂತೆಯೇ ಆತನಿಗೂ ಆ ಊರಿನಲ್ಲಿ ಗೌರವಸ್ಥರು ಮನೆ ಕೊಡುತ್ತಿರಲಿಲ್ಲ. ಬಾಡಿಗೆ ತುಂಬುವಷ್ಟು ಹಣವೂ ಪ್ರಕಾಶಂ ಹತ್ತಿರ ಇರಲಿಲ್ಲ. ಮನೆಯ ಸುತ್ತ, ಒರಟು ಕಲ್ಲುಗಳ ನಡುವೆ ಹೂವಿನ ಗಿಡ ಹಾಕಿಕೊಂಡಿದ್ದ. ದೂರದಿಂದ ನೀರು ತಂದು ಹೂವಿನ ಗಿಡ ಬೆಳೆಸುತ್ತಿದ್ದ. ಹೆಂಡತಿ ಸತ್ಯವತಿ ಅಂದರೆ ಕಣ್ಣೇ ಕಾಣದಂತಹ ಪ್ರೀತಿ ಆತನಿಗೆ. ಅವರಿಬ್ಬರನ್ನೂ ಆ ಕುಟೀರದ ಮುಂದೆ ಬಿಟ್ಟು ನಾನು ಮಕ್ಕಳೊಂದಿಗೆ ನನ್ನ ಗುಡಿಸಲ ಕಡೆಗೆ ಹೊರಡುತ್ತಿದ್ದೆ.

ಕೆಲವು ಸಲ ಸಂಜೆಗಳಲ್ಲಿ ರತ್ನ ಮತ್ತು ರಾಮ್ಮೂರ್ತಿಯನ್ನು ಬಿಟ್ಟು ಹೊರಡುತ್ತಿದ್ದರೆ, ನಾವಿನ್ನೂ ನೂರು ಗಜ ನಡೆಯುವಷ್ಟರಲ್ಲಿ ರತ್ನ ಸದ್ದಿಲ್ಲದೆ ನಮ್ಮ ಹಿಂದೆ ಹೊರಡುತ್ತಿದ್ದಳು. ಅದು ರಾಮ್ಮೂರ್ತಿಗೆ ಗೊತ್ತಾಗುತ್ತಿತ್ತು. ಆತ ತನ್ನ ಮನೆಯ ವರಾಂಡದಲ್ಲಿ ಪ್ರತಿಮೆಯಂತೆ ನಿಂತುಬಿಟ್ಟಿರುತ್ತಿದ್ದ. ತಿರುಗಿ ನೋಡಲಿಕ್ಕೇ ಹೆದರಿಕೆಯಾಗುತ್ತಿತ್ತು: ಆತನೊಳಗಿನ passion ಯಾವ ಕ್ಷಣದಲ್ಲಿ ಸ್ಫೋಟಗೊಳ್ಳುತ್ತದೋ? ಕತ್ತಲಲ್ಲಿ ನಡೆದು ಬಂದು ನನ್ನೊಂದಿಗೆ ಹೆಜ್ಜೆ ಹಾಕುತ್ತಿದ್ದಳು ರತ್ನ.

ಹಾಗೆ ತನಗಿಷ್ಟವಿಲ್ಲದವರು ಯಾರಾದರೂ ಮನೆಗೆ ಬಂದಾಗ, ಮಕ್ಕಳನ್ನೂ ಸೇರಿಸಿ ಎಲ್ಲರಿಗೂ ವರಾಂಡದಲ್ಲಿ ಊಟ ಹಾಕುತ್ತಿದ್ದರು ರಂಗನಾಯಕಮ್ಮಗಾರು. ಮನೆಗೆ ಹೊಸಬರು ಬರುತ್ತಲೇ ಇರುತ್ತಿದ್ದರು: ನನ್ನ ಯೌವನ ಕಳೆಯುವ ತನಕ. ಬಂದವರ ಜೊತೆಯಲ್ಲಿ ಕುಳಿತು ಮಸುಕುಗತ್ತಲಲ್ಲಿ ಗೋದಾವರಿಯ ಕಡೆಗೆ ನೋಡುತ್ತ ಊಟ ಮಾಡುವುದೇ ಒಂದು ಹಬ್ಬ. ಮಕ್ಕಳಿಗೆ ನಿದ್ರೆ ಬರುವ ತನಕ ಕಥೆ ಹೇಳುತ್ತಿದ್ದೆ. ಅವರೊಂದಿಗೆ ಆಟವಾಡುತ್ತಿದ್ದೆ. ಅವರಿಗೆಲ್ಲ ನಿದ್ರೆ ಬಂದು ಅವರು ಹೋಗಿ ಗುಡಿಸಲಿನಲ್ಲಿ ಮಲಗಿದ ಮೇಲೆ ಮನೆಗೆ ಬಂದಿರುತ್ತಿದ್ದ ಆಕೆ ಮತ್ತು ನಾನು ಹಸಿರು ಹಾವಿನ ಗುಡಿಸಲಿಗೆ ಹೋಗುತ್ತಿದ್ದೆವು. ನಮ್ಮ ಮಟ್ಟಿಗೆ, ನಾವಿದ್ದ ಮನೆ ರಂಗನಾಯಕಮ್ಮನವರದು. ಹಸಿರು ಹಾವಿನ ಗುಡಿಸಲು, ಮುಂಚೆ ಹಂದಿ ಗೂಡಾಗಿತ್ತೇನೋ? ಅದನ್ನು ನಾಲ್ಕಾಣೆಗೆ ಬಾಡಿಗೆಗೆ ಕೊಟ್ಟಿದ್ದರು. ಅದಕ್ಕೊಂದು ಮುರುಕು ಕದವಿತ್ತು. ಕದ ತೆಗೆದರೆ ಗಲಗಲ ಗೋದಾವರಿ. ಒಂದು ಅಸಹ್ಯದ ಹಸಿರು ಹಾವು ಆ ಗುಡಿಸಲಿನಲ್ಲಿ ತೆವಳಿಕೊಂಡಿರುತ್ತಿತ್ತು. ಅದನ್ನು ಕಂಡರೆ ಹೆದರಿಕೆಗಿಂತ ಅಸಹ್ಯವೇ ಜಾಸ್ತಿ. ದೇವರ ಮೇಲೆ ನಂಬಿಕೆಯಿರದಿದ್ದರೂ

ಯಾವುದೋ ತಿಳಿಯದ ಮಹಾಶಕ್ತಿ ನನ್ನನ್ನು ರಕ್ಷಿಸುತ್ತದೆಂಬ ನಂಬಿಕೆ ನನಗೆ ಇತ್ತು ಅಂತ ಕಾಣುತ್ತದೆ. ಆ ಗುಡಿಸಲಿನಲ್ಲಿ ನಾನು ಮಾಡೋ ಕೆಲಸಗಳು, ಅಲ್ಲಿ ಹಾಕಿಕೊಂಡಿದ್ದ ಮಂಚ, ಒಂದು ತುಯ್ಯುವ ಕುರ್ಚಿ- ಎಲ್ಲವೂ ಆ ಹಸಿರು ಹಾವಿನ ರಕ್ಷಣೆಯಲ್ಲಿ ಪ್ರೈನವಾಗೇ ಇದ್ದವು.

ಕಾಲೇಜಿಗೆ ಸಮೃದ್ಧ ರಜೆಗಳು. ರಜೆ ಬಂತೆಂದರೆ ಸಾಕು, ಮಕ್ಕಳನ್ನು ಕರೆದುಕೊಂಡು ದೋಣಿ ಹತ್ತಿ ಗೋದಾವರಿಯ ಮಧ್ಯಕ್ಕೆ ಹೋಗಿ ಬಿಡುತ್ತಿದ್ದೆ. ಇನ್ನೂ ಸೂರ್ಯ ಕೂಡ ಸ್ಪರ್ಶಿಸದ ನೀಲಿ ನೀರಿನಲ್ಲಿ ಮಕ್ಕಳನ್ನು ಒಬ್ಬೊಬ್ಬರನ್ನಾಗಿ ಮುಳುಗಿಸುತ್ತಾ, ದೋಣಿ ಹತ್ತಿಸುತ್ತಾ, ಅದರ ಹಿಂದೆಯೇ ಈಜಿಕೊಂಡು ಹೋಗುತ್ತಿದ್ದೆ. ಮಕ್ಕಳೂ ಅದೇ ಅವಧಿಯಲ್ಲಿ ಈಜು ಕಲಿತರು. ಹಾಗೆ ದೋಣಿಯ ಹಿಂಬಾಲತ್ತಿ ನಾವು ಹೋಗುತ್ತಿದ್ದುದು ಮಳಲ ಲಂಕೆಗಳೆಂದು ಕರೆಯಲ್ಪಡುತ್ತಿದ್ದ ನದೀ ದ್ವೀಪಗಳಿಗೆ. ಅಲ್ಲಿಗೆ ತಲುಪಿಕೊಂಡು ಬಿಟ್ಟರೆ ಇನ್ನದು ನಮ್ಮದೇ ಪ್ರಪಂಚ. ಗೋದಾವರಿಯಲ್ಲಿ ಪ್ರವಾಹವೊಂದು ಬರದೆ ಹೋಗಿದ್ದರೆ, ಇವು ಮುಳುಗದೆ ಹೋಗಿದ್ದಿದ್ದರೆ-ನಾವೆಲ್ಲ ಇಲ್ಲೇ ಮನೆ ಕಟ್ಟಿಕೊಂಡು ಇರಬಹುದಿತ್ತಲ್ಲವಾ ಅಂತ ಕನಸು ಕಾಣುತ್ತಿದ್ದೆವು.

ವಸಂತ್ ಹುಟ್ಟಿದ. ರಂಗನಾಯಕಮ್ಮನಿಗೆ ಖಾಯಿಲೆ. ಅದನ್ನು ವಾಸಿ ಮಾಡಿಕೊಳ್ಳಲಿಕ್ಕೆಂದು ಆಕೆ ತೆನಾಲಿಗೆ ಹೋದಳು. ಅದೇಕೆ ಹೋದನೋ ಕಾಣೆ, ರವಿ ಕೂಡ ಆಕೆಯೊಂದಿಗೇ ಹೋದ. ಮನೆಯಲ್ಲಿ ಷಾ ಮತ್ತು ನಾನು-ಇಬ್ಬರೇ. ಗೌಳಿಗಳು ತರುತ್ತಿದ್ದ ಹಾಲು ಕುಡಿಯುತ್ತಿದ್ದೆವು. ಹೊಟೇಲಿನಲ್ಲಿ ಊಟ. ನಾನು ಕಾಲೇಜಿಗೆ ಹೋದರೆ, ಹತ್ತಿರದಲ್ಲಿದ್ದ ಮುಸಲ್ಮಾನರ ಮನೆಗೆ ಆಡಿಕೊಳ್ಳಲು ಹೋಗುತ್ತಿದ್ದಳು ಷಾ. ಅಲ್ಲಿ ಅವರಿಗೆ ಆಡಿಕೊಳ್ಳಲು ಒಂದು ಜಿಂಕೆ ಮರಿ, ಒಂದು ಕತ್ತೆ, ಒಂದು ನಾಯಿಮರಿ, ಬೆಕ್ಕು ಇರುತ್ತಿದ್ದವು. ಹಾಗೆ ದಿನವಿಡೀ ಅವುಗಳೊಂದಿಗೆ ಆಡಿ ರಾತ್ರಿ ಬವಳಿ ಮಲಗುತ್ತಿದ್ದಳು ಷಾ. ನಾನು ಗುಡಿಸಲಿನ ಬಾಗಿಲಲ್ಲಿ ಕುಳಿತು ಕತ್ತಲಲ್ಲಿ ಅಗಾಧ ಆಕಾಶವನ್ನೇ ನೋಡುತ್ತಾ ಹುಟ್ಟು-ಸಾವುಗಳ ಸಮಸ್ಯೆಗಳಿಗೆ ಪರಿಹಾರ ಹುಡುಕಿಕೊಳ್ಳುತ್ತಿದ್ದೆ. ಸಾವಿನೊಂದಿಗೇ ಎಲ್ಲವೂ ಮುಗಿದು ಹೋಗುತ್ತದೆ ಅನ್ನುವುದಾದರೆ, ಯಾವ ಸಂಕೋಚವೂ ಇಲ್ಲದೆ ಕಂಡವರಿಗೆ ಚಿತ್ರಹಿಂಸೆ ನೀಡಿದ ಕ್ರೂರಿಗಳಿಗೂ, ಪರಮ ದಯಾಮಯಿಗಳಿಗೂ-ಅದು ಅಂತ್ಯವೇನಾ? ಈ ನೀತಿ, ಆತ್ಮಸಾಕ್ಷಿ, ಅಂತರ್‌ವಾಣಿ- ಇವೆಲ್ಲ ನಮ್ಮ ಭಯವೆಂಬುದು ಸೃಷ್ಟಿಸಿಕೊಂಡ ಸುಳ್ಳುಗಳೇನಾ? ನನ್ನ ಇಂಥ ಪ್ರಶ್ನೆಗಳಿಗೆ ಉತ್ತರ ಸಿಗದೆ, ಅವುಗಳನ್ನು ಭರಿಸಲೂ ಆಗದೆ ಸತ್ತು ಹೋಗುತ್ತೀನೇನೋ ಅನ್ನಿಸುತ್ತಿತ್ತು.

ಈ ಸಮಸ್ಯೆಗಳಿಗೆಲ್ಲ ಅರ್ಥ ಗೊತ್ತಿದೆಯೆಂಬಂತೆ ಶ್ಲೋಕಗಳನ್ನು ಓದಿ ಬೋಧನೆ ಮಾಡುವ ಪಂಡಿತರ ಗೊಡ್ಡು ಮಾತುಗಳು ನೆನಪಾದರೆ ಉರಕೊಂಡು ಬರುತ್ತಿತ್ತು.

ಮಾನವನ ಮನಸ್ಸನ್ನು ಅಧಿಗಮಿಸಿ, ತಪ್ಪಿಸಿಕೊಂಡು ಅದೆಲ್ಲಿ ಅಡಗಿದೆಯೋ ಆ ರಹಸ್ಯ? ನನ್ನ ಈ ಯೋಚನೆಗಳಿಗೆ, ಪ್ರಶ್ನೆಗಳಿಗೆ Bertrand Russel, Maetrelink, Havelock ಮುಂತಾದವರ ಪುಸ್ತಕಗಳಿಂದ ಬೆಂಬಲ ಸಿಗುತ್ತಿತ್ತು. ಪ್ರೋತ್ಸಾಹ ದೊರೆಯುತ್ತಿತ್ತು. ಆ ಮೇಧಾವಂತರ ಮುಂದೆ ಗೊಡ್ಡು ಪಂಡಿತರಾದ ನೀವೆಲ್ಲಾ ಯಾವ ತೊಪ್ಪಲು? ನಿಮ್ಮ ಬೋಧನೆಗಳಿಗೆ ಯಾವ ಕಿಮ್ಮತ್ತು? 'ದೇವರು' ಅನ್ನೋ ಈ ಭಯಂಕರ ಸುಳ್ಳನ್ನ ಇಷ್ಟು ಶತಮಾನಗಳ ತನಕ ಈ ಲೋಕ ಹೇಗೆ ಭರಿಸಿತೋ? ಇಂಥ ಯೋಚನೆಗಳಲ್ಲೇ ಸಮಯ ಕಳೆಯುತ್ತಿತ್ತು.

"ಚಿತ್ರಾ... ತಬ್ಬಿಕೊಳ್ಳೋಣವೆಂದರೆ ನನಗೆ ಕೈಗಳೇ ಇಲ್ಲ!" ಎಂಬ ಕೊನೆಯ ವಾಕ್ಯ ಬರೆದವನು, ಇನ್ನು ಬರೆಯಲಾರೆನೆಂಬಂತೆ ಭಾವೋದ್ವೇಗ ತಡೆಯಲಾಗದೆ ಬಿಕ್ಕಿ ಬಿಕ್ಕಿ ಅತ್ತುಬಿಟ್ಟೆ. ಎದುರಿಗೆ ಮೇಜಿನ ಮೇಲಿನ ಕುರುಡು ದೀಪ, ಗೋದಾವರಿಯ ಮೇಲಿಂದ ಬರುತ್ತಿದ್ದ ಬೀಸುಗಾಳಿಗೆ ಏಳುತ್ತಲಿತ್ತು, ಬೀಳುತ್ತಲಿತ್ತು. ಅನತಿ ದೂರದಲ್ಲಿ ರವಿ ಮತ್ತು ಷಾ ಮಲಗಿ ನಿದ್ರೆ ಮಾಡುತ್ತಿದ್ದರು. ಅವರು ಎದ್ದಿದ್ದಿದ್ದರೆ ಆ ರಾತ್ರಿಯಷ್ಟೆ ಪೂರ್ತಿಗೊಳಿಸಿದ 'ಚಿತ್ರಾಂಗಿ' ನಾಟಕವನ್ನು ಅವರಿಗೆ ಓದಿ ಹೇಳುತ್ತಿದ್ದೆ. ಮೂರು ದಿನಗಳಿಂದ ಸಣ್ಣ ಸೋನೆ ಮಳೆ. ಆ ಮೂರು ದಿನವೂ ಕುಳಿತು ನಾಟಕ ಬರೆದಿದ್ದೆ. ಆದಿತ್ಯವಾರ ರಾತ್ರಿ ನಾಟಕ ಪೂರ್ತಿಯಾಗಿತ್ತು.

ನಮ್ಮ ಮನೆಗೆ ಕೊಂಚ ದೂರದಲ್ಲೇ ಇತ್ತು ಚಿತ್ರಾಂಗಿಯ ಬಂಗಲೆ. ಆ ದಿನಗಳಲ್ಲಿ ಅದನ್ನು ಚಿತ್ರಾಂಗಿ ಬಂಗಲೆ ಅಂತಲೇ ಕರೆಯುತ್ತಿದ್ದರು. ಒಂದು ಪುಟ್ಟ ಬೆಟ್ಟದ ಮೇಲೆ, ಭವ್ಯವಾಗಿ ಮುದ್ದಾಗಿ ನಿಂತಿದ್ದ ಬಂಗಲೆಯದು. ಅದರ ಬಾಗಿಲಲ್ಲಿ ನಿಂತರೆ ಬಂಗಲೆಯ ಪಾದ ತೊಳೆಯುವ ಗೋದಾವರಿ. ಕೊಂಚ ಕಣ್ಣು ಹಾಯಿಸಿದರೆ, ತುಂಬಿ ಹರಿಯುವ ಅದೇ ಮಹಾನದಿ. ಅಂಥದೊಂದು locationನಲ್ಲಿ ಬಂಗಲೆ ಕಟ್ಟಬೇಕು ಅಂತ ನಿರ್ಧರಿಸಿದುದು ಆಕೆಯೇ ಆದರೆ, ಆಕೆಯ ಅಭಿರುಚಿ ಅದ್ಭುತ. ರಾಜಾ ನರೇಂದ್ರನಿಗೆ ಎರಡನೇ ಹೆಂಡತಿಯಾಗಿದ್ದುದನ್ನು ಹೇಗೆ ಭರಿಸಿದಳೋ ಚಿತ್ರಾಂಗಿ?

ಈ ರಾತ್ರಿ ಆ ನಾಟಕವನ್ನು ಯಾರಿಗಾದರೂ ಕೇಳಿಸಲೇ ಬೇಕು. ಇಲ್ಲದಿದ್ದರೆ ಭರಿಸಲಾರೆ. ಆ ಹಸ್ತಪ್ರತಿ ಕೈಯಲ್ಲಿ ಹಿಡಿದುಕೊಂಡು, ಮನೆಯ ಮುಂಬಾಗಿಲು ಹಾಕಿಕೊಂಡು ಬೀಸುತ್ತಿದ್ದ ಹೋರುಗಾಳಿಯಲ್ಲಿ ಮನೆಯಿಂದ ಹೊರಬಿದ್ದೆ. ಮನೆಯವರು ಮಲಗಿದ್ದಾಗ ಮುಂಬಾಗಿಲು ಎಳೆದುಕೊಂಡು ಆಗಾಗ ಹೊರಟು ಹೋಗುವುದು ನನಗೆ ರೂಢಿ. ಊರೊಳಕ್ಕೆ ಎರಡು ಮೈಲು ನಡೆದು ಚಿಂತಾ ದೀಕ್ಷಿತರ ಮನೆಯ ಕದ ಬಡಿದೆ. ಈಚೆಗೆ ಬಂದ ಚಿಂತಾ ದೀಕ್ಷಿತರು ಆಶ್ಚರ್ಯದಿಂದ ನೋಡಿದರು. ಅವರ ಕೈಲಿದ್ದ

ಹಳದಿ ಬೆಳಕಿನ ಲಾಂದ್ರವನ್ನು ಅಲ್ಲೇ ಜಗುಲಿಯ ಮೇಲಿರಿಸಿ ಮತ್ತೊಂದೇ ಒಂದು ಮಾತನಾಡದೆ ಇಡೀ ನಾಟಕವನ್ನು ಓದಿ, ಕೇಳಿಸಿ ಮನೆಗೆ ಬಂದುಬಿಟ್ಟೆ. ಆ ದಿನಗಳಲ್ಲಿ ಚಲಂ ಬರೆದ ಬರಹಗಳಿಗೆ ದೀಕ್ಷಿತರು encouragement ಕೊಡುತ್ತಿದ್ದರು. ವಿದ್ಯಾರ್ಥಿಯಾಗಿದ್ದಾಗಲೇ 'ಧರ್ಮಸಾಧನಿ' ಎಂಬ ಬ್ರಹ್ಮಪತ್ರಿಕೆಗೆ ಬ್ರಹ್ಮ ಸಮ್ಮತವಾದ ಲೇಖನಗಳನ್ನೂ, ಚಿಕ್ಕಚಿಕ್ಕ ಕಥೆಗಳನ್ನೂ ಬರೆಯುತ್ತಿದ್ದೆ. 'ಚಿತ್ರಾಂಗಿ' ನಾಟಕವನ್ನು ದೀಕ್ಷಿತರಂತಹ veteran ಮೆಚ್ಚಿಕೊಳ್ಳುವುದರೊಂದಿಗೆ 'ಕಥೆಗಳನ್ನೇಕೆ ಬರೆಯಬಾರದು' ಅನ್ನಿಸಿತು ಚಲಂಗೆ. ಅವುಗಳನ್ನು ದೀಕ್ಷಿತರು 'ಸಾಹಿತಿ' ಎಂಬ ಪತ್ರಿಕೆಗೆ ಕಳಿಸತೊಡಗಿದರು. ಎಂಥ ಬೈಗುಳಗಳಿಗೂ, ಬೆದರಿಕೆಗಳಿಗೂ ಮಣಿಯದೆ ಪತ್ರಿಕೆಯವರು ಒಂದಾದ ಮೇಲೊಂದರಂತೆ ನನ್ನ ಕಥೆಗಳನ್ನು ಪ್ರಕಟಿಸತೊಡಗಿದರು.

Chalam became famous over night! Of course, ಎಲ್ಲರೂ ಬೈದದ್ದರಿಂದ. ನಾನು ಏನು ಬರೆದರೂ ಮೊದಲ ಅಪ್ರಿಸಿಯೇಷನ್ ಆರು ವರ್ಷದ ರವಿಯಿಂದ ಬರುತ್ತಿತ್ತು. ಸೌರಿಸ್‌ಗೆ ಅದೇನು ಅರ್ಥವಾಗುತ್ತಿತ್ತೋ? ಅವಳೂ ಕೂತು ಕೇಳುತ್ತಿದ್ದಳು.

ತೆಲುಗು ಪಾಠಕ ಪ್ರಪಂಚ ನನ್ನ ಹೊಡೆತಗಳಿಗೆ ತತ್ತರಿಸಿ ಮಲಗುತ್ತಿತ್ತು: ಕಥೆಗಳು ಹಾಗಿರುತ್ತಿದ್ದವು. ಮಡಿವಂತ ಸಮಾಜದ ಆರ್ತನಾದ ನನಗೆ ಕೇಳಿಸುತ್ತಲೇ ಇರುತ್ತಿತ್ತು. ಆ ಆರ್ತನಾದವೇ ನನಗೆ ದೊಡ್ಡ ಪ್ರೋತ್ಸಾಹ. ನೋಡನೋಡುತ್ತಿದ್ದಂತೆಯೇ ಓದುಗರು ನನ್ನ ಸುತ್ತ ನೆರೆದರು. ನನ್ನದು ಅದ್ಭುತವಾದ ಶೈಲಿ ಅಂದರು. ಅನುಕರಿಸಲು ನೋಡಿದರು. ಇವತ್ತಿಗೂ ಅದು ಯಾರಿಂದಲೂ ಸಾಧ್ಯವಾಗಿಲ್ಲ. ಕೆಲವು ಯುವಕರಿಗೆ ನಾನೆಂದರೆ ಆಕರ್ಷಣೆ. ಆದರೆ ನನ್ನ ಶೃಂಗಾರ, ನನ್ನ ಕ್ರಾಂತಿಕಾರಿ ಯೋಚನೆಗಳು, ಅವುಗಳನ್ನು ಅನುಸರಿಸುವ ಹುಂಬತನ-ಇವುಗಳನ್ನು ಭರಿಸಲಾಗದೆ ಭಯಪಟ್ಟು, ಲೋಕನಿಂದೆಗೆ ಹೆದರಿ ನನ್ನಿಂದ ದೂರ ಹೋಗಿಬಿಡುತ್ತಿದ್ದರು. ರಾಮ್ಮೂರ್ತಿಗೆ ನನ್ನ ಬರಹಗಳೆಂದರೆ admiration. ಅವನ ಹಿಂದೆಯೇ ಪ್ರಕಾಶಂ ಸ್ತುತಿ. ಆದರೆ ತುಂಬ ಹೆದರಿದವರು ಆಂಧ್ರದ ಮಹಾ ಸಾಹಿತಿಗಳೇ. ಯಾರಾದರೂ ನನ್ನ ಬರಹಗಳನ್ನು ಪ್ರಕಟಿಸುತ್ತೇವೆಂದರೆ, ಧೈರ್ಯ ಮಾಡಿದರೆ ನಮ್ಮ ಕವಿಗಳು-ಲೇಖಕರು ಒಮ್ಮೆಲೆ ದಿಗಿಲು ಬಿದ್ದವರಂತೆ ಗುಂಪುಗುಂಪಾಗಿ ಹೊರಟು, ದೂರಾಭಾರದ ಊರುಗಳಿಗೆ ಸ್ವಂತ ಖರ್ಚಿಟ್ಟುಕೊಂಡು ಹೋಗಿ ಪತ್ರಿಕೆಗಳವರನ್ನ, ಪ್ರಕಾಶಕರನ್ನ ಪ್ರಾರ್ಥಿಸಿ, ಬೆದರಿಸಿ ನನ್ನ ಬರಹಗಳನ್ನು ಪ್ರಕಟಿಸದಂತೆ ಮಾಡುವ ಪ್ರಯತ್ನ ಮಾಡುತ್ತಿದ್ದರು. ಆದರೆ ಯಾವುದಾದರೂ ಪತ್ರಿಕೆ ನನ್ನ ಬರಹಗಳನ್ನು ಪ್ರಕಟಿಸಲಾರಂಭಿಸಿದರೆ, ಅದರ ಸರ್ಕ್ಯುಲೇಷನ್ ಏರುತ್ತಿತ್ತು! ತೆಲುಗು ಲೇಖಕರಾದ ಕೃಷ್ಣಶಾಸ್ತ್ರಿಗಾರು, ನಂಡೂರಿ ಸುಬ್ಬಾರಾವು, ಚಿಂತಾ ದೀಕ್ಷಿತರಂಥವರ ಹೊರತಾಗಿ ಉಳಿದ

ಲೇಖಕರೆಲ್ಲ ನನ್ನ ವಿನಾಕಾರಣದ ವಿರೋಧಿಗಳೇ.

ಸಾಮಾನ್ಯವಾಗಿ ಬರೆಯುವವರು ತಮ್ಮ ಹೆಸರಿಗೆ ದಕ್ಕುವ vanityಗೋಸ್ಕರ, ಕೀರ್ತಿಗೋಸ್ಕರ ಬರೆಯುತ್ತಿದ್ದರು. ಆದರೆ ಚಲಂಗೆ ಏನನ್ನೂ ಬರೆಯುವ ಆಸಕ್ತಿಯಿಲ್ಲ. ಅಧಿಕಾರವಿದೆಯಲ್ಲಾ ಕೈಯಲ್ಲಿ ಅಂತ ಅಬಲೆಯರನ್ನು ಹಿಂಸಿಸುವವರ ಮೇಲೆ ನನ್ನ ದಾಳಿ. ನನ್ನ ಈ ಚಳವಳಿಗೆ ನೆರವಾದದ್ದು ನನ್ನ ಶೈಲಿ ಮತ್ತು ನನ್ನ ಕಲಾನೈಪುಣ್ಯ: ಇದು ಚಲಂ ಸ್ಟೈಲು ಕಣ್ರೀ... ಅಂತ ಅಳುವ ವಿಮರ್ಶಕರ ಆರ್ತನಾದವೂ! ಬರವಣಿಗೆಯ ಮಾತೊಂದೇ ಅಲ್ಲ: ನನ್ನ ಜೀವನ ಶೈಲಿ ಅಕಸ್ಮಾತ್ ಸಮಾಜ ಸಮ್ಮತವಾಗಿದ್ದಿದ್ದರೆ ಈ ಶಾಸ್ತ್ರಿಗಳೂ, ಶರ್ಮಾಗಳೂ, ಅವಧಾನಿಗಳೂ ನನ್ನ ಸುತ್ತ ಸೇರಿರುತ್ತಿದ್ದರು. ಆದರೆ ನಾನಿರುತ್ತಿದ್ದುದು ಹೊಲೆಯರ ಗುಡಿಸಲುಗಳ ಸಾಲುಗಳಲ್ಲಿ, ಬಡ ಮುಸಲ್ಮಾನರ ಬೀದಿಗಳಲ್ಲಿ, ಕೆಳಜಾತಿಯ ಕಿರಿಸ್ತಾನೀ ಕೇರಿಗಳಲ್ಲಿ... ಅಲ್ಲಿಗೆಲ್ಲ ಕಾಲಿಡಲಿಕ್ಕೂ ಅವರಿಗೆ ಭಯ. ನನ್ನ ಪ್ರತಿ ಕನಸು, ಪ್ರತಿ ಆಶಯವನ್ನೂ ನನ್ನ ಕಥೆಗಳಲ್ಲಿ, ನಾಟಕಗಳಲ್ಲಿ ಪ್ರತಿಫಲನಗೊಳ್ಳುವಂತೆ ಬರೆದೆ. ನನ್ನ ಸೌಂದರ್ಯ ವಾಂಛೆ, ಕಾಂಕ್ಷೆ, ನನ್ನ ಆದರ್ಶಗಳು- ಅವೆಲ್ಲ ಸೇರಿ ನನ್ನ ರಚನೆಗಳಾಗುತ್ತಿದ್ದವು.

ನನ್ನ ಜೀವನದ ಮುಖ್ಯ ಸೂತ್ರವೆಂದರೆ, ಅರ್ಥವಿಲ್ಲದ ಅಶಾಂತಿ. ಧಗಧಗಿಸುವ ಅಸಂತೃಪ್ತಿ. ಏನನ್ನೋ ಹೊಂದಬೇಕು ಎಂಬ ತೀವ್ರ ತಪನೆ. ಇವೆಲ್ಲವುಗಳೊಂದಿಗೆ ಯಾರೂ ಸರಿಪಡಿಸಲಾಗದಂತಹ ಅನಾರೋಗ್ಯ: Migraine. ಏನಿದ್ದರೆ, ಯಾವ ಪರಿಸ್ಥಿತಿಯಲ್ಲಿ, ಯಾವ ಪರಿಸರದಲ್ಲಿ ನಾನು ಬಯಸುವುದು ಸಿಗುತ್ತದೋ? ಗೊತ್ತಿಲ್ಲ. ಏನನ್ನೋ ಓದುತ್ತಿದ್ದೆ. ಏನನ್ನೋ ಊಹಿಸಿಕೊಂಡು ಕನಸು ಕಾಣುತ್ತಿದ್ದೆ. ಇನ್ನೊಂದೇ ಒಂದು ತಿರುವಿನಾಚೆಗೆ, ನಾನು ಚಡಪಡಿಸುವ ಆ ಆನಂದ ನನ್ನ ಕೈಗೆ ಸಿಕ್ಕುಬಿಡುತ್ತದೆ ಅಂದುಕೊಳ್ಳುತ್ತಿದ್ದೆ. ಏನಿದು? ಏನಿದೆಲ್ಲ? ಇದೆಲ್ಲಕ್ಕೂ ಅರ್ಥವೇನಿದೆ? ಈ ಪ್ರಶ್ನೆಗಳು ಸರಹೊತ್ತಿನ ತನಕ ನನ್ನನ್ನು ಸುಟ್ಟು ತಿನ್ನುತ್ತಿದ್ದವು. ಚಿಕ್ಕಂದಿನಿಂದಲೂ ನನಗೆ ಪುಸ್ತಕಗಳೆಂದರೂ, ಕಥೆಗಳೆಂದರೂ ಆಸಕ್ತಿ. ಯಾವ್ಯಾವುದೋ ಕಾವ್ಯಗಳನ್ನು ಓದಿಕೊಂಡಿದ್ದೆ. ಅವೆಲ್ಲ ಪೂರ್ತಿಯಾಗಿ ಅರ್ಥವಾಗುತ್ತಿರಲಿಲ್ಲ. ಶೃಂಗಾರ ಪುಟಗಳನ್ನೇ ಹುಡುಕಿ ಓದಿರುತ್ತಿದ್ದೆ. ಆ ಕಾಲಕ್ಕೆ ಓದಿದ ಅಪ್ಪಾರಾವು ಅವರ 'ಕನ್ಯಾಶುಲ್ಕಂ' (ವಧೂದಕ್ಷಿಣೆ) ನನಗೆ ತುಂಬ ಸಹಜವೆನ್ನಿಸಿತ್ತು. ಬಹುಶಃ ಆ ತೆರನಾದ ಬರಹ, ಆ ಭಾಷೆ ನನ್ನ sub conscious mindನಲ್ಲಿ ನಿಂತು ಹೋಗಿತ್ತು.

ಬರೆಯಲು ಕುಳಿತಾಗ ನನಗೆ ಗೊತ್ತಿರದೇನೇ ಆಡು ಭಾಷೆಯಲ್ಲಿ ಬರೆದೆ. ನಾನು ಹೇಗೆ ಮಾತಾಡುತ್ತಿದ್ದೆನೋ, ಹಾಗೇ ಬರೆದೆ. ಕೆಲವು ಕಥೆಗಳನ್ನು ಗ್ರಾಂಥೀಯ ಭಾಷೆಯಲ್ಲೇ ಬರೆದೆ. ಅವತ್ತಿಗೆ ಭಾಷೆಗೆ ಸಂಬಂಧಿಸಿದಂತೆ ಒಂದು ಚಳವಳಿ ಇತ್ತೆಂಬುದು

ಕೂಡ ನನಗೆ ಗೊತ್ತಿರಲಿಲ್ಲ. ಗಿಡುಗು ರಾಮ್ಮೂರ್ತಿಗಾರು ಎಂಬ ಹೆಸರನ್ನು ನಾನು ಕೇಳಿದ್ದೇ ದೀಕ್ಷಿತರ ಬಾಯಲ್ಲಿ. ಅವರ ಶಿಷ್ಯರು ತುಂಬ ಯೋಚಿಸಿ, ತೂಗಿ-ಅಳೆದು, ಎಷ್ಟರಮಟ್ಟಿಗೆ ಭಾಷೆಯನ್ನು ಬದಲಾಯಿಸಬಹುದೋ ನಿರ್ಧರಿಸಿ ಬರೆಯುತ್ತಿದ್ದರು. ಅವರ ಆ ಯತ್ನಗಳು, ಭಾಷೆಯ ಬಗ್ಗೆ ಮಡಿ-ಅದನ್ನೆಲ್ಲ ಓದಿದರೇನೇ ಅಸಹ್ಯವಾಗುತ್ತಿತ್ತು. ಭಾಷೆಯನ್ನು ಹೇಗೆ ಬದಲಾಯಿಸಬೇಕು ಅಂತ ಯಾರಾದರೂ ಅಪ್ಪಣೆ ಕೊಟ್ಟರೆ ಏನರ್ಥ? ಗಂಡನನ್ನು ಎಷ್ಟು ಸಲ, ಹೇಗೆ ಮುತ್ತಿಟ್ಟುಕೋಬೇಕು ಅಂತ ಅಪ್ಪಣೆ ಕೊಟ್ಟಂತೆ.

ಆದರೆ ಈ ಚಲಂ ಒಂದು ಪ್ರವಾಹದಂತೆ ಬೀಸಿ ಬಂದು ಬಿಟ್ಟ. ನನ್ನ ಭಾಷೆಯ ಬಗ್ಗೆ ಮಡಿವಂತರಿಗೆ ಅದೆಂಥ ಭಯವೋ! ಅಲ್ಲದೆ ಆ ಭಾಷೆಯೆಂಬುದು ಭಯವಿಲ್ಲದ, ಸಂಕೋಚವಿಲ್ಲದ, ಭೀತಿಯಿಲ್ಲದ, ಹಳೆಯ ಗೋಡೆಗಳನ್ನು ಕೆಡವಿ ಬಿಸಾಕಬಲ್ಲ ತೀವ್ರವಾದಿಯಾದ ಒಬ್ಬ master stylist ಕೈಗೆ ಸಿಕ್ಕಿತ್ತು. ಇವರ ಕೃತಕ ಭಾಷೆಗಳೆಲ್ಲ ತುಂಬ ಬೇಗ ಕುಸಿದು ಬಿದ್ದವು. ಅಂಥ ತೀವ್ರತೆಯಿತ್ತು ಚಲಂ ಶೈಲಿಯಲ್ಲಿ, ಬರಹದಲ್ಲಿ! ಒಂದು inevitability, ಒಂದು ಭಯಂಕರಾಕರ್ಷಣೆ ಬೆಳೆದುಬಿಟ್ಟಿತು ಓದುಗರಲ್ಲಿ. ಒಬ್ಬೊಬ್ಬರಾಗಿ ನನ್ನನ್ನು ಪ್ರತಿಭಟಿಸಿ, ಬೈದು, ಡಿಫೀಟಾಗಿ, ಕಡೆಗೆ ನನ್ನನ್ನೇ ವಿಧಿಯಿಲ್ಲದೆ ಅನುಕರಿಸತೊಡಗಿದರು. ಬೇರೆ ಶೈಲಿಯಲ್ಲಿ ಬರೆದರೆ ಯಾರೂ ಓದುತ್ತಿರಲಿಲ್ಲ. ಚಲಂನ ಭಾಷೆ, ಅವನ ಭಾವ ಸರಿಯಿಲ್ಲ ಅಂತ ಸಾವಿರ ಮಂದಿ ಬಾಯಿ ಬಡಿದುಕೊಂಡರೂ ಓದುಗರು ಮುಗಿಬಿದ್ದು ಓದತೊಡಗಿದರು. ಲೇಖಕರು, ಪತ್ರಿಕೆಗಳು ನನ್ನ ಹೆಸರು ಪ್ರಸ್ತಾಪಿಸದೆ ನನ್ನನ್ನು ಅನುಕರಿಸತೊಡಗಿದರು. ಆಂಧ್ರ ದೇಶದಲ್ಲಿ ಭಾಷಾ ದಿಗ್ಗಜರ ಮೊಳಕಾಲು ನಡುಗಿದವು. ನೀತಿ ಗೋಡೆಗಳು ಸರಿದವು. ಭಾಷಾ ಸೂತ್ರಗಳೇ ಬದಲಾದವು.

ನನ್ನ ಮೊದಲ ಕಥೆ 'ಸಾಹಿತಿ' ಪತ್ರಿಕೆಯಲ್ಲಿ ಪ್ರಕಟವಾಗುತ್ತಿದ್ದಂತೆಯೇ ಹೊಸ ಕಥೆಗಾರ ಹುಟ್ಟಿಕೊಂಡ ಅಂತ ಸಂತೋಷಿಸಿದರೂ, ಇದೇನಿದು ಹೀಗೆ ಬರೆಯುತ್ತಾನೆ ಎಂಬ ಸಂಶಯದಿಂದಲೇ ಅಂದಿನ ಕೆಲವು ಬರಹಗಾರರು ನನಗೆ ಸ್ನೇಹಿತರಾದರು. ಎರಡನೇ ಕಥೆ ಪ್ರಕಟವಾಗುತ್ತಿದ್ದಂತೆಯೇ ಹೇಳದೆ ಕೇಳದೆ ಪರಾರಿಯಾದರು. ಮೂರನೆಯ ಕಥೆಯ ಹೊತ್ತಿಗೆ ಅವರೇ ನನ್ನ ಕಡುವಿರೋಧಿಗಳಾದರು. ಆ ದಿನಗಳಲ್ಲಿ ರಾಮ್ಮೂರ್ತಿ ಮತ್ತು ರತ್ನಂ jail quartersನಲ್ಲಿ ವಾಸಕ್ಕಿದ್ದರು. ಅಲ್ಲಿ ಕವಿ-ಲೇಖಕರ ಪುಟ್ಟ ಗುಂಪು ಸೇರುತ್ತಿತ್ತು. ಅದು ಕವಿತಾಸಕ್ತಿಯಿಂದಲೋ, ರತ್ನಳ ಕಿರುನಗೆಯ ಆಕರ್ಷಣೆಯಿಂದಲೋ ಅಂತ ರಾಮ್ಮೂರ್ತಿಗೂ ಅನುಮಾನವಿತ್ತು.

ಇಷ್ಟರಲ್ಲಿ ಚಿಂತಾ ದೀಕ್ಷಿತರಿಗೆ transfer ಆಯಿತು. ಕಥೆ-ಸಾಹಿತ್ಯದ ಮಾತು

ಹಾಗಿರಲಿ. ಅದಲ್ಲದೆಯೂ ಅವರಿಗೂ ನನಗೂ ಬಲವಾದ ನಂಟು ಬೆಳೆದಿತ್ತು. ನನ್ನ ಧೋರಣೆ ಕಂಡು ತೆಲುಗರೆಲ್ಲ ಹಿಂದೇಟು ಹಾಕಿದರೂ, ದೀಕ್ಷಿತರು ಹಿಂದೆಗೆಯಲಿಲ್ಲ. ನೋಡನೋಡುತ್ತಿದ್ದಂತೆಯೇ ನಾನು ನನ್ನ ಕಥೆಗಳಲ್ಲಿ, ನಾಟಕಗಳಲ್ಲಿ ಸಾಮಾಜಿಕ ನೀತಿ ಸೂತ್ರಗಳನ್ನು attack ಮಾಡತೊಡಗಿದೆ. ನನ್ನನ್ನು ವೈಯಕ್ತಿಕವಾಗಿ ಬಲ್ಲವರಿಗೆಲ್ಲ, ನಾನು ಎಂಥವನೆಂಬುದು ಗೊತ್ತಿತ್ತು. ನನ್ನ ಬದುಕೇ ಒಂದು ವಿಪ್ಲವೋದ್ಯಮ ಎಂಬುದು ತಿಳಿದಿತ್ತು. ನನ್ನ ನಡವಳಿಕೆಗೆ, ನನ್ನ ಭಾವಗಳಿಗೆ ನನ್ನ ಸಾಹಿತ್ಯ ನೆರವಾಗುತ್ತಿತ್ತು. ನನ್ನ ಬಾಯಿ ಮುಚ್ಚಿಸಲು ತೆಲುಗರು ನಾನಾ ಪ್ರಯತ್ನ ಮಾಡಿದರು. ಇಲ್ಲಸಲ್ಲದ ಪಾಪಗಳನ್ನೆಲ್ಲ ನನಗೆ ಮೆತ್ತಿದರು. ಅವರ ತಾಕತ್ತು ಎಷ್ಟಿತ್ತೋ, ಅಷ್ಟೆಲ್ಲ ದುಷ್ಪ್ರಚಾರ ಮಾಡಿದರು. ಅವರು ಗೋಳಾಡಿದಷ್ಟೂ ನನ್ನ ಬರವಣಿಗೆ ಚುರುಕಾಯಿತು.

ಇಷ್ಟಕ್ಕೂ ನಾನು ಹೇಳುತ್ತಿದ್ದುದರಲ್ಲಿ ಅಂಥಾ ಕ್ರಾಂತಿಕಾರಿಯಾದದ್ದು ಏನೂ ಇರುತ್ತಿರಲಿಲ್ಲ. ಅವರ ಹಳೆಯ ನೀತಿಗಳನ್ನೇ ಹೊಸ lightನಲ್ಲಿ ತೋರಿಸಿದೆ. ಅವರಲ್ಲಿನ ಮೋಸ, ಅನ್ಯಾಯ, ಸ್ವಾರ್ಥಗಳನ್ನು ಎತ್ತಿ ತೋರಿಸಿದೆ. ಅವರ ಹೃದಯದ ಬಾಗಿಲುಗಳನ್ನು ತೆರೆಯುವುದಷ್ಟೆ ನನ್ನ ಉದ್ದೇಶವಾಗಿತ್ತು. ಆದರೆ ಅವರು ಅರ್ಥವಾದ ನಂತರವೂ ನನ್ನನ್ನು ದೂಷಿಸಲು ಪ್ರಯತ್ನಿಸಿದರು. ನಿಷ್ಕಪಟಿಯಾದ, ಸಹೃದಯಿಯಾದ ದೀಕ್ಷಿತರಿಗೆ ಈ ಚಲಂನನ್ನು ಆತನ ಶತ್ರುಗಳೆದುರು ಸಮರ್ಥಿಸಿಕೊಳ್ಳುವ ಧೈರ್ಯವಿರಲಿಲ್ಲ. ನಮ್ಮ ಮನೆ ಮಂದಿಗೆಲ್ಲ ದೀಕ್ಷಿತರು ಅಂದರೆ ಇಷ್ಟ. ನನ್ನ ಅನಾಚಾರ, ಸ್ವೇಚ್ಛೆಗಳಿಗೆ ಅವರ ಅಭ್ಯಂತರವಿರುತ್ತಿರಲಿಲ್ಲ. ಅವರು ತೀರಿಕೊಳ್ಳುವ ತನಕ ಅವರ-ನನ್ನ ನಡುವೆ ಪತ್ರ ವ್ಯವಹಾರವಿತ್ತು.

ಅದ್ಹೇಗೋ ಅವರು ಬಂದು ಭಗವಾನ್ ದರ್ಶನ ಪಡೆದುಕೊಂಡಿದ್ದರು. ಮನುಷ್ಯನ ಉದ್ಧಾರಕ್ಕೋಸ್ಕರ ಈಶ್ವರನೇ ಮನುಷ್ಯ ರೂಪ ತಳೆದು, ಭಗವಾನ್ ಆಗಿ ಕುಳಿತಿದ್ದಾರೆ ಎಂಬುದು ಮೊದಲ ದರ್ಶನದಲ್ಲೇ ದೀಕ್ಷಿತರಿಗೆ ಅರ್ಥವಾಗಿತ್ತು. ಅವತ್ತಿನಿಂದಲೂ ತಮ್ಮ ಮಿತ್ರರನ್ನೆಲ್ಲ ಭಗವಾನ್ ದರುಶನಕ್ಕೆ ಬರುವಂತೆ ಆಹ್ವಾನಿಸುತ್ತಿದ್ದರು. ಒಮ್ಮೆ ನನ್ನನ್ನೂ ಹಾಗೇ ಕರೆತಂದರು. ಅವರ ಮೂಲಕ ನನಗೆ ಭಗವಾನ್ ದರ್ಶನವಾಯಿತೆಂದು ನನಗೆ ದೀಕ್ಷಿತರ ಬಗ್ಗೆ ತುಂಬು ಗೌರವ. ಅದಾದ ಮೇಲೆ ನಾನು, ದೀಕ್ಷಿತರು, ಷಾ-ಸೇರಿಕೊಂಡು ಭಗವಾನ್ ದರ್ಶನಕ್ಕೆಂದು ಬರುತ್ತಿದ್ದೆವು.

ನಾವು ಅರುಣಾಚಲಕ್ಕೆ ಬಂದು ನೆಲೆಗೊಂಡ ಮೇಲೆ ಸೌರಿಸ್‌ಗೆ ಈಶ್ವರ ದರ್ಶನವಾಯಿತು. ಈ ವಿಷಯ ಕೇಳಿದಾಗಿನಿಂದ ದೀಕ್ಷಿತರು ನಮ್ಮಿಂದ ದೂರವಾದರು. ಬದುಕಿನ ಕೊನೆಯ ದಿನಗಳಲ್ಲಿ ಅವರಲ್ಲೇ ಬದಲಾವಣೆ ಬಂತೋ, ಅಥವಾ ನಮ್ಮಲ್ಲೇ ವ್ಯತ್ಯಯವಾಯಿತೋ ಗೊತ್ತಿಲ್ಲ: ಚಿಂತಾ ದೀಕ್ಷಿತರು ನಮ್ಮಿಂದ ಕೊಂಚ ವಿಮುಖರಾದರು.

ತೆಲುಗು ಲೇಖಕರಲ್ಲಿ ನನಗೆ ದೀಕ್ಷಿತರು, ಕೃಷ್ಣಶಾಸ್ತ್ರಿ, ನಂಡೂರಿ ಸುಬ್ಬಾರಾವು ಬಿಟ್ಟರೆ ಉಳಿದವರೊಂದಿಗೆ ಅಂಥ ಸ್ನೇಹವಿಲ್ಲ. ಉಳಿದವರೆಲ್ಲ ನನ್ನ ವಿರೋಧಿಗಳೇ: ಒಬ್ಬ ಶ್ರೀಶ್ರೀ ಹೊರತಾಗಿ. ನಾನಾದರೂ ಶ್ರೀಶ್ರೀ ಕವಿತೆಯನ್ನು ಬಿಟ್ಟು ತೆಲುಗಿನ ಬೇರೆ ಯಾವ ಸಾಹಿತ್ಯವನ್ನೂ ಓದಲಿಲ್ಲ. ಅವರ ಸಭೆಗಳಿಗಾಗಲೀ, ಸನ್ಮಾನಗಳಿಗಾಗಲೀ ನಾನು ಹೋಗಲಿಲ್ಲ. ಅವರು ಎಂಥದೋ ಅಕಾಡೆಮಿಗಳನ್ನು ಮಾಡಿಕೊಂಡು ಸರ್ಕಾರದ ದುಡ್ಡು ಹಂಚಿಕೊಳ್ಳುತ್ತಿದ್ದರೆ ನಾನು ಅದರ ತಂಟೆಗೆ ಹೋಗುತ್ತಿರಲಿಲ್ಲ. ಆ ಕಾರಣಕ್ಕೂ ನಾನು ಅವರ ವಿರೋಧಿಯಾದೆ. ನನ್ನನ್ನು ತಿರಸ್ಕರಿಸಬೇಕೆಂದು ಕವಿಗಳೆಲ್ಲ ಸೇರಿ ಸಭೆ-ಠರಾವು ಮಾಡಿ universityಯವರ ಮೇಲೆ ಒತ್ತಡ ತಂದರು. ನೌಕರಿಯಿಂದ ತೆಗೆದು ಹಾಕಬೇಕೆಂದು ಸರ್ಕಾರಕ್ಕೆ ಅರ್ಜಿ ಬರೆದರು. ಇವುಗಳನ್ನೆಲ್ಲ ತಲೆಗೆ ಹಾಕಿಕೊಳ್ಳದ ವಿದೇಶೀಯರು ಆಳುತ್ತಿದ್ದುದರಿಂದ ನನಗೆ ಯಾವ ಆಪತ್ತೂ ಒದಗಿ ಬರಲಿಲ್ಲ. ಓಟುಗಳಿಗೋಸ್ಕರ ತಲೆ ಬಾಗುವ ಇವತ್ತಿನ ಸರ್ಕಾರಗಳಾಗಿದ್ದಿದ್ದರೆ ಏನು ಗತಿಯಾಗುತ್ತಿದ್ದೆನೋ? ಒಬ್ಬ ದೀಕ್ಷಿತರು ಮಾತ್ರ ನಾನು ಏನು ಬರೆದರೂ, ಮಾತಾಡಿದರೂ, ಮಾಡಿದರೂ ಸುಮ್ಮನಿರುತ್ತಿದ್ದರು. ತಮ್ಮನ್ನು ತಾವು literary cosmopoliton ಅಂತ ಕರೆದುಕೊಳ್ಳುತ್ತಿದ್ದರು.

ನಾವಿಬ್ಬರೂ ಗುಂಟೂರಿನಲ್ಲಿದ್ದಾಗ, "ನಿಮ್ಮ ತಲೆನೋವು ವಾಸಿ ಮಾಡ್ತೀನಿ. ನಾನು ಹೇಳಿದ ಹಾಗೆ ಮಾಡ್ತೀರಾ?" ಅಂತ ಅದೊಂದು ದಿನ ಕೇಳಿದರು. 'ಮಾಡ್ತೀನಿ' ಅಂದುದಕ್ಕೆ ಕಾರ್ತೀಕ ಸೋಮವಾರಗಳನ್ನು ಪಾಲಿಸುವಂತೆ ಸೂಚಿಸಿದರು. ಆಯ್ತು, ಆ ಒಂದು ತಿಂಗಳು ಹೇಳಿದ್ದು ಕೇಳ್ತೀನಿ. ಆಗಲೂ ತಲೆನೋವು ಹೋಗದಿದ್ದರೆ ನಾನು ಹೇಳಿದಂತೆ ಕೇಳಬೇಕು ಅಂತ ದೀಕ್ಷಿತರಿಗೆ ನಾನು ಷರತ್ತು ಹಾಕಿದೆ. ಇಬ್ಬರಿಗೂ ಮಧ್ಯದವರಾಗಿ ಇರುವಂತೆ ತೆನಾಲಿ ಸುಬ್ಬರಾವುಗಾರು ಅವರನ್ನು ಒಪ್ಪಿಸಿದ್ದಾಯಿತು. ದೀಕ್ಷಿತರು ಹೇಳಿದಂತೆಯೇ ತುಂಬ ಶ್ರದ್ಧೆಯಿಂದ, ಸನಾತನ ರೀತಿಯಲ್ಲಿ ಕಾರ್ತಿಕ ಸೋಮವಾರಗಳಂದು ಉಪವಾಸ ಮಾಡಿದೆ. ಮೈಗ್ರೇನ್ ಮಾತ್ರ ವಾಸಿಯಾಗಲಿಲ್ಲ.

"ಆಯ್ತು, ಇನ್ನು ನಾನು ಹೇಳಿದಂತೆ ಕೇಳಿ" ಅಂದೆ. ನಿಂತಲ್ಲೇ ಬೆವೆತರು ದೀಕ್ಷಿತರು.

"ತುರುಕರ ಹೊಟೇಲಿಗೆ ಹೋಗಿ ಪಲಾವು ತಿನ್ನೋಣ ಬನ್ನಿ" ಅಂದೆ. ಇದ್ದವರೆಲ್ಲ ನಕ್ಕರು. ಅಷ್ಟಾದರೂ ಬಿಡದೆ,

"ಸೂರ್ಯನಮಸ್ಕಾರ ಮಾಡಿದರೆ ತಲೆನೋವು ವಾಸಿಯಾಗ್ತದೆ" ಅಂದರು.

"ಆಯ್ತು; ಕಲಿಸಿ" ಅಂದೆ. ಅಂದ ತಪ್ಪಿಗೆ ನಾನು, ಚಿಕ್ಕ ಹುಡುಗಿ ಷಾ ಬೆಳ್ಳಬೆಳಿಗ್ಗೆ ಎದ್ದು ದೊಡ್ಡ ತಪ್ಪಲೆಗಳಲ್ಲಿ ತುಂಬಿಸಿಟ್ಟ ತಣ್ಣೀರಿನಲ್ಲಿ ತಲೆಗೆ ಸ್ನಾನ ಮಾಡಿ ಸೂರ್ಯ ನಮಸ್ಕಾರ ಮಾಡುತ್ತಿದ್ದೆವು. 1950ರಲ್ಲಿ ಷಾ ಅರುಣಾಚಲಕ್ಕೆ ಬರುವ ತನಕ ಮಾಡುತ್ತಲೇ

ಇದ್ದೆವು.

ಆ ದಿನಗಳಲ್ಲೇ ದೀಕ್ಷಿತರು ನನ್ನನ್ನು ಜಾತಕಗಳಿಗೆ introduce ಮಾಡಿದ್ದು. ಜಾತಕಗಳ ಬಗ್ಗೆ ಚಿಕ್ಕಂದಿನಿಂದಲೂ ಕೇಳುತ್ತ ಬಂದಿದ್ದೆ. ಆದರೆ ಯಾವತ್ತೂ ಅವುಗಳ ಕುರಿತು ಯೋಚಿಸಿರಲಿಲ್ಲ. ಮನುಷ್ಯನನ್ನ, ಸಂಪೂರ್ಣ ಮಾನಸಿಕ ಸ್ವಾತಂತ್ರ್ಯವನ್ನ ನಂಬುವ ನಾನು ಜಾತಕಗಳನ್ನು ಹೇಗೆ ನಂಬಲಿ? ಅದೊಮ್ಮೆ ಆ ಊರಿಗೆ ತಮಿಳನೊಬ್ಬ ಶುಕನಾಡಿಯನ್ನು ತಗೊಂಡು ಬಂದ. ಆತನ ಬಳಿಯಿದ್ದ ತಾಳೆಗರಿಗಳ ಮೇಲೆ ಹಳೆಯ ಜಾತಕಗಳೆಲ್ಲ ಇದ್ದು, ತಾವು ಆತನಿಂದ ಅವುಗಳನ್ನು ಓದಿಸಿಕೊಂಡುದಾಗ್ಯೂ, ಅವೆಲ್ಲ ತುಂಬ correct ಆಗಿ ಇರುವುದಾಗ್ಯೂ ದೀಕ್ಷಿತರು ಹೇಳಿದರು. ನಕ್ಕುಬಿಟ್ಟೆ. 'ನೀನೇ ಬಂದು ನೋಡು' ಅಂದರು. ಹೋದೆ. ಆತನಿಗೆ ಕೊಡಬೇಕಾಗಿದ್ದಷ್ಟು ಹಣ ಕೊಟ್ಟೆ. ದುಡ್ಡು ಕೊಡುತ್ತಿದ್ದಂತೆಯೇ ಆತ ನನ್ನ ಜಾತಕವಿದ್ದ ತಾಳೆಗರಿ ತೆಗೆದ. ನನ್ನ ಜೀವನದ ಎಲ್ಲ ವಿವರಗಳನ್ನೂ ಅದರಲ್ಲಿ ಅದ್ಭುತವಾಗಿ ಬರೆಯಲಾಗಿತ್ತು. ಆದರೂ ನಂಗೆ ಅನುಮಾನ. ಅದರಲ್ಲಿ ನನ್ನ ಶೃಂಗಾರದ ಬಗ್ಗೆ, ನನ್ನ ಹೆಂಗಸರ ಬಗ್ಗೆ ಪ್ರಸ್ತಾಪವಿರಲಿಲ್ಲ. ಪುಸ್ತಕ ಬರೆಯುತ್ತೇನೆ ಎಂಬ ಮಾತೇ ಇಲ್ಲ. ನಾನು ತುಂಬ ಹಣ ಸಂಪಾದಿಸುತ್ತೇನೆಂದೂ, ಕಂಡಾಬಟ್ಟೆ ಒಡವೆ ಮಾಡಿಸುತ್ತೇನೆಂದೂ, ಹಣವನ್ನು ಬಡ್ಡಿಗೆ ಕೊಟ್ಟು ಮತ್ತಷ್ಟು ಹೆಚ್ಚಿಗೆ ಮಾಡಿಕೊಳ್ಳುತ್ತೇನೆಂದೂ ಬರೆದಿತ್ತು. ಅದರಲ್ಲಿ ನನ್ನ ನೌಕರಿಯದೇ ಪ್ರಸ್ತಾಪವಿರಲಿಲ್ಲ. ಇದ್ದ ನೌಕರಿಯಲ್ಲಿ ಅಷ್ಟು ಹಣ ಸಂಪಾದಿಸುವುದು ಈ ಜೀವನದಲ್ಲೇ ಸಾಧ್ಯವಿಲ್ಲವೆಂದು ನನಗೆ ಗೊತ್ತಿತ್ತು. ಇನ್ನೊಬ್ಬರಿಗೆ ಸಾಲ ಕೊಡುವಷ್ಟು ಹಣ ನನ್ನ ಬಳಿ ಯಾವತ್ತಿಗೂ ಇರಲಿಲ್ಲ. ಹಸಿದು ಮಲಗೆಂದರೆ ಮಲಗಿಯೇನೇ ಹೊರತು, ನಾನು ಯಾರನ್ನೂ ಸಾಲ ಕೇಳಿದವನಲ್ಲ. ಕೇಳುವುದೂ ಇಲ್ಲ. ಅಕಸ್ಮಾತ್ ಯಾರಿಗಾದರೂ ಕೊಂಚ ಸಾಲ ಅಂತ ಕೊಟ್ಟರೂ, ಅದಕ್ಕೆ ಬಡ್ಡಿ ತೆಗೆದುಕೊಳ್ಳಲಾರೆ. ಕೊಟ್ಟ ಹಣ ವಾಪಸು ಕೊಡಿ ಅಂತ ಕೇಳುವ ಜಾಯಮಾನವೂ ನನ್ನದಲ್ಲ. ಮೇಲಾಗಿ, ಬಂಗಾರವೆಂದರೆ ನನಗೆ ಅಸಹ್ಯ. ಯಾರಾದರೂ ಒಡವೆ ಹಾಕಿಕೊಂಡು ಬಂದರೆ ಅವರೆಡೆಗಿನ ಒಳ್ಳೆ ಅಭಿಪ್ರಾಯವೇ ಹೊರಟು ಹೋದೀತು. ಅಂಥದರಲ್ಲಿ ನಾನು ಒಡವೆ ಮಾಡಿಸುತ್ತೇನಾ? ಆದರೆ ಜಾತಕ ಓದುವವನು ಅವತ್ತಿನ ತನಕ ನನ್ನ ಜೀವನದಲ್ಲಿ ನಡೆದುದೆಲ್ಲವನ್ನೂ ಸರಿಯಾಗಿ ಹೇಳಿದ್ದ! ನಾನು ಪೂರ್ವಜನ್ಮದಲ್ಲಿ ಮಾಡಿದ ಪಾಪಗಳಿಂದಾಗಿ ನನ್ನ ಮಕ್ಕಳ್ಯಾರೂ ಬದುಕುವುದಿಲ್ಲವೆಂದು ಹೇಳಿದ. "ನಿನಗೆ ಶಾಂತಿಗಳಲ್ಲಿ ನಂಬಿಕೆಯಿಲ್ಲ. ನೀವು ಅವುಗಳನ್ನೆಲ್ಲ ಮಾಡಿಸುವುದಿಲ್ಲ. ನಿನ್ನ ಮಕ್ಕಳು ಬದುಕುವುದಿಲ್ಲ" ಅಂತ ಹೇಳಿದ.

ಆ ಹೊತ್ತಿಗಾಗಲೇ ರವಿ ಸತ್ತು ಹೋಗಿದ್ದ. ಆಮೇಲೆ ಒಬ್ಬೊಬ್ಬರಾಗಿ ನನ್ನ ಮಕ್ಕಳು ಸತ್ತು ಹೋಗುತ್ತಾರೆಂಬ ದಿಗಿಲು ನನ್ನಲ್ಲಿ ಶುರುವಾಯಿತು. ಆದರೆ ಈ ಶಾಂತಿಗಳು,

ಪೂಜೆ, ದೇವರು ಎಲ್ಲವನ್ನೂ ಯಾವುತ್ತೋ ಬಿಟ್ಟುಬಿಟ್ಟಿದ್ದೆ. ಅವುಗಳಲ್ಲಿ ವಿಶ್ವಾಸವಿಲ್ಲದೆ ಶಾಂತಿಗಳನ್ನೆಲ್ಲ ಹೇಗೆ ಮಾಡಲಿ? ಈ ಕುರಿತು ತುಂಬ ದಿನ, ತಿಂಗಳುಗಟ್ಟಲೆ ಯೋಚಿಸಿದೆ. ಕಡೆಗೆ ಮಕ್ಕಳ ಬದುಕಿನ ಮೇಲೆ ನನಗ್ಯಾವ ಅಧಿಕಾರವಿದೆ ಅಂತ ತೀರ್ಮಾನಿಸಿ ಶಾಂತಿಗಳನ್ನು ಮಾಡಲು ನಿರ್ಧರಿಸಿದೆ. ಆ ಪೈಕಿ ಒಂದು ಶಾಂತಿಯ ಪ್ರಕಾರ ನಾವೆಲ್ಲ ರಾಮೇಶ್ವರಕ್ಕೆ ಹೋಗಿ ಅಲ್ಲೊಂದು ಸೇತುವೆಯ ಬಳಿ ಶುಕನಾಡಿಯಲ್ಲಿ ಹೇಳಿದ ಶಾಸ್ತ್ರ-ಶಾಂತಿ ಮಾಡಿ ಬಂದೆವು. ಯಾವತ್ತೋ ಬಿಚ್ಚಿ ಬಿಸಾಕಿದ್ದ ಜನಿವಾರವನ್ನು ಆ ಶಾಂತಿಗೋಸ್ಕರ ಮತ್ತೆ ಹಾಕಿಕೊಂಡೆ. ಪೂಜೆ ಮಾಡಿದೆ. ಹೋಮ ಮಾಡಿದೆ. ಪವಿತ್ರ ಸ್ನಾನಗಳನ್ನು ಮಾಡಿದೆ. ಅವೆಲ್ಲ ಮುಗಿದ ಮೇಲೆ ಮತ್ತೆ ಜನಿವಾರ ತೆಗೆದು ಬಿಸಾಡಿದೆ. ನನ್ನ ಯಾವ ಮಕ್ಕಳೂ ಸಾಯಲಿಲ್ಲ. ಅವರಲ್ಲದೆ ಮತ್ತೆಷ್ಟೋ ಮಕ್ಕಳು ನನ್ನ ಬದುಕಿಗೆ ಜೊತೆಯಾದರು. ಈ ಜಾತಕಗಳ ವಿಷಯ ಗೊತ್ತುಮಾಡಿಕೊಳ್ಳಬೇಕು. ನಿಜ ಅರಿತುಕೊಳ್ಳಬೇಕು ಅಂತ ಪ್ರತಿನಿತ್ಯ ಹೋಗಿ ಆ ಶುಕನಾಡಿಯವನ ಮನೆಯಲ್ಲಿ ಕೂಡುತ್ತಿದ್ದೆ. ಅಲ್ಲಿಗೆ ಶಾಸ್ತ್ರ ಕೇಳಲು ತುಂಬ ಜನ ಬರುತ್ತಿದ್ದರು. ಯಾರೂ ಅರಿಯದ ಸತ್ಯಗಳು ಆ ತಾಳೆಗರಿಗಳಿಂದ ಹೊರಬೀಳುತ್ತಿದ್ದವು. ಆ ತಾಳೆಗರಿಗಳು ನಿಸ್ಸಂದೇಹವಾಗಿಯೂ right. ಅದರಲ್ಲಿ ಇರುವುದೆಲ್ಲ ನಿಜವಲ್ಲದಿರಬಹುದು. ಆದರೆ ನಿಜ ಅಂತ ಏನಿರುತ್ತಿತ್ತೋ, ಅದು ಅದ್ಭುತವಾಗಿರುತ್ತಿತ್ತು. ನನ್ನ ಅನಾಚಾರ, ಪ್ರತಿಯೊಂದನ್ನೂ ಧಿಕ್ಕರಿಸುವಿಕೆ-ಇವುಗಳ ಬಗ್ಗೆಯೆಲ್ಲ ಅದರಲ್ಲಿ ಬರೆದಿದ್ದರು. ಆ ಬಗ್ಗೆ ಕೇಳಿದರೆ, "ನಂಗೇನೂ ಗೊತ್ತಿಲ್ಲ: ತಾಳೆಗರಿಗಳಲ್ಲಿರುವುದನ್ನು ಓದುತ್ತಿದ್ದೇನೆ" ಅಂತ ಅವನು ಅನ್ನುತ್ತಿದ್ದ.

ಪ್ರತಿ ಜಾತಕವನ್ನು ಓದಿದಾಗಲೂ ಕಡೆಯಲ್ಲಿ, ಹುಟ್ಟಿದ ಸಮಯದಲ್ಲಿ ಗ್ರಹಗಳು ಹೇಗಿದ್ದವು ಎಂಬುದನ್ನು ವಿವರಿಸುವಂತಹ ಒಂದು ಜಾತಕ ಚಕ್ರ ಬರೆದುಕೊಡುತ್ತಿದ್ದ ಆತ. ನಾನು ಹುಟ್ಟಿದಾಗ ನನ್ನ ಜಾತಕ ಚಕ್ರ ಬರೆಸಿದ್ದರು ಅಂತ ನೆನಪು. ನಮ್ಮ ಅಮ್ಮನಿಗೆ ಪತ್ರ ಬರೆದು ಅದನ್ನು ತರಿಸಿದೆ. ಒಂದೇ ಒಂದು ಲಗ್ನದ ಹೊರತಾಗಿ, ಈ ಶುಕನಾಡಿಯವನು ಬರೆದುಕೊಟ್ಟದ್ದಕ್ಕೂ ಅದಕ್ಕೂ ಕರೆಕ್ಟಾಗಿ ಸರಿಹೋಯಿತು. ಇದಾದ ಅನೇಕ ವರ್ಷಗಳ ತನಕ ಜಾತಕಗಳಲ್ಲಿನ ನಿಜವನ್ನೂ, ನನ್ನ ಅಭಿಪ್ರಾಯಗಳಲ್ಲಿನ ಸತ್ಯವನ್ನೂ ಹೊಂದಿಸಲಿಕ್ಕೆ ತುಂಬ ಪ್ರಯತ್ನಪಟ್ಟೆ. ಈ ಜಾತಕಗಳೇ ಸತ್ಯವಾದರೆ ಮನುಷ್ಯನ ಸ್ವೇಚ್ಛೆ, ಪಾಪಪುಣ್ಯಗಳ ಭೇದ, ಒಳ್ಳೆಯವನಾಗಿರಬೇಕೆಂಬ ಅವನ ಯತ್ನ-ಎಲ್ಲವೂ ಸುಳ್ಳು. ಎಲ್ಲವೂ ಮಾಯೆ. ಕೂತಲ್ಲಿ ಕೂತು ಬಿಟ್ಟರೆ ಜಾತಕದಲ್ಲಿರುವುದೆಲ್ಲ ತಂತಾನೆ ನಡೆದು ಹೋಗಿಬಿಡುತ್ತದೆ!

ನನಗೆ ಈಶ್ವರನಲ್ಲಿ ನಂಬಿಕೆಯಿಲ್ಲವಾದರೂ ಮನುಷ್ಯನಲ್ಲಿ ನಂಬಿಕೆಯಿದೆ.

ಲೋಕದಲ್ಲಿ ನಂಬಿಕೆಯಿದೆ. ಇದು ಅರ್ಥಹೀನ ಲೋಕವಲ್ಲ. ಕತ್ತಲಿನಿಂದ, ಅಜ್ಞಾನದೊಳಗಿನಿಂದ ಹೊರಟು ಕ್ರಮೇಣ ಬೆಳಕಿನೊಳಕ್ಕೆ, ಒಳ್ಳೆಯತನದೊಳಕ್ಕೆ ಬೆಳೆಯುತ್ತಿದ್ದಾನೆ ಮನುಷ್ಯ. ಯಾವತ್ತೋ ಒಂದು ದಿನ ಈ ಮಾನವ ಯತ್ನದಿಂದಲೇ ಕತ್ತಲು, ಅನ್ಯಾಯ, ಸುಳ್ಳು- ಎಲ್ಲವೂ ನಶಿಸಿ ನಾವಿರುವ ಭೂಮಿ ಸ್ವರ್ಗದಂತಾಗುತ್ತದೆ ಅಂತ ಅವತ್ತು ನಂಬಿದ್ದೆ. ಆದ್ದರಿಂದಲೇ, ಎಷ್ಟು ಕಷ್ಟಗಳು ಬಂದರೂ, ನಾನೊಬ್ಬನು ಸತ್ಯದ ಹಾದಿಯಲ್ಲಿ ನಡೆದರೆ, ನನ್ನೊಳಗಿನ ಲೋಪಗಳನ್ನ, ಸಣ್ಣತನಗಳನ್ನ ನಿರ್ಮೂಲನೆ ಮಾಡಿಕೊಂಡರೆ ಅಷ್ಟರ ಮಟ್ಟಿಗೆ ಲೋಕ ಕಲ್ಯಾಣ ಮಾಡಿದಂತೆಯೇ: ಅದಕ್ಕೆ ನೆರವಾದಂತೆಯೇ ಅಂತ ನಂಬಿಕೊಂಡಿದ್ದೆ. ಈಗ ನೋಡಿದರೆ ಈ ಜಾತಕಗಳು ಮನುಷ್ಯನ ಕೈಯಲ್ಲಿ ಏನೂ ಇಲ್ಲ, ಎಲ್ಲವೂ ಮೊದಲೇ ನಿರ್ಧಾರವಾಗಿಬಿಟ್ಟಿವೆ ಅಂತ ಋಜು ಮಾಡುತ್ತಿವೆ. ನಮ್ಮ ಪಾಪಗಳ ಪಟ್ಟಿ ಯಮನ ಕೈಯಲ್ಲಿದೆ. ಹಾಗಾದರೆ ಈಶ್ವರನಿದ್ದಾನಾ? ಇದ್ದಿದ್ದರೆ ಈ ಲೋಕ ಹೀಗೇಕಿರುತ್ತಿತ್ತು? ಈ ಅನುಮಾನ, ಈ ಸಮಸ್ಯೆ ನನ್ನನ್ನು ಶಾಶ್ವತವಾಗಿ ಕಾಡಿದೆ.

ಇವತ್ತಿಗೂ ಇದು ಬಗೆಹರಿದಿಲ್ಲ. ಗೊತ್ತಿರುವವರನ್ನೆಲ್ಲ ಈ ಬಗ್ಗೆ ಕೇಳಿದೆ. ಸಿಕ್ಕ ಗ್ರಂಥಗಳನ್ನೆಲ್ಲ ಓದಿದೆ. ಎಲ್ಲೂ ಯಾವುದೇ ಸಮಾಧಾನ ನನಗೆ ಸಿಕ್ಕಲಿಲ್ಲ. ಮಹಾನ್ ನಿರೀಶ್ವರವಾದಿಗಳು ಕೂಡ ಪ್ರತಿಯೊಂದನ್ನೂ ಮೂಢನಂಬಿಕೆ ಅಂತ ನಿರ್ಧರಿಸಿ ಎದ್ದು ಬಿಡುತ್ತಾರೆ. ಅಸಲು ಸಮಸ್ಯೆಯನ್ನು ಯಾರೂ ಪರಿಹರಿಸುವುದಿಲ್ಲ. ಇನ್ನು ದೈವಭಕ್ತರು ಸರಿಯೇ ಸರಿ: ದೇವರ ನೆನಪಾದ ಕೂಡಲೆ ಅವರ ಮಿದುಳು-ಅದರ ಬಾಗಿಲು ಮುಚ್ಚಿಕೊಂಡು ಬಿಡುತ್ತವೆ. ಸ್ವಲ್ಪ ಆಲೋಚನೆ ಮಾಡಿ ಅಂದರೆ ಸಾಕು ವಾಚಾಮಗೋಚರವಾಗಿ ಬಿಡುತ್ತಾರೆ.

ಉಳಿದದ್ದೇನೇ ಇರಲಿ, ಭವಿಷ್ಯತ್ತನ್ನು ತಿಳಿದುಕೊಳ್ಳುವ ಶಕ್ತಿ ಕೆಲವು ವ್ಯಕ್ತಿಗಳಿಗಿದೆ. ಅದು ಹೇಗೆ ಅಂತ ನನಗೆ ಗೊತ್ತಿಲ್ಲ. ಅದರರ್ಥ, ಮನುಷ್ಯನ ಜೀವನದ ಕೆಲವು ಮುಖ್ಯ ಘಟ್ಟಗಳೋ, ಮುಖ್ಯ ವಿಷಯಗಳೋ ಈಗಾಗಲೇ ತೀರ್ಮಾನಿಸಲ್ಪಟ್ಟಿವೆ ಅಂತ ಆಯಿತಲ್ಲ? ಜಾತಕ ನೋಡಿ ಹೇಳುವವರು ಎಷ್ಟೇ ತಪ್ಪು ಹೇಳಲಿ, ಕೆಲವು ಖಚಿತ ಸತ್ಯಗಳನ್ನು ಅವರು ಹೇಳುತ್ತಾರೆ. ನಾಡಿ ಶಾಸ್ತ್ರದ ಪ್ರಕಾರ ಇವತ್ತಿಗಿನ್ನೂ ಹುಟ್ಟದೇ ಇರುವವನ ಜೀವನದಲ್ಲಿ ಏನೇನು ಘಟಿಸಲಿದೆ ಎಂಬುದನ್ನು ಕೆಲವು ಸಾವಿರ ವರ್ಷಗಳ ಹಿಂದೆಯೇ ಯಾರೋ ಗ್ರಹಿಸಬಲ್ಲವರಾಗಿದ್ದರು. ಅದನ್ನು ವಿವರಿಸಿ ತಾಳೆಗರಿಗಳ ಮೇಲೆ ಬರೆದಿಡಬಲ್ಲವರಾಗಿದ್ದರು.

ಈ ಮಧ್ಯೆ ಗುಂಟೂರಿಗೆ ಒಬ್ಬ ಯೋಗಿ ಬಂದ. Theosophical society ಕಟ್ಟಡದಲ್ಲಿ ಉಳಿದುಕೊಂಡು ಆಸಕ್ತರಿಗೆಲ್ಲ ಯೋಗಾಸನ ಹೇಳಿಕೊಡತೊಡಗಿದ. ತಲೆನೋವು ಹೋಗುತ್ತದೆ ಅಂದರೆ ಏನು ಬೇಕಾದರೂ ಮಾಡಲು ಸಿದ್ಧನಾಗುತ್ತಿದ್ದ ನಾನು ಆ ಯೋಗಿಗೆ ಮೊದಲ ಶಿಷ್ಯನಾದೆ. ಭಯಂಕರ ಶ್ರದ್ಧೆಯಿಂದ ಆಸನಗಳನ್ನು ಕಲಿತೆ. ಕೆಲವು ಕ್ರಿಯೆಗಳನ್ನು ಮಾಡುವ ಮಟ್ಟಕ್ಕೆ ಬೆಳೆದೆ. ನನ್ನಪರಿಣತಿ ಎಷ್ಟು ಬೆಳೆಯಿತೆಂದರೆ, ಬಹಿರಂಗ ಪ್ರದರ್ಶನಗಳನ್ನು ನೀಡುವಾಗ ಆ ಯೋಗಿ ನನ್ನನ್ನು ಬಳಸಿಕೊಳ್ಳುತ್ತಿದ್ದ. ಆದರೆ ತಲೆನೋವು ಮಾತ್ರ ಹೋಗಲಿಲ್ಲ. ಕಡೆಗೆ ಅರುಣಾಚಲಕ್ಕೆ ಬಂದು ಸೌರಿಸ್ ಮೂಲಕ ಈಶ್ವರನೇ ಹೇಳಿ, ನನ್ನಿಂದ ಅನೇಕ ಸಾಧನೆಗಳನ್ನು ಮಾಡಿಸಿದ ಮೇಲೆಯೇ ಆ ಭಯಂಕರ ತಲೆನೋವು ನನ್ನನ್ನು ಬಿಟ್ಟುಹೋಯಿತು. ಕೆಲವು ಪ್ರಾಣಾಯಾಮ ನಿಯಮಗಳನ್ನು ಹೇಳಿಕೊಟ್ಟು ಆ ಯೋಗಿ ಗುಂಟೂರಿನಿಂದ ಹೊರಟು ಹೋದರು.

ಆ ಯೋಗಿ ಮೂಲತಃ ಲೋನವ್ಲ ಯೋಗಾಶ್ರಮದಿಂದ ಬಂದವರಾಗಿದ್ದರು. ಅಲ್ಲಿ ಯೋಗಾಭ್ಯಾಸದ ಒಂದು ಕಾಲೇಜೇ ಇದೆ. ಯೋಗಾಭ್ಯಾಸಗಳಿಗೆ ಸಂಬಂಧಿಸಿದಂತೆ ಒಂದು ಪತ್ರಿಕೆಯನ್ನು ಕೂಡ ಅವರು ಹೊರಡಿಸುತ್ತಾರೆ. ಆ ಪತ್ರಿಕೆ ತರಿಸಿಕೊಂಡು ಓದತೊಡಗಿದೆ. ಅದರಲ್ಲಿನ ಕೆಲವು ಕ್ಲಿಷ್ಟ ಪ್ರಾಣಾಯಾಮ ವಿಧಿಗಳನ್ನೂ ಮಾಡತೊಡಗಿದೆ. ಯೋಗಾಭ್ಯಾಸಕ್ಕೆ ಕೆಲವು ನಿಯಮಗಳಿವೆ. ಹೆಸರು ಬೇಳೆ, ಮಜ್ಜಿಗೆ, ಅನ್ನದ ಹೊರತು ಮತ್ತೇನೂ ತಿನ್ನಕೂಡದು. ಸ್ತ್ರೀಯರನ್ನು ನೆನೆಸಿಕೊಳ್ಳುವುದೂ ತಪ್ಪು. ಆಯಿತು, ಅವರು ಹೇಳಿದುದೆಲ್ಲವನ್ನೂ ಮಾಡಿದೆ: ಪೀಡೆಯಂಥ ತಲೆನೋವು ಹೋದೀತೆಂದು. ತಲೆನೋವು ಹೋಗುವ ಮಾತು ಹಾಗಿರಲಿ: ನೋಡನೋಡುತ್ತಿದ್ದಂತೆಯೇ ಒಣಗಿ ಕಡ್ಡಿಯಂತಾಗಿ ಹೋದೆ. ಅವರು ಕೆಲವೆಲ್ಲ ಆಸನಗಳನ್ನು ಮಾಡುವುದು ಅಪಾಯಕರವೆಂದು ಹೇಳುತ್ತಿದ್ದರು. ನನಗೂ ಗೊತ್ತಾಗುತ್ತಿತ್ತು. ಆದರೂ ಕೆಲವನ್ನು ಮಾಡಿದೆ. ಇದರ ಪರಿಣಾಮವೋ ಏನೋ: ಸದಾ ಸ್ವಚ್ಛ ಗಾಳಿ ಬೇಕೆನ್ನಿಸುತ್ತಿತ್ತು. ಹತ್ತು ಜನ ಒಂದು ಕಡೆ ಸೇರಿದರೆ ಅವರ ಉಸಿರು ಗಾಳಿಯಲ್ಲಿ ಬೆರೆತು ಅಸಹ್ಯವೆನ್ನಿಸುತ್ತಿತ್ತು. ತಲೆಸುತ್ತು ಬರುತ್ತಿತ್ತು. ಅಷ್ಟೆಲ್ಲ ಮಾಡಿದರೂ ತಲೆನೋವು ತೊಲಗಲಿಲ್ಲವಲ್ಲ ಅಂತ ಬೇಸರ ಹುಟ್ಟಿ ಯೋಗಾಸನಗಳನ್ನು ಬಿಟ್ಟುಬಿಟ್ಟೆ. ಆದರೂ regular exercise ಲೆಕ್ಕದಲ್ಲಿ ತುಂಬ ದಿನ ಯೋಗ ಮಾಡುತ್ತಲೇ ಇದ್ದೆ.

ಬೆಳಗ್ಗೆ ಹತ್ತುಗಂಟೆಯ ಬಿಸಿಲು. ಆದರೂ ಆಹ್ಲಾದಕರವಾಗಿಯೇ ಇತ್ತು. ಆಂಧ್ರರು ಹೋಗಿ ಸೇರಿಕೊಂಡು ಕೊಳೆ ಮಾಡದೆ ಹೋಗಿದ್ದಿದ್ದರೆ ಹೈದರಾಬಾದ್ ಅದ್ಭುತವಾದ ಪಟ್ಟಣವೇ. ಆ ಊರ ಹವೆಯಲ್ಲೇ ಒಂದು ಮಧುರವಾದ ಘಮ ಇರುತ್ತಿತ್ತು. ನಾನು ಬೆಳಗಿನ ಹತ್ತುಗಂಟೆಯ ಬಿಸಿಲಿನಲ್ಲಿ ಒಂದು ದಿಬ್ಬದ ಮೇಲೆ ನಿಂತು ಎದುರಿಗಿನ ಆಸ್ಪತ್ರೆಯತ್ತ ನೋಡುತ್ತಿದ್ದೆ. ಅವತ್ತು ಅಲ್ಲಿ ನನ್ನ ವೊಯ್ಯಿಗೆ duty. ಯಾವಾಗ ಹೊರಬರುತ್ತಾಳೋ ಅಂತ ಕಾಯುತ್ತಿದ್ದೆ. ಸ್ವಲ್ಪ ಹೊತ್ತಿಗೆ ನಗುನಗುತ್ತಾ ಹೊರಬಂದಳು ವೊಯ್ಯಿ. ನನ್ನ ಮೈಮನಸುಗಳು ಪರವಶವಾದವು. ನಾನು ಓದಿಸಿದ ಹುಡುಗಿ. ಒಂದೇ ಒಂದಕ್ಷರ ಇಂಗ್ಲಿಷು ಬರುತ್ತಿರಲಿಲ್ಲ. ಇವತ್ತು ನನ್ನ ಬೌದ್ಧಿಕ ಸಹಚಾರಿಣಿ.

ಬಂದವಳೇ ಸುಮ್ಮನೆ ನನ್ನ ಕೈ ಹಿಡಿದು ನಿಂತುಕೊಂಡಳು. ಒಬ್ಬರನ್ನೊಬ್ಬರು ಮಾತೇ ಇಲ್ಲದೆ ನೋಡುತ್ತ ನಿಂತುಬಿಟ್ಟೆವು. ಹಾಗೆ ನಿಂತಿದ್ದವರು ನಾವೇನಾ? ಯಾವುದೋ ಜನ್ಮದಲ್ಲಿ ಪರಸ್ಪರರನ್ನು ಪ್ರೀತಿಸಿಕೊಂಡ ಇಬ್ಬರ ಆತ್ಮಗಳು ಹಾಗೆ ನಮ್ಮ ಕಣ್ಣುಗಳೊಳಗಿನಿಂದ, ಕೈಗಳೊಳಗಿಂದ ತಮ್ಮ ಸಂತೋಷವನ್ನು ಹಂಚಿಕೊಳ್ಳುತ್ತಿದ್ದವಾ? ಅಲ್ಲಿಂದ ಹೊರಟು, ಯಾವುದಾದರೊಂದು ಕಾಫಿ ಷಾಪ್‌ಗೆ ತಲುಪಿಕೊಳ್ಳಬೇಕು. ಒಂದು ಬನ್, ಒಂದು ಟೀ ಸಾಕು. ಅದಕ್ಕಿಂತ ಹೆಚ್ಚಿನ ಖರ್ಚಿಗೆ ಅವಕಾಶವಿರಲಿಲ್ಲ. ಹಾಗಂತ ನಮಗೆ ಯಾರೂ ಇರಲಿಲ್ಲವೆಂದಲ್ಲ. ಸ್ವಂತ ನನ್ನ ತಂಗಿಯೇ ಇದ್ದಳು. ವೊಯ್ಯಿಗೂ ಸಂಬಂಧಿಕರಿದ್ದರು. ಆದರೆ ಅವರು ನಮ್ಮನ್ನು ದೂರದಿಂದಲೂ ಗುರುತಿಸುತ್ತಿರಲಿಲ್ಲ. ಕಣ್ಣುಕೊಟ್ಟು ಮಾತಾಡುತ್ತಿರಲಿಲ್ಲ.

"ಹೋಗೋಣ?" ಅಂದೆ.

"ಇರು" ಅಂದಳು, ಯಾರನ್ನೋ expect ಮಾಡುವವರ ಹಾಗೆ ಅತ್ತಿತ್ತ ನೋಡಿದಳು. ವೊಯ್ಯಿ ಆಗ ಹೈದರಾಬಾದಿನಲ್ಲಿ medicine ಓದುತ್ತಿದ್ದಳು. ಆ ಕಾಲೇಜಿಗೆ hostel ಇರಲಿಲ್ಲ. ಸ್ವಲ್ಪಮಟ್ಟಿಗೆ ಸ್ಟೈಫಂಡ್ ಕೊಡುತ್ತಿದ್ದರು. 'ನಂಗೆ ಜಾತಿಯಿಲ್ಲ' ಅಂತ

ಹೇಳಿಕೊಳ್ಳುತ್ತಿದ್ದುದರಿಂದ ವೊಯ್ಯಿಗೆ ಯಾರೂ ಆಶ್ರಯ ಕೊಡುತ್ತಿರಲಿಲ್ಲ. ರಜೆ ಬಿಟ್ಟಿತೆಂದರೆ ಹೈದರಾಬಾದಿನಿಂದ ರಾಜಮಂಡ್ರಿಗೆ ಬಂದುಬಿಡುತ್ತಿದ್ದಳು. 'T' ನಮಗೆ ಅಡುಗೆ ಮಾಡಿ, ವರಾಂಡದಲ್ಲಿ ಕೂಡಿಸಿ ಊಟ ಹಾಕುತ್ತಿದ್ದಳು. ಊಟ ಮಾಡಿ ನಾವಿಬ್ಬರೂ ಹಸಿರು ಹಾವಿನ ಗುಡಿಸಲಿಗೆ ಹೋಗಿಬಿಡುತ್ತಿದ್ದೆವು: ನಾನು-ವೊಯ್ಯಿ. ಇಬ್ಬರೇ ಇದ್ದು ಬೇಸರವಾದರೆ ಆಡಲಿಕ್ಕೆ ರವಿ ಇದ್ದ, ಷಾ ಇದ್ದಳು. ಅವರಿಬ್ಬರನ್ನೂ ಕರೆದುಕೊಂಡು ದೋಣಿ ಹತ್ತಿ ಗೋದಾವರಿಯೊಳಕ್ಕೆ ಹೊರಟು ಹೋಗುತ್ತಿದ್ದೆವು. ನನ್ನ ಕಾಲೇಜಿಗೆ ರಜೆ ಬಂದು ಕೈಯಲ್ಲಿ ಕೊಂಚ ಹಣವಿದೆ ಅಂತಾದರೆ ವೊಯ್ಯಿಯನ್ನು ನೋಡಲು ನಾನು ಹೈದರಾಬಾದಿಗೆ ಹೋಗಿಬಿಡುತ್ತಿದ್ದೆ, ಮಕ್ಕಳನ್ನು ಬಿಟ್ಟು. ಒಬ್ಬನೇ ಹೋಗಲಿಕ್ಕೆ ಬೇಸರ. ನಾಚಿಕೆಯಾಗುತ್ತಿತ್ತು. ಆಗಲೂ ವೊಯ್ಯಿ ಇರುತ್ತಿದ್ದ ರೂಮಿನಲ್ಲಿ ನಾನಿರುವುದಕ್ಕೆ ಅವಕಾಶವಾಗುತ್ತಿರಲಿಲ್ಲ. ತುಂಬ ಸಲ ಹಗಲಿಡೀ ರಸ್ತೆಗಳಗುಂಟ ಅಲೆಯುತ್ತಿದ್ದೆವು. ಅವಳ ಕಾಲೇಜು ಬಿಡುತ್ತಿದ್ದಂತೆಯೇ local train ಹತ್ತಿ ತಿರುಗುತ್ತಿದ್ದೆವು. ಶ್ರೀಮಂತರ ಬಂಗಲೆಗಳ ಮುಂದೆ ನಿಂತು ಏನೇನೋ ಹುಚ್ಚು ಕನಸು. ತೀರ ಅಷ್ಟು ಶ್ರೀಮಂತರಾಗದಿದ್ದರೂ ಒಂದು ಚಿಕ್ಕ ತೋಟ, ಚಿಕ್ಕ ಮನೆ, ಆ ಮನೆಯ ವರಾಂಡದಲ್ಲಿ ನೆಮ್ಮದಿಯಾಗಿ ಕುಳಿತು ಇಬ್ಬರೂ ಹರಟುವುದು; ಇವೆಲ್ಲ ಯಾವತ್ತಿಗೆ ಸಾಧ್ಯವೋ ಅಂದುಕೊಳ್ಳುತ್ತಿದ್ದೆವು.

ಅವತ್ತು ನಾವಿಬ್ಬರೂ ಹಾಗೆ ದಿಣ್ಣೆಯ ಮೇಲೆ ನಿಂತಿರುವಾಗಲೇ ಕೆಳಗೆ ಯಾರೋ ಬಂದರು. ಮಧ್ಯ ವಯಸ್ಕಳಿರಬೇಕು, ರೇಶ್ಮೆ ಸೀರೆಯುಟ್ಟಿದ್ದಳು. ತಲೆ ಹಿಂದಕ್ಕೆ ಬಾಚಿ ಗಂಟು ಹಾಕಿದ್ದಳು. open neck ಕುಪ್ಪುಸ. ಕಣ್ಣಿಗೆ ದುಬಾರಿ ಕನ್ನಡಕ. ಹೈ ಹೀಲ್ಡ್ ಷೂಸ್ ಧರಿಸಿದ್ದ ಆಕೆಯ ನೆತ್ತಿಯ ಮೇಲೆ ಅತ್ಯಂತ ದುಬಾರಿಯ ರೇಶ್ಮೆ ಛತ್ತರಿ. ಇಷ್ಟು fashionable ಆದ ಹೆಣ್ಣುಮಗಳು ನಮ್ಮನ್ನೇಕೆ ದಿಟ್ಟಿಸಿ ನೋಡುತ್ತಿದ್ದಾಳೋ ಈ ಹೈದರಾಬಾದಿನಲ್ಲಿ ಅಂದುಕೊಂಡು ಗೊಂದಲಕ್ಕೊಳಗಾದವನಂತೆ ನಿಂತೆ.

"ಯಾರು ಅಂತ ಗೊತ್ತಾಗಲಿಲ್ವ?" ನಗುತ್ತ ಕೇಳಿದಳು ವೊಯ್ಯಿ.

"ಅರೆ! ಅಬ್ಬುತ್ತೆ..." ಉದ್ಗರಿಸಿದೆ.

ಅವತ್ತು ಹಾಗೆ ಬಿಟ್ಟು ಹೋದ ನಾವು ಮತ್ತೆ ರಾಜಮಂಡ್ರಿಗೆ ಟ್ರಾನ್ಸ್‌ಫರ್ ಆಗಿ ಹೋದಾಗಿನಿಂದ ನಮಗೂ ಅಬ್ಬುತ್ತೆಗೂ ಸ್ನೇಹ ಶುರುವಾಗಿತ್ತು: ಮತ್ತೆ ಎಂದಿನಂತೆ ಅಬ್ಬುತ್ತೆ ಅದೇ ವೀರೇಶಲಿಂಗಂ ಅವರ ವಿಧವಾ ಶರಣಾಲಯದಲ್ಲಿರುತ್ತಿದ್ದಳು. ಈ ಬಾರಿ ಬಡತನ ಮತ್ತೂ ಘೋರ, ಅಬ್ಬುತ್ತೆ ಮತ್ತೂ ಒಬ್ಬಂಟಿ. ಕೆಲವು ಸಲ ಅಡುಗೆಯನ್ನೇ

ಮಾಡಿಕೊಳ್ಳುತ್ತಿರಲಿಲ್ಲ. ಆ ದನದ ಕೊಟ್ಟಿಗೆ ಬಿಟ್ಟು ಬಂದು ನಮ್ಮ ಜೊತೆಯಲ್ಲಿರು ಅಂತ ನಾನು 'T', ರವಿ ತುಂಬ ಸಲ ಕರೆಯುತ್ತಿದ್ದೆವು. ಆದರೆ ಅಬ್ಬತ್ತೆ ಒಪ್ಪುತ್ತಿರಲಿಲ್ಲ. ನಮ್ಮ ಮನೆಗೆ ಬಂದಾಗಲೆಲ್ಲ ಆಕೆಯನ್ನು ಬಿಟ್ಟುಬರಲು ತೋಟಕ್ಕೆ ಹೋಗುತ್ತಿದ್ದೆ. ಆ ಕೊಟ್ಟಿಗೆ, ಅದರಲ್ಲಿನ ಮಡಕೆ-ಬೋಕಿ ನೋಡಿ ಬಿಕ್ಕಿ ಬಿಕ್ಕಿ ಅಳುತ್ತಿದ್ದಳು. ನಾನು ಹತ್ತಿರಕ್ಕೆ ಹೋಗಿ ತಬ್ಬಿಕೊಂಡು 'ನಾನಿದೀನಲ್ಲಾ?' ಅಂತ ಸಮಾಧಾನ ಹೇಳುತ್ತಿದ್ದೆ. ರಣ ಬಿಸಿಲಲ್ಲಿ ನಮ್ಮ ಮನೆಗೆ ಬರುವಾಗ ಕಾಲಿಗೆ ಚಿಂದಿ ಬಟ್ಟೆ ಸುತ್ತಿಕೊಂಡು ಬರುತ್ತಿದ್ದಳು: ತಾಪ ತಡೆಯಲಾರದೆ. ಚಪ್ಪಲಿಗೂ ಗತಿಯಿಲ್ಲದ ಬಡತನ.

"ಯಾರದೂ ಚಿಂದಿ ಚಪ್ಪಲಿಗಳ ರಾಣಿ?" ಅಂತ ಪಕ್ಕದ ಮನೆಯವರು ತಮಾಷೆ ಮಾಡುತ್ತಿದ್ದರು.

ಆ ದಿನಗಳಲ್ಲಿ ನಮ್ಮ ಮನೆಯಲ್ಲಿ 'ಅಕ್ಕಗಾರು' ಅಂತ ಒಬ್ಬಾಕೆ ಇರುತ್ತಿದ್ದಳು. ಯಥಾಪ್ರಕಾರ ವಿಧವಾ ವಿವಾಹ ಮಾಡಿಕೊಂಡು ಧೂರ್ತ ಗಂಡನ ಕೈಗೆ ಸಿಕ್ಕು ಹೈರಾಣಾದ ಹೆಣ್ಣುಮಗಳು. ಗಂಡನ ಧೂರ್ತತನ ಭರಿಸಲಾಗದೆ ವಿಧವಾ ಶರಣಾಲಯಕ್ಕೆ ಬಂದರೆ, "ಇಲ್ಲಿ ಗಂಡ ಸತ್ತವರಿಗಷ್ಟೆ ಜಾಗ. ಗಂಡ ಬಿಟ್ಟವರಿಗಲ್ಲ" ಅಂದಿದ್ದರು ಶರಣಾಲಯದ ಅಧಿಕಾರಿಗಳು. ದಿಕ್ಕಿಲ್ಲದ ಆಕೆಯನ್ನು ತಂದು ನಮ್ಮ ಮನೆಯಲ್ಲಿಟ್ಟುಕೊಂಡಿದ್ದೆವು. ಅದೆಲ್ಲಿಂದಲೋ ಒಂದು ಸರ್ಟಿಫಿಕೇಟು ಸಂಪಾದಿಸಿದ ರಾಮ್ಮೂರ್ತಿ ಆಕೆಯನ್ನು nurse trainingಗೆ ಅಂತ district boardನವರೇ ಕಳಿಸುವಂತಹ ಏರ್ಪಾಟು ಮಾಡಿದ್ದ.

"ಪಾಪ, ಅಬ್ಬತ್ತೆಗೂ ಇಂಥದ್ದೇನಾದರೂ ಮಾಡಬಾರದಾ?" ಅಂದಿದ್ದೆ ಮಾತಿನ ನಡುವೆ.

"ಬೇಡ ಸುಮ್ಮಿರು ವೆಂಕಟಚಲಂ, ಹೈದರಾಬಾದ್‌ನಲ್ಲಿ ಒಳ್ಳೆಯ ಅವಕಾಶಗಳಿರುತ್ತವೆ. ನಾನು ನೋಡ್ತೇನೆ" ಅಂದಿದ್ದಳು ವೊಯ್ಯಿ. ಆ ಬಗ್ಗೆ ಕೇಳಿದುದಕ್ಕೆ ಅಬ್ಬತ್ತೆ ತುಂಬ ಸಂತೋಷದಿಂದ ಒಪ್ಪಿಕೊಂಡಿದ್ದಳು. ಹೈದರಾಬಾದಿಗೆ ಹಿಂತಿರುಗಿದ ವೊಯ್ಯಿ, ಅಲ್ಲಿಂದ ಪತ್ರ ಬರೆದು ಅಬ್ಬತ್ತೆಯನ್ನು ಕರೆಸಿಕೊಂಡಳು. ಅಬ್ಬತ್ತೆ ಹೈದರಾಬಾದಿಗೆ ಹೊರಟು ಹೋದ ಮೇಲೆ ನನಗೆ ಉಳಿದದ್ದು ನಿರ್ಜೀವ ರಾಜಮಂಡ್ರಿ ಮತ್ತು ಅದೇ ಗೋದಾವರಿ. ಆರು ತಿಂಗಳ ನಂತರ ಈಗ ಮತ್ತೆ ಅಬ್ಬತ್ತೆ ಸಿಕ್ಕಿದ್ದಳು: ಗುರುತು ಹಿಡಿಯಲಿಕ್ಕೂ ಕಷ್ಟವಾಗುವ ultra modern ವೇಷದಲ್ಲಿ!

"ವೆಂಕಟಚಲಂಗಾರೂ... ನನ್ನನ್ನು ರಕ್ಷಿಸಿ. ದೋಣಿಯನ್ನು ದಡಕ್ಕೆ ಸೇರಿಸಿ. ಅಲೆಗಳನ್ನು ನೋಡುತ್ತಿದ್ದರೆ ನನಗೆ ಭಯವಾಗುತ್ತಿದೆ. ಉರುಳಿಕೊಂಡಿತು ಅಂದರೆ ಮುಳುಗಿಯೇ ಹೋಗುತ್ತೇನೆ. ನಂಗೆ ಈಜೋಕೂ ಬಾರದು" ಅಂತ ಒಂದೇ ಸಮನೆ ಕೂಗುತ್ತಿದ್ದರು ಬಸವರಾಜು. ಅಂಥದ್ದೇನೂ ಆಗುವುದಿಲ್ಲ: ನೀವು ಅಲುಗದೆ, ಅಲ್ಲಾಡದೆ ಸುಮ್ಮನೆ ಕೂತಿರಿ ಅಂತ ಸಾವಿರ ಸಲ ಹೇಳಿದರೂ ಆತ ಕೇಳಲೊಲ್ಲ. ಅವತ್ತಷ್ಟೆ ನನಗೆ ಆತನ ಪರಿಚಯವಾಗಿತ್ತು. ಗೋದಾವರಿಯಲ್ಲಿ ಒಬ್ಬನೇ ದೋಣಿ ಹತ್ತಿ ಅಲೆಯುತ್ತಿದ್ದರೆ ರಾಮ್ಮೂರ್ತಿ ಮತ್ತು ಪ್ರಕಾಶಂ ಜೊತೆಯಲ್ಲಿ ಬಸವರಾಜು ಬಂದು ಸೇರಿಕೊಂಡಿದ್ದರು. ದೋಣಿ ಹತ್ತಿದಾಗಿನಿಂದ ಅವರ ಮುಖ ಅದೊಂಥರಾ ಇತ್ತು. ಗಮನಿಸಿ ನೋಡಿದೆ. ಬಸವರಾಜು ನಡುಗುತ್ತಿದ್ದರು. ಅವರಿಗೆ ನೀರೆಂದರೆ ಭಯ. ನಾವೆಷ್ಟು ಧೈರ್ಯಕೊಟ್ಟರೂ ಭಯ. ಗೋದಾವರಿಯನ್ನು ಈ ಕಡೆಯಿಂದ ದಾಟಿ, ಆಚೆಗಿದ್ದ ಮರಳ ಮೇಲೆ ದಿನವಿಡೀ ಕಳೆದು-ಹರಟಿ ಸೂರ್ಯ ಮುಳುಗುವ ಹೊತ್ತಿಗೆ ಮತ್ತದೇ ದೋಣಿಯಲ್ಲಿ ವಾಪಸು ಬರುವ ಉದ್ದೇಶ ನಮ್ಮದಿತ್ತು. ಆದರೆ ಬಸವರಾಜು ಬಂದ ಕ್ಷಣದಿಂದಲೂ ಚಡಪಡಿಸುತ್ತಿದ್ದರು. ವಾಪಸು ಬರುವಾಗಲಂತೂ ಅವರು ಎಷ್ಟು ಹೇಳಿದರೂ ಕೇಳದೆ ದೋಣಿಯಲ್ಲಿ ಎದ್ದು ನಿಂತು ಚೀತ್ಕರಿಸಲಾರಂಭಿಸಿದರು. ಚಿಕ್ಕವರಾದರೆ ಗದರಿಸಿ ಕೂಡಿಸಬಹುದಿತ್ತು. ಆದರೆ ಅವರನ್ನು ಗದರಿಸುವುದಾದರೂ ಹೇಗೆ? ಕಡೆಗೆ ಅವರ ಎಗರಾಟದಿಂದಾಗಿ ದೋಣಿಗೆ ದೋಣಿಯೇ ಮಗುಚಿಕೊಂಡೀತೆನ್ನಿಸಿ ಪ್ರಕಾಶಂ ಮತ್ತು ರಾಮ್ಮೂರ್ತಿ ಇಬ್ಬರೂ ಸೇರಿ ಅವರನ್ನು ಅಲುಗದಂತೆ ಬಿಗಿಯಾಗಿ ಹಿಡಿದು ಕೂಡಿಸಬೇಕಾಯಿತು.

ಬಸವರಾಜುಗಾರು ನನಗೆ ಸ್ನೇಹಿತರಾದದ್ದು ಹಾಗೆ! ವೃತ್ತಿಯಿಂದ ಅವರೊಬ್ಬ sub registrar. ವೆಂಕಟರತ್ನಂ ನಾಯುಡು ಅವರ ಶಿಷ್ಯ. ನೆನಪಾದಾಗೊಮ್ಮೆ ಕಾಕಿನಾಡಕ್ಕೆ ಹೋಗಿ ಅವರನ್ನು ನೋಡಿಬರುತ್ತಿದ್ದರು. ಕಾಕಿನಾಡದ ಬ್ರಹ್ಮಸಮಾಜದಲ್ಲಿ ಆವತ್ತಿಗೆ

ಏನೇನೋ ರಗಳೆಗಳು. ಏನಿವು ರಗಳೆಗಳು ಅಂತ ಕೇಳಿದುದಕ್ಕೆ ಇವೆಲ್ಲ ಚಲಂ, ಪ್ರಕಾಶಂ ಮತ್ತು ರಾಮ್ಮೂರ್ತಿ ತಂದಿಟ್ಟ ರಗಳೆಗಳು ಅಂತ ಯಾರೋ ಉತ್ತರಿಸಿದರಂತೆ. ಅಲ್ಲಿಂದ ಶುರುವಾಯಿತು ಬಸವರಾಜು ಅವರಿಗೆ ಆಸಕ್ತಿ. ಇಷ್ಟೆಲ್ಲ ರಗಳೆಗಳಿಗೆ ಕಾರಣರಾಗಿದ್ದಾರೆಂದರೆ, ತುಂಬ ವಿಶೇಷವಾದವರೇ ಆಗಿರಬೇಕಲ್ಲವಾ ಅಂದುಕೊಂಡು ನಾವೆಲ್ಲಿದ್ದೇವೆಂಬುದನ್ನು ಪತ್ತೆ ಹಚ್ಚಿ ನಮ್ಮಲ್ಲಿಗೆ ಬಂದಿದ್ದರು. ನನ್ನ ಮನೆಗೆ ಬಂದರು. ಪ್ರಕಾಶಂ ಮನೆಗೆ ಹೋದರು. ರಾಮ್ಮೂರ್ತಿಯ ಮನೆಗೂ ಹೋದರು. ಆ ನಂತರ ಏನನ್ನಿಸಿತೋ? ಬಸವರಾಜುಗಾರು ಹೊರಟು ಹೋದರು.

ನಮ್ಮನ್ನು ನೋಡಿ ಹೋದದ್ದೇ ಹೋದದ್ದು: ಅವರಿಗೆ sub registrar ಉದ್ಯೋಗದಲ್ಲಿ ಸಂಪೂರ್ಣವಾಗಿ ಆಸಕ್ತಿ ನಶಿಸಿ ಹೋಯಿತು. ಯಾಕಾದರೂ ಈ ಕೆಲಸ ಮಾಡಲಿ? ಇದರಲ್ಲಿ ಸ್ವೇಚ್ಛೆಯಿಲ್ಲ, ಸುಡುಗಾಡಿಲ್ಲ. ನಾನು ಅವರಂತೆ ಆಗಬೇಕು. ಕೆಲಸಕ್ಕೆ ಬಾರದ ದಸ್ತಾವೇಜು, ಆಸ್ತಿ ಪತ್ರ ರಿಜಿಸ್ಟರು ಮಾಡುತ್ತ ಕೂಡುವುದು ಮೂರ್ಖರ ಕೆಲಸ. ಆದರೆ ಇದ್ದೊಂದು ನೌಕರಿಗೆ ರಾಜೀನಾಮೆ ಕೊಟ್ಟರೆ ಆಮೇಲೆ ಏನು ಮಾಡೋದು? ಬಸವರಾಜು ಅವರಿಗೆ ತಕ್ಕಮಟ್ಟಿಗೆ ಆಸ್ತಿಯಿತ್ತು. ಆದರೆ ನೌಕರಿಗೆ ರಾಜೀನಾಮೆ ಕೊಟ್ಟರೂ ಪ್ರಜೆಗಳಿಗೆ ಏನಾದರೂ ನೆರವಾಗುವಂಥ ಕೆಲಸ ಮಾಡಬೇಕು. ಅಂಥ ಕೆಲಸ ಯಾವುದಿದೆ? ಹಾಗಂತ ಎಲ್ಲರನ್ನೂ ಕೇಳುತ್ತ ಬಂದರು. ಕಡೆಗೆ ನಮ್ಮೆದುರಿಗೂ ಆ ಪ್ರಶ್ನೆ ಇಟ್ಟರು. ಪ್ರಜೆಗಳಿಗೆ ಉಪಯೋಗವಾಗುವಂತಹ ಕೆಲಸ ಯಾವುದು?

ಹತ್ತಿರದಲ್ಲೇ ಇದ್ದ ಮತ್ತೊಂದು ಪಾಳು ಗುಡಿಸಲಿಗೆ ಉಮರ್ ಖಯಾಂ cottage ಅಂತ ಹೆಸರಿಟ್ಟಿದ್ದೆವಲ್ಲ? ಅದರಲ್ಲಿ ನಾವು ನಾಲ್ಕೂ ಜನ ಸಭೆ ಸೇರಿದೆವು. ಎಲ್ಲ ಉದ್ಯೋಗಗಳಿಗಿಂತ ಡಾಕ್ಟರಾಗುವುದೇ ಶ್ರೇಷ್ಠ ಅಂತ ತೀರ್ಮಾನಿಸಿದೆವು. ಡಾಕ್ಟರಾಗಿ ಜನರಿಗೆ ಉಚಿತ ಸೇವೆ ಮಾಡಬಹುದು. ಆದರೆ ಇಷ್ಟು ವಯಸ್ಸಾಗಿರುವ ಬಸವರಾಜುಗಾರು ಇದ್ದಕ್ಕಿದ್ದಂತೆ ಡಾಕ್ಟರಾಗುವುದು ಹೇಗೆ? ಜನರ ಸೇವೆ ಮಾಡುವುದು ಹೇಗೆ? ಆದ್ದರಿಂದ ಬಸವರಾಜು ಒಂದು ನಿರ್ಣಯಕ್ಕೆ ಬಂದರು. ತಮ್ಮ ನೌಕರಿಗೆ ಮೊದಲು ರಾಜೀನಾಮೆ ಕೊಟ್ಟರು. ಇದ್ದೊಬ್ಬ ಹೆಂಡತಿಯನ್ನು ತವರು ಮನೆಗೆ ಕಳಿಸಿ, "ನಾನು ನಿಮ್ಮ ಜೊತೆ ಇದ್ದು ಬಿಡ್ತೇನೆ. ಮನುಷ್ಯನಿಗೆ ಮುಖ್ಯವಾಗಿ ಸ್ವೇಚ್ಛೆ ಬೇಕು, ಸ್ವೇಚ್ಛೆ" ಅಂದರು.

"ಅರೆ, ಇಲ್ಲಿಗೆ ಬಂದು ಏನು ಮಾಡ್ತೀರಿ ಬಸವರಾಜೂ? ನಮಗೆ ಟ್ರಾನ್ಸ್‌ಫರುಗಳಾಗುತ್ತಿರುತ್ತವೆ. ಎಲ್ಲೆಲ್ಲಿಗೆ ಹೋಗುತ್ತೇವೋ? ಒಂದು ಕಡೆ ಇರುವವರಲ್ಲ. ನೀವು ಬಂದು ಏನು ಮಾಡ್ತೀರಿ?" ಅಂತ ನಾನಂದರೆ ಅದಕ್ಕೆ ಆತನಲ್ಲಿ ಉತ್ತರ ಸಿದ್ಧವಿತ್ತು.

"Mostly, ರಾಮ್ಮೂರ್ತಿಗೆ transfer ಆಗೋದು ಕಾಣೆ. ಎಲ್ಲರಿಗಿಂತ ಹೆಚ್ಚಾಗಿ ನನಗೆ ರಾಮ್ಮೂರ್ತಿಯ ಸ್ನೇಹ ಇಷ್ಟವಾಯಿತು. ನಾನು ಅವರೊಂದಿಗೇ ಇರುತ್ತೇನೆ.

Transfer ಆದರೆ ಅವರೊಂದಿಗೆ ನಾನೂ ಹೋಗುತ್ತೇನೆ" ಅಂದರು. ಅಂದುದಷ್ಟೇ ಅಲ್ಲ, ರಾಮ್ಮೂರ್ತಿಯ ಬಂಗಲೆಯಲ್ಲಿ ಇರತೊಡಗಿದರು. ಆ ದಿನಗಳಲ್ಲಿ ಬಂಗಲೆಯಲ್ಲಿ ರಾಮ್ಮೂರ್ತಿ ಮತ್ತು ರತ್ನಂ ಇಬ್ಬರೇ ಇರುತ್ತಿದ್ದುದು. ಯಾವಾಗಾದರೊಮ್ಮೆ ರಾಮ್ಮೂರ್ತಿಯ ಹೆಂಡತಿ ಚಂದ್ರಮತಿ ತನ್ನ ಮಕ್ಕಳಾದ ಇಂದು ಮತ್ತು ಉಷಾರನ್ನು ಕರೆದುಕೊಂಡು ಬಂದು ನಾಲ್ಕು ದಿನ ಇದ್ದು ಹೊರಟು ಹೋಗುತ್ತಿದ್ದಳು. ಆಕೆ ಬಂದರೆ ಸಾಕು ಬಸವರಾಜು ತುಂಬ disturb ಆಗಿಬಿಡುತ್ತಿದ್ದರು. ಒಮ್ಮೊಮ್ಮೆ ನನ್ನಲ್ಲಿಗೆ ಬಂದು,

"ಚಲಂಗಾರೂ, ನಂಗೆ ಸ್ವೇಚ್ಛೆ ಬೇಕು. ಸ್ವೇಚ್ಛೆ ಹೇಗೆ ಬರುತ್ತೆ" ಅಂತ ಕೇಳೋರು.

"ಇದೇನು ಹೀಗಂತೀರಿ? ಈಗ ಸ್ವೇಚ್ಛೆಯಾಗೇ ಇದ್ದೀರಲ್ಲ?" ಅಂತ ಕೇಳಿದರೆ,

"ಹಾಗಲ್ಲ ಚಲಂಗಾರೂ, ನೀವು ಬೆಳಿಗ್ಗೆ ಎದ್ದು ಏನು ಮಾಡ್ತೀರಿ?"

"ಟೀ ಕುಡೀತೀನಿ!" ಅಂದೆ.

"ಓಹೋ! ನಾನು ಕಾಫಿ ಕುಡೀತೀನಿ ನೋಡಿ. ಅದೇ ತಪ್ಪು. ಟೀ ಕುಡಿಯೋ ತಂಕಾ ನನಗೆ ಸ್ವೇಚ್ಛೆ ಬರೋದಿಲ್ಲ!" ಅಂದವರೇ ಅವತ್ತಿನಿಂದ ತಮಗಿಷ್ಟವಿರದಿದ್ದರೂ ಕಷ್ಟಪಟ್ಟು ಟೀ ಕುಡಿಯಲಾರಂಭಿಸಿದರು. ಆರೋಗ್ಯ ಸರಿಯಾಗಲಿ ಅಂತ ರತ್ನಂ ಮೊಟ್ಟೆಯೊಡೆದುಕೊಂಡು ಕುಡಿಯುತ್ತಿದ್ದರೆ, "ಇವತ್ತಿನಿಂದ ನಾನೂ ಕೋಳಿಮೊಟ್ಟೆ ಕುಡೀತೀನಿ ಕಣ್ರೀ. ಮುಖ್ಯವಾಗಿ ಸ್ವೇಚ್ಛೆ ಬರಬೇಕು" ಅಂದವರೇ ಭಯಂಕರ ಕಷ್ಟಪಟ್ಟು ರಾಮ್ಮೂರ್ತಿ ಮತ್ತು ಪ್ರಕಾಶಂ ನೆರವು ಪಡೆದು, ಅವರು ಕೈಕಾಲು ಕದಲದೆ ಹಿಡಿದುಕೊಂಡಿದ್ದರೆ ಬಸವರಾಜುಗಾರು ವಿಷ ಕುಡಿದಂತೆ ಕೋಳಿಮೊಟ್ಟೆ ಕುಡಿಯತೊಡಗಿದರು. ಮೊದಲೇ ಆತ ಜಾತಿಯಿಂದ ಕೋಮಟಿಗರು. ಮೊಟ್ಟೆಯೆಂದರೆ ಪರಮ ಅಸಹ್ಯ. ಅಂಥದರಲ್ಲಿ ಮೊಟ್ಟೆ ಅಭ್ಯಾಸವಾಗಬೇಕು ಅಂತ ಹಸೀ ಕೋಳಿಮೊಟ್ಟೆಯನ್ನು ಸ್ವಲ್ಪ ಹೊತ್ತು ದವಡೆಯಲ್ಲಿಟ್ಟುಕೊಂಡು ಆಕಡೆಗೂ ಈ ಕಡೆಗೂ ಹೊರಳಿಸಿ ಅದನ್ನು ಕುಡಿಯುತ್ತಿದ್ದರು.

"ಇದೇನು ಲೈಫು ಚಲಂಗಾರೂ. ಇದರಿಂದ ಯಾರಿಗೇನು ಉಪಯೋಗ? ನಾನು ಡಾಕ್ಟರಾಗಬೇಕು!" ಅನ್ನತೊಡಗಿದರು ಕೆಲವು ದಿನಗಳ ನಂತರ. ಅಂದುದಷ್ಟೆ ಅಲ್ಲ, ಮದರಾಸಿಗೆ ಹೋಗಿ ಮೆಡಿಕಲ್ ಕಾಲೇಜಿನಲ್ಲಿ ಸೀಟಿಗೋಸ್ಕರ ಪ್ರಯತ್ನ ಮಾಡಿದರು. ಅವರಿಗೆ ಸೀಟೂ ಸಿಕ್ಕಿತು. ಕೆಲವು ದಿನಗಳ ನಂತರ ವಾಪಸು ಬಂದು, "ಅಬ್ಬಬ್ಬಬ್ಬ ಆ ಓದು ನಂಗೆ ತಲೆಗೆ ಹತ್ತಲ್ಲ ಕಣ್ರೀ. ಅಲ್ಲಿ ಖಾಯಿಲೆಗಳ ಬಗ್ಗೆ ಔಷಧಿಗಳ ಬಗ್ಗೆ ಏನೂ ಹೇಳ್ತಿಲ್ಲ. ಯಾವ್ಯಾವೋ ಲ್ಯಾಟಿನ್ ಹೆಸರುಗಳನ್ನ ಕಂಠ ಪಾಠ ಮಾಡು ಅಂತಾರೆ. ಅವನ್ನೆಲ್ಲ ತಗೊಂಡು ಏನು ಮಾಡಲಿ ನಾನು? ಮುಖ್ಯವಾಗಿ ಅಲ್ಲಿ ಸ್ವೇಚ್ಛೆಯಿಲ್ಲ, ಬಿಟ್ಟು ಬಂದುಬಿಟ್ಟೆ" ಅಂದವರೇ ಯಥಾಪ್ರಕಾರ ರಾಮ್ಮೂರ್ತಿಯ ಮನೆ ಸೇರಿದರು. ರಾಮ್ಮೂರ್ತಿ ಮತ್ತು ರತ್ನಂನ್ನು

ಬಿಟ್ಟು ಬಸವರಾಜು ಇರಲಾರರು. ಚಂದ್ರಮತಿ ಬಂದರೆ ಇವಳ್ಯಾಕೆ ಬಂದಳೋ ಎಂಬಂತೆ ನೋಡೋರು. ನೋಡಿ ಸುಮ್ಮನೆ ಇರುತ್ತಲೂ ಇರಲಿಲ್ಲ. "ಏನ್ರೀ, ಇಲ್ಲೇನು ಕೆಲಸ ನಿಮಗೆ? ಯಾಕೆ ಬರ್ತೀರಿ?" ಅಂತ ಕೇಳಿಬಿಡೋರು. ಅದು ಮತ್ತೊಂದು ರಾದ್ಧಾಂತ. ಈ ಮಧ್ಯೆ ಬಸವರಾಜು ಹೆಂಡತಿ ತೀರಿಹೋದಳು. ಈತನದು ಒಂದೇ ರೋದನೆ. ವಿಯೋಗ ಅಂದ ಮೇಲೆ ಅಳಲೇ ಬೇಕಲ್ಲವಾ? ಅದಕ್ಕಾಗಿ ದಿನಗಟ್ಟಲೆ ಅಳುತ್ತಿದ್ದರು ಬಸವರಾಜು. ಒಮ್ಮೆ ನನ್ನ ಮುಂದೂ ಅಳುವ ಯತ್ನ ಮಾಡಿದರು.

"ಮನುಷ್ಯನ ದುಃಖ ಆತನ ಪ್ರೇಮದ ತೀವ್ರತೆಯ ಮೇಲೆ ಆಧಾರ ಪಟ್ಟಿರುತ್ತದೆ" ಅಂದೆ.

"ಪ್ರೇಮವಿಲ್ಲದೆ ಉಂಟಾ ಚಲಂ? ಆಕೆಯಿಲ್ಲದೆ ನಾನು ಬದುಕಲಾರೆ" ಅಂದವರೇ ಅಳುವವರಂತೆ ದೇಹವನ್ನು ಕುಲುಕುಲುಗೊಳಿಸಿದರು. ಅಳು ಮಾತ್ರ ಬರಲಿಲ್ಲ.

ಆ ದಿನಗಳಲ್ಲಿ ಗೋದಾವರಿಗೂ ನಮ್ಮ ಮನೆಗೂ ಮಧ್ಯೆ ಒಂದು ಹುಣಿಸೇ ಮರವಿತ್ತು. ಅದರ ಕೆಳಗಿದ್ದ ಗುಡಿಸಲನ್ನೇ ನಾವು ಕೊಂಚ ಸರಿಮಾಡಿಕೊಂಡಿದ್ದೆವು. ಅದರ ಮುಂದೆ ನಾನು ಸಾಕಿದ್ದ ಕತ್ತೆಯನ್ನು ಕಟ್ಟಿಹಾಕಿದ್ದೆ. ಗುಡಿಸಲಿಗೆ ಉಮರ್‌ಖಯಾಂ cottage ಅಂತ ಹೆಸರಿಟ್ಟಿದ್ದೆವು. ನಮ್ಮ ಸಮಾವೇಶ ಅಲ್ಲಿ ನಡೆದಾಗಲೆಲ್ಲ ಗೆಳೆಯರಿಗೆ ನಾನು ಕಾಫಿ ಮತ್ತು ಆನೆ ಮಾರ್ಕು ಸಿಗರೇಟು (Honey Dew) ಸರಬರಾಜು ಮಾಡುತ್ತಿದ್ದೆ. ಆ ಸಂದರ್ಭ ಬಿಟ್ಟರೆ ಮತ್ತೆ ಯಾವಾಗಲೂ ಸಿಗರೇಟು ಸೇದಬಾರದೆಂಬ ನಿಯಮ ನಮ್ಮಲ್ಲಿತ್ತು. ನನಗೆ ಮೊದಲಿಂದಲೂ ಸಿಗರೇಟು ಇಷ್ಟವಾದುದಲ್ಲ. ಈ ಮಧ್ಯೆ ನಾನೊಂದು ಚಿಕ್ಕ push cart ಖರೀದಿ ಮಾಡಿದ್ದೆ. ಎಲ್ಲಾದರೂ ದೂರಕ್ಕೆ ಹೋಗಬೇಕೆಂದಾಗ ಅದರಲ್ಲಿ ಮಕ್ಕಳನ್ನು ಕೂಡಿಸಿಕೊಂಡು ತಳ್ಳಿಕೊಂಡು ಹೋಗುತ್ತಿದ್ದೆವು. ಹೋದ ಕಡೆ ರಾತ್ರಿ ಉಳಿಯೋದು ಅಂತಾದಲ್ಲಿ ಒಂದು ಟಿಫಿನ್ ಕ್ಯಾರಿಯರ್ ಮತ್ತು ಲಾಂದ್ರ ಜೊತೆಗೆ ಒಯ್ಯುತ್ತಿದ್ದೆವು. ಊರಲ್ಲಿದ್ದ ದಿನ ನಮ್ಮೊಂದಿಗೆ ವೊಯ್ಯಿ ಕೂಡ ಬರುತ್ತಿದ್ದಳು. ಅವಳು ಬಾರದಿದ್ದರೆ ರಾತ್ರಿಗಳಲ್ಲಿ ರತ್ನಂ ನನ್ನೊಂದಿಗಿರುತ್ತಿದ್ದಳು. ಖರೀದಿಸಿದ push cartಗೆ ನಾವು caravan ಅಂತ ಹೆಸರಿಟ್ಟಿದ್ದೆವು. ಅದಕ್ಕೋಸ್ಕರವೇ ನಾನೊಂದು ಕತ್ತೆ ಖರೀದಿಸಿದ್ದೆ. ಆದರೆ ಅದು ನನ್ನ ಮಾತು ಕೇಳುತ್ತಿರಲಿಲ್ಲ.

"ಇಲ್ಲ ಕಣ್ರೀ, ನಾನೇನೂ ಮಾಡಲಾರೆ. ಯಾವ ಕೆಲಸಕ್ಕೂ ಬರೋನಲ್ಲ ನಾನು. ಯಾವುದಕ್ಕೂ ಕೆಲಸಕ್ಕೆ ಬಾರದವರು, ಈ ಲೋಕದ ಮೇಲೆ ವಿರಕ್ತಿ ಹುಟ್ಟಿದವರು ಏನು ಮಾಡಬೇಕು?" ಅಂತ ಇದ್ದಕ್ಕಿದ್ದಂತೆ ಹೊಸರಾಗ ಆರಂಭಿಸಿದರು ನಮ್ಮ ಬಸವರಾಜು.

"ಸನ್ಯಾಸಿಗಳಾಗೋದರಲ್ಲಿ ನಮಗೇನೂ ನಂಬಿಕೆಯಿಲ್ಲ. ಸನ್ಯಾಸಿಗಳಾದರೂ ಏನೋ ಒಂದು ಮಾಡಬೇಕಲ್ಲ?" ಅಂದ ಪ್ರಕಾಶಂ.

"ಸತ್ತುಹೋಗೋದು ಒಳ್ಳೆಯದು!" ಅಂದೆ ನಗುತ್ತಾ.

"ನಿಜ ನಿಜ. ಮಾಡೋಕೆ ಕೆಲಸವಿಲ್ಲದೆ ಇರೋದಕ್ಕಿಂತ ಸತ್ತು ಹೋಗೋದೇ ಮೇಲು" ಅಂತ ರಾಮ್ಮೂರ್ತಿ ದನಿಗೂಡಿಸಿದ.

"ಆಯ್ತು ಕಣ್ರೀ, ಸತ್ತು ಹೋಗ್ತೇನೆ" ಎಂದು ತಮ್ಮ ನಿರ್ಧಾರ ಪ್ರಕಟಿಸಿದರು ಬಸವರಾಜು. ಅಂದ ಸ್ವಲ್ಪ ಹೊತ್ತಿಗೇ, "ಆತ್ಮಹತ್ಯೆ ಮಾಡಿಕೊಳ್ಳುವುದಕ್ಕೆ ತುಂಬ ಸುಲಭವಾದ ಉಪಾಯ ಯಾವುದು?" ಅಂತ ಇನ್ನೊಂದು ಪ್ರಶ್ನೆ ಮುಂದಿಟ್ಟರು. ಅನೇಕ ವಿಧಾನಗಳನ್ನು ಸಜೆಸ್ಟ್ ಮಾಡಿದೆವು. ರೈಲಿಗೆ ತಲೆ ಕೊಡುವುದು, ನೀರಿಗೆ ಬೀಳೋದು-ಹೀಗೆ.

"ನೀರಿಗೆ ಬೀಳಲ್ಲ ಕಣ್ರೀ. ನಂಗೆ ಈಜು ಬರುತ್ತೆ. ಈಚೆಗೆ ಬಂದುಬಿಡ್ತೀನಿ" ಅಂದರು ಬಸವರಾಜು. ಎಲ್ಲರಿಗೂ ಆಶ್ಚರ್ಯವಾಯಿತು. "ಅವತ್ತು ನಿಮ್ಮ boatನಲ್ಲಿ ಹೆದರಿಕೊಂಡೆನಲ್ಲ? ನನ್ನಲ್ಲಿ ಯಾಕೆ ಭಯ ಹುಟ್ಟಿತು?" ಹಾಗಂತ ನಿತ್ಯವೂ ಯೋಚಿಸಿ, ಗೋದಾವರಿಗೆ ಹೋಗಿ ಪ್ರಯತ್ನ ಮಾಡಿ ಮಾಡಿ ಈಜು ಕಲಿತುಬಿಟ್ಟೆ" ಅಂದರು ಆತ.

"ಹಾಗಾದರೆ ಎತ್ತರವಾದ ಬೆಟ್ಟ ಹತ್ತಿ ಅಲ್ಲಿಂದ ಬಿದ್ದು ಸತ್ತುಬಿಡಿ" ಅಂದೆ.

"ರಾಜಮಂಡ್ರಿಯಲ್ಲಿ ಅಷ್ಟು ಎತ್ತರವಾದ ಬೆಟ್ಟ ಎಲ್ಲಿದೆ?" ಪ್ರಶ್ನಿಸಿದರು. ಯಾವ ವಿಧಾನ ಸೂಚಿಸಿದರೂ ಅಂಥ ಆತ್ಮಹತ್ಯೆ ಚೆನ್ನಾಗಿರುವುದಿಲ್ಲ ಎಂಬ ಉತ್ತರ ಬರುತ್ತಿತ್ತು. ಕಡೆಗೆ,

"ಸೈನೇಡ್ ತಿಂದು ಬಿಡಿ. ಒಂದು ನಿಮಿಷದಲ್ಲಿ ಸಾಯ್ತೀರಿ" ಅಂದೆ.

"ಸೈನೇಡ್ ತಿಂದಾಗ್ಯೂ ಸಾಯದಿದ್ದರೆ?" ಕೇಳಿದರು.

"ಆಗ ಯೋಚಿಸೋಣವಂತೆ" ಅಂದೆ.

"ಹಾಗಲ್ಲ ವೆಂಕಟಚಲಂಗಾರೂ, ಸಾಯೋದು ಸಾಯ್ತೀನಿ, heroic ಆಗಿ ಸಾಯಬೇಕು. ಕೆಲಸಕ್ಕೆ ಬಾರದ ಮುದುಕೀರ ಥರಾ ಸಾಯಬಾರದು. Heroic ಆಗಿ ರಿವಾಲ್ವರ್‌ನಿಂದ ಹೊಡಕೊಂಡು ಸಾಯಬೇಕು. ಆದರೆ ರಿವಾಲ್ವರ್ ಎಲ್ಲಿ ಸಿಗುತ್ತೆ?" ಕೇಳಿದರು.

ತಮಾಷೆಯೆಂದರೆ, ತಮ್ಮ ಬಂಧುವೊಬ್ಬನನ್ನು ಹಿಡಿದುಕೊಂಡು ರೆಕಮೆಂಡ್ ಮಾಡಿಸಿ ಲೈಸೆನ್ಸ್ ತೆಗೆದುಕೊಂಡು ಎರಡು ತಿಂಗಳೊಳಗಾಗಿ ರಿವಾಲ್ವರ್ ತಂದೇಬಿಟ್ಟರು.

"ಆಯ್ತು ಹೊಡಕೊಳ್ಳಿ. ಆದರೆ ನಮ್ಮ ಮನೇಲಿ ಹೊಡಕೋಬೇಡಿ: ರಗಳೆ. ಅದರ ಬದಲಿಗೆ ದೂರ ಎಲ್ಲಾದರೂ ಹೋಗಿ ಹೊಡಕೊಳ್ಳಿ: ನಗುತ್ತಲೇ ಹೇಳಿದೆ.

"ಅಕಸ್ಮಾತ್ ಗುರಿತಪ್ಪಿದರೆ?" ಕೇಳಿದರು.

"ಅದಕ್ಕೊಂದು ಉಪಾಯವಿದೆ. ರಿವಾಲ್ವರ್‌ನ ನಳಿಕೆ ಬಾಯಲ್ಲಿಟ್ಟುಕೊಂಡು ಫೈರ್

ಮಾಡಿಕೊಂಡು ಬಿಡಿ. ಖಂಡಿತವಾಗ್ಯೂ ಸಾಯುತ್ತೀರಿ" ಅಂದೆ.

"ಛಿ! ಇದೇನು ಇಂಥ ಸಲಹೆ ಕೊಡ್ತೀರಿ? ಅದೆಲ್ಲ ಹೆಣ್ಣುಮುಂಡೇವು ಮಾಡೋ ಕೆಲಸ. ಗಂಡಸು ಅನ್ನಿಸಿಕೊಂಡವನು ಎದೆಗೆ ಗುಂಡು ಹೊಡೆದುಕೊಂಡು ಸಾಯಬೇಕು ಚಲಂಗಾರೂ. ನಾನು ಎದೇಗೇ ಹೊಡ್ಕೋತೀನಿ" ಅಂದರು.

"ಆಯ್ತು, ಎದೆಗೇ ಹೊಡ್ಕಳಿ" ಅಂದೆ.

"ಗುರಿ ತಪ್ಪಿದರೆ?" ಕೇಳಿದರು.

"ಅದರಲ್ಲಿ ಗುರಿ ತಪ್ಪೋಕೇನಿದೆ? ಎದೆಗಿಟ್ಟುಕೊಂಡು ಹೊಡ್ಕಳಿ" ಅಂದೆ.

"ಇಲ್ಲ ಕಣ್ರೀ, ಹಂಗಾಗಲ್ಲ. ನಾನು ಇವಾಗಿನಿಂದಲೆ ಗುರಿ ಪ್ರಾಕ್ಟೀಸ್ ಮಾಡ್ತೀನಿ" ಅಂದು ಎದ್ದು ಹೋದರು ಬಸವರಾಜು. ಅವತ್ತಿನಿಂದ ನಮ್ಮ ಮನೆ ಎದುರಿಗಿನ ಹುಣಸೇಮರಕ್ಕೆ ಆ ಪುಣ್ಯಾತ್ಮ ಗುಂಡು ಹಾರಿಸತೊಡಗಿದರು. ಆತ ಗುರಿ ಕಲಿಯುವುದು ಹಾಗಿರಲಿ, ನಾವೆಲ್ಲರೂ ಒಂದೊಂದು ಕೈ ನೋಡಿ, ಅದರಲ್ಲಿ ನಿಪುಣರಾಗಿ ಹೋದೆವು. ಸ್ವಲ್ಪ ದಿನಗಳ ನಂತರ,

"ಗುರಿ ಬಂತು ಚಲಂಗಾರೂ. ಇದರಲ್ಲಿ ಒಂಥರಾ ಮಜಾ ಇದೆ. ಈಗ ಸಾಯಬೇಕು ಅನ್ನಿಸುತ್ತಿಲ್ಲ. ಬದುಕಬೇಕು ಅಂತ ತೀರ್ಮಾನಿಸಿದೀನಿ. ಆದರೆ ಮುಖ್ಯವಾಗಿ ಮನುಷ್ಯನಿಗೆ ಸಂಸಾರ, ಆಸ್ತಿ ಇವುಗಳಿಂದಲೇ ಬಾಧೆಗಳು ಅಂದವರೇ ತಮ್ಮ ಬಂಧುಗಳೆಲ್ಲರದೊಂದು ಪಟ್ಟಿ ತಯಾರಿಸತೊಡಗಿದರು. ಆ ಪ್ರಕಾರವೇ ತಮ್ಮ ಆಸ್ತಿಯನ್ನೆಲ್ಲ ಹಂಚಿಬಿಟ್ಟರು. ಕೆಲ ಕಾಲ ರಾಮ್ಮೂರ್ತಿಯ ಮನೆಯಲ್ಲೇ ಇದ್ದರು. ಅಷ್ಟರಲ್ಲಿ ನನಗೆ ಟ್ರಾನ್ಸ್‌ಫರ್ ಆಯಿತು. ಸ್ವಲ್ಪ ದಿನ ಬಿಟ್ಟು ಕೇಳಿದ ಸುದ್ದಿಯೆಂದರೆ, ಯಾರಿಂದಲೋ ರೆಕಮಂಡ್ ಮಾಡಿಸಿಕೊಂಡು ಮತ್ತೆ sub registrar ಕೆಲಸಕ್ಕೆ ಸೇರಿದರಂತೆ ಬಸವರಾಜು.

ಆಮೇಲೆ ಆ ಪುಣ್ಯಾತ್ಮನ ಸುದ್ದಿಯೇ ಇರಲಿಲ್ಲ ತುಂಬ ದಿನ. ಕೆಲವು ವರ್ಷಗಳ ನಂತರ ಇದ್ದಕ್ಕಿದ್ದಂತೆ ಅದೊಂದು ದಿನ ನಾವು ವಿಜಯವಾಡದಲ್ಲಿದ್ದಾಗ ತಮ್ಮ ಸೋದರ ಸೊಸೆ ಮಲಯವತಿಯೊಂದಿಗೆ ಬಂದು ನಮ್ಮ ಮನೆಯಲ್ಲಿ ಇರತೊಡಗಿದರು. ಅವತ್ತಿಗೆ ನಮ್ಮ ಮನೆಯಲ್ಲಿ ಇಬ್ಬರು ಕ್ರಿಶ್ಚಿಯನ್ ಸೋದರಿಯರಿದ್ದರು. ಅವರೊಂದಿಗೆ ದಿನವಿಡೀ ಕ್ರೈಸ್ತ ಮತದ ಬಗ್ಗೆ ಬಸವರಾಜು ಅವರದು ಒಂದೇ ಚರ್ಚೆ. ಅದೊಂದು ಬೆಳಿಗ್ಗೆ ಎದ್ದವರೇ ಅವರಿಬ್ಬರ ಪೈಕಿ ದೊಡ್ಡ ಹುಡುಗಿಯನ್ನು ಮದುವೆಯಾಗುತ್ತೇನೆಂದರು. ಅದಕ್ಕೆ ಆ ಹುಡುಗಿಯೂ ಒಪ್ಪಿಕೊಂಡಳು. ಆದರೆ ಬಸವರಾಜು ಕ್ರಿಶ್ಚಿಯನ್ ಆಗಬೇಕು ಅಂತ ಷರತ್ತು ಹಾಕಿದಳು. ಅದಕ್ಕೆ ಬಸವರಾಜು ಒಪ್ಪಿಕೊಂಡರು. ಮದುವೆಯಾಗುವುದಾಗಿ ಹೇಳಿ ಅವರಿಬ್ಬರೂ ಹೊರಟು ಹೋದರು. ಅದಾದ ಕೆಲ ದಿನಗಳಿಗೆ ಅವರ ಕುರಿತು ಸುದ್ದಿ ಬರತೊಡಗಿತು. ಕರ್ನೂಲು ಜಿಲ್ಲೆಯ ಒಂದು ಚಿಕ್ಕ ಊರಿನಲ್ಲಿ ನೌಕರಿ. ಹೆಚ್ಚೆಂದರೆ

ಆ ಊರಿನಲ್ಲಿ ತಿಂಗಳಿಗೆ ಒಂದು ಆಸ್ತಿ ಪತ್ರ ರಿಜಿಸ್ಟರ್ ಆಗುತ್ತದೆ. ಅದು ಗೊತ್ತಾಗಿಯೇ ಬಸವರಾಜು ಅಲ್ಲಿಗೆ ವರ್ಗಾ ಮಾಡಿಸಿಕೊಂಡಿದ್ದಾರೆ. ಮಾಡಲಿಕ್ಕೆ ಬೇರೇನೂ ಕೆಲಸವಿಲ್ಲವಾದ್ದರಿಂದ ಗಂಡ ಹೆಂಡಿರಿಬ್ಬರೂ ರಸ್ತೆಗಳಲ್ಲಿ ಹಾಡುತ್ತಾ ಕ್ರೈಸ್ತಮತ ಪ್ರಚಾರ ಮಾಡುತ್ತಿದ್ದಾರೆ. ಅವರಿಬ್ಬರ ನಿರ್ಮಲತ್ವ, ದೀಕ್ಷೆ ನೋಡಿ ಪ್ರತಿಯೊಬ್ಬರೂ ಅವರನ್ನು ಹೊಗಳುತ್ತಿದ್ದಾರೆ!

ಕೆಲದಿನಗಳ ನಂತರ ಮತ್ತೆ ನನ್ನಲ್ಲಿಗೆ ಬಂದರು ಬಸವರಾಜುಗಾರು. ಅವರ ಕೈಯಲ್ಲಿ ಹಣವಿಲ್ಲ. ನನ್ನ ಕೈಲಾದ ಮಟ್ಟಿಗೆ ಕೊಟ್ಟೆ. ಅಷ್ಟರಲ್ಲಿ ಅವರಿಗೆ ನಿಡದವೋಲು ಎಂಬಲ್ಲಿಗೆ ಟ್ರಾನ್ಸ್‌ಫರ್ ಆಯಿತು. ಅಲ್ಲೂ ಮತ ಪ್ರಚಾರವೇ! ನೋಡನೋಡುತ್ತ ಅವರ ವೇಷವೇ ಬದಲಾಗಿ ಹೋಯಿತು. ಕಣ್ಣುಗಳಲ್ಲಿ religious fanatism! ವಿಪರೀತವಾದ ಮತಭ್ರಾಂತಿ. ಬಾಯಿ ಬಿಟ್ಟರೆ ಏಸುಕ್ರಿಸ್ತ. ಅಷ್ಟರಲ್ಲಿ ಮತ್ತೊಂದು ಸುದ್ದಿ ಬಂತು: ಕೊನೆಯದು. ಹಳ್ಳಿಯೊಂದಕ್ಕೆ ಕೆಲಸದ ಮೇಲೆ ಹೋಗುತ್ತಿದ್ದಾಗ ಬಸ್ಸು ಉರುಳಿ ಬಿದ್ದು ಬಸವರಾಜುಗಾರು ತೀರಿಕೊಂಡರೆಂಬ ವಾರ್ತೆ.

ಬೆಳಗಿನ ಎಂಟು ಗಂಟೆ.

ಹೈದರಾಬಾದ್ ಮಿಲಿಟರಿ ಹಾಸ್ಪಿಟಲ್. ಅದರೆದುರಿಗೆ ನಾನು ಶತಪಥ ಹಾಕುತ್ತಿದ್ದೇನೆ. ನನ್ನೆದುರಿಗೆ ಕಣ್ಣು ಹಾಯಿಸಿದಷ್ಟೂ ದೂರಕ್ಕೆ ಮೈದಾನ. ಹೈದರಾಬಾದಿನ ಅದ್ಭುತವಾದ ಆಕಾಶ, ನೆಲ, ಮರಗಿಡಗಳನ್ನು ಬೆಳಗಿಸುತ್ತಿದ್ದಾನೆ ಸೂರ್ಯ. ನಾನಿರುವಾಗ ಈ ಲೋಕದಲ್ಲಿ ಮಲಿನ, ದುಃಖ, ಅಜ್ಞಾನ ಹೇಗಿರಲು ಸಾಧ್ಯ ಈ ಲೋಕದಲ್ಲಿ ಎಂಬಂತೆ ಪ್ರಜ್ವಲಿಸುತ್ತಿದ್ದಾನೆ ರವಿ ಆಗಸದಲ್ಲಿ. ಆದರೆ ಅಂಥ ತೇಜಸ್ಸು ಕೂಡ ಮನುಷ್ಯನ ಹೃದಯದಲ್ಲಿನ ಮಲಿನ ಮತ್ತು ದುಃಖವನ್ನು ಭಸ್ಮ ಮಾಡಲಾಗಲಿಲ್ಲ.

ಆಸ್ಪತ್ರೆಯಲ್ಲಿ ಗೋಡೆಯ ಹಿಂದೆ, ಮಂಚದ ಮೇಲೆ ಮಲಗಿದ ನಮ್ಮ ರವಿಯ ಹೃದಯದಲ್ಲಿನ ರೋಗವನ್ನು ತಾಕಿ ಏನೂ ಮಾಡಲಾಗದೆ ಹೋಗುತ್ತಿದ್ದಾನೆ ಆಕಾಶದಲ್ಲಿನ ರವಿ. ಅವನ ಹೃದಯದಲ್ಲಿ ರಕ್ತ ಪ್ರವಾಹಕ್ಕೆ ಅಡ್ಡ ಬಂದಿರುವ ಒಂದು ಚಿಕ್ಕ ಮಾಂಸದ ತುಂಡು: ಅದನ್ನು ಏನೂ ಮಾಡಲಾರೆಯಾ? ಸುಟ್ಟು, ಹಾಕಲಾರೆಯಾ? ಇಷ್ಟು ತಿಂಗಳುಗಳಿಂದ ನಾವು ಅನುಭವಿಸುತ್ತಿರುವ ನೋವು ನಿನಗೆ ಅರ್ಥವಾಗದೆ ಭಾಸ್ಕರಾ? ರವಿಗೆ ಈ ಖಾಯಿಲೆ ಯಾಕೆ ಬಂತು? ಯಾರಿಗೂ ಗೊತ್ತಿಲ್ಲ. ಇದೆಲ್ಲಕ್ಕೂ ಈಶ್ವರನೇ ಕಾರಣವಾ? ಆತನ ಪಾದಕ್ಕೆ ಬಿದ್ದು ಕೇಳಿಕೊಳ್ಳೋಣವೆಂದರೆ ಕಾಣಿಸುವುದಿಲ್ಲವಲ್ಲ? ಪ್ರಾರ್ಥನೆಯೊಂದಿಗೆ, ಕಣ್ಣೀರಿನೊಂದಿಗೆ ಉಹುಂ, ಹೇಗೆ ಕರೆದರೂ ಉತ್ತರಿಸುವುದಿಲ್ಲ. ಅಂಥ ಸರ್ವ ಹೃದಯಾಂತರಾಮಿ ಅಂತಾರೆ. ನಮ್ಮ ರವಿಯ ಹೃದಯದೊಳಕ್ಕೆ ಸೇರಿ ಬೆಂಕಿಯಿಡುತ್ತಿದ್ದಾನೆ. ಅಷ್ಟು ಚಿಕ್ಕವನು ರವಿ. ನಿನ್ನನ್ನು ಏನು ಮಾಡಿದ್ದ. ಯಾಕೆ ಈ ಆಗ್ರಹ? ಈಶ್ವರಾ, ದಿಕ್ಕಿಲ್ಲದವರಯ್ಯಾ ನಾವು. ಸರ್ವಮಾನವ ಬಹಿಷ್ಕೃತರು. ನಿನ್ನ ಕಣ್ಣಿಗೆಲ್ಲಿ ಬಿದ್ದೆವು? ಅಸಲಿಗೆ ನೀನಿದ್ದೀಯಾ? ಈ ಲೋಕದಲ್ಲಿ ನೀನು ಎಲ್ಲಿದ್ದೀಯೆಂದು ಹುಡುಕಿದುದಕ್ಕಾ ಈ ಶಿಕ್ಷೆ? ಇದ್ದೀಯಾ? ಇಷ್ಟು ಕ್ರೂರಿ, ಇಂಥ ಕಠಿಣ: ನಿನ್ನನ್ನೇನಾ ಅಷ್ಟು ವರ್ಷ ಪೂಜಿಸಿ, ಪ್ರಾರ್ಥಿಸಿ ಪ್ರೇಮಿಸಿದ್ದು? ನೋಡು ಈ ಪ್ರಪಂಚ ಹೇಗೆ

ವಿಜೃಂಭಿಸುತ್ತಿದೆ. ಎಲ್ಲ ಪ್ರಾಣಿ ಪಕ್ಷಿಗಳು ಎಷ್ಟು ಸಂತೋಷವಾಗಿವೆ. ಹಸಿರು ಹುಲ್ಲು ಹೇಗೆ ಆನಂದದಿಂದ ತೊನೆಯುತ್ತಿದೆ! ಈ ಖಾಯಿಲೆ ಬರುವುದಕ್ಕೆ ಮುಂಚೆ ನಮ್ಮ ರವಿ ಕೂಡ ಹೀಗೇ ಸಂತೋಷದಿಂದ ಕುಣಿಯುತ್ತಿದ್ದ, ತೊನೆಯುತ್ತಿದ್ದ. ಈ ಮೈದಾನದ ಉದ್ದಕ್ಕೂ ಓಡುತ್ತಿದ್ದ.

ಗುಂಡೇಟು ತಿಂದ ಹಕ್ಕಿಯ ಹಾಗೆ ಇದ್ದಕ್ಕಿದ್ದಂತೆ ಏನಾಗಿ ಹೋಯಿತು? ನಾನೇಕೆ ಹೀಗಾಗಿ ಹೋದೆ? ಯಾಕೆ ಕಳಿಸಿದೆ ನಮ್ಮನ್ನು ಈ ಲೋಕದೊಳಕ್ಕೆ? ನಿನ್ನಿಷ್ಟ ಬಂದ ಹಾಗೆ ನಮ್ಮೊಂದಿಗೆ ಆಡಿಕೊಳ್ಳಲಿಕ್ಕಾ? ಕ್ರೂರಿ, ರಾಕ್ಷಸ, ಪಿಶಾಚಿ! ಇಂಥ ಹೀನ ಹತ್ಯೆ ಮಾಡಿ ಇನ್ನೂ ನಗುತ್ತಿದ್ದೀಯಾ? ಹಾಗಂತ ನಾನು ಯೋಚಿಸುತ್ತ ನಿಂತಿರುವಾಗಲೇ ವೊಯ್ಯಿ ಮತ್ತು ರವಿ ಆಸ್ಪತ್ರೆಯಿಂದ ಹೊರಬಂದರು. ಅವರ ಕಣ್ಣು ನೋಡಿದರೇನೇ ಗೊತ್ತಾಗುತ್ತಿತ್ತು: ಯಾವ ಆಸೆಯೂ ಉಳಿದಿಲ್ಲ ಅಂತ. ನನ್ನ ಕಣ್ಣು ಮತ್ತೆ ಮತ್ತೆ ತುಂಬಿ ಬಂದವು. ತುಟಿ ಒಣಗಿ ಕಂಪಿಸುತ್ತಿತ್ತು. ಅವರ ಹಿಂದೆಯೇ ಮಿಲಿಟರಿ ವೈದ್ಯರಾದ ಮೇಜರ್ ನಾಯುಡು ಹೊರಬಂದರು. ನನ್ನನ್ನು ನೋಡಿ: "So sorry, I cannot make a new heart to your son" ಅಂದರು ಆತ. ಆರು ವರ್ಷದ ರವಿಗೆ ಅವರು ಆಡಿದುದನ್ನೆಲ್ಲ ಅರ್ಥ ಮಾಡಿಕೊಳ್ಳುವಷ್ಟು ಇಂಗ್ಲಿಷ್ ಬರುತ್ತದೆ ಅಂತ ಅವರಿಗೇನು ಗೊತ್ತು?

ಆ ದೊಡ್ಡ ಮೈದಾನದಲ್ಲಿ ದಿಕ್ಕಿಲ್ಲದ ನಾವು ಮೂವರು ಹಾಗೆ ನಿಂತಿದ್ದೆವು: ಯಾವ ದಿಕ್ಕಿಗೆ ಹೋಗಬೇಕೆಂಬುದು ಗೊತ್ತಿಲ್ಲದೆ. ಈಶ್ವರಾ! ನಮ್ಮೊಂದಿಗೆ ನೀನಿದ್ದೀಯ ಅಂದುಕೊಂಡು, ಸತ್ಯಕ್ಕೋಸ್ಕರ ಲೋಕವನ್ನು ಧಿಕ್ಕರಿಸಿ ಒಬ್ಬಂಟಿಗರಾಗಿ ಬಿಟ್ಟೆವು. ನೀನೂ ನಮ್ಮನ್ನು ಬಿಟ್ಟುಬಿಟ್ಟೆ. ಅಸಲಿಗೆ ನೀನೇ ಇಲ್ಲ. ಇದ್ದಿದ್ದಿದ್ದರೆ ನಮ್ಮನ್ನು ಹೀಗೆ ಬಿಡುತ್ತಿರಲಿಲ್ಲ. ಇದೆಲ್ಲ ಬರೀ ಮೋಸ. ಇನ್ನ್ಯಾವತ್ತಿಗೂ ನಿನ್ನೆಡೆಗೆ ಕೈ ಚಾಚುವುದಿಲ್ಲ. ನನ್ನ ಕಣ್ಣೀರು ನನಗೋಸ್ಕರ ಅಲ್ಲ. ಯಾವ ಪಾಪವನ್ನೂ ಅರಿಯದ ಅಮಾಯಕ ರವಿ: ಅವನಿಗೋಸ್ಕರ. ನಮ್ಮೊಂದಿಗೆ ಸೇರಿ ಈ ಕ್ಷೋಭೆಯನ್ನೆಲ್ಲ ಅನುಭವಿಸುತ್ತಿರುವ ವೊಯ್ಯಿಗಾಗಿ. ಯಾವುದಕ್ಕೂ ನಾನು ನಿನ್ನನ್ನು ಆಶ್ರಯಿಸುವುದಿಲ್ಲ. ಉಹುಂ, ಆಶಿಸುವುದಿಲ್ಲ. ಅದೇನು ಮಾಡಿಕೊಳ್ತೀಯೋ ಮಾಡಿಕೋ. ಇದಕ್ಕಿಂತ ಹೆಚ್ಚಿನದೇನನ್ನು ಮಾಡಬಲ್ಲೆ ನೀನು? ಇಷ್ಟು ಚಿಕ್ಕ ಮಗುವಿನ ನೋವು ಕಂಡು ಕರಗದೆ ಹೋದ ನಿನ್ನನ್ನು ಮತ್ತ್ಯಾವುದು ಕರಗಿಸುತ್ತದೆ? ಕದಲಿಸುತ್ತದೆ?

ಹಾಗಂದುಕೊಳ್ಳುತ್ತಾ ಅವರಿಬ್ಬರ ಜೊತೆ ಸೇರಿ ಊರಿನೆಡೆಗೆ ನಡೆಯತೊಡಗಿದೆ.

ಅವತ್ತಿನಿಂದ ನನ್ನ ಪಾಲಿಗೆ ಈಶ್ವರನಿಲ್ಲ. ಅವನ ಸ್ಥಾನದಲ್ಲಿ ಸ್ತ್ರೀಯನ್ನು ಇರಿಸಿ ಆರಾಧಿಸಿದೆ. ಪ್ರಿಯಾ, ನಾನು-ನೀನು, ವಿಧಿಯೊಂದಿಗೆ ಸೇರಿಕೊಂಡು ಸಂಚು ಮಾಡಿ

ದುರ್ಗತಿಗೆ ಬಿದ್ದ ಈ ಪ್ರಪಂಚ ಪದ್ಧತಿಯನ್ನು ನಮ್ಮ ಕೈಗಳಿಗೆ ತೆಗೆದುಕೊಂಡದ್ದೇ ಆದರೆ, ಈ ಲೋಕವನ್ನು ಚೂರುಚೂರಾಗಿ ಒಡೆದು ನಮ್ಮ ಆಶಯಗಳ ಪ್ರಕಾರ ಪುನರ್ ನಿರ್ಮಾಣ ಮಾಡಲಾರೆವಾ?

"ಯಾವ ಅಪರಾಧವಾಯಿತೋ ನನ್ನಿಂದ..." ಎಂಬರ್ಥದ ಕೀರ್ತನೆಯೊಂದನ್ನು ತನ್ನ ಮೃದುವಾದ ಸಣ್ಣ ದನಿಯಲ್ಲಿ ಹಾಡುತ್ತಿದ್ದ ರವಿ. ಅವನ ಹಾಸಿಗೆಯ ಪಕ್ಕದಲ್ಲಿ ನಾವು ಕೂತಿದ್ದೆವು. Daily roundsಗೆ ಹೋಗುವ ಮುನ್ನ ಎಂದಿನಂತೆ ನೀರು ಕುಡಿಯಲೆಂದು ಬಂದ ಡಾ. ಅಹೋಬಲರಾವು ಒಂದು ಕ್ಷಣ ನಿಂತರು. ರವಿಯ ಹಾಡು ಅವರನ್ನು ನಿಲ್ಲಿಸಿತ್ತು. ನಿಧಾನವಾಗಿ ಹತ್ತಿರಕ್ಕೆ ನಡೆದು ಬಂದವರೇ ಪಕ್ಕದಲ್ಲಿ ಛೇರ್ ಹಾಕಿಕೊಂಡು ಕುಳಿತರು. ರವಿ ಹಾಡಿದಷ್ಟನ್ನೂ ಶ್ರದ್ಧೆಯಿಂದ ಕೇಳಿ, "ಎಲ್ಲೀ, ಇನ್ನೊಂದು ಸಲ ಹಾಡು?" ಅಂದರು. ಆಗಲೇ ಆಯಾಸವಾಗಿತ್ತು ರವಿಗೆ. ಆದರೂ ಹಾಡಿದ.

"ಮ್... ಇನ್ನೊಂದು ಸಲ?" ಅಂದರು ಡಾ.ಅಹೋಬಲರಾವುಗಾರು.

"ತುಂಬ ಸುಸ್ತಾಗಿದಾನೆ ಡಾಕ್ಟ್ರೇ..." ಅಂದೆ, ಸಹಿಸಿಕೊಳ್ಳಲಾಗದೆ.

"ಪರವಾಗಿಲ್ಲ, ಇನ್ನೊಂದು ಸಲ ಹಾಡು" ಅಂದರು, ರವಿಯನ್ನು ವಿನಂತಿಸುವವರಂತೆ.

ರವಿ ಹಾಡಿದ. ಒಂದೇ ಒಂದು ಮಾತನಾಡದೆ, ತಿರುಗಿಯೂ ನೋಡದೆ ಎದ್ದು ಹೋಗಿಬಿಟ್ಟರು ಡಾಕ್ಟರ್. ಎಲ್ಲರ ಕಣ್ಣಲ್ಲೂ ನೋವಿತ್ತು.

ಡಾ.ಅಹೋಬಲರಾವು ಅಂದರೆ ಶುದ್ಧ ಒರಟ, ಕಟುಕ ಎಂಬ ಮಾತಿತ್ತು ಆ ಊರಿನಲ್ಲಿ. ಅವರ ಮಾತೂ ಒರಟೇ. ಮುದ್ದಾದ ಮಕ್ಕಳನ್ನು ಎತ್ತಿಕೊಂಡು ಹಿಂಸೆಯಾಗುವಂತೆ ಮುದ್ದುಮಾಡಿ ಅಳಿಸಿ ಕೆಳಕ್ಕಿಳಿಸುತ್ತಿದ್ದರು. ಅವರನ್ನು ಪ್ರೀತಿಸಿದ ಹೆಂಗಸರನ್ನು ಹಾಗೇ ಮಾಡುತ್ತಿದ್ದರೇನೋ? ಅವರಿಗೆ ಹೆಂಡತಿ ಮಕ್ಕಳಿರಲಿಲ್ಲ. ಅಸಲಿಗೆ ಆ ಮನುಷ್ಯನಿಗೊಂದು ಹೃದಯವಿದೆಯಾ ಅನ್ನಿಸುತ್ತಿತ್ತು. ಅತ ಒರಟ. ಆದರೆ ಡಾ.ಅಹೋಬಲರಾಯರ ಹೃದಯ ಕರುಣಾ ಸಮುದ್ರ. ಅವರಿಗೆ ಸಂಗೀತವೆಂದರೆ ಇಷ್ಟ. ಅದರಲ್ಲೂ ಧೀರ ರಸ. ಬೇರೆ ಮಧ್ಯಮ ರಾಗಗಳು ಅವರಿಗಿಷ್ಟವಾಗುತ್ತಿರಲಿಲ್ಲ. ನನಗಾದರೂ ಅಷ್ಟೆ. ಸಾಮಾನ್ಯವಾಗಿ ಬೆಳಿಗ್ಗೆ ಹನ್ನೊಂದು ಗಂಟೆಯ ತನಕ ಮನೆಯ ಬಳಿಗೆ ಬಂದ ರೋಗಿಗಳನ್ನು ನೋಡುತ್ತಿದ್ದರು. ಆಮೇಲೆ ಎರಡನೇ ಸಲ ಕಾಫಿ ಕುಡಿದು medical roundsಗೆ ಹೋಗೋರು. ಅವರಿಗೊಂದು ದೊಡ್ಡ ಕುದುರೆಯ ಕೋಚು ಗಾಡಿಯಿತ್ತು. ಅದನ್ನು ಅವರೇ ಹೊಡಿಕೊಂಡು ಹೋಗುತ್ತಿದ್ದರು. ಬೆಳಗಿನ ಜಾವಕ್ಕೇ ಎದ್ದು ಉಠಾಬೈಸು,

ದಂಡಾ ಹೊಡೆಯುವುದು ಅವರಿಗೆ ಅಭ್ಯಾಸ. ಅದಾದ ಮೇಲೆ ಊರೊಳಗಿನ ಪೈಲ್ವಾನರನ್ನು ಕರೆಯಿಸಿ ಅವರೊಂದಿಗೆ ಒಂದು ಸುತ್ತು ಕುಸ್ತಿ ಆಡುತ್ತಿದ್ದರು. ಅವರಿಗೆ ಮನೆಯ ತುಂಬ ಮಿತ್ರರೇ. ಊರಲ್ಲಿ ಯಾವುದಾದರೂ ಅನ್ಯಾಯ, ಅನಾಚಾರ ನಡೆಯಿತೆಂದರೆ, ಖುದ್ದಾಗಿ ಹೋಗಿ ರೌಡಿಗಳಂಥವರನ್ನು ಕೆಡವಿ ಬಡಿದು ಬರುತ್ತಿದ್ದರು. ಮಧ್ಯಾಹ್ನ ರೋಗಿಗಳನ್ನು ನೋಡಿ ಬಂದ ಮೇಲೆ ತುಂಬ ಪಾಂಗಿತವಾಗಿ ಅವರಿಗೆ ಊಟವಾಗಬೇಕು. ಊಟದ ನಂತರ ಅವರು ರೋಗಿಗಳನ್ನು ನೋಡುತ್ತಿರಲಿಲ್ಲ.

ಊರಿನ ನಾನಾ ಮನೆಗಳಿಂದ ಅವರಿಗೆ ಬೇಯಿಸಿದ ಮಾಂಸ, ಮೀನು, ಬಿರಿಯಾನಿಗಳೆಲ್ಲ ಬರುತ್ತಿದ್ದವು. ಟೇಬಲ್ಲಿನ ಸುತ್ತ ಬ್ರಾಹ್ಮಣರನ್ನ, ಶಾಸ್ತ್ರಿಗಳನ್ನ, ಸ್ವಾಮಿಗಳನ್ನು ಕೂಡಿಸಿಕೊಂಡೇ ತಮ್ಮ ಪಾಡಿಗೆ ಊಟ ಮಾಡುತ್ತಿದ್ದರು. ಮಧ್ಯಾಹ್ನವಿಡೀ ಗೆಳೆಯರೊಂದಿಗೆ ಮಾತು, ಆಟ: ಇಸ್ಪೀಟು. ಸಂಜೆಯಾಯಿತೆಂದರೆ ಡಾ.ಅಹೋಬಲರಾವುಗಾರು ಟೆನ್ನಿಸ್ ಆಡಲಿಕ್ಕೆ ಕ್ಲಬ್ಬಿಗೆ ಹೋಗುತ್ತಿದ್ದರು. ಊರಲ್ಲಿನ ಗಣ್ಯರು, ಅಧಿಕಾರಿಗಳು, ವ್ಯಾಪಾರಸ್ಥರು-ಎಲ್ಲ ಅವರ ಸುತ್ತ ಸೇರುತ್ತಿದ್ದರು. ಅಂಥ ಡಾ.ಅಹೋಬಲರಾಯರಿಗೆ ಅನಾರೋಗ್ಯ ಶುರುವಾಯಿತು: ರಕ್ತದ ಒತ್ತಡ. ಜೀವನ ಶೈಲಿ ಬದಲಾಯಿಸಿಕೊಳ್ಳದಿದ್ದರೆ ಬದುಕೋದು ಕಷ್ಟ ಅಂದರು. ಅವರಿಗೆ ಪರಿಚಯವಿದ್ದವರೆಲ್ಲ ಕಣ್ಣೀರಿಟ್ಟರು. ಡಾಕ್ಟ್ರೇ ನಮಗೋಸ್ಕರ ನೀವು ಬದುಕಬೇಕು ಅಂದರು.

"ಥತ್! ಅರ್ಥವಿಲ್ಲದ ಭಯಗಳ ಬದುಕು, ಯಾವನಿಗೆ ಬೇಕು?" ಅಂದರು ಡಾ.ಅಹೋಬಲರಾವು. ಎಂದಿನಂತೆಯೇ ಓಡಾಡಿಕೊಂಡಿದ್ದರು. ಅಂಥವರು ಒಂದು ದಿನ ಟೆನ್ನಿಸ್ ಕೋರ್ಟಿನಲ್ಲಿ, ಎದುರಿಗೆ ಬಂದ ಚೆಂಡು ಹೊಡೆಯಲೆಂದು ಬ್ಯಾಟ್ ಮೇಲಕ್ಕೆತ್ತಿದರೋ ಇಲ್ಲವೋ? ಹಿಂದಕ್ಕೆ ಬಿದ್ದು ಸತ್ತು ಹೋದರು.

ನಾನು ನೋಡಿದ ಆದರ್ಶ ಪುರುಷರಲ್ಲಿ ಅವರೂ ಒಬ್ಬರು. ರವಿಯನ್ನು ಎಷ್ಟು ಸಲ ನೋಡಿ ಪರೀಕ್ಷಿಸಿ ಅಂದರೂ ನೋಡುತ್ತಿದ್ದರು. ಆದರೆ ಒಂದೇ ಒಂದು ಮಾತೂ ಆಡುತ್ತಿರಲಿಲ್ಲ. ನಾನು ಕೇಳುತ್ತಲೂ ಇರಲಿಲ್ಲ. ನಮಗಿಬ್ಬರಿಗೂ ಗೊತ್ತಿತ್ತು. "ನೀವು ಏನೂ ಮಾಡಲಾರಿರಿ?" ಎಂಬ desparate cry ನನ್ನ ಕಣ್ಣುಗಳಲ್ಲಿ ಬಹುಶಃ ಅವರಿಗೆ ಕಾಣಿಸುತ್ತಿತ್ತು. 'ಹೆಚ್ಚೆಂದರೆ, ಇನ್ನೊಂದಾರು ವರ್ಷ' ಎಂಬ ಮಾತು ಅವರನ್ನು ನೋಡಿದಾಗಲೆಲ್ಲ ನೆನಪಾಗಿ ಎದೆಗೆ ಕೊಳ್ಳಿಯಿಟ್ಟಂತಾಗುತ್ತಿತ್ತು. ಇದ್ದಕ್ಕಿದ್ದಂತೆ ರವಿಯ ಅನಾರೋಗ್ಯ ಉಲ್ಬಣಗೊಳ್ಳುತ್ತಿತ್ತು. ಯಾವ ಕ್ಷಣದಲ್ಲಾದರೂ ಎದೆ ಬಡಿತ ನಿಂತು ಹೋಗಬಹುದು. ತಕ್ಷಣ ವೊಯ್ಯಿ ಬಂದು cigitalis injection ಕೊಟ್ಟು ಬದುಕಿಸುತ್ತಿದ್ದಳು. ರವಿಯನ್ನು ಹೀಗೆ prolong ಮಾಡಿ ಏನುಪಯೋಗ ಅನ್ನಿಸಿಬಿಡುತ್ತಿತ್ತು. ಈ ಕ್ಷೋಭೆಯಿಂದ ಯಾರಿಗೆ ಉಪಯೋಗ? ರವಿ ದಿನದಿನಕ್ಕೂ ಕ್ಷೀಣಿಸುತ್ತಿದ್ದ. ಆರು ವರ್ಷಗಳ

ನಂತರ ಏನು ಮಾಡ್ತೀಯ ಎಂಬ ಪ್ರಶ್ನೆ ಪದೇಪದೆ ಮನಸ್ಸಿಗೆ ಬರುತ್ತಿತ್ತು. ಇದಿನ್ನು ವಾಸಿಯಾಗುವುದಿಲ್ಲ ಅಂತ ಖಚಿತವಾಗುತ್ತಿದ್ದಂತೆಯೇ ರವಿ ಮತ್ತು ವೊಯ್ಯಿ ನನ್ನ ಬದುಕಿನ ಎರಡೇ ಎರಡು ಆಶಯಗಳಾಗಿ ಹೋದರು. ರವಿ ಇನ್ನು ಸಾಯಲಿದ್ದಾನೆ ಅಂತ ಗೊತ್ತಾಗುತ್ತಿದ್ದಂತೆಯೇ ಆ ತನಕ ನನ್ನ ಮನಸ್ಸಿನಿಂದ ತುಂಬ ದೂರವಿರುತ್ತಿದ್ದ ರೋಗಭಯ, ಸಂಕಟ, ದುಃಖಗಳೆಲ್ಲ ಬಂದು ನನ್ನನ್ನು ಆವರಿಸಿಕೊಂಡವು. ಇಂಥ ಶೋಕ ನನಗೊಬ್ಬನಿಗೇ ಅಲ್ಲ. ನನ್ನಂಥ ಎಷ್ಟು ಜನ ದೌರ್ಭಾಗ್ಯವಂತರು, ಪ್ರಾಣಿಗಳು, ಪಕ್ಷಿಗಳು ನನ್ನಂತೆಯೇ ಅಳುತ್ತಿದ್ದಾರೋ? ಹಾಗಂದುಕೊಂಡಾಗಲೆಲ್ಲ ನನ್ನಲ್ಲಿ ಆಗ್ರಹ ಜಾಸ್ತಿಯಾಗುತ್ತಿತ್ತು. ಈ ಖಾಯಿಲೆ ರವಿಯೊಬ್ಬನನ್ನೇ ಕಳೆದುಕೊಳ್ಳುವಂತೆ ಮಾಡುತ್ತಿಲ್ಲ. ಕರುಣಾ ಸಮುದ್ರನಾದ ಆ ಈಶ್ವರನನ್ನೂ ಕಳೆದುಕೊಳ್ಳುವಂತೆ ಮಾಡುತ್ತಿದ್ದೆ. 'ಅವನಿಲ್ಲವೇ ಇಲ್ಲ ಬಿಡು' ಅಂತ ಸಮಾಧಾನ ಹೇಳಿಕೊಳ್ಳ ಬಯಸುತ್ತೇನೆ. ಉಹುಂ, ಈಶ್ವರ ನನ್ನಿಂದ ದೂರಾಗಲೊಲ್ಲ.

ರವಿಯನ್ನು ಹೆತ್ತಾಗಲೂ 'T' ಗೆ ಅನಾರೋಗ್ಯವಾಗಿ ಆಕೆಯನ್ನು ಆಸ್ಪತ್ರೆಗೆ ಸೇರಿಸಲಾಗಿತ್ತು.

ಅವತ್ತಿನಿಂದಲೂ ನಾನು - ರವಿ ಮಹಾನ್ ಸ್ನೇಹಿತರು. ನಾನು ನೌಕರಿಗೆ ಅಂತ ಶಾಲೆಗೆ ಹೊರಡುವ ತನಕ ಅವನೊಂದಿಗೆ ಮಾತಾಡುತ್ತಾ ಕೂತಿರುತ್ತಿದ್ದೆ. ಟ್ಯಾಗೋರ್ ಕವಿತೆಗಳನ್ನ, ದೊಡ್ಡ ದೊಡ್ಡ ಇಂಗ್ಲಿಷ್ ಕಾದಂಬರಿಗಳನ್ನ ರವಿಗೆ ತೆಲುಗಿನಲ್ಲಿ ಅನುವಾದಿಸಿ ಹೇಳುತ್ತಿದ್ದೆ. ಕೆಲವೇ ದಿನಗಳಲ್ಲಿ ರವಿ ಸ್ವತಂತ್ರವಾಗಿ ಇಂಗ್ಲಿಷ್ ಓದಿಕೊಳ್ಳತೊಡಗಿದ. ಅರ್ಥವಾಗದ ಕಡೆ ನನ್ನನ್ನು ಕೇಳುತ್ತಿದ್ದ. ನಾನು ಕೆಲಸದಿಂದ ಹಿಂತಿರುಗುತ್ತಿದ್ದಂತೆಯೇ ದೋಣಿ ಹತ್ತಿ ಹೊರಡುತ್ತಿದ್ದೆವು. ಅದಾದ ಮೇಲೆಯೇ ಸೌರಿಸ್, ವಸಂತ್ ಮುಂತಾದವರೆಲ್ಲ ಹುಟ್ಟಿ ದೊಡ್ಡವರಾಗಿ ನಮ್ಮೊಂದಿಗೆ ಜೊತೆಯಾದರು. ಕೋಪ, ಬೇಸರ, ಅಳು- ಯಾವುದೂ ಇಲ್ಲದ ಆ ಕಾಲ ಎಷ್ಟು ಅದ್ಭುತವಾಗಿತ್ತು! ಸಮಾಜದಿಂದ, ಊರಿನಿಂದ ಹೊರಬಿದ್ದವರಾದ್ದರಿಂದ ನಮ್ಮನಮ್ಮ ನಡುವೆ ಅಗಾಧವಾದ ಪ್ರೀತಿ ಬೆಳೆದಿತ್ತು. ನಾನು ಬರೆದ ಕಥೆಗಳನ್ನು, ನಾಟಕಗಳನ್ನು ಮರುದಿನ ರವಿಗೆ ಓದಿ ಹೇಳುತ್ತಿದ್ದೆ. ಅಷ್ಟು ಚಿಕ್ಕವನಾದರೂ ರವಿ ಅರ್ಥ ಮಾಡಿಕೊಳ್ಳುತ್ತಿದ್ದ. ಯಾರು ಎಲ್ಲಿಗೆ ಕರೆದರೂ ನಾನು ರವಿಯನ್ನು ಇತರೆ ಮಕ್ಕಳನ್ನು ಕರೆದುಕೊಂಡೇ ಹೋಗುತ್ತಿದ್ದೆ. ಮಕ್ಕಳನ್ನು ಕರೆತರುವಂತಿಲ್ಲ ಅಂದರೆ, ನಾನು ಹೋಗುವುದನ್ನೇ ಬಿಡುತ್ತಿದ್ದೆ. ಚಿಕ್ಕಂದಿನಲ್ಲಿ ನಾನು ಏನೇನು ತೊಂದರೆ ಅನುಭವಿಸಿದೆನೋ, ಅವ್ಯಾವ ತೊಂದರೆಗಳಿಗೂ ಸಿಕ್ಕದಂತೆ ನನ್ನ ಮಕ್ಕಳನ್ನ ರಕ್ಷಿಸಲು ಯತ್ನಿಸಿದೆ. ಅವರಿಗೆ ಯಾವುದೇ ಕಷ್ಟ ಬರಬಾರದು, ದುಃಖ ಬರಲೇ ಬಾರದು ಎಂಬುದು ನನ್ನ ಅಭಿಲಾಷೆ. 'ಓದು' ಅಂತ ನಾನು ಮಕ್ಕಳಿಗೆ ಯಾವತ್ತೂ ಹೇಳಲಿಲ್ಲ. ಶಾಲೆಗೆ ಕಳಿಸಲಿಲ್ಲ. ಅವತ್ತಿಗೆ ನನಗೆ ಶಾಲೆ, ಶಾಲೆಯಲ್ಲಿ ಕಲಿಸುವ ಓದು- ಯಾವುದರಲ್ಲೂ

ವಿಶ್ವಾಸವಿರಲಿಲ್ಲ. ಅಂಥ ಅದ್ಭುತ ಗೆಳೆಯನಿಂದ ನನ್ನನ್ನು ದೂರ ಮಾಡಲಿದ್ದಾನೆ ಈಶ್ವರ. ಕಣ್ಣೆದುರಿನಲ್ಲೇ ರೋಗವೆಂಬ ರಾಕ್ಷಸಿಯ ಕೈಗೆ ಸಿಕ್ಕು ವಿಲವಿಲಗುಟ್ಟುತ್ತಿದ್ದ ರವಿ. ಅವನದು ಮರಣ ವೇದನೆ. ಹಲ್ಲಿಯ ಬಾಯಿಗೆ ಸಿಕ್ಕ ಚಿಟ್ಟೆಯಂತೆ ನಿಸ್ಸಹಾಯಕನಾಗಿ ಮಲಗಿರುತ್ತಿದ್ದ. ನಾನು ಅವನೆದುರಿನಲ್ಲಿ. ಕಣ್ತುಂಬ ನೀರು. ಹಾಗೆ ನನ್ನ ಬದುಕಿನ ಆರು ವರ್ಷಗಳನ್ನು ರವಿಗೆ ಕೊಟ್ಟುಬಿಟ್ಟೆ.

ಆ ಆರು ವರ್ಷ ವೊಯ್ಯಿಯ ಪ್ರೇಮ ನಮ್ಮಿಬ್ಬರನ್ನೂ ಸ್ಥಿರಗೊಳಿಸಿತ್ತು.

ನಾನು ಅನಂತಪುರದಲ್ಲಿದ್ದಾಗ ಯಾವುದೋ ಕವಿಗೋಷ್ಠಿಗೆಂದು ಕೃಷ್ಣಶಾಸ್ತ್ರಿಗಾರು ಅಲ್ಲಿಗೆ ಬಂದರು. ಬಳ್ಳಾರಿಯಿಂದ ಆಗಷ್ಟೆ ಬಂದಿದ್ದರು. ಅಲ್ಲಿ ಅವರಿಗೆ ಜಾನಕಿ ರಾಮ್, ಆತನ ತಂಗಿ, ತಂಗಿಯ ಗೆಳತಿ ಸಿಕ್ಕಿದ್ದರು. ಅವರನ್ನು ಭೇಟಿ ಮಾಡುವುದಕ್ಕಾದರೂ ನೀನು ಬೆಂಗಳೂರಿಗೆ ಬರಬೇಕು ಅಂದರು. ಕೊಂಚ ಬದಲಾವಣೆಯಿರಲಿ ಅಂತ ಹೊರಟೆ. ರವಿಯನ್ನು ಬಿಟ್ಟಿರುವುದು ನನಗೆ ಕಷ್ಟ. ಅಷ್ಟರಲ್ಲಿ ಸೌರಿಸ್ "ಹುಬ್ಬಳ್ಳಿಯಲ್ಲಿ ಆರೂಢ ಸ್ವಾಮಿ (ಇದು ಸಿದ್ಧಾರೂಢರು!) ಎಂಬುವವರಿದ್ದಾರೆ. ಅವರು ಆಶೀರ್ವದಿಸಿದರೆ ರವಿಯ ಖಾಯಿಲೆ ವಾಸಿಯಾಗುತ್ತೆ" ಅಂದಳು. ಎಂದಿನಂತೆ ನನಗೆ ಸ್ವಾಮಿಗಳಲ್ಲಿ, ಆಶೀರ್ವಾದಗಳಲ್ಲಿ ನಂಬಿಕೆಯಿಲ್ಲ. ಆದರೆ ಹೋಗೋಣವೆಂದು ರವಿ ಹಟ ಹಿಡಿದ. ಹುಬ್ಬಳ್ಳಿಗೆ ಹೋಗಿ ರವಿಯನ್ನು ಆರೂಢ ಸ್ವಾಮಿಯವರ ಪಾದಕ್ಕೆ ಹಾಕಿದೆ. "ಖಾಯಿಲೆ ವಾಸಿಯಾಗುತ್ತದೆ" ಅಂದರು ಆತ. ಆದರೆ ವಾಸಿಯಾಗಲಿಲ್ಲ. ನನ್ನಲ್ಲಿ ವಿಶ್ವಾಸವಿರದಿದ್ದರಿಂದಲೇ ವಾಸಿಯಾಗಲಿಲ್ಲ ಅಂತ ಬೈದರು ರಂಗನಾಯಕಮ್ಮ. ಕೆಲಕಾಲದ ನಂತರ ನಾನು ಏಲೂರಿನಲ್ಲಿರುವಾಗ ಸಾಧು ಕೊಂಡಯ್ಯಗಾರ ಅಂತ ಒಬ್ಬಾತ ಬಂದರು. ನನಗೆ ಮಿತ್ರರೂ ಆದರು. ಅವರಿಂದಾಗಿ ಅನೇಕರ ಖಾಯಿಲೆಗಳು ವಾಸಿಯಾಗಿವೆಯಂತೆ. ನಮ್ಮ ಮನೆಯೆದುರಿನ ಚರ್ಚಿನ ಬಳಿ ಆತ ಸುಮ್ಮನೆ ಮುಟ್ಟುತ್ತಿದ್ದಂತೆಯೇ, ನೆಲ ಹಿಡಿದು ಮಲಗಿದ್ದ ರವಿ ಎದ್ದು ನಡೆಯತೊಡಗಿದ. ಆದರೆ ಮಧ್ಯಾಹ್ನಕ್ಕೆಲ್ಲ ಮತ್ತೆ ಅದೇ ಸ್ಥಿತಿ. 'ಹಳೆಯ ರೋಗ ವಾಸಿಯಾಗಿದೆ. ಇದು ಹೊಸ ರೋಗ' ಅಂದರು ಸಾಧು ಕೊಂಡಯ್ಯ.

ದಿನದಿಂದ ದಿನಕ್ಕೆ ರವಿಯ ಖಾಯಿಲೆ ಬೆಳೆಯಿತು. ಆಸ್ಪತ್ರೆಯಿಂದ ಆಸ್ಪತ್ರೆಗೆ, ಡಾಕ್ಟರರಿಂದ ಡಾಕ್ಟರಿಗೆ ಅವನನ್ನು ಕರೆದುಕೊಂಡು ತಿರುಗುತ್ತಲೇ ಇದ್ದೆ. ಉಸಿರಾಡಲಿಕ್ಕೆ ಸಾಧ್ಯವಾಗದೆ ರವಿ ಕಷ್ಟ ಅನುಭವಿಸುತ್ತಿದ್ದರೆ, ಪ್ರತಿ ಉಸಿರಾಟದೊಂದಿಗೆ ನಾನು ನೋವು ಅನುಭವಿಸುತ್ತಿದ್ದೆ. "ಈ ದಿಕ್ಕಿಲ್ಲದವನ ಮೊರೆ ಕೇಳಿಸಿಕೊಳ್ಳಲಾರೆಯಾ?" ಎಂಬ ಕೀರ್ತನೆ

ಹಾಡಿಕೊಳ್ಳುತ್ತಾ ಅಳುತ್ತಿದ್ದೆ. ಹಾಗೆ ಈಗಲೂ ಅಳುತ್ತೇನೆ. ಮೊರೆ ಕೇಳಿಸಿಕೊಳ್ಳುವವರಿದ್ದಾರೆಂಬ ಬಗ್ಗೆ ಅವತ್ತಿಗೂ ಇವತ್ತಿಗೂ ನನ್ನ ವಿಶ್ವಾಸ ಪೂರ್ತಿಯಾಗಿ ನಶಿಸಿಲ್ಲ. ತನ್ನ ಖಾಯಿಲೆ ವಾಸಿಯಾಗದೆ ತಾನು ಸತ್ತು ಹೋದರೆ ಅದೆಷ್ಟು ಅಳುತ್ತಾನೋ ಅಂತ ಕಲ್ಪಿಸಿಕೊಂಡು ಆ ನೋವಿನಲ್ಲೂ ರವಿ ನನಗೋಸ್ಕರ ಕಣ್ಣೀರಿಡುತ್ತಿದ್ದ. ನನ್ನ ಪ್ರೀತಿ, ನನ್ನ ದುಃಖ ಹೊರಕ್ಕೆ ಗೊತ್ತಾಗದಂತೆ, ಅವನ ದುಃಖ ಹೆಚ್ಚು ಮಾಡದಂತೆ ಒಳಗೊಳಗೇ ನನ್ನವೆಲ್ಲವನ್ನೂ ಕುಕ್ಕಿ ಅದುಮಿಟ್ಟುಕೊಳ್ಳುತ್ತಿದ್ದೆ. ಮೊದಲಿನಿಂದಲೂ ಶಾಲೆಯ ಕೆಲಸವೆಂದರೆ ನನಗೆ ಬೇಸರ. ಸದಾ ನನ್ನ ಮಕ್ಕಳೊಂದಿಗೆ ಇರಬಯಸುತ್ತಿದ್ದೆ. ನನಗೆ ಕ್ಲಬ್ಬುಗಳು ಗೊತ್ತಿಲ್ಲ. ಸ್ನೇಹಿತರೂ ನನಗಿಲ್ಲ. ವಿನೋದಗಳೂ ಇಲ್ಲ. ಮಕ್ಕಳೆಲ್ಲ ಮಲಗಿದ ಮೇಲೆಯೇ ನನ್ನ ವಿರಾಮ.

ಕೈಯಲ್ಲಿ ಪುಸ್ತಕವಿತ್ತಾ? ಲೋಕ ಮರೆತು ಹೋಗುತ್ತಿತ್ತು. ಯಾವಾಗ ಸ್ಕೂಲು ಮುಗಿಯುತ್ತದೋ, ಯಾವಾಗ ಮಕ್ಕಳ ಬಳಿಗೆ ಓಡುತ್ತೇನೋ ಅಂತ ಮನಸು ಚಡಪಡಿಸುತ್ತಿತ್ತು. ನಾನು ಅವರಿಗೋಸ್ಕರವೇ ಬದುಕುತ್ತಿದ್ದೆ. ಅವರನ್ನು ಬಿಟ್ಟರೆ ನನಗೆ ಸಂತೋಷ ತರುತ್ತಿದ್ದುದು ಸ್ತ್ರೀ ಮಾತ್ರ! ಈಗ ವೊಯ್ಯಿ ನನ್ನೊಂದಿಗೇ ಇರುತ್ತಿದ್ದಳು. ರವಿಯ ಖಾಯಿಲೆಯ ಹೊರತಾಗಿ ಮತ್ಯಾವ ನೋವೂ ನನ್ನಲ್ಲಿ ಇರಲಿಲ್ಲ. ಯಾರೋ ಹೇಳಿ ಬರೆಸಿದಂತೆ, ಕೈ ಹಿಡಿದು ಬರೆಯಿಸಿದಂತೆ ಆ ದಿನಗಳಲ್ಲಿ ಕೆಲವು ಕಥೆಗಳನ್ನು ಬರೆದೆ. ಅದನ್ನು ಯಾವುದಾದರೂ ಪತ್ರಿಕೆ ಪ್ರಕಟಿಸಿದರೆ, ಪ್ರತಿಕ್ರಿಯೆಯಾಗಿ ಬೈಗುಳ ಹೊರತಾಗಿ ಮತ್ತೇನೂ ಬರುತ್ತಿರಲಿಲ್ಲ. ನಾನು ಬರೆದುದಕ್ಕೆ ಪ್ರತಿಯಾಗಿ ಬರೆಯುವುದು ಯಾರಿಂದಲೂ ಸಾಧ್ಯವಿರುತ್ತಿರಲಿಲ್ಲ. ಬೇರೇನೂ ಮಾಡಲಾಗದೆ ಬಯ್ಯುತ್ತಿದ್ದರು. ನನ್ನ ಬರಹಗಳು ಅತಿ ಹೆಚ್ಚಿನ ನಷ್ಟ, ತೊಂದರೆ ಉಂಟುಮಾಡಿದ್ದು ರಂಗನಾಯಕಮ್ಮನವರಿಗೆ. ನನಗೆ ಲೋಕದೊಂದಿಗೆ ಸಂಬಂಧವಿಲ್ಲ. ನಾನು ಯಾರ ಮನೆಗೂ ಹೋಗುವವನಲ್ಲ. ಮೀಟಿಂಗುಗಳ ಕಡೆಗೆ ತಿರುಗಿಯೂ ನೋಡುತ್ತಿರಲಿಲ್ಲ. ಆದರೆ ನನ್ನಲ್ಲಿ ಅಗಾಧವಾದ humour ಇತ್ತು. ಬೈಗುಳ ಕೂಡ ಪಸಂದಾಗಿ ಬೈಯುತ್ತಿದ್ದೆ. ಎದುರಿಗೆ ನಿಂತು ನನ್ನೊಂದಿಗೆ ಜಗಳವಾಡುವುದಕ್ಕಿಂತ, ಪಕ್ಕದಲ್ಲಿ ನಿಂತು ಆ ಜಗಳ ನೋಡುವುದು ಚೆಂದವೆನಿಸುತ್ತಿತ್ತು. ಹೀಗಾಗಿ, ನಾನು ಹೊಡೆಯೋ ಹೊಡೆತಗಳಿಗೆ ಆಂಧ್ರ ದೇಶದಾದ್ಯಂತ, ಯುವಕರು ನನ್ನ ಅಭಿಮಾನಿಗಳಾದರು.

ನನ್ನ ಜೀವನ ಪದ್ಧತಿ ಮತ್ತು ತಿರುಗಿ ಬೀಳುವಿಕೆಯಿಂದಾಗಿ ತುಂಬ ನಷ್ಟ ಅನುಭವಿಸಿದವಳು 'T'. ನಾನು ಬ್ರಹ್ಮಸಮಾಜ ಸೇರಿದಾಗ ತನ್ನ ಬಂಧುಗಳನ್ನು, ಅಷ್ಟು ದೊಡ್ಡ ಆಸ್ತಿಯನ್ನು ಬಿಟ್ಟು ನನ್ನನ್ನು ಅನುಸರಿಸಿ ಬಂದಳು. ಬಂದ ಹೊಸತರಲ್ಲೇ ನಾನು ರತ್ನಂಳೊಂದಿಗೆ ಪ್ರೇಮದಲ್ಲಿ ಬೀಳುವುದರೊಂದಿಗೆ ತಾನು ದಿಕ್ಕಿಲ್ಲದವಳಂತಾಗಿ

ಹೋದಳು. ಆದರೆ ನಾನು ನೈತಿಕವಾಗಿ ಸಮಾಜದ ವಿರುದ್ಧ ತಿರುಗಿ ಬಿದ್ದು, ಈಶ್ವರನನ್ನು ನಿರಾಕರಿಸಿ, ಪೂರ್ತಿಯಾಗಿ ಅಧಃಪತನಕ್ಕೆ ಈಡಾದಾಗ ಬೇರೆ ದಾರಿಯಿಲ್ಲದೆ ರಂಗ ನಾಯಕಮ್ಮ ನನಗೆ ತಿರುಗಿ ಬಿದ್ದಳು. ನೇರವಾಗಿ, ನನ್ನೊಬ್ಬನನ್ನು ಬಿಟ್ಟು ಉಳಿದ ಮಿತ್ರರೆಲ್ಲರನ್ನು ವಿರೋಧಿಸಿದಳು. ನನ್ನಿಂದಲೂ ದೂರವಾದಳು. ತಾನು ಒಬ್ಬಂಟಿಯಾಗಿ ಉಳಿದು ಧರ್ಮ ಯುದ್ಧ ಪ್ರಕಟಿಸಿದಳು. ಆಗಲೂ ನನ್ನನ್ನು ಬಿಡದೆ ನನ್ನೊಂದಿಗೇ ಉಳಿದದ್ದರಿಂದ ಆಕೆಗೆ ಯಾರ ಸಹಾನುಭೂತಿಯೂ ಸಿಕ್ಕದಾಯಿತು. ನನ್ನ ಹಾಗೆ ಒಬ್ಬಂಟಿಯಾಗಿ ನಿಲ್ಲುವುದು ಆಕೆಯ ಸ್ವಭಾವದಲ್ಲಿಲ್ಲ. ಆಕೆಗೆ ಗೌರವ ಕೊಟ್ಟು ಆಕೆಯ ಆಚರಣೆಗಳಿಗೆ ಸಮ್ಮತಿ ಸೂಚಿಸಿದೆ. ಮನೆಯೆಲ್ಲ ಆಕೆಯದೇ. ಮನೆಯ ಮೇಲಿನ ಅಧಿಕಾರವೆಲ್ಲವೂ ಆಕೆಯದೇ.

ಹೀಗಾಗಿ ದೇವರು, ಪೂಜೆಗಳು, ಅಜ್ಜಿಯರು, ಬ್ರಾಹ್ಮಣರು ನಮ್ಮ ಮನೆಯಲ್ಲಿ ಯಥೇಚ್ಛವಾಗಿ ವಿಹರಿಸತೊಡಗಿದರು. ಅದ್ಯಾವುದೂ ನನ್ನ ಜೀವನ ಶೈಲಿಗೆ ಅಡ್ಡ ಬರುವಂತಿರಲಿಲ್ಲ. ಈ ನಡುವೆ 'T' ಒಂದು ತೆರನಾದ social work ಮಾಡಲಾರಂಭಿಸಿದಳು. ಸ್ತ್ರೀಯರ ಚಳವಳಿಗಳಲ್ಲಿ ಪ್ರಮುಖ ಪಾತ್ರ ವಹಿಸತೊಡಗಿದಳು. ಆದರೆ ಏನಾಯಿತೋ ನೋಡಿ? ಅಲ್ಲೂ ಪುರಂಧರೀ ಮಣಿಯರಿದ್ದರು. ಅವರಿಗೆ ರಂಗನಾಯಕಮ್ಮನವರ ಪ್ರಾಮಾಣಿಕತೆ, ವಿವೇಕ, ಬುದ್ಧಿವಂತಿಕೆ ಸಹನೀಯವಾಗಲಿಲ್ಲ. ನೇರವಾಗಿ ಬಯ್ಯೋಣ ವೆಂದರೆ ಅವರಿಗೆ ಚಲಂ ಸಿಗುತ್ತಿರಲಿಲ್ಲ. ಹೀಗಾಗಿ ರಂಗನಾಯಕಮ್ಮನವರ ವಿರುದ್ಧ ಅವಹೇಳನೆ ಆರಂಭಿಸಿದರು. ಆಕೆಗೆ ಒಳ್ಳೆಯ ಇಂಗ್ಲಿಷ್ ಗೊತ್ತು. ಇಂಗ್ಲಿಷ್ ಶಾಲೆಯಲ್ಲಿ ಚೆನ್ನಾಗಿಯೇ ಓದಿಕೊಂಡಿದ್ದಳು. ಚಲಂ ಜೊತೆಯಲ್ಲಿದ್ದಾಗ ಹಿಂದಿ ಕೂಡ ಓದಿಕೊಂಡಿದ್ದಳು. ಚಲಂ ಮಾಡುತ್ತಿದ್ದ ಸಾಹಸಗಳಿಂದಾಗಿ ಆಕೆಯ ದೃಷ್ಟಿಕೋನ ವಿಶಾಲವಾಗಿತ್ತು. ಆಕೆಗೆ ನೈತಿಕ ಬಲವಿತ್ತು. ಆದರೆ ಪುರಂಧರೀ ಮಣಿಯರೆಲ್ಲರೂ ಒಗ್ಗಟ್ಟಾಗಿರುತ್ತಿದ್ದುದರಿಂದ ಅವರ ವಿರುದ್ಧ 'T' ಯುದ್ಧ ಮಾಡಲೇ ಬೇಕಾಗುತ್ತಿತ್ತು. ಹಾಗೆ ಏಕಾಂಗಿಯಾಗಿ ನಿಂತು ಯುದ್ಧ ಮಾಡುವ ಶಕ್ತಿಯನ್ನು ತನಗೆ ಕೊಟ್ಟವನೇ ಚಲಂ ಎಂಬುದನ್ನು ಮರೆತು, ತನ್ನ ಪ್ರತಿ ಕಷ್ಟನಷ್ಟಗಳಿಗೂ ನೀನೇ ಜವಾಬ್ದಾರಿ ಅನ್ನತೊಡಗಿದಳು.

ಮುಖ್ಯವಾಗಿ ರಂಗನಾಯಕಮ್ಮನವರನ್ನು ಮೆತ್ತಗೆ ಮಾಡಿದ್ದು ಮಕ್ಕಳು. ಬುದ್ಧಿ ತಿಳಿದಾಗಿನಿಂದಲೂ ಮಕ್ಕಳು ನನ್ನ ಕಡೆ, ನನ್ನ ಪಾರ್ಟಿ. ಅವರು ಸದಾ ನನ್ನೊಂದಿಗೆ ಸುತ್ತುತ್ತಿದ್ದರು. ನನ್ನ ಮಾತೇ ಕೇಳುತ್ತಿದ್ದರು. ಅವರನ್ನು ಬೆಳೆಸುವ ವಿಷಯದಲ್ಲಿ ನನಗೂ ಆಕೆಗೂ ತುಂಬ ಜಗಳಗಳಾಗುತ್ತಿದ್ದವು. ಅವರು ಏನೇ ಮಾಡಿದರೂ ಅವರನ್ನು ಹೊಡೆಯಕೂಡದೆಂಬುದು ನನ್ನ ನಿಯಮ. ಚಿಕ್ಕ ಒದೆ ಕೊಟ್ಟರೂ ನಾನು 'T' ಕೈ ಹಿಡಿದು, ಮಕ್ಕಳ ಕೈಯಿಂದ ಆಕೆಗೆ ಒದೆ ಕೊಡಿಸುತ್ತಿದ್ದೆ. ಅವರನ್ನು 'T' ಬೈದರೆ ಅವೇ ಮಾತುಗಳಿಂದ

ಮಕ್ಕಳ ಕೈಯಲ್ಲಿ ಆಕೆಯನ್ನು ಬಯ್ಯಿಸುತ್ತಿದ್ದೆ. ಮಕ್ಕಳನ್ನು ನಾನು ಯಾವ ಕಾರಣಕ್ಕೂ ಬಯ್ಯುತ್ತಿರಲಿಲ್ಲ. ಹೊಡೆಯುವುದಂತೂ ದೂರದ ಮಾತು. ಕ್ರಾಪ್ ಕಟ್ ಮಾಡಿಸುವುದು, ಬಲವಂತವಾಗಿ ತಲೆಗೆ ಎರೆಯುವುದು, ಓದಲು ಕೂಡಿಸುವುದು, ಇಂಥದ್ದೇ ತರಹದ ಬಟ್ಟೆಗಳನ್ನು ಹಾಕುವುದು -ಇದೆಲ್ಲವುಗಳಿಂದ ತಪ್ಪಿಸಿಕೊಳ್ಳಲು ಮಕ್ಕಳು ಸದಾ ನನ್ನ ಬೆನ್ನ ಹಿಂದಿರುತ್ತಿದ್ದರು. ಬಂಧುಗಳ್ಯಾರಾದರೂ ಬಂದು ಒರಟಾಗಿ ಮಾತಾಡಿಸಿದರೆ ಅವರನ್ನು ತಿರುಗಿ ನಿಂತು ನನ್ನ ಮಕ್ಕಳು ಬಯ್ಯೋರು. ದೊಡ್ಡವರಾದ ಮೇಲೂ ನನ್ನ ಮಕ್ಕಳು ಆಕೆಯ ಮಾತು ಕೇಳಲಿಲ್ಲ. 'ಇವರು ನನ್ನ ಮಕ್ಕಳು' ಅಂತ ಸ್ನೇಹಿತರಿಗೆ, ಪರಿಚಿತರಿಗೆ ತೋರಿಸಲಿಕ್ಕೆ 'T'ಗೆ ಸಂಕೋಚವಾಗುತ್ತಿತ್ತು. ಅಷ್ಟು ಕಠಿಣವಾಗಿ ಮಕ್ಕಳ ಸ್ವೇಚ್ಛೆಗಾಗಿ ನಾನು ಬಡಿದಾಡದೆ ಹೋಗಿದ್ದಿದ್ದರೆ, ಆಕೆಯ ಆಚಾರ ವಿಚಾರಗಳಿಗೆ, ಆಚರಣೆಗಳಿಗೆ ನನ್ನ ಮಕ್ಕಳು ತತ್ತರಿಸಿ ಹೋಗಿರುತ್ತಿದ್ದರು. ನಾನು ಮಕ್ಕಳಿಗಾಗಿ ರಂಗನಾಯಕಮ್ಮನವರನ್ನು ಬಲಿಕೊಟ್ಟೆ.

ಸ್ವಲ್ಪ ದೊಡ್ಡವರಾದ ಮೇಲೆ ಅವರಿಗೆ ನನ್ನ ಬಗ್ಗೆ ಹೇಳಿ ಎತ್ತಿ ಕಟ್ಟಿ, ತನ್ನ ಕಡೆಗೆ ತಿರುಗಿಸಿಕೊಳ್ಳಲು ಯತ್ನಿಸಿದಳು 'T'. ಮಕ್ಕಳ ಪೈಕಿ 'ಚೇ' ಮಾತ್ರ ತನ್ನ ಅನುಕೂಲ ಗಳಿಗೋಸ್ಕರ ಆಗೊಮ್ಮೆ, ಈಗೊಮ್ಮೆ ಪಾರ್ಟಿ ಬದಲಿಸುತ್ತಿದ್ದಳು. ಅಷ್ಟರಲ್ಲಿ ಮಕ್ಕಳೆಲ್ಲ ಶಾಲೆಯ ಓದು, ಶಾಲೆ ಬಿಟ್ಟುಬಿಟ್ಟರು. 'ಚೇ' ಮಾತ್ರ ಓದುತ್ತೇನೆಂದಳು. ಎಷ್ಟು ಒಳ್ಳೆ ಸಂಬಂಧಗಳು ಬಂದರೂ ಮಕ್ಕಳು ಮದುವೆ ಮಾಡಿಕೊಳ್ಳುವುದಿಲ್ಲವೆಂದು ಹಟ ಹಿಡಿದರು. ಹೀಗೆ ಎಲ್ಲ ವಿಷಯಗಳಲ್ಲೂ ಅಪಜಯ ಉಂಟಾಗಿ ರಂಗನಾಯಕಮ್ಮನವರು ಮಾನಸಿಕವಾಗಿ ಅಸ್ವಸ್ಥರಾದರು. ಅರೆ ಹುಚ್ಚಿಯಂತಾದರು. ನನಗೆ ಅಯ್ಯೋ ಅನ್ನಿಸುತ್ತಿತ್ತು. ಮರ್ಯಾದಸ್ಥ ಗಂಡನನ್ನು ಕಟ್ಟಿಕೊಂಡಿದ್ದಿದ್ದರೆ ಸುಖ ಪಡೋಳಲ್ಲವಾ ಅಂದುಕೊಳ್ಳುತ್ತಿದ್ದೆ. ನಮ್ಮನ್ನು ಕಡೆಗೆ ಭರಿಸಲಾಗದೆ ಆಕೆ ರಮಣಾಶ್ರಮಕ್ಕೆ ಹೊರಟು ಹೋದಳು. ಅದು ವೊಯ್ಯಿಗೆ ದೊಡ್ಡ ಹೊಡೆತ. ಸಾಧ್ಯವಾದಷ್ಟೂ ರಂಗನಾಯಕಮ್ಮನವರನ್ನು ಬೆಂಬಲಿಸಿ ಸಂತೋಷವಾಗಿರಿಸಲು ನೋಡಿದಳು ವೊಯ್ಯಿ. ಒಂದೆಡೆ ನನ್ನನ್ನು ಬದಲಾಯಿಸಲಾರಳು. ಆಕೆಯನ್ನು ಬದಲಾಯಿಸಲಾರಳು. ಮಧ್ಯೆ ನಲುಗಿ ಹೋಗಿ ಸುಮ್ಮನಾದಳು. ನೋಡುವ ವರಿಗೆ, ಈ ಮಕ್ಕಳಿಂದಾಗಿ ಇವರಿಗೆ ಎಷ್ಟು ಕಷ್ಟಗಳಲ್ಲವಾ ಅನ್ನಿಸೋದು. ಮಕ್ಕಳು ಓದುತ್ತಿರಲಿಲ್ಲ. ನಮ್ಮ ಮನೆಗೆ ಬಂದು ಮಕ್ಕಳ ಮದುವೆಯ ಪ್ರಸ್ತಾಪ ಮಾಡುವ ಧೈರ್ಯವೇ ಯಾರಿಗೂ ಇರುತ್ತಿರಲಿಲ್ಲ. ಮಕ್ಕಳು ಮದುವೆಯಾಗಲೊಲ್ಲರು. ನಮಗೆ ಆಸ್ತಿಯಿಲ್ಲ. ಹಣವಿಲ್ಲ. ಮೇಲಾಗಿ ಕುಲವಿಲ್ಲ. ಮರ್ಯಾದೆಯಿಲ್ಲ. ಕೆಲವು ಆತ್ಮೀಯ ಮಿತ್ರರು ಕಳಕಳಿಯಿಂದಲೇ ನನ್ನನ್ನು ಕೇಳೋರು:

"ಈ ಮಕ್ಕಳು ದೊಡ್ಡವರಾದ ಮೇಲೆ ಇವರ ಗತಿಯೇನು?"

"ನಿಮ್ಮ ಮಕ್ಕಳು ದೊಡ್ಡವರಾದ ಮೇಲೆ ಅವರ ಗತಿಯೇನು?" ಅಂತ ಮರುಪ್ರಶ್ನೆ ಹಾಕುತ್ತಿದ್ದೆ.

ಗಂಡು ಮಕ್ಕಳು ನೌಕರಿಗಳನ್ನೋ ವಕೀಲಿಕೆಯನ್ನೋ ಮಾಡುತ್ತಾರೆ ನನ್ನಂತೆ, ನಿಮ್ಮಂತೆ. ನನ್ನ ಮಟ್ಟಿಗೆ ಈ ಬದುಕು ಚೆನ್ನಾಗಿಲ್ಲ. ನಿಜ ಹೇಳಿ, ಏನೋ ಮರ್ಯಾದೆಯಾಗಿ ನಾಲ್ಕು ಜನರ ಮಧ್ಯೆ ಬದುಕುತ್ತಿದ್ದೇವೆ. ಹಣ ಸಂಪಾದಿಸುತ್ತಿದ್ದೇವೆ. ಆಸ್ತಿ ಮಾಡುತ್ತಿದ್ದೇವೆ. ಅಷ್ಟು ಬಿಟ್ಟರೆ ಮನಸ್ಸಿನಲ್ಲಿ, ಅಂತರ್ಯದಲ್ಲಿ ನಿಜಕ್ಕೂ ನಿಮಗೆ ಸಂತೋಷವಿದೆಯಾ? ತೃಪ್ತಿ ಇದೆಯಾ? ಬದುಕೆಂದರೆ ಇದೇನಾ? ಹುಡುಕಿ ಹುಡುಕಿ ಯಾವನನ್ನೋ ತಂದು ಹೆಣ್ಣು ಮಕ್ಕಳಿಗೆ ಕಟ್ಟುತ್ತೇವೆ. ಮದುವೆ ಅನ್ನೋದು ಒಂಥರಾ ಲಾಟರಿ. ಆಮೇಲೇನಿದೆ? ಮಕ್ಕಳನ್ನು ಹೆರೋದು, ಅವರನ್ನು ಓದಿಸೋದು. ಅವರ ಮದುವೆ ಮಾಡೋದು: ಇದಕ್ಕಿಂತ ಚೆನ್ನಾಗಿ ಮನುಷ್ಯ ಬದುಕಬಲ್ಲ ಅಂತ ನಿಮಗೆ ಅನ್ನಿಸಿಲ್ಲವಾ? ಗಾಣದೆತ್ತಿನಂಥ ಆ ಬದುಕಿನಿಂದ ನನ್ನ ಮಕ್ಕಳನ್ನು ಉಳಿಸಬೇಕು, ತಪ್ಪಿಸಬೇಕು ಅಂತ ಪ್ರಯತ್ನ ಪಡುತ್ತಿದ್ದೇನೆ ಅನ್ನುತ್ತಿದ್ದೆ.

ಅವರಿಂದ ನನಗೇನೂ ಬೇಕಾಗಿಲ್ಲ. ಅವರಿಂದ ಅವರಿಗೇ ಏನೂ ಬೇಕಾಗದಂತೆ ನೋಡುತ್ತಿದ್ದೇನೆ. ಮದುವೆ ಮಾಡಿ ಅವರ ಕೊರಳಿಗೆ ನೇಣು ಬಿಗಿಯುವುದಿಲ್ಲ. ಯಾರಿಗೂ ಅವರು ತಲೆಬಾಗಬಾರದು. ಬಾಗದಿರುವಂತೆ ನಾನು ಅಡ್ಡ ನಿಂತುಕೊಳ್ಳುತ್ತೇನೆ. ಅವರಿಗೆ ಧೈರ್ಯ ಕೊಡುತ್ತೇನೆ. ನಾನು ಬದುಕಿರುವಷ್ಟು ದಿನ ಕಷ್ಟವೇನು ಅಂತ ಗೊತ್ತಾಗದ ಹಾಗೆ ಅವರು ಬೆಳೆಯುತ್ತಾರೆ. ಆ ನಂತರ ಕಷ್ಟಪಡುತ್ತಾರಾ? ನಿಮ್ಮ ಮಕ್ಕಳು ಈಗಿನಿಂದಲೇ ಕಷ್ಟಪಡುತ್ತಿಲ್ಲವಾ ಓದು, ಸ್ಕೂಲು, ಗಂಡಂದಿರು ಅಂತ? ಅಷ್ಟರಮಟ್ಟಿಗೆ ಅವರೂ ಕಷ್ಟ ಪಡುತ್ತಾರೆ ಬಿಡಿ, ತೀರಾ ಬೇಕಾದರೆ. ಜೀವನ ದುರ್ಭರವಾಗಿ ಬಿಡುತ್ತದೆ ಅಂತೀರಾ? ಸುಲಭವಾಗಿ ಈ ಲೋಕವನ್ನು ಬಿಟ್ಟು ಹೇಗೆ ಹೋಗಬೇಕು ಎಂಬುದು ಅವರಿಗೆ ಈಗಾಗಲೇ ಗೊತ್ತು. ಬದುಕೋದು ಅಂದರೆ ಅದೆಷ್ಟು ಭಯಗಳೊಂದಿಗೆ ಬದುಕೋದು? ಓದದಿದ್ದರೆ ಏನಾಗಿ ಹೋಗುತ್ತೀಯ? ನಾಲ್ಕು ಜನರಿಂದ ಒಳ್ಳೆಯವನು ಅನ್ನಿಸಿಕೊಳ್ಳದಿದ್ದರೆ ಏನಾಗಿ ಹೋಗುತ್ತೀಯ? ನೌಕರಿ ಸಿಗದಿದ್ದರೆ ಏನಾಗಿ ಹೋಗುತ್ತೀಯ? ಮದುವೆಯಾಗದಿದ್ದರೆ ಏನಾಗಿಹೋಗುತ್ತೀಯ? ದುಡ್ಡಿಲ್ಲದಿದ್ದರೆ ಗತಿಯೇನು? ಇಂಥ ಭಯಗಳಿಂದ, ಭಾರಗಳಿಂದ ಹೇಗೆ ಜೀವ ಹಿಂಡಿ ಮಕ್ಕಳನ್ನು ಶವಗಳನ್ನಾಗಿ ಮಾಡ್ತಿದೀರೋ ನೋಡಿ.

ಸಂಜೆಯಾಗಿತ್ತು. ವಿಶಾಖಪಟ್ಟಣದಿಂದ ವಿಜಯವಾಡಕ್ಕೆ ರೈಲಿನಲ್ಲಿ ಹೊರಟಿದ್ದೆ. ಅದೇ ಬೋಗಿಯಲ್ಲಿ ನನ್ನ ಮಿತ್ರ ಕರ್ರೆಡ್ಲ ನರಸಿಂಹ ಕೂಡ ಕೂತಿದ್ದ. ಅವನ ಒಂದು ಕಣ್ಣು ತುಂಬ ಚಿಕ್ಕದು. ಮತ್ತೊಂದು ತುಂಬ ದೊಡ್ಡದು. ಮಾತಿನ ಮಧ್ಯೆ "ಈಗೇನಾದರೂ ಬರೀತಿದೀಯಾ?" ಅಂತ ನಗುತ್ತಾ ಕೇಳಿದ. ಅದರ ಅರ್ಥ ಹೊಸ ಅನಾಹುತ ಗಳನ್ನೇನಾದರೂ ಮಾಡುತ್ತಿದ್ದೀಯಾ ಅಂತ. ಇಂಥ ಪ್ರಶ್ನೆ ಅನೇಕರು ಕೇಳುತ್ತಿರುತ್ತಾರೆ: ನನ್ನ ರಾಶಿರಾಶಿ ಪುಸ್ತಕಗಳು ಎದುರಿಗೆ ಬಿದ್ದಿದ್ದರೂ ಓದದವರು. ಅವತ್ತಿಗೆ ನಾನಿನ್ನೂ ಒಬ್ಬ ಪ್ರಸಿದ್ಧ ಬರಹಗಾರ. ನನ್ನ ಮುಖ ನೋಡಿದ ಕೂಡಲೆ ಕೆಲವರಿಗೆ ಒದೆಯ ಬೇಕೆನ್ನಿಸುತ್ತದೆ. ಆದರೆ ಗವರ್ನಮೆಂಟಿನವರ ಭಯ. ಕರ್ರೆಡ್ಲ ನರಸಿಂಹಂಗೆ ನಾನೆಂದರೆ ತುಂಬ ಪ್ರೀತಿ. ಆದರೆ ಚಿಕ್ಕಂದಿನಲ್ಲಿ ನಾವು ಗೆಳೆಯರು ಅಂತ ಇವತ್ತು ಹೇಳಿಕೊಳ್ಳಲಿಕ್ಕೆ ಭಯ.

"ನಾನಾ? ಮಕ್ಕಳ ಬಗ್ಗೆ ಪುಸ್ತಕ ಬರೀತಿದೀನಿ. ಮಕ್ಕಳನ್ನ ಬೆಳೆಸೋದು ಹೇಗೆ ಅಂತ" ಅಂದೆ.

"ಹಾಗಂದ್ರೆ?" ಕೇಳಿದ.

"ಮಕ್ಕಳನ್ನ ಬೆಳೆಸೋ ವಿಧಾನ" ಅಂದೆ.

"ಅದಕ್ಕೋಸ್ಕರ ಪುಸ್ತಕ ಬರೀತಾರಾ? ಅದರಲ್ಲಿ ಗೊತ್ತಿಲ್ದೆ ಇರೋದೇನಿದೆ?" ಕೇಳಿದ.

"ಗೊತ್ತಿಲ್ದೆ ಇರೋದರಿಂದಲೇ ಬರೀತಿದೀನಿ" ಅಂದೆ.

"ಅಂದ್ರೆ?" ದೊಡ್ಡ ಕಣ್ಣು ಬಿಡುತ್ತಾ ಕೇಳಿದ. ಅವನ ಪ್ರಶ್ನೆಗೆ ಉತ್ತರಿಸಲಾಗದೆ ರೈಲಿನ ಕಿಟಕಿಯಿಂದಾಚೆಗೆ ನೋಡಿದೆ. ರೈಲಿನ ಕಲ್ಲಿದ್ದಲ ಕಿಡಿಗಳು ಕತ್ತಲಲ್ಲಿ ಮಿಣುಕರು ಹುಳುಗಳಂತೆ ಹಾರುತ್ತಿದ್ದವು. ಹೊರಗೆ ದೊಡ್ಡ ಅಂಧಕಾರವಿತ್ತು. ಅಂಥ ಅಂಧಕಾರ ವನ್ನಾದರೂ ಆ ಸೂರ್ಯ ಕೆಲವು ಗಂಟೆಗಳ ನಂತರ ಅಪ್ರಯತ್ನಪೂರ್ವಕವಾಗಿ

ಹೋಗಲಾಡಿಸಿ ಬೆಳಕು ಚೆಲ್ಲುತ್ತಾನೆ. ಆದರೆ ಪರಮ ಮಿತ್ರ ಕರ್ರೆಡ್ಲ ನರಸಿಂಹಂನ ಮಿದುಳಿನೊಳಕ್ಕೆ ಆ ರೈಲಿನ ಇದ್ದಲು ಚೂರಿನಷ್ಟು ಬೆಳಕು ನುಗ್ಗಿಸುವುದು ಇಂಪಾಸಿಬಲ್. ನಿರುತ್ತರನಾಗಿ ಕುಳಿತ ನನ್ನನ್ನು ಮಾತಿಗೆಳೆಯುವವನಂತೆ,

"ಆ ಪುಸ್ತಕದೊಳಗಿನ ಒಂದು ಇಂಪಾರ್ಟೆಂಟು ವಿಷಯ ಹೇಳು?" ಅಂದ.

"ಮಕ್ಕಳನ್ನು ಹೊಡೆಯಕೂಡದು!" ಅಂದೆ.

"ಹೊಡೀದಿದ್ರೆ?" ಅನ್ನುತ್ತಾ ಮೇಲಿನ ಬೆರ್ತ್‌ನಿಂದ ಒಬ್ಬಾತ ಒಮ್ಮೆಲೆ ಕೆಳಗೆ ಧುಮುಕುತ್ತ ಕೇಳಿದ. ನರಸಿಂಹಂನ ಚಿಕ್ಕ ಕಣ್ಣು ಕೂಡ ಅದುರಿಬಿತ್ತು. ಆತನಕ ನಮ್ಮ ತಲೆಯ ಮೇಲಿನ ಬೆರ್ತ್‌ನಲ್ಲಿ, "ಎಲ್ಲೈ ಕಲುಷಾತ್ಮನೇ! ಇವತ್ತು ಕೈಗೆ ಸಿಕ್ಕೆಯಾ? ಒದೆಯೋಣವೆಂದರೆ ನನ್ನಲ್ಲಿ ಆ ಶಕ್ತಿಯಿಲ್ಲ! ಆದರೆ ನಾಲ್ಕು ಮಾತಾದರೂ ಅಂದು, ನೀರಿಳಿಸಿ ಕಸಿ ತೀರಿಸಿಕೊಳ್ಳುತ್ತೇನೆ" ಎಂಬಂತೆ ಮಹಾಧೀರನೊಬ್ಬ ತುಂಬ ಹೊತ್ತಿನಿಂದ ಕಾಯುತ್ತಿದ್ದ ಎಂಬ ಸಂಗತಿ ನನಗೆ ತಿಳಿಯದು. ಮಕ್ಕಳನ್ನು ಹೊಡೆಯದೆ ಬೆಳೆಸುವುದು ಹ್ಯಾಗೆ ಎಂದು ವ್ಯಗ್ರವಾಗಿ ಕೇಳಿದ.

"ದಯೆಯಿಂದ, ಪ್ರೇಮದಿಂದ ಮುದ್ದಾಗಿ ಬೆಳೆಸಬೇಕು" ಅಂದೆ.

"ಯಾಕೆ?"

"ನಮ್ಮ ಮಕ್ಕಳಲ್ವಾ?"

"ಅದಕ್ಕೆ?"

ಹೀಗೆ ನಡೆಯಿತು ವಾದ. ನಾನು ನಿಜಕ್ಕೂ ಸುಸ್ತಾದೆ. ಅವತ್ತಿನಿಂದ ಇವತ್ತಿನ ತನಕ ನಾನು ಯಾರೊಂದಿಗೂ ವಾದಿಸುವುದಿಲ್ಲ. ನಾನು ಬರೆದ ಪ್ರತಿ ವಾಕ್ಯವನ್ನೂ ಚಲಂ ಬರೆದ ವೇದ ಅಂತ ಆರಾಧಿಸುವ ಲೀಲಗಾರು: ಅವರ ಜೊತೆಯಲ್ಲಿ ಒಂದೆರಡು ಸಲ ವಾದಿಸಿದೆ. ಆ ನಂತರ ಆಪ್ತರೊಂದಿಗೂ ವಾದಿಸುವುದನ್ನು ಬಿಟ್ಟೆ. ಕ್ರಮೇಣ ಮಾತನಾಡುವುದನ್ನೇ ಬಿಟ್ಟುಬಿಟ್ಟೆ.

"ಯಾವತ್ತಿಗಾದರೊಂದು ದಿನ ಸ್ತ್ರೀ ಬಗ್ಗೆ ನೀನು ಬರೆದುದನ್ನು ಒಪ್ಪಿಕೊಳ್ಳು ತ್ತಾರೋ ಏನೋ? ಆದರೆ ಮಕ್ಕಳನ್ನು ಹೇಗೆ ಬೆಳೆಸಬೇಕು ಎಂಬುದರ ಬಗ್ಗೆ ನೀನು ಬರೆದದ್ದನ್ನು ಯಾರೂ ಒಪ್ಪಿಕೊಳ್ಳಲಿಕ್ಕಿಲ್ಲ. ನೀನು ಬರೆದಂತೆಯೇ ಬದುಕಲು ಹೋಗಿ ನಿನ್ನನ್ನು ನೀನು ನಾಶ ಮಾಡಿಕೊಂಡೆ. ಚಲಂ ಎಲ್ಲಿ ಅಂತ ಹುಡುಕಿಕೊಂಡು ಬಂದರೆ ಎಲ್ಲೀ? ಎಲ್ಲಿ ಉಳಿದಿದೀಯ?" ಅಂದರು ಲೀಲಗಾರು.

"ನಾನು ಅನ್ನೋದು ಹೋಗದ ಹೊರತು ಜ್ಞಾನೋದಯವಿಲ್ಲ ಅಂತಾರೆ ಭಗವಾನ್" ಅಂದೆ. ಆದರೆ 'ನಾನು' ಅನ್ನುವುದು ಎಲ್ಲಿ ಮಾಯವಾಯಿತು? ಚಲಂ ಮನಸ್ಸಿನಲ್ಲಿನ ಸ್ತ್ರೀಯಲ್ಲಿ, ಮಕ್ಕಳಲ್ಲಿ ಅದು ಉಳಿದೇ ಇದೆ.

ಹಾಗೆ ಶುರುವಾಯಿತು ಚಲಂನ 'ಬಿಡ್ಡಲ ಶಿಕ್ಷಣ'. (ಅದು ಅವರ ಕೃತಿ)

ಅದನ್ನು ಬರೆಯಬೇಕು ಅಂತ ಯಾಕೆ ನನಗನ್ನಿಸಿತೋ? ಗೊತ್ತಿಲ್ಲ. ಮಕ್ಕಳು ಅನುಭವಿಸುವ ನೋವು ಭರಿಸಲಾಗದೆ ನನ್ನೊಳಗಿನ ಸ್ವಭಾವ, ಹುಟ್ಟಿನಿಂದಲೇ ನನಗಿರುವ ಆರ್ದ್ರತೆ ನನ್ನಿಂದ ಆ ಪುಸ್ತಕವನ್ನು ಬರೆಯಿಸಿತು. ಅಪಾರ ಪ್ರೀತಿಯುಳ್ಳ ತಾಯಿ ತನ್ನ ಮಗುವಿಗೆ ಇರುವೆ ಕಚ್ಚಿದರೆ 'ನನಗಾದರೂ ಕಚ್ಚಬಾರದಿತ್ತೇ' ಅಂದುಕೊಳ್ಳುತ್ತಾಳೆ. ಅದೇ ತಾಯಿ ತುಂಟತನ ಮಾಡಿದ ಮಗುವನ್ನು ಹುಣಸೇ ಬರ್ಲು ತಗೊಂಡು ಬಾರಿಸುತ್ತಿದ್ದರೆ, "ಅಮ್ಮಾ ತಪ್ಪಾಯಿತೇ... ಇನ್ನೊಂದು ಸಲ ಮಾಡಲ್ಲಮ್ಮಾ" ಅಂತ ನೋವಿನಿಂದ ಅಳುವ ಮಗುವನ್ನು "ಮುಚ್ಚು ಬಾಯಿ, ಮುಚ್ಚು ಬಾಯಿ" ಅಂತ ಹೊಡೆಯುತ್ತಿದ್ದರೆ ಮಾನವನೊಬ್ಬನೇ ಅಲ್ಲ, ಆಕಾಶ, ವಾಯು, ದಿಕ್ಕುಗಳೆಲ್ಲ ನಗುತ್ತಾ, ಕಡೆಗೆ ಆ ಸೂರ್ಯ ಕೂಡ ಹೇಗೆ ನಿರ್ವಿಕಾರವಾಗಿ ನೋಡುತ್ತ ಇದ್ದು ಬಿಡಬಲ್ಲನೋ?

ಇದೆಲ್ಲ ಮಾಯೆ. ನೀನು ಕಲ್ಪಿಸಿಕೊಂಡ ಮಾಯೆ ಅನ್ನುತ್ತಾರೆ ನನ್ನ ಗುರುವು. ಅಂದರೂ ಸರಿಯೇ. ಬೋನ್‌ನಲ್ಲಿ ಬೆನ್ನುಮೂಳೆ ಮುರಿದುಕೊಂಡು ಅಡ್ಡಬಿದ್ದ ಮೊಲದ ಮರಿಗೆ ಇನ್ನು ಸ್ವಲ್ಪ ಹೊತ್ತಿನೊಳಗಾಗಿ ಮೃತ್ಯು ದೇವತೆ ಬಂದು ಈ ನೋವಿನಿಂದ ತನ್ನನ್ನು ರಕ್ಷಿಸುತ್ತಾಳೆ ಅಂತ ಗೊತ್ತಾಗುತ್ತದಾ? ಹಾಗೇನೇ, ರಾಕ್ಷಸಿಯಂತಾಡುವ ತಾಯಿಯ ಕೋಪ ಇನ್ನು ಸ್ವಲ್ಪ ಹೊತ್ತಿಗೆ ತಣ್ಣಗಾಗಿ ಹೋಗುತ್ತದೆಂದು ಮಕ್ಕಳಿಗೇನಾದರೂ ಗೊತ್ತಾಗುತ್ತದಾ? ಜಗಜ್ಜನನೀ... ಇದೇನಾ ನಿನ್ನ ಪ್ರೀತಿ? ಕ್ಷಮೆ ಅನ್ನೋದೇ ಇಲ್ಲವಾ? ಈಶ್ವರೀ, ಈಗ ಅನುಭವಿಸುತ್ತಿರುವ ಹಿಂಸೆಯನ್ನೆಲ್ಲ ಆಮೇಲೆ ಬರುವ ಸುಖ ಒರೆಸಿ ಹಾಕುತ್ತದಾ? ಮನಸ್ಸಿಗೆ ಎಷ್ಟು ಸಮಾಧಾನ ಹೇಳಿಕೊಂಡರೂ ಮಕ್ಕಳು ಅನುಭವಿಸುವ ಯಾತನೆಯನ್ನು ನೋಡುತ್ತಾ ಹೇಗೆ ಸುಮ್ಮನೆ ಕುಳಿತುಕೊಳ್ಳಲಿ? ಸುಮ್ಮನಿರದೆ ಏನು ಮಾಡುತ್ತೀಯ? ಬರೆಯುತ್ತೇನೆ. ಕಾಗದಗಳ ಮೇಲೆ: ಕಸಿ ತೀರುವ ತನಕ. ಈ ಮಕ್ಕಳು ಪೂರ್ವಜನ್ಮದಲ್ಲಿ ಮಾಡಿದ ಪಾಪಗಳಿಗೆ ಇದು ಶಿಕ್ಷೆಯಾ? ಶಿಕ್ಷಿಸು: ನಿನ್ನಿಷ್ಟ. ಇಷ್ಟು ಚಿಕ್ಕ ವಯಸ್ಸಿನಲ್ಲೇ ಶಿಕ್ಷಿಸಬೇಕಾ? ಮಾತೃ ಗರ್ಭದಲ್ಲಿರುವಾಗಲೇ ಶಿಕ್ಷೆ ಆರಂಭಿಸಬೇಕಾ?

"ನೀನು ನಿದ್ದೆ ಮಾಡಿದಾಗ ನಿನ್ನ ಮಗುವಿನ ಬಾಧೆ ಏನಾಗುತ್ತಯ್ಯಾ ಚಲಂ?" ಅಂತ ಕೇಳುತ್ತಾರೆ ಭಗವಾನ್. ಹೌದು ಆವಾಗ ಮಕ್ಕಳೂ ಇಲ್ಲ. ನೋವೂ ಇಲ್ಲ. ಆಯಿತು ನಾನು ಹೊರಟು ಹೋಗುತ್ತೇನೆ. ನಾನು ಹೋದರೆ ನಮ್ಮ ರವಿಯ ನೋವು ಮರೆಯಾಗುತ್ತದಾ? ನಾನು ನಿದ್ದೆ ಮಾಡಿದ್ದಾಗ ರವಿಯ ನೋವೇನಾದರೂ

ಮಾಯವಾಗಿತ್ತಾ? ಅವನು ವೇದನೆ ಅನುಭವಿಸುತ್ತಿದ್ದಾಗ ಕತ್ತೆಯಂತೆ ಮಲಗಿ ನಿದ್ದೆ ಮಾಡಿದೆನಲ್ಲಾ ಅಂತ ನನ್ನನ್ನು ನಾನು ಬೈದುಕೊಳ್ಳುತ್ತೇನೆ. ನನಗೇ ಗೊತ್ತಿಲ್ಲದೆ ಭಗವಂತನನ್ನು ಕೇಳಿಕೊಳ್ಳುತ್ತೇನೆ. "ನೀನಿದ್ದೀಯೋ ಇಲ್ಲವೋ ಗೊತ್ತಿಲ್ಲ. ಅಲ್ಪ ಮಾನವ ನಾನು, ಏನೂ ಕೈಲಾಗದವನು, ನಿಸ್ಸಹಾಯಕ. ನನ್ನ ಕೈಗೆ ಲೇಖನಿ ಕೊಟ್ಟಿದ್ದೀಯ, ಬರಿ ಅಂತ. ನನ್ನ ಹೃದಯಬಾಧೆಯನ್ನು ಈ ಅಕ್ಷರಗಳಲ್ಲಿ ಪಲುಕುವಂತೆ ಮಾಡು ಅಂತ. ಹೃದಯಗಳನ್ನು ಕರಗಿಸು, ಕದಲಿಸು ಅಂತ. ಅದಕ್ಕೋಸ್ಕರವೇ ಬರೆದೆ, ಪ್ರಜೆಗಳು ದ್ವೇಷಿಸುವ, ಬೆಳೆದ ಮಕ್ಕಳು ನಿಂದಿಸುವ ಕೃತಿ: ಬಿಡ್ಡಲ ಶಿಕ್ಷಣ.

ಓದು ಮುಗಿಸಿ ಶಾಶ್ವತವಾಗಿ ನಮ್ಮೊಂದಿಗೆ ಇರಲು ಬಂದು ಬಿಟ್ಟಳು ವೊಯ್ಯಿ. ಅದೆಷ್ಟು ಸಂತೋಷವೋ! ಇನ್ನು ಅವಳು ನಮ್ಮಿಂದ ಪದೇಪದೆ ದೂರ ಹೋಗುವುದಿಲ್ಲ. ವೊಯ್ಯಿ ಬಂದಾಗಿನಿಂದ ಪ್ರತಿ ನಿಮಿಷವೂ ಅದ್ಭುತವೆನ್ನಿಸುತ್ತಿತ್ತು. ಅವಳ ಬರುವಿಕೆಗೋಸ್ಕರ ನಾನು -ರವಿ ಅದೆಷ್ಟು ಕನಸು ಕಂಡಿದ್ದೆವೋ? ಎಷ್ಟು ಸಂತೋಷವಾಗಿರುತ್ತೇವೆ ಅಂದುಕೊಂಡಿದ್ದೆವೋ? ಆದರೆ ಹಾಗಾಗಲಿಲ್ಲ. ರವಿಯ ಖಾಯಿಲೆಯಿಂದಾಗಿ ಎಲ್ಲವೂ ಅಂಧಕಾರಮಯವಾಗಿ ಬಿಟ್ಟಿತ್ತು. ಆದರೆ ವೊಯ್ಯಿ ಹಿಂತಿರುಗಿ ಬಂದದ್ದೊಂದು ದೊಡ್ಡ ಬಲ ನನಗೆ. ಇನ್ನು ರವಿಯ ಚಿಂತೆ ನಮಗಿರದು. ವೈದ್ಯ ಗೊತ್ತಿರುವ ವೊಯ್ಯಿ ಮನೆಯಲ್ಲೇ ಇರುತ್ತಾಳೆ.

ಆ ದಿನಗಳಲ್ಲೇ ತೆನಾಲಿ ಸುಬ್ಬರಾವು, ವಿ. ರಾಮ್ಮೂರ್ತಿ ಮುಂತಾದವರು ನಮಗೆ ಜೊತೆಯಾದರು. ಮನೆಯಲ್ಲಿ ಅಡುಗೆಯೇ ಮಾಡುತ್ತಿರಲಿಲ್ಲ. ಊಟ ತಿಂಡಿಯೆಲ್ಲ ಹೊಟೇಲಿನಿಂದಲೇ ಬರುತ್ತಿತ್ತು. ಓದು, ಹಾಡು, ತಿರುಗಾಟ! ನಮ್ಮೊಂದಿಗೆ ರವಿ ಬರಲಾರ, ಬೇಕೆನಿಸಿದ್ದನ್ನು ತಿನ್ನಲಾರ, ಕುಣಿಯಲಾರ ಎಂಬುದೊಂದೇ ಬಾಧೆ. ಹಾಗಿರುವಾಗ ಎಲ್ಲರೂ ಸಂತೋಷವಾಗಿದ್ದು ಏನು ಪ್ರಯೋಜನ? ಇದ್ದುದರಲ್ಲಿ ಷಾ ನಮ್ಮೊಂದಿಗೆ ಇದ್ದಾಳಲ್ಲ ಎಂಬುದೇ ಸಮಾಧಾನ. ಯಾವ ದಿನ, ಯಾವ ಕ್ಷಣದಲ್ಲಿ ರವಿ ಸತ್ತು ಹೋಗುತ್ತಾನೋ ಗೊತ್ತಿಲ್ಲ. ನಮ್ಮೆಲ್ಲರ ತಲೆಯ ಮೇಲೂ ಒಂದು damocles sword ನೇತಾಡುತ್ತಿತ್ತು.

ವೊಯ್ಯಿಗೆ ಓದು ಮುಗಿಸಿ ಬಂದ ಮೇಲೆ ಎಲ್ಲಿ ತಾನು hospital ಆರಂಭಿಸಬೇಕು ಎಂಬ ಯೋಚನೆ ಶುರುವಾಯಿತು. ನಮಗಾದರೂ ವೊಯ್ಯಿ ಪ್ರಾಕ್ಟೀಸು ಆರಂಭಿಸಿ, ತುಂಬ ಹಣ ಸಂಪಾದಿಸಿದರೆ ನಾವೆಲ್ಲ ಎಷ್ಟು ಸುಖವಾಗಿರಬಹುದಲ್ಲವೆ ಅನ್ನಿಸುತ್ತಿತ್ತು. ಎಲ್ಲರೂ ಇಂಥ ತಪ್ಪುಗಳನ್ನೇ ಮಾಡುತ್ತೇವೆ. ನಾನೂ ಮಾಡಿದೆ. ಆವತ್ತಿಗೆ ನನಗೆ ಅದು ತಿಳಿಯದು. ಹಾಗೆ ಎಲ್ಲರೂ ಸಂತೋಷವಾಗಿ ಒಟ್ಟಿಗಿರುವಾಗಲೇ ವೊಯ್ಯಿ ಪ್ರಾಕ್ಟೀಸು ಆರಂಭಿಸಿ, ಆ ಪ್ರಾಕ್ಟೀಸಿನೊಳಗಿನಿಂದ ನಮಗೆ ಸಂತೋಷವುಂಟಾಗುತ್ತದೆ, ಈಗಿರುವ

ಸಂತೋಷ ಸದಾ ನಮ್ಮೊಂದಿಗಿರುತ್ತದೆ, ಆ ಸಂತೋಷವನ್ನು ನಾವು ಆಳಬಹುದು ಅಂದುಕೊಳ್ಳುತ್ತಿದ್ದೆವು: ಒಳಗೊಳಗೇ. ಆದರೆ ಅದೆಲ್ಲ ಆಗದ ಮಾತು ಎಂಬ ಸಂಗತಿ ಸ್ವಲ್ಪ ವಿವೇಕವಿದ್ದರೂ ಗೊತ್ತಾಗುತ್ತಿತ್ತು.

ರವಿ ಸತ್ತು ಹೋದ.

ಸತ್ತು ಹೋದಾಗ ನಾನು ಹತ್ತಿರ ಇರಲಿಲ್ಲ. ಅವನು ಅನುಭವಿಸುತ್ತಿದ್ದ ಹಿಂಸೆ ನೋಡಿದರೆ, ಬದುಕಿರುವುದಕ್ಕಿಂತ ಸತ್ತು ಹೋಗುವುದೇ ಲೇಸು ಅನ್ನಿಸುತ್ತಿತ್ತು. ಸತ್ತ ಮೇಲೆ ರವಿ ಎಲ್ಲಿಗೆ ಹೋಗುತ್ತಾನೆ? ಅವನು ಹೋದ ಮೇಲೆ ಅವನನ್ನು ಬಿಟ್ಟು ನಾನಿಲ್ಲಿ ಏನು ಮಾಡುತ್ತಿರುತ್ತೇನೆ? ಮತ್ತೆ ಈ ಸಂತಸವಿರುತ್ತದಾ? ಉಹುಂ, ರವಿ ಸತ್ತು ಹೋದ ಮೇಲೆ ತುಂಬ ಒಬ್ಬಂಟಿತನಕ್ಕೆ ಬಿದ್ದುಬಿಟ್ಟೆ. ಅವನ ವ್ಯಕ್ತಿತ್ವವೇ ಅಂಥದು. ಎಲ್ಲರನ್ನೂ ರವಿ ಆಕ್ರಮಿಸಿಕೊಂಡಿದ್ದ.

ಅಂಥವನು ಏನಾಗಿ ಹೋದ? ದೇವರಿಲ್ಲ. ಬೇರೆ ಲೋಕಗಳಿಲ್ಲ. ನಮ್ಮೊಂದಿಗೆ ಸಂತೋಷವಾಗಿ, ದುಃಖಿತನಾಗಿ, ಕಷ್ಟ ಅನುಭವಿಸುತ್ತಾ ಇದ್ದ ರವಿ, ಇವತ್ತು ಎಲ್ಲೂ ಇಲ್ಲದಂತೆ ಹೊರಟು ಹೋದನೆಂಬುದು ಎಷ್ಟು ದುರ್ಭರವೋ! ಅವನಿಲ್ಲವಾದ್ದರಿಂದ ಅವನನ್ನು ನೆನಪಿಸಿಕೊಂಡು ದುಃಖ ಪಡುವುದು ವೃಥಾ. ನನ್ನ ದುಃಖ ವೃಥಾ. ಅದರಿಂದ ನನಗೂ ಉಪಯೋಗವಿಲ್ಲ. ಅವನಿಗೂ ಉಪಯೋಗವಿಲ್ಲ. ಇಲ್ಲದ ಮನುಷ್ಯನಿಗೋಸ್ಕರ ದುಃಖ ಪಡೋದು ಅಂದರೇನರ್ಥ ಅಂದುಕೊಂಡು, ಎಷ್ಟು ಬೇಗ ಅವನನ್ನು ಮರೆತು ಹೋದರೆ ಅಷ್ಟು ಸುಖ ಅಂತ ನಿರ್ಧರಿಸಿದೆವು ಎಲ್ಲರೂ. ಪ್ರಯತ್ನ ಪೂರ್ವಕವಾಗಿ ಮರೆತು ಹೋಗಲು ತೀರ್ಮಾನಿಸಿದೆವು. ರವಿಯ ವಸ್ತುಗಳೆಲ್ಲವನ್ನೂ ಕೊಟ್ಟು ಬಿಟ್ಟೆವು. ಅವನ ಫೊಟೋ, ಅವನದೊಂದು ಅಂಗಿ ಕೂಡ ಇಲ್ಲದಂತೆ ಮಾಡಿಬಿಟ್ಟೆ. ಅಸಲಿಗೆ ರವಿ ನಮ್ಮೊಂದಿಗಿರಲೇ ಇಲ್ಲ. ಅದೆಲ್ಲ ಒಂದು ಕನಸು. ಅದನ್ನೇಕೆ ನೆನಪಿಸಿಕೊಳ್ಳಬೇಕು? ನಾವು ಇನ್ನಷ್ಟು ದಿನ ಬದುಕಿರಬೇಕು. ಈ ದುಃಖ ಸಾಕು ಅಂತ ತೀರ್ಮಾನಿಸಿ ಗೆಳೆಯರನ್ನೆಲ್ಲ ಕರೆದು, ಅಲ್ಲಿ ಇಲ್ಲಿ ತಿರುಗಾಡಿ ಜ್ಞಾಪಕಗಳನ್ನೆಲ್ಲ ಹೇಗೋ ಕಳಚಿಕೊಳ್ಳಬೇಕು ಅಂತ ನಾನಾ ಪ್ರಯತ್ನ ಮಾಡಿದೆ.

ವೊಯ್ಯಿ ವಿಜಯವಾಡದಲ್ಲಿ ಪ್ರಾಕ್ಟೀಸು ಆರಂಭಿಸಿದಾಗಿನಿಂದ ನಮ್ಮ ಮೇಲ್ಮೇಲಿನ ವೈಭವಗಳು ಹೆಚ್ಚಾದವು. ದುಡ್ಡು, ಕೀರ್ತಿ, ಅಂತಸ್ತು ಬೆಳೆಯಿತು. ಆದರೆ ರವಿ ಸಾವಿನಿಂದಾಗಿ ನನ್ನೊಳಗೆ ಯಾವುದೋ ಕತ್ತರಿಸಿ ತುಂಡಾಗಿ ಹೋಯಿತು. ಜೀವನಕ್ಕೆ ಎಲ್ಲಿಂದ ಸಂತೋಷ ಬರುತ್ತದೋ, ಆ ನರ ತುಂಡಾಗಿ ಹೋಯಿತು. ಮೇಲ್ಮೇಲಿನ ಸಂತೋಷಗಳು ಬರುತ್ತಿದ್ದವೆಂಬ ಮಾತು ನಿಜವೇ ಆದರೂ ಅಂತರ್ಯದಲ್ಲಿ ನಾನು ಮೊದಲಿನ ಮನುಷ್ಯನಾಗಿ ಉಳಿಯಲಿಲ್ಲ. 'ನನಗೆ ಯಾವ ದುಃಖವೂ ಇಲ್ಲ, ನಾನು ಚೆನ್ನಾಗಿಯೇ ಇದ್ದೇನೆ' ಎಂಬಂಥ outer appearance ಧರಿಸಿಕೊಂಡೆನಾದರೂ ದುಃಖದ ಬೇರುಗಳು ಅಷ್ಟು ಆಳಕ್ಕೆ ಇರುತ್ತವೆಂಬುದು ನನಗೆ ಗೊತ್ತಿರಲಿಲ್ಲ. ಅಸಲಿಗೆ ಒಳಗಿನಿಂದ ಸಂತೋಷ ಬರುವುದು ನಿಂತು ಹೋಯಿತು. ಅಷ್ಟೆ : ಈ ಬದುಕಿಗಿನ್ನು ಅಷ್ಟೆ. ಆಮೇಲೆ ನಾನು ದೊಡ್ಡ ಮಟ್ಟದಲ್ಲಿ ಸಂತೋಷ ಪಡಲೇ ಇಲ್ಲ. ಯಾಕೆಂದರೆ, ನನಗೆ ಸಂತೋಷ ಕೊಡುತ್ತಿದ್ದ ಗಿಡ, ಮರ, ಆಕಾಶ, ಹಕ್ಕಿಗಳ ಕುಕಿಲು, ನೀರು-ಇವೆಲ್ಲವೂ ರವಿಯೊಂದಿಗೇ ನನ್ನ ಪಾಲಿಗೆ ಕಳೆದು ಹೋದವು.

ಅವನು ಕೇವಲ ಮಗನಾಗಿರಲಿಲ್ಲ. ಗೆಳೆಯನಾಗಿದ್ದ. ವಯಸ್ಸಿಗೆ ಮೀರಿ ಬೆಳೆದಿದ್ದ. ನನ್ನ ಪ್ರತಿ ಕೆಲಸದಲ್ಲೂ ರವಿ ನನ್ನ ಜೊತೆಗಿರುತ್ತಿದ್ದ. ನಾವಿಬ್ಬರೂ ಒಂದರ್ಥದಲ್ಲಿ ಒಟ್ಟಿಗೇ ಬೆರೆತು ಹೋಗಿದ್ದೆವು. ನಮ್ಮೊಂದಿಗೆ ವೊಯ್ಯಿ ಇರುತ್ತಿದ್ದಳು. ಆದರೆ ಈಗ ವೊಯ್ಯಿ ತನ್ನ practiceನೊಳಕ್ಕೆ, ಹೊಸ ಜೀವನದೊಳಕ್ಕೆ ಹೋಗಿ ಬಿಟ್ಟಳು. ನನಗೆ ನೌಕರಿಯಿತ್ತಾದರೂ ಅದರೆಡೆಗೆ ಸೆಳೆತವಿರಲಿಲ್ಲ. ಕೊನೆ ತನಕ ನಾನು ಅದರಲ್ಲಿ ತಲ್ಲೀನನಾಗಲೇ ಇಲ್ಲ. ಮಾಡಲಿಕ್ಕೆ ಬೇರೇನೂ ಕೆಲಸವಿಲ್ಲವೆಂಬ ಕಾರಣಕ್ಕೆ ನೌಕರಿಗೆ ಹೋಗುತ್ತಿದ್ದೆ. ಕೆಲಸ ಮುಗಿಸಿ ನಗುನಗುತ್ತ ಬಂದುಬಿಡುತ್ತಿದ್ದೆ. ಆದರೆ ಈಗ ಬದುಕು ಅದೆಷ್ಟು ಭಾರವಾಗಿ ಹೋಯಿತೋ! ವೊಯ್ಯಿ ತನ್ನ ವೃತ್ತಿಯಲ್ಲಿ ತೊಡಗಿಕೊಂಡಳು. ರವಿ ಸತ್ತು ಹೋದ. ನಾನು ಏಕಾಂಗಿಯಾಗಿಬಿಟ್ಟೆ.

ಷಾ ಕೊಂಚ ದೊಡ್ಡವಳಾಗಿ ನನ್ನೊಂದಿಗೆ ಕನಸು ಹಂಚಿಕೊಳ್ಳುವಂತಾಗುವ ತನಕ ನಾನು ಒಬ್ಬಂಟಿಗನೇ. ಅವಳು ಚಿಕ್ಕಂದಿನಿಂದಲೂ ಕನಸುಗಳಲ್ಲಿ ಬದುಕಿದ ಹುಡುಗಿ. ಸ್ವಲ್ಪ ಮಟ್ಟಿಗೆ ಅವಳ ಕನಸುಗಳಲ್ಲಿ ನಾನು ಭಾಗಿಯಾಗುತ್ತಿದ್ದೆ. ಆದರೆ ನನ್ನ ಪಾಲಿನ ಮಹಾಕಾಲ, ಆ great days ಮುಗಿದು ಹೋಗಿದ್ದವು. ರವಿಯ ಸಾವಿನೊಂದಿಗೆ ನನ್ನ ಬಾಲ್ಯ ಮುಗಿದು ಹೋಗಿತ್ತು.

ವೊಯ್ಯಿ ವಿಜಯವಾಡದಲ್ಲಿ ಪ್ರಾಕ್ಟೀಸು ಆರಂಭಿಸಿದರೆ, ನನಗೆ ಎಲ್ಲಿಗೇ transfer ಆದರೂ ತಕ್ಷಣ ಬರುವುದು ಸಾಧ್ಯ ಎಂಬ ಕಾರಣಕ್ಕೆ ವಿಜಯವಾಡವನ್ನು ಆಯ್ದುಕೊಂಡೆವು. ಕೂಡಲೆ ವೊಯ್ಯಿಗೆ ಹಣ ಬರಲಾರಂಭಿಸಿತು. ಕೆಲ ದಿನಗಳಲ್ಲೇ ನನ್ನನ್ನು ವಿಜಯವಾಡಕ್ಕೆ transfer ಮಾಡಿಸಿದರು, ರಂಗನಾಯಕಮ್ಮಗಾರು. ಅವರಾಗ ಮುನಿಸಿಪಲ್ ಕೌನ್ಸಿಲರ್ ಆಗಿದ್ದರು. ಲೋಕರೀತ್ಯಾ ನೋಡಿದರೆ ಅದು ನಮ್ಮ ಬದುಕಿನಲ್ಲೇ ಅತ್ಯಂತ ಅಪೂರ್ವವಾದ, ಘನವಾದ ಕಾಲ. ಮಕ್ಕಳೆಲ್ಲ ಕಾನ್ವೆಂಟಿಗೆ ಹೋಗತೊಡಗಿದರು. ಡಾಕ್ಟರ್ ಮಕ್ಕಳಂತೆ ಎಂಬ ಪ್ರಾಶಸ್ತ್ಯ ಅವರಿಗೆ. ಸಮಾಜದಲ್ಲೆಲ್ಲ ನಮಗೆ ಪ್ರಾಮುಖ್ಯತೆ ದೊರೆಯಿತು. ನಮ್ಮ ಮನೆಯೆಂಬುದೊಂದು establishment ನಂತಾಯಿತು. Public recognitionಗಾಗಿ ಪ್ರಯತ್ನಿಸುತ್ತಿದ್ದ ಅನೇಕ ನಟ ನಟಿಯರು, ನರ್ತಕಿಯರು ನಮಗೆ ಮಿತ್ರರಾಗಿ ನಮ್ಮ ಮನೆಯಲ್ಲೇ ಇರತೊಡಗಿದರು. ಎಲ್ಲಕ್ಕಿಂತ ಮುಖ್ಯವಾಗಿ ದಿಕ್ಕಿಲ್ಲದ ಸ್ತ್ರೀಯರಿಗೆ, ಮದುವೆಯಿಲ್ಲದೆ ಮಕ್ಕಳನ್ನು ಹೆತ್ತ ಅಭಾಗಿನಿಯರಿಗೆ, ತಂದೆ ತಾಯಿ-ಗಂಡಂದಿರಿಗೆ ತಿರುಗಿ ಬಿದ್ದ ಹೆಣ್ಣುಮಕ್ಕಳಿಗೆ ಜಾತಿ ಬೇಧವಿಲ್ಲದೆ ಡಾಕ್ಟರ್‌ಗಾರು ಆಶ್ರಯ ಕೊಡುತ್ತಿದ್ದರು. ಇನ್ನೊಂದೆಡೆ ನನ್ನ ಪುಸ್ತಕಗಳು, ಪತ್ರಿಕೆಗಳಿಗೆ ನಾನು ಬರೆಯುತ್ತಿದ್ದ ಲೇಖನಗಳು - ಅವುಗಳನ್ನು ನೋಡಿ ಮಡಿವಂತರು ಬೊಬ್ಬೆ ಹಾಕುತ್ತಿದ್ದರು. ಚಲಂ ಬರೆದದ್ದನ್ನೆಲ್ಲ ಓದಿದರೆ ಸಂಸಾರಗಳೇ ನಾಶವಾಗಿ ಹೋಗುತ್ತವೆ ಎಂದು ತಕರಾರು ತೆಗೆಯುತ್ತಿದ್ದರು. ಅನೇಕ ಹೆಂಗಸರು "ನೀವು ನಮ್ಮನ್ನು ಹಿಂಸಿಸಿದರೆ, ನಮ್ಮ ಸ್ವಾತಂತ್ರ್ಯಕ್ಕೆ ಅಡ್ಡಬಂದರೆ ಚಲಂ ಹತ್ತಿರಕ್ಕೆ ಹೊರಟು ಹೋಗ್ತೀವಿ" ಎಂದು ಹೆದರಿಸತೊಡಗಿದರು. ಹಾಗೆ ನಮ್ಮ ಮನೆಗೆ ಓಡಿ ಬರುತ್ತಿದ್ದ ಹೆಂಗಸರನ್ನು ಹುಡುಕಿಕೊಂಡು ಅವರ ತಂದೆತಾಯಿ, ಗಂಡಂದಿರು ನಮ್ಮಲ್ಲಿಗೆ ಬರುತ್ತಿದ್ದರು. "ನಾವು ವಾಪಸು ಬರೋದಿಲ್ಲ" ಅಂತ ಅವರು ಅಂದರೆ ನಮ್ಮ ಮೇಲೆ ಸಿಟ್ಟು ಮಾಡಿಕೊಂಡು ನಮಗೆ ಅಪಕಾರ ಮಾಡಲು ಪ್ರಯತ್ನಿಸುತ್ತಿದ್ದರು. ಕೋರ್ಟಿಗೆ ಎಳೆಯುವುದಕ್ಕೂ ಪ್ರಯತ್ನಿಸಿದರು. ನಾವು ಅವಿನೀತಿ ಗೃಹ ನಡೆಸುತ್ತಿದ್ದೇವೆಂದೂ, ಅವಿನೀತಿಯನ್ನು ಹೇಳಿಕೊಡುತ್ತಿದ್ದೇವೆಂದೂ ಪ್ರಚಾರ ಮಾಡಿದರು. ಇವತ್ತಿಗೂ ಮಾಡುತ್ತಿದ್ದಾರೆ. ತೀರ ನನ್ನ ಹತ್ತಿರದ ಸ್ನೇಹಿತರು ಕೂಡ ಈ ವಿಷಯದಲ್ಲಿ ನಮ್ಮ ವಿರೋಧಿಗಳಾಗಿ, ತಮ್ಮ ಪರಿಚಯದ ಹೆಣ್ಣುಮಕ್ಕಳನ್ನು ನಮ್ಮ ಹತ್ತಿರಕ್ಕೂ ಬಾರದಂತೆ ನೋಡಿಕೊಂಡರು. ತಂದೆಯಿಲ್ಲದೆ ಹುಟ್ಟಿದ ಮಕ್ಕಳು ಸಮಸ್ಯೆಯಾಗುತ್ತಿದ್ದರು. ಜಾತಿ ಭೇದವಿಲ್ಲದೆ, ಅವರನ್ನು ಯಾರು ದತ್ತಕಕ್ಕೆ ತೆಗೆದುಕೊಳ್ಳುತ್ತೇವೆಂದರೂ ಡಾಕ್ಟರ್‌ಗಾರು ಕೊಟ್ಟು ಬಿಡುತ್ತಿದ್ದರು.

ಆ ದಿನಗಳಲ್ಲಿ ಡಾಕ್ಟರ್‌ಗಾರು ಕಾಂಗ್ರೆಸ್ಸಿನಲ್ಲಿ ಕೆಲಸ ಮಾಡುತ್ತಿದ್ದರು. ಯಾವಾಗ ಅರೆಸ್ಟ್ ಆಗುತ್ತಾರೋ ಎಂಬ ಭಯ ನಮ್ಮನ್ನು ಕಾಡುತ್ತಿತ್ತು. ಬೆಳಿಗ್ಗೆ ಒಂಬತ್ತಾಯಿತೆಂದರೆ,

ನಮ್ಮ ನಮ್ಮ ಕೆಲಸಗಳಿಗೆ ಹೊರಟು ಬಿಡುತ್ತಿದ್ದೆವು. ಮನೆಯಲ್ಲಿ ಯಾರೂ ಇರುತ್ತಿರಲಿಲ್ಲ. ಸಂಜೆ ಎಲ್ಲರೂ ಮನೆ ಸೇರುತ್ತಿದ್ದೆವು. ಹೀಗಾಗಿ ರಾತ್ರಿಯ ಊಟ ನಮಗೆ ತುಂಬ ಮುಖ್ಯವಾಗುತ್ತಿತ್ತು. ವಿಜಯವಾಡದಲ್ಲಿದ್ದ ನಮ್ಮ ಹೊಸ -ಹಳೆಯ ಮಿತ್ರರಿಗೆ ನಮ್ಮ ಹೊಸ್ತಿಲು ತುಳಿಯುವುದಕ್ಕೂ ಭಯ. ಆ ದಿನಗಳಲ್ಲೇ ನಾನು ನನ್ನ ವಿದ್ಯಾರ್ಥಿಗಳೊಂದಿಗೆ ಸೇರಿ ನಾಟಕಗಳನ್ನು ಆಡಿಸುತ್ತಿದ್ದೆ. ನನ್ನ ಮತ್ತು ಡಾಕ್ಟರ್ ಅವರ ಸಂಪಾದನೆಯೆಲ್ಲ ಹಾಗೆ ಖರ್ಚಾಗಿ ಹೋಗುತ್ತಿತ್ತು. ಹಾಗೆ ಡಾಕ್ಟರ್‌ಗಾರು ಅನೇಕರ ಪ್ರಾಣಗಳನ್ನು ಕಾಪಾಡಿ, ಅದರಲ್ಲಿ ಅನೇಕರಿಗೆ ಬದುಕುವ ದಾರಿ ಕಲ್ಪಿಸಿಕೊಟ್ಟರು.

ಮೇಲ್ನೋಟಕ್ಕೆ ಎಲ್ಲವೂ ಚೆನ್ನಾಗಿತ್ತು. ಆದರೆ ಒಳಗಿನಿಂದ ಸಂತೋಷವೆಂಬುದು ಎಗರಿ ಹೋಗಿತ್ತು. ಅವತ್ತಿನಿಂದ ಇವತ್ತಿನ ತನಕ ಸಹಜ ಸಂತೋಷವೆಂಬುದು ತಿರುಗಿ ಬರಲಿಲ್ಲ. ವಿಜಯವಾಡಕ್ಕೆ ಹೋಗುವುದರೊಂದಿಗೆ ನಮ್ಮ ಬದುಕೇ ಬದಲಾಗಿ ಹೋಯಿತು. ಮುಖ್ಯವಾಗಿ, ಎಷ್ಟು ಬೇಡವೆಂದರೂ ಮರ್ಯಾದೆಯೆಂಬುದು ನಮ್ಮ ಮನೆಯೊಳಕ್ಕೆ ತೆವಳಿಕೊಂಡು ಬಂದಿತ್ತು. ಚಿಕ್ಕಪುಟ್ಟ ಬೆಳ್ಳಿಬಂಗಾರದ ವಸ್ತುಗಳೂ ಮನೆಯಲ್ಲಿ ಕಾಣಿಸತೊಡಗಿದವು. ಈ ಭಿಕಾರಿಗಳನ್ನು ಮರ್ಯಾದಸ್ಥರನ್ನಾಗಿ ಮಾಡಲು ಇವುಗಳನ್ನೆಲ್ಲ ಕಂಡುಹಿಡಿದರೇನೋ ಅನ್ನುತ್ತಿದ್ದೆ. ಎಲ್ಲರಿಗೂ ಗೊತ್ತಾಗುವ ಹಾಗೆ ನಾವು ಮೀನು, ಮಾಂಸ ತಿನ್ನತೊಡಗಿದೆವು. ಆ ದಿನಗಳಲ್ಲಿ ಕೆಲವರು ನಾವಂದಿದ್ದಕ್ಕೆಲ್ಲ ತಲೆದೂಗಿದಂತೆ ಮಾಡಿ, ನಮ್ಮೊಂದಿಗೆ ಸೇರಿ ಕಡೆಗೆ ನಮ್ಮ ಮೇಲೆ ಸಲ್ಲದ ಅಪವಾದ, ಪುಕಾರು ಎಬ್ಬಿಸತೊಡಗಿದರು. ಕೆಲವರಂತೂ ವಿಚಿತ್ರ ಕುತೂಹಲದೊಂದಿಗೆ, ನಮ್ಮದೊಂದು ಅವಿನೀತಿ ಗೃಹವೇನೋ ಎಂಬಂತೆ ನಮ್ಮ ಮನೆಗೆ ಬರುತ್ತಿದ್ದರು. ಅಂಥದ್ದೇನೂ ಅಲ್ಲಿ ಅವರಿಗೆ ಕಾಣಿಸದೆ ಹೋದಾಗ ಭಯಂಕರ ಸಿಟ್ಟಿಗೆದ್ದು, ಆ ಕಾರಣಕ್ಕಾಗಿಯೇ ನಮ್ಮ ಮೇಲೆ ಇಲ್ಲದ್ದು ಕಲ್ಪಿಸಿಕೊಂಡು ಅಪಪ್ರಚಾರ ಮಾಡುತ್ತಿದ್ದರು. ಕೆಲವರಿಗೆ ನಮ್ಮ ಮೇಲೆ ನಿಷ್ಕಾರಣ ದ್ವೇಷ: ಕಕ್ಷೆ!

ಡಾಕ್ಟರ್‌ಗಾರು ಬಿಡುವಿಲ್ಲದ ಕೆಲಸಗಳಲ್ಲಿ ಮುಳುಗಿ ಹೋಗಿದ್ದರು. ಅಕಸ್ಮಾತ್ ಬಿಡುವಾದರೂ ಅವರ ಮನಸ್ಸೆಲ್ಲ ಪ್ರಾಕ್ಟೀಸಿನ ಮೇಲೆಯೇ. ಅಲ್ಲದೆ ನನಗಿದ್ದ ಸ್ತ್ರೀ ವಾಂಛೆ, ಚಾಂಚಲ್ಯ ಯಾವತ್ತಿಗೂ ನನ್ನನ್ನು ಬಿಡಲಿಲ್ಲ. ಹೀಗಾಗಿ ನಮ್ಮಿಬ್ಬರ ಮಧ್ಯೆ ಇದ್ದ ಶೃಂಗಾರ ಕ್ರಮೇಣ ಸತ್ತು ಹೋಯಿತು. ನನ್ನ ಬದುಕು ಶುಷ್ಕವಾಯಿತು. ದೇಶದಲ್ಲಿ ನಡೆಯುತ್ತಿದ್ದ ಸ್ವಾತಂತ್ರ್ಯಹೋರಾಟ, ವಿಪ್ಲವ ರಾಜಕಾರಣ ನನ್ನ ಮನಸ್ಸನ್ನು ಪರಿಪರಿಯಾದ ಆಲೋಚನೆಗಳಿಗೆ ಈಡು ಮಾಡುತ್ತಿತ್ತು. ಮೊದಲು ಗಾಂಧೀಜಿ ಸಿದ್ಧಾಂತಗಳು, ಆಮೇಲೆ ಕಮ್ಯುನಿಸ್ಟ್ ಸಿದ್ಧಾಂತ, ನನ್ನ ಪುಸ್ತಕಗಳ ಕುರಿತು ಬರುತ್ತಿದ್ದ ವಿಮರ್ಶೆ ಇವೆಲ್ಲವೂ ನನ್ನನ್ನು ತುಂಬ ಕಲ್ಲೋಲಗೊಳಿಸುತ್ತಿದ್ದವು. ಇಷ್ಟೆಲ್ಲ ಆದರೂ ನನ್ನ ಮೂಲ

ಸಮಸ್ಯೆಗಳಾದ ಈಶ್ವರ ಮತ್ತು ಸ್ತ್ರೀ-ನನ್ನನ್ನು ಬಿಡದೆ ಬೇಟೆಯಾಡುತ್ತಿದ್ದವು.

ಎಷ್ಟೋ ಜನ ಬಂದು ನಮ್ಮ ಅಶಾಂತಿಗೆ, ನಮ್ಮ ಸಂದೇಹಗಳಿಗೆ ನೀನೇನಂತೀಯಾ ಅಂತ ಕೇಳುತ್ತಿದ್ದರು. ಮೇಲಾಗಿ sexನ ವಿಷಯದಲ್ಲಿ ನಾನು ಪಂಡಿತನೆಂದು ಪ್ರಸಿದ್ಧನಾಗಿದ್ದೆ! ಅವರ ಸಮಸ್ಯೆಗಳನ್ನು ಬಗೆಹರಿಸುವಂತೆ ಕೋರಿ ಓದುಗರು ಪತ್ರ ಬರೆಯುತ್ತಿದ್ದರು. ಬದುಕಿನಲ್ಲಿ ಆಘಾತಗೊಂಡವರು, ಹೊಡೆತ ತಿಂದವರು ಸಾಂತ್ವನಕ್ಕಾಗಿ ನನ್ನ ಬಳಿಗೆ ಬರುತ್ತಿದ್ದರು. ಆದರೆ ಯಾರಿಗೂ ನಾನು ಏನನ್ನೂ ಮಾಡುವ ಸ್ಥಿತಿಯಲ್ಲಿರಲಿಲ್ಲ. ಸುಮ್ಮನೆ ನನ್ನೊಂದಿಗಿರಿ ಅಂತ ಹೇಳುತ್ತಿದ್ದೆ. ಈ ಜೀವನಕ್ಕೆ ಅರ್ಥವಿಲ್ಲ, ಎಷ್ಟು ಹುಡುಕಿದರೂ ಏನೂ ಸಿಕ್ಕದು, ಏನಿದೆಯೋ ಅದನ್ನು ಅನುಭವಿಸುವುದೇ ವಿವೇಕ: ಅದೇ ಸರಿ ಎಂಬ ಸಿದ್ಧಾಂತಕ್ಕೆ ಬಂದು ತಲುಪಿದ್ದೆ. ಆದರೆ ಮನಸು ಹುಡುಕುತ್ತಲೇ ಇದೆ. ಅನುಭವಿಸುವುದು ಅಂದರೆ ಅದು ಔನ್ನತ್ಯವಿಲ್ಲದ್ದು, ಮನುಷ್ಯನಲ್ಲಿ ಆಳವಿಲ್ಲದ್ದು. ಎಂಥ ಅದ್ಭುತ ಅನುಭವಗಳು ಮೇಲ್ಮೇಲಿನಿಂದ ಬಂದರೂ ಅವನಿಗೆ ಅವು ಏನನ್ನೂ ಕೊಡಲಾರವು. Mental surfaceನಿಂದ ಜಾರಿ ಹೋಗುತ್ತವೆ. 'ಅಯ್ಯೋ ನತದೃಷ್ಟಾ' ಅಂತ ನಕ್ಕು ಹೊರಟು ಹೋಗುತ್ತವೆ. ಸ್ತ್ರೀಯ ವಿಷಯದಲ್ಲಂತೂ ಇದು ಮತ್ತೂ ಸತ್ಯ. ಅವಳು ಬೇಕು, ಅನುಭವಿಸಬೇಕು ಅಂದುಕೊಂಡರೆ, ಆ ಕಾಂಕ್ಷೆಯಿಂದಾಗಿಯೇ ಅರ್ಥ ಸಂತೋಷ, ಹಿರಿಮೆ ಸತ್ತು ಹೋಗುತ್ತದೆ. ಆದ್ದರಿಂದ 'ಅನುಭವಿಸು' ಎಂಬುದರಲ್ಲಿ ಅರ್ಥವಿಲ್ಲ.

ಇಂಥ ಯೋಚನೆಗಳು ನನ್ನನ್ನು ನಿಬ್ಬೆರಗಾಗಿಸುತ್ತಿದ್ದವು.

ಅಂತ್ಯವಿಲ್ಲದ ನೀಲಾಕಾಶ, ಏನೋ ಹೇಳಲಿಕ್ಕಿದೆಯೆಂಬಂತೆ ಇಣುಕುವ ನಕ್ಷತ್ರಗಳು, ಎಲ್ಲಿಗೋ ಬಾರೆಂದು ಕರೆಯುವ ಮೃದುವಾದ ಗಾಳಿ, ಕೈಗೆ ಸಿಕ್ಕೂ ನನಗೆ ದಕ್ಕದ ನನ್ನನ್ನು taunt ಮಾಡುವ ಸೌಂದರ್ಯ ಇವೆಲ್ಲ ಇಲ್ಲಿ ಅಂತ್ಯಗೊಳ್ಳುವುದಿಲ್ಲ. 'ಇನ್ನೂ ಏನೋ ಇದೆ, ನಿನಗೆ ತಿಳಿಯದ್ದು' ಅಂತ ಪದೇಪದೆ ಮನಸು ಗುಂಜುತ್ತಿತ್ತು. ಆಗಿನಿಂದಲೇ ಮರಣವೆಂದರೆ ನನ್ನಲ್ಲಿ ಅಸಹ್ಯ ಹುಟ್ಟಿಕೊಂಡಿತು. 'ಈ ಸಾವೆಂಬುದನ್ನು ಇಟ್ಟ ಹಂತಕ ನಿಜಕ್ಕೂ ಇದ್ದಾನಾ? ನನ್ನ ಕೊರಳ ಸುತ್ತ ಕೈ ಹಾಕಿ ಮುದ್ದು ಮಾಡೋ ಮಕ್ಕಳನ್ನು ನೋಡಿದರೆ, ನನ್ನ ಸುತ್ತ ಪ್ರತಿ ನಿಮಿಷ ಪ್ರಜ್ವಲಿಸುವ ಸೌಂದರ್ಯವನ್ನು ನೋಡಿದರೆ, ಈ ಅನುಭವಗಳನ್ನು ನನಗೆ ಕೊಟ್ಟದ್ದು ಏನೂ ಇಲ್ಲದ ಶೂನ್ಯವಾ? ಪ್ರತಿ ನಿಮಿಷ ಪ್ರೇಮಮಾಧುರ್ಯದಿಂದ, ಶೃಂಗಾರದಿಂದ, ಪರಸ್ಪರಾನಂದದಿಂದ ಉಕ್ಕಿ ಹೋಗುತ್ತಿದ್ದರೆ, ಇದೆಲ್ಲವೂ ಪ್ರಾಣವಿಲ್ಲದ ಶುಷ್ಕ ಚಲನವಾ' ಅನ್ನಿಸೋದು.

ಆದರೆ ಪ್ರತಿನಿಮಿಷ ಒಣಗಿ ಹೋಗುವ ಹುಲ್ಲು, ವಿಲವಿಲಗುಟ್ಟಿ ಸಾಯುವ ಕೀಟಗಳು, ಮೃಗಗಳು-ಈ ಕ್ರೌರ್ಯವನ್ನೆಲ್ಲ ಸಹಿಸಗಲನಾ ಪ್ರೇಮದಾತ? ನನ್ನ ಮಡಿಲಲ್ಲಿ ಕುಳಿತು, ಕೊರಳ ಸುತ್ತ ಕೈಹಾಕಿ ಮುದ್ದು ಮಾಡುತ್ತಿದ್ದ ರವಿಯನ್ನು ನುಂಗಿ ಹಾಕಿದ್ದು

ಒಂದು ಪ್ರೇಮಮಯ, ಕರುಣಾಮಯ ಹೃದಯವೇನಾ? ಇದೆಲ್ಲ ಮೃತ್ಯುವಿನೊಂದಿಗೆ ಅಂತ್ಯವಾ? ಈ ಸಂದೇಹ ನನ್ನನ್ನು ಕತ್ತಿಯಿಂದ ಕುಯ್ದಂತೆ ಕುಯ್ದು, ನನ್ನ ಜೀವಿತಾನಂದವನ್ನೆಲ್ಲ ವಿಷಮಯವನ್ನಾಗಿ ಮಾಡಿಬಿಟ್ಟಿತು. ಒಂದು ಪ್ರಾಣಿಯನ್ನು ಕೊಲ್ಲದೆ ಹೊಟ್ಟೆ ತುಂಬಿಸಿಕೊಳ್ಳಲಾರೆ. ಇನ್ನೊಂದು ಹೃದಯಕ್ಕೆ ನಿರಂತರ ವೇದನೆ ಕಲ್ಪಿಸದೆ ನನ್ನ ಶೃಂಗಾರ ಜೀವನವನ್ನು ನಿತ್ಯನೂತನವಾಗಿ, ತೇಜೋವಂತವಾಗಿ ಮಾಡಿಕೊಳ್ಳಲಾರೆ. ಈ ಭಾವಗಳನ್ನ, emotionsನ ನನ್ನಲ್ಲಿ ಸೃಷ್ಟಿಸಿ, ಏನೂ ಮಾಡಲಾಗದ ನಿಸ್ಸಹಾಯಕನನ್ನಾಗಿ ಮಾಡಿ ಆಡಿಸುತ್ತಿದ್ದಾನಾ? ಯಾವನವನು ಧೂರ್ತ!

ಈ ಪ್ರಶ್ನೆಗಳಿಗೆ ಉತ್ತರ ಸಿಗಲಾರದೆ ಚಡಪಡಿಸಿ ಹೋಗುತ್ತಿದ್ದೆ.

ಅವರ ಹೆಸರು ಡಾ. ರಂಗಾಚಾರ್ಲು ಅಂತ. ಅದ್ಭುತವಾದ್ದೊಂದು ಹೊಸ ಆಸ್ಪತ್ರೆ ಕಟ್ಟಿದ್ದರು. ಸಾಮಾನ್ಯವಾಗಿ ದೊಡ್ಡ ಮಟ್ಟದ ಸರ್ಜರಿ ಮಾಡುವಾಗ ತಮ್ಮ ಸಿಬ್ಬಂದಿಗೆ, ಆಪರೇಷನ್ ಮಾಡಿಸಿಕೊಳ್ಳುವ ರೋಗಿಗೆ ಹೊರತಾಗಿ ಅವರು ಬೇರೆ ಯಾರಿಗೂ ಕಾಣಿಸುವುದಿಲ್ಲ. ಆ ದಿನಗಳಲ್ಲೇ ಅವರಿಗೊಂದು ಖಾಸಗಿ ಏರೋಪ್ಲೇನ್ ಇದ್ದು ಅದರಲ್ಲೇ ಓಡಾಡುತ್ತಿದ್ದರು. ಅವರ ಫೀಜು ಸಾವಿರಗಳಲ್ಲಿರುತ್ತಿತ್ತು. ಹೆಂಡತಿಯನ್ನು ಕೂಡ ಎರಡು ತಿಂಗಳಲ್ಲಿ ಒಂದು ಸಲ ಭೇಟಿಯಾಗುತ್ತಿದ್ದರು. ಅಂಥ ರಂಗಾಚಾರ್ಯರ ಆಸ್ಪತ್ರೆಯ waiting roomನಲ್ಲಿ ಕುಳಿತಿದ್ದೆವು ನಾನು-ಅಬ್ಬತ್ತೆ.

"ನಾನು ಡಾಕ್ಟರ್ ರಂಗಾಚಾರ್ಯರನ್ನು ನೋಡಬೇಕು" ಎಂದು ಅಲ್ಲಿದ್ದ ಜವಾನನಿಗೆ ಹೇಳಿದಳು ಅಬ್ಬತ್ತೆ. ಅವನು ಒಂದು ಸಲ ಅಬ್ಬತ್ತೆಯನ್ನೇ ಮೇಲಿನಿಂದ ಕೆಳತನಕ ನೋಡಿದ: ಇದೇನು ವಿಚಿತ್ರ ಎಂಬಂತೆ. ಆಮೇಲೆ,

"ರಂಗಾಚಾರ್ಯರಾ? ಅವರೆಲ್ಲಿ ಸಿಕ್ತಾರೆ? ಅವರ ಹತ್ರ ನಿಮಗೇನು ಕೆಲಸ?" ಅಂತ ಕೇಳಿದ.

"ಅದೆಲ್ಲ ನಿನಗ್ಯಾಕೆ? ನರ್ಸ್ ಮಹಾಲಕ್ಷ್ಮಿ ಬಂದಿದ್ದಾರೆ ಅಂತ ಹೇಳು ಹೋಗು" ಅಂದಳೀಕೆ. ಅವನು ಒಳಕ್ಕೆ ಹೋಗಿ ಹೇಳುತ್ತಿದ್ದಂತೆಯೇ ಒಬ್ಬ ಡಾಕ್ಟರು ಕೈಯೊರೆಸಿಕೊಂಡು ಬಂದು, "ಐದೇ ನಿಮಿಷ. ಡಾ. ರಂಗಾಚಾರ್ಯರು ತುಂಬ ದೊಡ್ಡದೊಂದು ಆಪರೇಷನ್‌ನಲ್ಲಿದ್ದಾರೆ. ದಯವಿಟ್ಟು wait ಮಾಡಬೇಕಂತೆ. ಐದೇ ನಿಮಿಷದಲ್ಲಿ ಬಂದು ಬಿಡುತ್ತಾರೆ!" ಅಂತ ವಿವರಿಸಿದ್ದ. ನನಗೆ ನಿಜಕ್ಕೂ ಆಶ್ಚರ್ಯವೆನ್ನಿಸಿತು. ಅಷ್ಟು ದೊಡ್ಡ ಡಾಕ್ಟರು, ಈ ನರ್ಸ್ ಮಹಾಲಕ್ಷ್ಮಿ (ಅದು ಅಬ್ಬತ್ತೆಯ ಹೆಸರು) ಹೇಳಿಕಳಿಸಿದರೆ ಬಂದು ಬಿಡುತ್ತಾನಾ ಅಂತ! ಆದರೆ ಆತ ಬಂದೇ ಬಿಟ್ಟ. ನೋಡಲಿಕ್ಕೆ ನಿಜಕ್ಕೂ ಸೊಗಸುಗಾರ. ಮುಖ ನೋಡಿದರೇನೇ ರೋಗಿಯ ಅರ್ಧ ರೋಗ ವಾಸಿಯಾಗುತ್ತದೆ ಎಂಬಂತಿದ್ದ.

"Sorry, ಒಂದು major operationನಲ್ಲಿದ್ದೆ. ಚೆನ್ನಾಗಿದ್ದೀರಾ?" ಅನ್ನುತ್ತ, ತನಗಿನ್ನು ಜಗತ್ತಿನಲ್ಲಿ ಬೇರೆ ಕೆಲಸವೇ ಇಲ್ಲವೇನೋ ಎಂಬಂತೆ ಅಬ್ಬತ್ತೆಯೆದುರು ಕುರ್ಚಿಯಲ್ಲಿ ಸ್ಥಾಪಿತನಾದ.

"ಈತ ಚಲಂ ಅಂತ. ನನ್ನ ಸೋದರಳಿಯ" ಅಂದಳು ಅಬ್ಬತ್ತೆ. ಆತ ಕೇಳಿಸಿಕೊಂಡರೆ ತಾನೆ? ಅಬ್ಬತ್ತೆಯನ್ನು ಕಣ್ಣಲ್ಲೇ ಕುಡಿದು ಮುಗಿಸುವವನಂತೆ ನೋಡುತ್ತಾ ತಮಿಳಿನಲ್ಲಿ ಏನೋ ಮಾತಾಡುತ್ತಲೇ ಇದ್ದ. ಆ ಮಾತಿನಲ್ಲಿ ಅದೆಂಥ ನಮ್ರತೆ. ಪ್ರಾಣ ಬೇಕಾದರೂ ಒಪ್ಪಿಸಿಯೇನು ಎಂಬಂತಿತ್ತು ದನಿ. ಆತನೆದುರು ಒಂದು-ಒಂದೂವರೆ ಗಂಟೆ ಕುಳಿತಿದ್ದೆವು. ಮಧ್ಯ ಮಧ್ಯೆ ಇತರೆ ಡಾಕ್ಟರುಗಳು ಬಂದು ಆತನನ್ನು ಕರೆದೇ ಕರೆಯುತ್ತಿದ್ದರು. ಈತ ಸುಮ್ಮನೆ ಕೈಕೊಡವಿ ಅವರನ್ನು ಓಡಿಸುತ್ತಿದ್ದ. ಕಡೆಗೆ ಅಬ್ಬತ್ತೆಯೇ ಬೇಸತ್ತು ಎದ್ದು ನಿಂತಳು.

"ನಾನು ಬಂದ ಕೆಲಸ ಆಗಲಿಲ್ಲ" ಅಂದಳು.

"ಹಾಂ ಕೆಲಸವಾ? ಏನು ಕೆಲಸ?" ಅಂದ.

"ಈತ ನನ್ನ ಸೋದರಳಿಯ. ಈತನಿಗೆ ವಿಪರೀತ ತಲೆನೋವು" ವಿವರಿಸಿದಳು. ಆತ ನನ್ನನ್ನು ಅರ್ಧಗಂಟೆ ಪರೀಕ್ಷಿಸಿದ. ಎಲ್ಲಿಯ ಪರೀಕ್ಷೆ? ಆಗಲೂ ಕಣ್ಣು ಅಬ್ಬತ್ತೆಯ ಮೇಲೆಯೇ. ನಿನ್ನ ಸುಂದರವಾದ ಹಲ್ಲುಗಳನ್ನು ಆ ಪರಿ ಉಜ್ಜಬೇಡ. ಮೃದುವಾಗಿ ಬ್ರಷ್ ಮಾಡು ಎಂದು ಯಾತರದೋ ಸಲಹೆ ಕೊಡುತ್ತಿದ್ದ. ನನ್ನ ಕಡೆಗೆ ಅಸಲು ಗಮನವೇ ಇರಲಿಲ್ಲ. ಕಡೆಗೆ, ಇದು ಆಗುವ ಕೆಲಸವಲ್ಲ ಅಂತ ಇಬ್ಬರಿಗೂ ಅನ್ನಿಸಿ ಅಲ್ಲಿಂದ ಎದ್ದೆವು." ಇವರಿಬ್ಬರನ್ನೂ ಮನೆಯ ತನಕ ಕಾರಿನಲ್ಲಿ ಬಿಟ್ಟುಬನ್ನಿ" ಅಂತ ತನ್ನ ಸಹಾಯಕನಿಗೆ ಹೇಳಿದ.

"ಇದು ವರಸೆ ಕಣೋ ಚಲಂ. ಸಡಿಲ ಪಟ್ಟಿಗೆ ಬಿಡುವವರಲ್ಲ" ಅನ್ನುತ್ತ ಡಾಕ್ಟರುಗಳ ಲೀಲೆಗಳನ್ನು ದಾರಿಯುದ್ದಕ್ಕೂ ಕಾರಿನಲ್ಲಿ ವಿವರಿಸುತ್ತ ಬಂದಳು ಅಬ್ಬತ್ತೆ. ಮನೆಯ ಹತ್ತಿರ ಆಗಲೇ ಮೂರು ಕಾರು ಅಬ್ಬತ್ತೆಗಾಗಿ ಕಾಯುತ್ತಿದ್ದವು. "ನಿನ್ನ ಪಾಡಿಗೆ ನೀನು ಮನೆಯಲ್ಲಿರು ಚಲಂ. ರಾತ್ರಿ ಮನೆಗೇ ಊಟ ಬರುತ್ತೆ. ಬೆಳಿಗ್ಗೆ ಬರ್ತೀನಿ ನಾನು" ಅಂದವಳೇ ಮೂರರ ಪೈಕಿ ಒಂದು ಕಾರು ಹತ್ತಿದಳು.

ಅಬ್ಬತ್ತೆಯ ಮನೆಯ ತುಂಬ ಬೆಳ್ಳಿ ಪಾತ್ರೆ, ಬೆಳ್ಳಿ ಸಾಮಾನು. ಆಕೆಯ ಮೈತುಂಬ ಬಂಗಾರದ ಒಡವೆ. 'ರೋಗ ವಾಸಿಯಾಗಲಿಲ್ಲ'ವೆಂದು ಅತ್ಯಂತ ಶ್ರೀಮಂತರು ಹಾಸಿಗೆಗಳ ಮೇಲೆ ಮಲಗಿಯೇ ಇರುತ್ತಾರೆ, ದಿನಗಟ್ಟಲೆ. ಹೈದರಾಬಾದಿನಲ್ಲಿ ಆ ದಿನಗಳಲ್ಲಿ ಮೇಜರ್ ನಾಯುಡು ದೊಡ್ಡ ಹೆಸರು ಮಾಡಿದ ವೈದ್ಯ. ಆತ medical collegeನಲ್ಲಿ lecturer ಕೂಡ ಹೌದು. ಆ ಮೂಲಕ ವೊಯ್ಯಿಗೆ ಪರಿಚಯ. ಹೈದರಾಬಾದಿಗೆ ಹೋದವಳು

ಪತ್ರ ಬರೆದು ಅಬ್ಬತ್ತೆಯನ್ನು ಕರೆಸಿಕೊಂಡಳು ಅಂತ ಹೇಳಿದೆನಾ? ಆಕೆಯನ್ನು ಪರಿಚಯಿಸಿದ್ದು ಮೇಜರ್ ನಾಯುಡು ಅವರಿಗೇ. ಅವರು ಅಬ್ಬತ್ತೆಯನ್ನು ನರ್ಸಿಂಗ್ ಕೋರ್ಸಿಗೆ ಸೇರಿಸಿದರು. "ಎರಡಕ್ಷರ ಇಂಗ್ಲಿಷು ಬಂದಿದ್ದಿದ್ದರೆ ನಿನ್ನನ್ನು ಡಾಕ್ಟರ್ ಮಾಡುತ್ತಿದ್ದೆನಲ್ಲೇ" ಅಂದಿದ್ದರಂತೆ. ಅದಾದ ಮೇಲೆ ವಾರಕ್ಕೆ ಎರಡು ಮೂರು ಸಲವಾದರೂ ಅಬ್ಬತ್ತೆಯನ್ನು ನೋಡದೆ ಇರಲಾರದಂತಾಗಿದ್ದ ಆತ.

ಇನ್ನೊಬ್ಬ ಪ್ರಸಿದ್ಧ ವ್ಯಕ್ತಿ ಡಾ.ಕೂರ್ಲವಾಲಾ. ಆತ ಆಸ್ಪತ್ರೆಯ ಸೂಪರಿಂಟೆಂಡೆಂಟ್. ಆಪರೇಷನ್ ಮಾಡಬೇಕೆಂದರೆ ನರ್ಸಿಂಗ್ ಸ್ಟೂಡೆಂಟ್ ಮಹಾಲಕ್ಷ್ಮಿ ಬರುವ ತನಕ ಸಹಾಯಕರು, ಸಿಬ್ಬಂದಿ, ವಿದ್ಯಾರ್ಥಿಗಳು, ಟೇಬಲ್ ಮೇಲಿನ ರೋಗಿ ಎಲ್ಲರೂ ಕಾಯಬೇಕಾದದ್ದೇ! ಇಂಥ ಅನೇಕ ಕಿರಿಕಿರಿಗಳನ್ನು ಭರಿಸಲಾಗದೆ ಕೋರ್ಸು ಮುಗಿಯುವುದಕ್ಕೆ ಮುಂಚಿತವಾಗಿಯೇ ಮದ್ರಾಸಿಗೆ ಬಂದುಬಿಟ್ಟಿದ್ದಳು ಅಬ್ಬತ್ತೆ. ಆಗ ನನ್ನ ಗುರುಗಳಾದ ವೆಂಕಟರತ್ನಂ ನಾಯುಡುಗಾರು ಮದ್ರಾಸ್ ವಿಶ್ವವಿದ್ಯಾಲಯಕ್ಕೆ Vice Chancellor. ಅವರ ಪಾದಕ್ಕೆ ಬಿದ್ದ ಅಬ್ಬತ್ತೆ ಏನು ಹೇಳಿದಳೋ ಕಾಣೆ.

ಹೈದರಾಬಾದಿನಿಂದ ನಾಯ್ಡು ಅವರೇ ನರ್ಸಿಂಗ್ ಕೋರ್ಸು complete ಮಾಡಿದಂತೆ ಬರೆಸಿ ತರಿಸಿದರಂತೆ. ಆಗಿನಿಂದ ಶುರುವಾಗಿತ್ತು ಅಬ್ಬತ್ತೆಯ ಅದ್ಭುತ ದಿಗ್ವಿಜಯ.

ವಿಜಯವಾಡದಲ್ಲಿ ನಾವು ಇಪ್ಪತ್ತು ವರ್ಷ ಇದ್ದೆವು. ನನಗೆ ಆಗಾಗ transfer ಆಗುತ್ತಿತ್ತು. ವಿಜಯವಾಡಕ್ಕೆ ಬಂದು-ಹೋಗಿ ಮಾಡುತ್ತಿದ್ದೆ. ಮಕ್ಕಳು ಮತ್ತು 'T' ವೊಯ್ಯಿಯೊಂದಿಗೇ ಉಳಿದರು. ಎಲ್ಲರನ್ನೂ ತಾನೇ ಪೋಷಿಸಿದಳು. ಅಗತ್ಯಗಳನ್ನೆಲ್ಲ ನೋಡಿಕೊಂಡಳು. ಅವರಿಗೂ, 'T'ಗೂ, ನನಗೂ ಯಾವುದೇ ಲೋಪ ಬಾರದಂತೆ ನೋಡಿಕೊಂಡಳು. ನನ್ನ ಜೀವನದಲ್ಲಿ ಇವತ್ತಿನ ತನಕ ಅನೇಕ ಸ್ತ್ರೀಯರನ್ನು ನೋಡಿದ್ದೇನೆ. ಆದರೆ ವೊಯ್ಯಿಯಂಥ ಇನ್ನೊಬ್ಬಳನ್ನು ನೋಡಿಲ್ಲ. ಆಕೆಯ ಹೃದಯ ಎಷ್ಟು ವಿಶಾಲವಾದುದೋ, ನನ್ನನ್ನು ಎಷ್ಟು ಪ್ರೀತಿಸಿದಳೋ: ತೋರ್ಪಡಿಸಿಕೊಳ್ಳುತ್ತಿರಲಿಲ್ಲ. ಒಂದು ಸಲ ನನ್ನ ಚಿಕ್ಕಮ್ಮ, "ವೊಯ್ಯಿ ಸಾಯಲಿಕ್ಕೆ ಯಾರು ಕಾರಣ?" ಅಂತ ಕೇಳಿದ್ದಳು.

"ಅವಳು ಯಾರನ್ನು ಪ್ರೇಮಿಸಿ, ಪ್ರೀತಿಸಿ, ಪೋಷಿಸಿದಳೋ-ಅವರ ಪೈಕಿ ಷಾ ಹೊರತಾಗಿ ನಾವೆಲ್ಲರೂ! ನಾನು, T, ವಸಂತ್, ಚೇ, ಚಿತ್ರಾ, ಪಕಪಕ-ಇವರೆಲ್ಲ ಸೇರಿ ಆಕೆಯನ್ನು ಕೊಂದು ಹಾಕಿದೆವು. ಎಲ್ಲರಿಗಿಂತ ಮುಖ್ಯವಾಗಿ ನಾನು!" ಅಂತ ಉತ್ತರಿಸಿದ್ದೆ. ವೊಯ್ಯಿಗೆ ನಾನು ಕೊಟ್ಟ ಯಾತನೆಗೆ ನನಗೆ ಎಲ್ಲೂ ಕ್ಷಮಾಪಣೆಯಿಲ್ಲ. ವಿಚಿತ್ರವೆಂದರೆ, ನಾನು ಯಾರದೋ ಕೈಗೊಂಬೆ. ನನ್ನ ಸ್ವಾಧೀನದಲ್ಲಿ ನಾನಿಲ್ಲ. ಯಾರೂ ನನ್ನನ್ನು ನಿಯಂತ್ರಿಸಲಾರರು. ಏನೇ ಬಂಡಾಯಗಾರ ಅಂತ ಹೇಳಿಕೊಂಡರೂ, "ನಿಮ್ಮನ್ನು ಗೊಂಬೆ ಆಡಿಸಿದಂತೆ ಆಡಿಸುತ್ತೇನೆ" ಎಂಬ ಭಗವದ್ಗೀತೆಯ ಮಾತು ನಿಜವಾಯಿತು. "ವಿಧಿಯನ್ನು ಯಾರೂ ತಪ್ಪಿಸಿಕೊಳ್ಳಲಾರರು" ಅಂದ ಭಗವಾನ್ ಮಾತೂ ನಿಜವಾಯಿತು. ಆದರೆ ಅವಿಷ್ಟು ವರ್ಷ ನಾನು ಕತ್ತಲಲ್ಲಿ, ತಿಮಿರದಲ್ಲಿ ವಿಲಗುಟ್ಟುತ್ತಿದ್ದೆ, ದಿಕ್ಕಿಲ್ಲದ ನಿಸ್ಸಹಾಯಕನಾಗಿ.

ವಿಜಯವಾಡಕ್ಕೆ ಬಂದಾಗಿನಿಂದ ನನ್ನೊಳಗಿನ ಕಾಂತಿ ಮುಗಿದು ಹೋಯಿತು. Inner source of my happiness ನಿಂತು ಹೋಯಿತು. ಅದರ ನೆನಪೇ ಇಲ್ಲದಂತಾಯಿತು. ದುಡ್ಡು, ಅಂತಸ್ತು, ಗೆಳೆಯರ ಗುಂಪು ಎಲ್ಲ ಬೆಳೆದವು. ಆದರೆ

ನನಗೆ ಶಾಂತಿಯಿಲ್ಲ. ನಾಟಕ, ಪಿಕ್‌ನಿಕ್ಕು, ಡಿನ್ನರುಗಳು-ಎಲ್ಲ ಮಾಡಿಕೊಳ್ಳುತ್ತಿದ್ದೆವು. ಯಾರೋ ಯುವಕರಿಗೆ, ಸ್ತ್ರೀಯರಿಗೆ ಸಹಾಯ ಮಾಡುತ್ತಿದ್ದೆವು. ಆದರೆ ಯಾವುದರಲ್ಲೂ ತೃಪ್ತಿಯಿಲ್ಲ, ಸಂತೋಷವಿಲ್ಲ. ನನ್ನ ಕೈಯಲ್ಲಿ ಏನೋ ಇದೆ ಅಂದುಕೊಳ್ಳುತ್ತಿದ್ದೆ. ಯಾವುದೋ ಸಂತೋಷವನ್ನು miss ಮಾಡಿಕೊಂಡಿದ್ದೇನೆ, ಯಾವುದೋ ತಿರುವಿನಲ್ಲಿ, ಯಾವುದೋ ಪರಿಸ್ಥಿತಿಯ ಬದಲಾಗುವಿಕೆಯಲ್ಲಿ, ಎಲ್ಲೋ ಮೇಲಿನಿಂದ ಬಂದು ನನ್ನ ದಿನಗಳನ್ನು ಉಜ್ವಲಗೊಳಿಸಲಿದೆ ಅಂತ ಸುಮ್ಮನೆ ಹುಡುಕಿಕೊಳ್ಳುತ್ತಿದ್ದೆ. ಹಾಗಂತ ಭವಿಷ್ಯತ್ತಿನೆಡೆಗೆ ನೋಡುವುದಾಗುತ್ತಿತ್ತೇ ಹೊರತು, ವರ್ತಮಾನದಿಂದ ಯಾವ ಸಂತೋಷವೂ ದೊರಕುತ್ತಿರಲಿಲ್ಲ. ನನ್ನ ನೋವು ಹೇಳಿಕೊಂಡರೆ ವೊಯ್ಯಿಯಾದರೂ ಏನು ಮಾಡಿಯಾಳು? ನನ್ನ ಶೃಂಗಾರಾಗ್ನಿ ನನ್ನನ್ನು ದಹಿಸುತ್ತಿತ್ತು. ಯಾರೋ ಸ್ತ್ರೀ: ಅವಳು ಮಾತ್ರ ನನ್ನ ಸ್ವರ್ಗದ ದ್ವಾರ ತೆಗೆಯುಲಿದ್ದಾಳೆ ಎಂಬ ನನ್ನ ನಂಬಿಕೆ ಮಾತ್ರ ಯಾವತ್ತಿಗೂ ಹೋಗಲಿಲ್ಲ. ಆದರೆ ಯಾವ ಸ್ತ್ರೀಯೂ ನನಗೆ ತೃಪ್ತಿ ನೀಡಲಿಲ್ಲ. ಏನನ್ನು ಅನುಭವಿಸಿದರೂ ಅದು ಹೊರಗ್ಹೊರಗೇ, surfaceನಿಂದಲೇ ಹೊರತು ಆಂತರ್ಯದಲ್ಲಿ ಯಾವುದೂ ಕದಲುತ್ತಿರಲಿಲ್ಲ.

ಒಂದೇ ಸಮನೆ ತನಗೊಂದು ಮಗು ಬೇಕೆಂದು ಷಾ ಹಟ ಮಾಡುತ್ತಿದ್ದುದರಿಂದ ನಮ್ಮ ಆಸ್ಪತ್ರೆಯಲ್ಲಿ ತಂದೆಯಿಲ್ಲದೆ ಹುಟ್ಟಿದ ಮಗುವೊಂದನ್ನು ಕೊಟ್ಟು ಸಾಕಿಕೋ ಅಂದೆವು. ಆ ಮಗುವೇ ಚಿತ್ರಾ. ದೊಡ್ಡವಳಾದ ಮೇಲೆ ಚಿತ್ರಾ ಮದುವೆಯಾದಳು. ಆಕೆಗೆ ಮಕ್ಕಳಾದರು. ಅವರೂ ನಮ್ಮೊಂದಿಗೇ ಇರತೊಡಗಿದರು.

ಈ ಮಧ್ಯೆ ದೀಕ್ಷಿತರು ಬಂದು ನನ್ನೊಂದಿಗೆ ಅರುಣಾಚಲಕ್ಕೆ ಬಾ ಅಂದರು. ನಂಗೇನು ಕೆಲಸ ಅಲ್ಲಿ? ನಾನು ಬರುವುದಿಲ್ಲ ಅಂದೆ. ಸುಮ್ಮನೆ ಒಂದು ಟ್ರಿಪ್ಪು ಅಂತ ಬಾ. ನನಗೋಸ್ಕರ ಬಾ ಅಂತ ಗೋಗರೆದರು. ಸರಿ, ಹೊರಟೆ. ಮಧ್ಯಾಹ್ನದ ಹೊತ್ತಿಗೆ ಅರುಣಾಚಲ ಸೇರಿಕೊಂಡೆವು. ದಾರಿಯಲ್ಲಿ ಹಣ್ಣು ತಗೋಬೇಕು ಅಂದರು ದೀಕ್ಷಿತರು. ನಾನು ಕೊಳ್ಳುವುದಿಲ್ಲವೆಂದೆ. ನನ್ನ ಬದಲಿಗೆ ಅವರೇ ಖರೀದಿಸಿದರು. ಅಲ್ಲಿ ಆಶ್ರಮ ಸೇರಿಕೊಂಡೆವು. ನನಗದು ಆಕರ್ಷಕವಾಗಿ ಕಾಣಲಿಲ್ಲ. ಒಂದು ಹಾಲ್‌ನ ಹತ್ತಿರಕ್ಕೆ ಕರೆದೊಯ್ದರು. ಅಲ್ಲಿ ಸೋಫಾ ಮೇಲೆ ಭಗವಾನ್ ಕೂತಿದ್ದರು. ಸೋಫಾ ಸುತ್ತಲೂ ಅನೇಕರು ಕುಳಿತಿದ್ದರು. ದೀಕ್ಷಿತರು ಹತ್ತಿರಕ್ಕೆ ಹೋಗಿ ಭಗವಾನ್ ರಮಣಶ್ರೀ ಅವರಿಗೆ ಸಾಷ್ಟಾಂಗ ನಮಸ್ಕಾರ ಮಾಡಿದರು. ಮಾಡಿದರೇನಂತೆ? ಭಗವಾನ್ ಕದಲಲಿಲ್ಲ. ತಿರುಗಿಯೂ ನೋಡಲಿಲ್ಲ. ನಮಸ್ಕಾರ ಮಾಡುವಂತೆ ದೀಕ್ಷಿತರು ನನ್ನನ್ನು ಒತ್ತಾಯಿಸಿದರು.

"ನಂಗೇನು ಕೆಲ್ಸ? ನಾನು ಮಾಡಲ್ಲ" ಅಂದೆ.

"ನಾನು ಹೇಳ್ತಿದೀನಲ್ಲ? ಮಾಡೀ ಮಾಡಿ" ಅಂದವರೇ ಬಲವಂತವಾಗಿ

ಭಗವಾನ್‌ಗೆ ನಮಸ್ಕರಿಸುವಂತೆ ಮಾಡಿದರು. ಸಾಷ್ಟಾಂಗ ಮಾಡಿದವನು ಅಲ್ಲೇ ಹಾಲ್‌ನಲ್ಲಿ ಜನರ ಮಧ್ಯೆ ಇರುಕಿ ಕುಳಿತುಕೊಂಡೆ. ಎರಡೇ ನಿಮಿಷ: ಆನಂದ ಭರಿಸಲಾಗದೆ ದೀಕ್ಷಿತರು ಬಿಕ್ಕಿ ಬಿಕ್ಕಿ ಅಳುತ್ತಿದ್ದರು. ಅಲ್ಲಿದ್ದವರ್ಯಾರೂ ಅವರನ್ನು ನೋಡಲಿಲ್ಲ. ಭಗವಾನ್ ಕೂಡ! ಒಂದು ಮಧ್ಯಾಹ್ನ ಮಾತ್ರವಲ್ಲ: ಅಂಥ ಅವೆಷ್ಟು ಮಧ್ಯಾಹ್ನಗಳನ್ನು ಕಳೆದೆನೋ ಆ ಹಾಲ್‌ನಲ್ಲಿ ಹಾಗೆ ಕುಳಿತು. ಒಂದು ಸಲವೂ ನನಗೆ ಹಿತವೆನ್ನಿಸುತ್ತಿರಲಿಲ್ಲ. ಉಸಿರು ಸಿಕ್ಕಿಕೊಂಡಂತಾಗುತ್ತಿತ್ತು. ಏನೂ ತೋಚುತ್ತಿರಲಿಲ್ಲ. ಯಾವಾಗ ಎದ್ದು ಹೋಗೇನಾ ಅನ್ನಿಸುತ್ತಿತ್ತು. ಅಲ್ಲಿ ಕೂಡುವುದರಿಂದ ಇವರಿಗೆಲ್ಲ ಏನೋ ಶಾಂತಿ ಸಿಗುತ್ತದೆ ಅನ್ನುತ್ತಿದ್ದರು. ನನಗೂ ಶಾಂತಿ ದೊರಕೀತೇನೋ ಎಂಬ ಆಸೆಯಿಂದ, ಬಲವಂತವಾಗಿ ಕೂತುಕೊಳ್ಳುತ್ತಿದ್ದೆ. ಒಂದು ದಿನಕ್ಕೂ ಏನೂ ದೊರಕಲಿಲ್ಲ. ಅಲ್ಲಿದ್ದವರ ಮುಖಗಳನ್ನು ನೋಡಿದರೆ ಅವರಿಗೂ ಲಭ್ಯವಾದಂತೆ ಕಾಣಲಿಲ್ಲ.

ಮೊದಲ ದಿನ ರಾತ್ರಿ ಆಶ್ರಮದಲ್ಲಿ ಊಟಕ್ಕೆ ಕುಳಿತುಕೊಂಡಿದ್ದೆವು. ಅಷ್ಟು ರುಚಿಯಾದ ಊಟ, ಆ ಕಾಯಿಪಲ್ಯೆ ನಾನೆಂದೂ ತಿಂದಿರಲಿಲ್ಲ. ಮಾರನೆಯ ದಿನ ಆಶ್ರಮದಲ್ಲಿ ಜಯಂತಿ. ಬೆಳಗ್ಗೆ ಆಶ್ರಮದವರು ಕೊಡುವ ಕಾಫಿ ಮಾತ್ರ ಘೋರ. ಟೀ ಎಂಬುದರ ಹೆಸರನ್ನೇ ಅವರು ಕೇಳಿರಲಾರರು. ಅಲ್ಲಿನ್ನು ಸಿಗರೇಟು ಸೇದುವಂತಿಲ್ಲ. ಯಾವಾಗಲೋ ಹನ್ನೊಂದು ಗಂಟೆ ಹೊತ್ತಿಗೆ ತಿಂಡಿ ಕೊಡೋರು. ನನ್ನ ಫಜೀತಿಯೆಂದರೆ ಒಂಬತ್ತೂವರೆಯೊಳಗಾಗಿ ಊಟವಾಗಬೇಕು. ಇಲ್ಲದಿದ್ದರೆ ತಲೆನೋವು ಬರುತ್ತದೆ. ಸಾಲದೆಂಬಂತೆ ಅವತ್ತು ಜಯಂತಿಯ ಗೌಜು. ಅದರ ಮಧ್ಯೆ ಹೋಗಿ ಊಟ ಮಾಡಲು ಸಾಧ್ಯವೇ ಇಲ್ಲ ಅನ್ನಿಸಿತು. ಭಗವಾನ್ ಪ್ರಸಾದ, ಭಗವಾನ್ ಪ್ರಸಾದ ಅಂತ ಬಡ್ಕೋತಾ ಇದ್ದ ದೀಕ್ಷಿತರನ್ನು ಗದರಿಸಿ ಅಲ್ಲಿಂದ ಕರೆದೊಯ್ದೆ.

ಊರಲ್ಲಿ ಹೊಟೇಲಿನಲ್ಲಿ ಊಟ ಮಾಡುತ್ತಿದ್ದಂತೆಯೇ ನನಗೆ ಭಯಂಕರವಾದ ತಲೆನೋವು ಬಂದು ಅಲ್ಲೇ ಇದ್ದ ಬೇಲಿಯೊಂದರ ನೆರಳಿನಲ್ಲಿ ನಿದ್ದೆ ಹೋದೆ. ಅವತ್ತಿನಿಂದ ನನ್ನದು ಒಂದೇ ರೋದನೆ: ಇಲ್ಲಿಂದ ಹೊರಟು ಹೋಗೋಣ! ಆಗ ಮಾತ್ರವಲ್ಲ, ಯಾವಾಗ ಆಶ್ರಮಕ್ಕೆ ಬಂದರೂ ನನ್ನದು ಇದೇ ರೋದನೆ. ಆಶ್ರಮದಲ್ಲಿ ನನಗೆ ಜೀವ ನಿಲ್ಲುತ್ತಿರಲಿಲ್ಲ. ಆದರೂ ಭಗವಾನ್ ಕೂಡುತ್ತಿದ್ದ ಹಾಲ್‌ನಲ್ಲಿ ಕೂಡಬೇಕೆಂದರೆ ಬೇಸರ. ಯಾರೊಂದಿಗೂ ಮಾತಾಡಬೇಕೆನ್ನಿಸುತ್ತಿರಲಿಲ್ಲ. ನನ್ನನ್ನು ನೋಡಿ ಇತರರೂ ದೂರಕ್ಕೆ ಹೋಗುತ್ತಿದ್ದರು. 'ಆಹಾ! ಇಲ್ಲಿಗೆ ಬಂದರೆ ಎಂಥ ಶಾಂತಿ!' ಅನ್ನುತ್ತಿದ್ದರು ಭಕ್ತರು. ನನಗೆ ಯಾವ ಶಾಂತಿಯೂ ಲಭಿಸುತ್ತಿರಲಿಲ್ಲ. ಭಕ್ತರ ಮುಖಗಳಲ್ಲಿ ಶಾಂತಿ-ಅಶಾಂತಿ ಎರಡೂ ಕಾಣಿಸುತ್ತಿರಲಿಲ್ಲ. 'ಹೋಗೋಣ ಹೋಗೋಣ ಇರಿ' ಅನ್ನುತ್ತಲೇ ದೀಕ್ಷಿತರು ದಿನ ತಳ್ಳುತ್ತಿದ್ದರು. ನನಗೆ ಟೀ ಬೇಕು, ಸಿಗರೇಟು ಬೇಕು, ಕೋಳಿ ಮೊಟ್ಟೆ ಬೇಕು ಅಂತ

ಹಟ ಮಾಡುತ್ತಿದ್ದೆ.

ಅವರಿಗೇನಂತೆ: ಆ ಇಡ್ಲಿ ತಿಂದು ಕಾಫಿ ಕುಡಿದು ತಲೆಮಾಸಿದ ಭಕ್ತರ ಜೊತೆ ಹರಟುತ್ತ ಹಾಯಾಗಿ ಇದ್ದು ಬಿಡುತ್ತಿದ್ದರು. ಆದರೆ ಭಗವಾನ್ ಮಾತ್ರ ತುಂಬ ಔನ್ನತ್ಯ ಹೊಂದಿದವರಂತೆ ಕಾಣಿಸಿದರು. 'ಈತ ಲೋಕಾತೀತ' ಅನ್ನಿಸಿದರು. ಆದರೆ ರಮಣಾಶ್ರಮದಲ್ಲಿ ಇದ್ದಷ್ಟು ಹೊತ್ತೂ ನನ್ನಲ್ಲಿ ತಾಪ. ಅಷ್ಟು ದೊಡ್ಡ ಮನುಷ್ಯ ಇವರೆಲ್ಲರ ಕೈಗೆ ಹೇಗಾದರೂ ಸಿಕ್ಕಿಕೊಂಡರೋ ಅಂತ ಆಶ್ಚರ್ಯ.

"ಅಲ್ಲ ದೀಕ್ಷಿತರೇ, ಇವರಲ್ಲಿ ಕೆಲವರು ಅನೇಕ ವರ್ಷಗಳಿಂದ ಭಗವಾನ್ ಸಮಕ್ಷಮದಲ್ಲಿ ಬದುಕುತ್ತಿದ್ದಾರೆ ಅಂತೀರಿ. ಅವರ ಮುಖಗಳಲ್ಲಿನ ಗೋಳು ನೋಡಿದಿರಾ? ಇಲ್ಲೇ ಇದ್ದರೆ ನಾವೂ ಹೀಗೇ ಆಗಿ ಬಿಡ್ತೀವೇನೋ? ಹೋಗೋಣ ಬನ್ನಿ" ಅಂದುಬಿಟ್ಟೆ ಒಂದು ದಿನ. ಅದಕ್ಕೆ ಅವರು,

"ಬಂಡೆಗಲ್ಲ ಮೇಲೆ ಹನಿ ಬೀಳುತ್ತ ಬೀಳುತ್ತ ಯಾವತ್ತಿಗೋ ಒಂದು ದಿನ ಬಂಡೆ ಬಿರುಕು ಬಿಡದೆ ಇರಲಾರದು" ಅಂದರು. ಕಡೆಗೊಂದು ದಿನ ಅಲ್ಲಿಂದ ಹೊರಟೆವು. ಹೊರಡುವ ಮುನ್ನ ಭಗವಾನ್ ಬಳಿಗೆ ಹೋಗಿ, "ಹೊರಡ್ತಿದೀನಿ" ಅಂದೆ. ಅವರು ನನ್ನೆಡೆಗೆ ನೋಡಿ ಒಂದು ಕಿರುನಗೆ ನಕ್ಕರು. ಯಾಕೋ ಗೊತ್ತಿಲ್ಲ: ನನ್ನ ಕೈಕಾಲು ಆಡಲಿಲ್ಲ. ಬಾಯೊಣಗಿ ಬಂತು. ಆತನನ್ನು ಬಿಟ್ಟು ಹೋಗೋದು ಹೇಗೆ ಅಂತ ದೊಡ್ಡ ದಿಗಿಲು ಶುರುವಾಯಿತು. ಅವಸರವಸರವಾಗಿ ರೈಲ್ವೆ ಸ್ಟೇಷನ್ನಿಗೆ ಹೋದೆವು. ಆ ಕಾಲದಲ್ಲಿ ರೈಲ್ವೆ ಸ್ಟೇಷನ್‌ನಲ್ಲಿ ಒಂದು spencer room ಇರುತ್ತಿತ್ತು. ಹೋದವನೇ ಒಂದು pot tea, ಎರಡು ಟೋಸ್ಟು, ಎರಡು half boiled eggs order ಮಾಡಿದೆ. ಒಂದು ಪ್ಯಾಕೆಟ್ ಸಿಗರೇಟು ತಗೊಂಡೆ. ಭಗವಾನ್ ಅವರ ವೇದಾಂತದ ಕುರಿತು ಚರ್ಚಿಸುತ್ತಾ ರೈಲು ಹತ್ತಿದೆ.

ಮನುಷ್ಯನಲ್ಲಿ 'ನಾನು'ಅನ್ನೋದು ಮೊದಲನೆಯದು ಅಂತಾರೆ ಭಗವಾನ್. ಅದರಿಂದಲೇ ಉಳಿದೆಲ್ಲ ಆಲೋಚನೆಗಳು ಹುಟ್ಟಿಕೊಂಡವು. 'ನಾನು' ಅನ್ನುವುದರಿಂದಲೇ ಅಜ್ಞಾನ, ಪಾತಕ, ದುರ್ಮಾರ್ಗ, ಮಮತೆಗಳು ಎಲ್ಲ ಹುಟ್ಟಿಕೊಳ್ಳುತ್ತವೆ ಅನ್ನುತ್ತಾರೆ. ಭಗವಾನ್ ಸಿದ್ಧಾಂತ ಓದುವುದಕ್ಕೆ ಮೊದಲು ಚಿಕ್ಕ ಮಕ್ಕಳಲ್ಲಿ 'ನಾನು' ಅನ್ನುವುದು ಕ್ರಮೇಣ ರೂಪುಗೊಳ್ಳುತ್ತದೆ ಅಂದುಕೊಂಡಿದ್ದೆ. ನನಗೋ ಪಾಪ-ಪುಣ್ಯ, ನೀತಿ-ಅನೀತಿ, ತಪ್ಪು-ಅದಕ್ಕೆ ಶಿಕ್ಷೆ, ಲೋಕ-ಪರಲೋಕ-ಇವುಗಳಿಗೆ ಸಂಬಂಧಿಸಿದಂತೆ ಸಾವಿರ ಸಂದೇಹಗಳು. ಅವೆಲ್ಲವಕ್ಕೂ ಉತ್ತರ ಸಿಕ್ಕದೆ ಯಾವ ವೇದಾಂತವನ್ನೂ ನಾನು ನಂಬುತ್ತಿರಲಿಲ್ಲ. ನೇರವಾಗಿ ನಾನು ಭಗವಾನ್‌ರನ್ನು ಏನೂ ಕೇಳದಿದ್ದರೂ ಈ ತೆರನಾದ ಪ್ರಶ್ನೆಗಳನ್ನು ಇತರರು ಕೇಳಿದಾಗ ಅವರು ಅದಕ್ಕೆ ಉತ್ತರ ಕೊಡುವುದನ್ನು ಕೇಳಿಸಿಕೊಂಡಿದ್ದೆ.

"ಈ ಸಂದೇಹಗಳು ಯಾರಿಗೆ ಬಂದವು?"

"ನನಗೆ!"

"ಆ 'ನಾನು' ಯಾರೆಂಬುದನ್ನು ಮೊದಲು ತಿಳಿದುಕೋ"

ಹೀಗಿರುತ್ತಿದ್ದವು ಭಗವಾನ್ ಸಂಭಾಷಣೆಗಳು. ಅವರು ಹೇಳುವ 'ನಾನು'ಎಂಬುದನ್ನು ತಿಳಿದುಕೊಳ್ಳಬಲ್ಲವರು ಎಷ್ಟು ಜನ? ಗುರುವನ್ನು ನಂಬಿ, ಅವರು ಹೇಳಿದ ಸಾಧನೆಯನ್ನು ಕೆಲವು ವರ್ಷಗಳೋ, ಕೆಲವು ಜನ್ಮಗಳೋ ಮಾಡಿದರೆ ತಿಳಿಯುತ್ತದಂತೆ. ಅಲ್ಲೀತನಕ ಏನೂ ಅರ್ಥವಾಗದೆ ಹೀಗೆ ನರಳುತ್ತಿರುವುದು ನನಗ್ಯಾಕೋ ಸರಿಯೆನ್ನಿಸಲಿಲ್ಲ. ಭಗವಾನ್ ವೇದಾಂತದಲ್ಲಿ ನನಗೆ ಸ್ವಲ್ಪವೂ ನಂಬಿಕೆಯಿಲ್ಲ. ನಾನು ವಿಜಯವಾಡಕ್ಕೆ ಹೋಗುತ್ತಿದ್ದಂತೆಯೇ ಎಲ್ಲರೂ ನನ್ನನ್ನು ರಮಣಾಶ್ರಮದ ಕುರಿತು ಕೇಳಿದರು. ಮುಖ್ಯವಾಗಿ ಷಾ.

"ಭಗವಾನ್ ನನ್ನನ್ನು ತುಂಬ deep ಆಗಿ, ಬಲವಾಗಿ ಆಕರ್ಷಿಸಿದರು. ಆದರೆ ಅವರ ಆಶ್ರಮ ಕಂಡರೆ ನನಗೆ ಅಸಹ್ಯ. ಭಗವಾನ್ ವೇದಾಂತ ನನಗಿಷ್ಟವಾಗಲಿಲ್ಲ. ಅವರ ಆಕಾರ ನನ್ನನ್ನ ಅಷ್ಟಾಗಿ ಸೆಳೆಯಲಿಲ್ಲ. ಆದರೆ ಆತನಲ್ಲಿ ಎಂಥದೋ ಔನ್ನತ್ಯ feel ಆಯಿತು. ಈಗಲೂ ಆಗುತ್ತಿದೆ" ಅಂದೆ. ನಾನು ಹೇಳಿದ್ದೆಲ್ಲ ಕೇಳಿ ಷಾ ತುಂಬ impress ಆದಳು. 'ನಾನು' ಎಂಬುದನ್ನು ತಿಳಿದುಕೊಳ್ಳಲಿಕ್ಕಾಗಿ ಅವರು ಹೇಳಿದ ಸಾಧನೆಗಳನ್ನು try ಮಾಡೋಣ ಅಂತ ಇಬ್ಬರೂ ಅಂದುಕೊಂಡೆವು.

ಈ ತನಕ ಮನುಷ್ಯನ personality ಮನಸ್ಸಿನಲ್ಲಿದೆ. ಆ ಮನಸ್ಸಿಗೆ seat brain. ಮನುಷ್ಯ ಸತ್ತು ಹೋಗಿ, ಆ ಮನಸು ನಶಿಸಿ ಹೋದ ಮೇಲೆ ಉಳಿಯೋದೇನು? 'ಆತ್ಮ' ಅಂತ vague ಆಗಿ ಹೇಳುತ್ತಿದ್ದರು. ಆದರೆ ಮಿದುಳು ನಶಿಸಿದ ನಂತರ ಇನ್ನೇನು ಉಳಿಯುತ್ತದೆ ಅಂತ ಸೈನ್ಸು ನಗುತ್ತಿತ್ತು. ಈಗ ಭಗವಾನ್ ಹೇಳುತ್ತಿರುವ ವೇದಾಂತದ ಪ್ರಕಾರ ಈ mind ಅನ್ನೋದೇ ಮನುಷ್ಯನ personality. ಈ mind ಹೋಗುತ್ತಿದ್ದಂತೆಯೇ ಬಹುತೇಕ ಮಟ್ಟಿಗೆ ಮನುಷ್ಯನ personality ಹೋಗುತ್ತದೆ. ಆಮೇಲೆ ಉಳಿಯೋದೇನಿದೆ ಅಂದುಕೊಳ್ಳುತ್ತೇವೆ. ಆದರೆ ಭಗವಾನ್ ಏನನ್ನುತ್ತಾರೆಂದರೆ, "ಆ mind ಅಂದರೇನೇ ego. ಅದೇ ನಿನ್ನ I. (ನಾನು!) ಆ ನಿನ್ನ egoನೇ ನಿನ್ನ ಅಹಂ. ಆ ಅಹಮ್ಮೇ ನಿನ್ನ personality. ಅದೇ ಈ ಪ್ರಪಂಚವನ್ನೆಲ್ಲ ಕಲ್ಪಿಸಿ ತೋರಿಸುತ್ತದೆ ನಿನಗೆ. ಆ ಅಹಂ ಹೋದರೆ ಸತ್ಯ ಗೋಚರವಾಗುತ್ತದೆ. ನಿನಗೂ ಸತ್ಯಕ್ಕೂ ಅದೇ ಅಡ್ಡ. 'ನಾನು' ಯಾರು ಎಂಬ ವಿಚಾರಣೆಯ ಸಾಧನೆಯಿಂದ ಈ ಮನಸ್ಸನ್ನು ನಾಶ ಮಾಡಬೇಕು. ಅದನ್ನು ಮಾಡಿದಂತೆಲ್ಲ ಶಾಂತಿ ಲಭಿಸುತ್ತದೆ" ಅನ್ನುತ್ತಾರೆ ಭಗವಾನ್.

ಇದರಿಂದಾಗಿ ನನ್ನಲ್ಲಿ ಹೊಸ ಆಸೆ ಹುಟ್ಟಿತು.

ಆವತ್ತಿಗೆ ಅದು ಗೊತ್ತಾಗಲಿಲ್ಲವಾದರೂ ಇವತ್ತು, ಈಗೀಗ ಅರ್ಥವಾಗತೊಡಗಿದೆ. ಮನುಷ್ಯನ ಮನಸ್ಸೆಂಬುದರಲ್ಲಿ ಎಷ್ಟೋ plans ಇರುತ್ತವೆ. ಭಗವಾನ್ ನನ್ನನ್ನು ಅಸಲು impress ಮಾಡಲೇ ಇಲ್ಲ ಅಂದುಕೊಂಡಿದ್ದೆ. ಆದರೆ ಯಾವುದೋ mental planeನಲ್ಲಿಯೋ, spiritual planeನಲ್ಲಿಯೋ ನನ್ನನ್ನು ತಮಗೆ ಗಟ್ಟಿಯಾಗಿ link ಮಾಡಿಕೊಂಡಿದ್ದಾರೆ. ಆದ್ದರಿಂದಲೇ ಕಾರಣವಿಲ್ಲದೆ ಅವರ ಬಳಿಗೆ ಓಡಿಕೊಂಡು ಬರುತ್ತಿದ್ದೆ. ವಾಪಸು ಬಂದರೆ ಮತ್ತೆಮತ್ತೆ ಅಲ್ಲಿಗೆ ಹೋಗುವ ಪ್ರಯತ್ನ ಮಾಡುತ್ತಿದ್ದೆ. ಸದಾ ಅಶಾಂತಿಯಿಂದ ವಿಲಗುಟ್ಟುವ ನನ್ನ ಮನಸ್ಸಿಗೆ ಚಿರಶಾಂತಿಯನ್ನು ಭಗವಾನ್ ಕೊಡಬಲ್ಲರೆಂಬ ವಿಶ್ವಾಸ ನನ್ನಲ್ಲಿ ಕುದುರಿತ್ತು. ಇವತ್ತಿಗಾದರೂ ಅದು ದೃಢವಾಗಿಯೇ ಇದೆ.

ಭಗವಾನ್ ದರ್ಶನ ಆಗಲೇ ಬೇಕು ಎಂಬ ಇಚ್ಛೆ ಬಲಗೊಂಡು ಅದೊಂದು ಸಲ ಸೌರಿಸ್ ನನ್ನೊಂದಿಗೆ ಅರುಣಾಚಲಕ್ಕೆ ಬಂದಳು. ಬಂದವಳೇ ಭಗವಾನ್‌ರನ್ನು ನೋಡಿ ಸಮಾಧಿ ಸ್ಥಿತಿಗೆ ಹೋಗಿಬಿಟ್ಟಳು. ಆವತ್ತಿನಿಂದ ಮತ್ತೆ ಮತ್ತೆ ನನ್ನನ್ನು ಕರೆದುಕೊಂಡು ಇಲ್ಲಿಗೆ ಬರುತ್ತಲೇ ಇದ್ದಾಳೆ. ಆ ಕಾಲಕ್ಕೆ ಇದೆಲ್ಲ ಕಾಡು. ಆಶ್ರಮದ ಹೊರತಾಗಿ ಬೇರೆ shelter ಇರಲಿಲ್ಲ. ಸಂಜೆಯಾದರೆ ಇಲ್ಲಿ ಹೆಂಗಸರನ್ನು ಉಳಿಯಲು ಬಿಡುತ್ತಿರಲಿಲ್ಲ. ರಾತ್ರಿಗಳಲ್ಲಿ ಇರಲು ಜಾಗ ಸಿಗದೆ ನಾನು-ಸೌರಿಸ್ ತುಂಬ ಒದ್ದಾಡುತ್ತಿದ್ದೆವು. ಅವಳಿಗೆ ಶಾಶ್ವತವಾಗಿ ಇಲ್ಲೇ ಇದ್ದುಬಿಡಬೇಕೆನ್ನಿಸುತ್ತಿತ್ತು. ಇಲ್ಲಿಂದ ಹೊರಬಿದ್ದರೆ ಸಾಕು ಎಂಬುದು ನನ್ನ ತಪನೆ.

ನನಗೆ ವಿಶಾಖಪಟ್ಟಣಕ್ಕೆ transfer ಆಯಿತು. ಆಗಿನಿಂದ ಭಗವಾನ್ ನನ್ನನ್ನು ಪ್ರತಿನಿತ್ಯ ಗಂಟೆ-ಎರಡು ಗಂಟೆ ಕದಲಲಿಕ್ಕಾಗದಂತೆ ಧ್ಯಾನದಲ್ಲಿ ಇರಿಸತೊಡಗಿದರು. ಇದು ಹೀಗೇ ಮುಂದುವರೆದರೆ ನಾನು ಕೋರುವ ಶಾಂತಿ ಸಿಕ್ಕೇ ಸಿಗುತ್ತದೆ ಅಂದುಕೊಳ್ಳುತ್ತಿದ್ದೆ. ಆದರೆ ಇದರ ಪರಿಣಾಮದಿಂದಾಗಿ, ನನಗೆ ಆ ತನಕ ಇದ್ದ ಸಂತೋಷಗಳೆಲ್ಲವೂ ನಶಿಸಿ ಹೋದವು. ಸಿನೆಮಾ, ಪುಸ್ತಕ, ಸ್ನೇಹಿತರು, ಕಡೆಗೆ ಸಮುದ್ರ ಕೂಡ ನನಗೆ ಸಂತೋಷವೀಯದಾಯಿತು. ಆದರೆ ನೋವುಗಳು ಮಾತ್ರ ಹಾಗೇ ಉಳಿದವು. ನನ್ನ ತಲೆ ನೋವು, ಮನಸ್ಸಿನಲ್ಲಿನ ನಿತ್ಯ ನಿರಂತರ ಆವೇದನೆ, ಹೆಂಗಸಿನ ಮೇಲಿನ ಹುಚ್ಚು ವಾಂಛೆ ನನ್ನನ್ನು ಹಿಂಸಿಸುತ್ತಲೇ ಇದ್ದವು. ಸೌರಿಸ್‌ಗೆ ಮಾತ್ರ ಅದ್ಭುತವಾದ progress ಸಾಧ್ಯವಾಗಿದ್ದು, ಅವಳು ನನಗೆ ಅಭಯ ಕೊಡುತ್ತಲೇ ಇದ್ದಳು.

ನನ್ನ ಪ್ರಯತ್ನವಿಲ್ಲದೇನೇ ನನ್ನನ್ನು ಪ್ರತಿನಿತ್ಯ ಧ್ಯಾನದಲ್ಲಿ ಕೂಡಿಸುತ್ತಿದ್ದುದರಿಂದ ಭಗವಾನ್‌ಗೆ ನನ್ನ ಮನಸ್ಸಿನ ಮೇಲೆ ಅಧಿಕಾರವಿದೆ ಅಂತ ಖಚಿತವಾಯಿತು. ಆದರೆ ಅವರು ಹೇಳುವ ವೇದಾಂತ ನನಗೆ ಸಮ್ಮತಿಯಾಗುವ ತನಕ ಯಾವುದನ್ನೂ

ನಂಬಕೂಡದೆಂದು ನಾನು ನಿರ್ಧರಿಸಿದ್ದೆ. ಈ ನೋವು, ಈ ಸುಖಗಳನ್ನೆಲ್ಲ ಮನಸೇ ಕಲ್ಪಿಸುತ್ತದೆಂದರೆ ಆ ಸೂತ್ರವನ್ನು ನಾನು ಯಾವ ಕಾರಣಕ್ಕೂ ಒಪ್ಪಲು ಸಿದ್ಧನಿರಲಿಲ್ಲ. ಆದರೆ ನನ್ನ ಕಷ್ಟಸುಖಗಳ ಮೇಲೆ ಭಗವಾನ್‌ಗೆ ಪೂರ್ತಿ ಅಧಿಕಾರವಿದೆಯೆಂದು ಮಾತ್ರ ನಂಬುತ್ತಿದ್ದೆ. ಯಾಕೆಂದರೆ, ಅದು ನನ್ನ ಅನುಭವಕ್ಕೆ ಬಂದಿತ್ತು. ಹಾಗಾಗಿ ನಂಬುತ್ತಿದ್ದೆ.

ಸ್ತ್ರೀ ಸಮಸ್ಯೆ ನನ್ನನ್ನು ಬಿಟ್ಟೂ ಬಿಡದೆ ಕಾಡುತ್ತಿತ್ತು. ನಿಧಾನವಾಗಿ sex psychologyಗೆ ಸಂಬಂಧಿಸಿದ ವಿಷಯಗಳು, ಪುಸ್ತಕಗಳು ನನ್ನ ಕೈಗೆ ಬರತೊಡಗಿದವು. ಅವುಗಳನ್ನು ಓದಿದಂತೆಲ್ಲ ಸ್ತ್ರೀಗೆ ಸಂಬಂಧಿಸಿದಂಥ ನಮ್ಮ ನೀತಿ ನಿಬಂಧನೆಗಳು ಎಷ್ಟು ವಿಕೃತ ಮತ್ತು ಸಂಕುಚಿತ ಅಂತ ಅರಿವಾಗತೊಡಗಿತು. ನೀತಿಪರರು, ನೀತಿ ಬೋಧಕರು, ಧರ್ಮಗುರುಗಳು-ಇವರೆಲ್ಲ ಜನರನ್ನು ಎಷ್ಟು ಮೋಸ ಮಾಡುತ್ತಿದ್ದಾರಲ್ಲ ಅಂತ ಆಶ್ಚರ್ಯವಾಗುತ್ತಿತ್ತು. ಅವರು ಬೋಧಿಸುವ ಒಂದು ಮಾತಿಗೂ ಇನ್ನೊಂದು ಮಾತಿಗೂ ಸಂಬಂಧವಿರಲಿಲ್ಲ. ಈ ಹೊಸ ಪುಸ್ತಕಗಳನ್ನು ಓದಿ ರಾತ್ರಿಯಿಡೀ ನಿದ್ರೆಗೆಟ್ಟು ನನ್ನಲ್ಲಿ ನಾನು ಚರ್ಚಿಸಿಕೊಳ್ಳುತ್ತಿದ್ದೆ. ಕೆಲಬಾರಿ ನಾನು, ರಾಮ್ಮೂರ್ತಿ, ಪ್ರಕಾಶಂ ಸೇರಿ ಚರ್ಚಿಸಿ, ಈ ನೀತಿಪರರನ್ನು ಬಾಯ್ತುಂಬ ಬೈದುಕೊಳ್ಳುತ್ತಿದ್ದೆವು. ಈ ನೀತಿಯೆಲ್ಲ ಸಾಮಾಜಿಕವಾದದ್ದು. ಇದಕ್ಕೂ ಅಂತರಾತ್ಮಕ್ಕೂ ಸಂಬಂಧವೇ ಇಲ್ಲ ಎಂಬುದು ಖಚಿತವಾಗುತ್ತ ಹೋಯಿತು.

ಬ್ರಹ್ಮಸಮಾಜದಲ್ಲಿ ಇದ್ದಷ್ಟು ದಿನವೂ ನನ್ನಲ್ಲಿ ಪ್ರಶ್ನೆಗಳಿರಲಿಲ್ಲ. ಈಶ್ವರನಿದ್ದಾನೆ ಎಂಬ ನಂಬಿಕೆಯೊಂದಿಗೆ ಬದುಕುತ್ತಿದ್ದೆ. ಸೃಷ್ಟಿಯಲ್ಲಿನ ಅಜ್ಞಾನ, ಕ್ರೌರ್ಯ, ಜನರಲ್ಲಿನ ಅವಿನೀತಿ, ಅಜ್ಞಾನವನ್ನ ದೃಢವಾಗಿ ಪ್ರಶ್ನಿಸಲಿಲ್ಲ. ಇದೆಲ್ಲ ಈಶ್ವರ ವಿಜ್ಞಾನ-ಆತನ ಸ್ವಶಕ್ತಿ. ಇದೇ ಆತನ ನೈತಿಕ ವಿಧಾನ ಅಂತ ತೀರ್ಮಾನಿಸಿ ಪ್ರಶ್ನೆಗಳೇ ಇಲ್ಲದೆ ಆತನನ್ನು ಸಮರ್ಥಿಸಿಕೊಂಡೆವು. ಆದರೆ ಈಗ ಲೋಕವನ್ನು ನೋಡಿ, ಪ್ರಜೆಗಳನ್ನು ನೋಡಿ ಈಶ್ವರನನ್ನು ಸಮರ್ಥಿಸಿಕೊಳ್ಳುವುದು ದುಸ್ಸಾಧ್ಯವೆನಿಸಿತು. ಬ್ರಹ್ಮಸಮಾಜದ ಬುನಾದಿ ಪುರುಷರೆಲ್ಲ ಮೇಧಾವಿಗಳು. ಟ್ಯಾಗೋರ್, ಕೇಶವಚಂದ್ರ ಸೇನ್‌ರಂಥವರು ಕೂಡ ಈ ಸಮಸ್ಯೆಯನ್ನೆತ್ತಿಕೊಂಡು ಮಾತಾಡಲಿಲ್ಲ. ರಾಮಕೃಷ್ಣ ಪರಮಹಂಸ, ವಿವೇಕಾನಂದ, ದಯಾನಂದ ಸರಸ್ವತಿ ಇವರಿಗೆಲ್ಲ ಏನೂ ಗೊತ್ತಿದ್ದಂತಿಲ್ಲ. ಮಾತೆತ್ತಿದರೆ ಕರ್ಮ ಅನ್ನುತ್ತಾರೆ, ಈಶ್ವರೇಚ್ಛೆ ಅನ್ನುತ್ತಾರೆ. ನ್ಯಾಯಸ್ವರೂಪಿಯಾದ ಈಶ್ವರ, ಲೋಕದಲ್ಲಿ ಇಷ್ಟು

ಅನ್ಯಾಯವನ್ನೇಕೆ ನಡೆಯಲು ಅವಕಾಶವಿತ್ತಿದ್ದಾನೆ. ಕರುಣಾಮಯನಾದ ಈಶ್ವರ ಇಷ್ಟು ಕ್ರೌರ್ಯವನ್ನು ಯಾಕೆ ಸಹಿಸುತ್ತಾನೆ? ಇಂಥ ಪ್ರಶ್ನೆಗಳು ನನ್ನನ್ನು ಎಡೆಬಿಡದೆ ಕಾಡಿದವು. ಕಡೆಗೆ ಈಶ್ವರನಿಲ್ಲವೆಂದು ತೀರ್ಮಾನಿಸಿದ ಮೇಲೆ ಸ್ತ್ರೀಯೇ ನನ್ನ ಶರಣ್ಯವೆಂದುಕೊಂಡೆ. ಆಕೆಗಿಂತ ಆನಂದವಾದದ್ದು, ಪ್ರೇಮಕ್ಕಿಂತ ಮಧುರವಾದದ್ದು ಈ ಲೋಕದಲ್ಲಿ ಮತ್ತೇನೂ ಇಲ್ಲ.

ಮಕ್ಕಳು ಬೆಳೆದು ದೊಡ್ಡವರಾಗುತ್ತಿದ್ದರು. ಪ್ರಾಪಂಚಿಕ ವ್ಯವಹಾರಗಳಲ್ಲಾಗಲೀ, ಮನೆಯ ವ್ಯವಹಾರಗಳಲ್ಲಾಗಲೀ ಷಾಗೆ ಮೊದಲಿನಿಂದಲೂ ನಿರಾಸಕ್ತಿ. ತಾನು ಕೇವಲ ನನಗೋಸ್ಕರ ಈ ಲೋಕಕ್ಕೆ ಬಂದವಳು ಅನ್ನುತ್ತಿದ್ದಳು. ಅವಳ ಸಂಬಂಧವೆಲ್ಲ ನನ್ನೊಂದಿಗೇ. ಉಳಿದವರೊಂದಿಗೆ ಎಷ್ಟು ಬೇಕೋ ಅಷ್ಟು. ಎಷ್ಟು ದೊಡ್ಡವಳಾದರೂ ಷಾ unworldlyಯಾಗೇ ಇರುತ್ತಿದ್ದಳು. ನನ್ನೊಂದಿಗಿದ್ದ ಸಂಬಂಧವೂ ಸೇರಿದಂತೆ ಪ್ರಾಪಂಚಿಕವಾದುದೆಲ್ಲವನ್ನೂ ಆಕೆ, ಭಗವಾನ್‌ರ ಬಳಿಗೆ ಹೋಗುವ ಮೂಲಕ ಕಡಿದು ಹಾಕಿಕೊಂಡು ಬಿಟ್ಟಳು. ತುಂಬ ಹೊತ್ತು ಧ್ಯಾನದಲ್ಲಿರುತ್ತಿದ್ದಳು. ಅವಳಿಗೂ ನನ್ನಂತೆಯೇ ಹತ್ತನೇ ವಯಸ್ಸಿನಲ್ಲಿ ಮೈಗ್ರೇನ್ ಬಂತು. ಅವಳಿಗೂ ನನ್ನಂತೆಯೇ ಹಾಡುಗಳೆಂದರೆ, ಸಂಗೀತವೆಂದರೆ ಮಹಾಪ್ರೀತಿ.

ಬಹುಶಃ ರವಿಯ ನಂತರ ನನ್ನ ಸ್ನೇಹ ಬೆಳೆದದ್ದೇ ಅವಳೊಂದಿಗೆ. ಷಾ ತುಂಬ ಕನಸುಗಳ ಹುಡುಗಿ. ಮಹಾನ್ ಕನಸುಗಾರ್ತಿ. ನಮ್ಮಿಬ್ಬರಿಗೂ ಆರೋಗ್ಯ ಚೆನ್ನಾಗಿದ್ದಿದ್ದರೆ ಸಿಕ್ಕಲ್ಲಿ ಮೀನು ತಿನ್ನುತ್ತಾ ರಸ್ತೆ ರಸ್ತೆ ಓಡಾಡಿಕೊಂಡು ಬೈರಾಗಿಗಳಂತೆ ಇದ್ದು ಬಿಡುತ್ತಿದ್ದೆವಲ್ಲವಾ? ಅಂದುಕೊಳ್ಳುತ್ತಿದ್ದೆವು. ನಮ್ಮ ಆರೋಗ್ಯ ಇವತ್ತಲ್ಲ ನಾಳೆ ಚೆನ್ನಾಗಿ ಆಗುತ್ತದೆ. ಆಗ ಸುಮ್ಮನೆ ದೋಣಿ ಹುಟ್ಟು ಹಾಕಿಕೊಂಡು ನದಿ-ಕಾಲುವೆಗಳಲ್ಲಿ ಸುತ್ತಬಹುದು. ದೋಣಿ ಸಿಗದಿದ್ದರೆ ಕಾರೇ ಸರಿ. ಒಂದೂರಿನಿಂದ ಇನ್ನೊಂದೂರಿಗೆ ಹೋಗುತ್ತಲೇ ಇರೋಣ. ಆಂದ್ವಾಗೆ ನಮಗೆ ಕಾರು ಕೊಳ್ಳುವಷ್ಟು ಹಣ ಇಲ್ಲವಾದ್ದರಿಂದ ಒಂದು ಒಂಟೆತ್ತಿನ ಬಂಡಿ ಕೊಂಡು ಕೊಳ್ಳೋಣ. ಊರಿಂದ ಊರಿಗೆ ಹೋಗಿ, ಹಾಡು ಹೇಳಿ, ಪ್ರಜೆಗಳಿಗೆ ಮತ್ತೇನಾದರೂ ಹೇಳಿ, ಅವರು ಕೊಟ್ಟಿದ್ದು ಉಂಡು ಮುಂದಕ್ಕೆ ಹೋಗೋಣ ಅಂತೆಲ್ಲ ಕನಸು ಕಾಣುತ್ತಿದ್ದೆವು. ಈ ಲೋಕ ಇಬ್ಬರಿಗೂ ಸಾಕಾಗಿತ್ತು. ಆದರೆ ಇದನ್ನು ಬಿಟ್ಟು ಹೋಗುವುದು ಎಲ್ಲಿಗೆ? ಎಷ್ಟು ದೂರ? ಹಾಗೆ ನೋಡಿದರೆ ಲೋಕದ ಮನುಷ್ಯರು ಕೆಟ್ಟವರು ಅಂತ ನಾವಂದುಕೊಳ್ಳುತ್ತಿರಲಿಲ್ಲ. ನಮಗೂ-ಅವರಿಗೂ

ಮಧ್ಯೆ adjustment ಇರಲಿಲ್ಲ, ಅಷ್ಟೆ.

ವಸಂತ್ ದೊಡ್ಡವನಾದ ಮೇಲೆ ಓದು ನಿಲ್ಲಿಸಿಬಿಟ್ಟ. ಎಲ್ಲರಿಗೂ ಒಂದು problem ಆಗಿಬಿಟ್ಟ. ಆತನ activityಗೆ ಮನೆ ಚಿಕ್ಕದು. ಊರೊಳಕ್ಕೆ ಹೋಗಿ ಗಲಾಟೆ ಮಾಡಿಕೊಂಡು ಬರುತ್ತಿದ್ದ. ಬಿಟ್ಟರೆ ತುಂಬ ಶ್ರೀಮಂತರ, ಖ್ಯಾತಿವೆತ್ತವರ ಸ್ನೇಹ ಮಾಡಿ ಅವರೊಂದಿಗೆ ಅಲೆಯುತ್ತಿರುತ್ತಿದ್ದ. ಎಂಥ ಕಂಪೆನಿಗೂ ಅವನು adjust ಆಗಬಲ್ಲ. ನಮ್ಮ ಮನೆಯಲ್ಲಿ ನಾವಿಟ್ಟುಕೊಂಡ ನಿಬಂಧನೆಗಳು ಅವನಿಗೆ ಉಸಿರು ಕಟ್ಟಿಸುತ್ತಿದ್ದವು. ನಾನಾದರೂ ಊರಲ್ಲಿರುತ್ತಿರಲಿಲ್ಲವಲ್ಲ? ಎಲ್ಲೆಂದರಲ್ಲಿಗೆ transfer ಆಗಿ ಹೋಗುತ್ತಿದ್ದೆ. ನನ್ನೊಂದಿಗೆ ಷಾ ಬರುತ್ತಿದ್ದಳು. ಆದರೆ ವಸಂತ್ ಮಾತ್ರ ವೊಯ್ಯಿಗೆ ದೊಡ್ಡ ಸಮಸ್ಯೆಯಾಗಿ ಬಿಟ್ಟ. ಉಳಿದ ಮಕ್ಕಳನ್ನು ಹಿಂಸಿಸುತ್ತಿದ್ದ. ವೊಯ್ಯಿ ಹೇಳಿದ ಮಾತು ಕೇಳುತ್ತಿರಲಿಲ್ಲ. 'ಹ್ಯಾಗೆ ಇವನನ್ನ...?' ವೊಯ್ಯಿ ಅಳುತ್ತಿದ್ದಳು.

ಕಡೆಗೆ ಅವನೊಂದಿಗೆ ಮಾತನಾಡಿ, ಅವನಿಗೆ ತಿಂಗಳಿಗೊಂದಿಷ್ಟು ಹಣ ಕಳಿಸೋದು: ಅದನ್ನು ಉಪಯೋಗಿಸಿಕೊಂಡು ಅವನು ಹೇಗೆ ಬೇಕಾದರೂ ಇರೋದು. ಹಾಗಂತ ಒಂದು ಒಪ್ಪಂದ ಮಾಡಿಕೊಂಡು ಅವನನ್ನು ಮದ್ರಾಸಿಗೆ ಹೋಗಲು ಹೇಳಿದೆವು. ವಸಂತ್ ಮದ್ರಾಸಿಗೆ ಹೋಗಿ ಅಲ್ಲಿದ್ದ ಅಡ್ಯಾರ್ ಸ್ಕೂಲಿನಲ್ಲಿ ವಿದ್ಯಾರ್ಥಿಯಾಗಿ ಸೇರಿಕೊಂಡ. ನಾನೊಮ್ಮೆ ಅರುಣಾಚಲದಿಂದ ಹಿಂತಿರುಗುತ್ತಿದ್ದಾಗ ಅವನ ಶಾಲೆಯ ಪ್ರಿನ್ಸಿಪಾಲ್ ಕರೆಕಳಿಸಿದರು. ನಾನು ಕೂಡಲೆ theosophical gardenಗೆ ಹೋದೆ.

"ಈ ಹುಡುಗನನ್ನು regular courseನಿಂದ ಬಿಡಿಸಿ arts courseಗೆ ತಗೊಳ್ಳೋಣ ಅಂತಿದೀನಿ. ನಿಮಗೇನೂ ಅಭ್ಯಂತರವಿಲ್ಲ ಅಲ್ವಾ?" ಅಂತ ಕೇಳಿದರು ಪ್ರಿನ್ಸಿಪಾಲ್.

"ಏನು ಮಾಡಿದರೂ, ಏನೇ ಆದರೂ ನನಗೆ ಅಭ್ಯಂತರವಿಲ್ಲ" ಅಂದೆ.

"ಮತ್ತೇನಿಲ್ಲ, ವಸಂತ್‌ನ ನೋಡಿದರೆ ನಂಗೆ ತುಂಬ ಆಸಕ್ತಿ. ಆತ ಮಾಮೂಲಿ ಹುಡುಗರಂತೆ ಬೆಳೆದವನಲ್ಲ. ಅವನು ತುಂಬ ವಿಭಿನ್ನ. ಅದನ್ನು ನೋಡಿಯೇ, ಅವನನ್ನು ಬೆಳೆಸಿದ ತಂದೆಯನ್ನು ನೋಡಬೇಕೆನ್ನಿಸಿ ನಿಮ್ಮನ್ನು ಕರೆಯಿಸಿದೆ. ಅವನನ್ನು ಬೆಳೆಸಿದ ವಿಧಾನವಷ್ಟೇ ಅಲ್ಲ. ಅವನ ಸ್ವಭಾವವೇ ಬೇರೆ. ಅವನೊಬ್ಬ born artist. ಸುಮ್ಮನೆ ಕೈ ಕದಲಿಸಿದರೆ artನ ಹಾಗಿರುತ್ತದೆ. ಅವನನ್ನ ನೋಡಿ ಏನು ಮಾಡಬೇಕೋ, ಹೇಗೆ ಒಂದು ಪದ್ಧತಿಯೊಳಕ್ಕೆ ತರಬೇಕೋ ನಂಗೆ ಅರ್ಥವಾಗುತ್ತಿಲ್ಲ. ಆದರೂ ಅವನ ಬಗ್ಗೆ ನಾನು ಶ್ರದ್ಧೆ ವಹಿಸುತ್ತೇನೆ. ನೀವು ತಲೆ ಕೆಡಿಸಿಕೋಬೇಡಿ" ಅಂದರು ಪ್ರಿನ್ಸಿಪಾಲ್.

ಆದರೆ ವಸಂತ್ ನಮಗೆ ದುಬಾರಿಯಾಗತೊಡಗಿದ. ಪ್ರತಿ ತಿಂಗಳೂ ಕಟ್ಟಬೇಕಾದ fee ಬೆಳೆಯುತ್ತ ಹೋಯಿತು. ಅಷ್ಟೊಂದು ಹಣ ಕಳಿಸುವುದು ನಮ್ಮಿಂದ ಸಾಧ್ಯವಾಗಲಿಲ್ಲ.

ಈ ಮಧ್ಯೆ ವಸಂತ್‌ಗೇ ಅಲ್ಲಿ ಮನಸು ನಿಲ್ಲದೆ, ಅವನು ಅಲ್ಲಿಂದ ಹೊರಟು ಹೋದ. ಅವನು ಎಲ್ಲಿಗೆ ಹೋದರೂ ಏನು ಮಾಡಿದರೂ ನಮಗೆ ಹೇಳಬೇಕಿಲ್ಲ. ಅವನು ಬದುಕು, ಅವನಿಷ್ಟ.

"ಈ ಬದುಕು ನಿಂದು. ಇದನ್ನೇನು ಮಾಡಿಕೊಂಡರೂ ಅದು ನಿಂದೇ. ಅಷ್ಟೇ ಹೊರತು ನಮ್ಮ ಬಗ್ಗೆ ನೀನೇನೂ ಯೋಚಿಸಬೇಕಿಲ್ಲ" ಅಂತ ತುಂಬ ಹಿಂದೆಯೇ ವಸಂತ್‌ಗೆ ನಾನು ಹೇಳಿದ್ದೆ. ಶಾಲೆಯಿಂದ ಹೊರಬಿದ್ದು ಅಲ್ಲಿ ಇಲ್ಲಿ ಸ್ನೇಹಿತರೊಂದಿಗೆ ಸೇರಿ ಒಂದು ಸಿನೆಮಾ ಕಂಪೆನಿಯಲ್ಲಿ assistant camera man ಆಗಿ ಸೇರಿಕೊಂಡ. ಅಲ್ಲಿದ್ದವರೆಲ್ಲ ಅವನನ್ನು ತುಂಬ ಹಚ್ಚಿಕೊಂಡರು. ಸಿನೆಮಾ ರಂಗದಲ್ಲಿ ದೊಡ್ಡ ಹೆಸರು ಮಾಡುತ್ತಾನೆ ಅಂದುಕೊಂಡರು. ಅಷ್ಟರಲ್ಲೇ ವಸಂತ್ ಆ ಕೆಲಸವನ್ನೂ ಬಿಟ್ಟ.

"ಯಾಕೆ ಸಿನೆಮಾ ಕೆಲಸ ಬಿಟ್ಟೆ?"

"ಯಾಕೋ ಅಲ್ಲಿ ಸರಿ ಹೋಗಲಿಲ್ಲ"

"ನಿಂಗೇನೋ ತುಂಬ ಒಳ್ಳೆ future ಇದೆ ಅಂತಿದ್ದರಲ್ಲ ಅವರೆಲ್ಲ?"

"ಒಳ್ಳೆ future ಅಂದ್ರೆ?" ಕೇಳಿದ.

"...."

"ಅಪ್ಪಾ, ಕೆಲವಾರು ದಿನ ಅವರ್‍ಯಾರಿಗೂ ಸಿಟ್ಟು ತರಿಸದೆ ತಗ್ಗಿಬಗ್ಗಿ ಇದ್ದರೆ ರಾತ್ರಿ ಹಗಲು ಅವರ ಚಾಕರಿ ಮಾಡಿದರೆ ಯಾವತ್ತಿಗೋ ಒಬ್ಬ director ಆಗ್ತೀನಿ ಅಂತಿಟ್ಟುಕೋ. ಹೆಸರು, ಕೀರ್ತಿ ಬರುತ್ತದೆ. ಅವುಗಳ ಬಗ್ಗೆ ನನಗೆಂಥ ವ್ಯಾಮೋಹವೂ ಇಲ್ಲ. ಅವುಗಳಿಂದ ಸಿಗೋದೇನಿದೆ? It is not worthwhile. ಮೇಲಾಗಿ ಅಲ್ಲಿನ ಮನುಷ್ಯರ ಬಗ್ಗೆ ನಮಗೆ ತುಂಬ ಅಸಹ್ಯ ಹುಟ್ಟಿತ್ತು" ಅಂದ. ಅವನಿಗೆ ಏನು ಹೇಳಬೇಕೋ ತಿಳಿಯಲಿಲ್ಲ. ಮತ್ತೆ ಮದ್ರಾಸಿಗೆ ಹೋಗಿ ಅಲ್ಲಿಂದ ಕಾಶ್ಮೀರಕ್ಕೆ ಹೋಗುತ್ತಿದ್ದೇನೆ ಅಂತ ಪತ್ರ ಬರೆದ. ಅಲ್ಲೇ ಬದುಕುತ್ತೇನೆಂದ. ಅಲ್ಲಿ ಹೇಗೆ ಬದುಕುತ್ತೀಯ ಅಂತ ಕೇಳಿದುದಕ್ಕೆ,

"ಕೂಲಿ ಮಾಡಿ ಬದುಕ್ತೀನಿ"ಅಂದ.

ಆ ಮಾತು ಕೇಳಿ ನಿಜಕ್ಕೂ ಸಂತೋಷವಾಯಿತು ನನಗೆ. ಹುಡುಗರಾಗಲೀ, ಹುಡುಗಿಯರಾಗಲೀ, ಮದುವೆ ಮಾಡಿಕೊಳ್ಳದೆ ಹೋದರೆ ಸಂತೋಷವಾಗಿ ಬದುಕಬಹುದು. ಸ್ವೇಚ್ಛೆಯಾಗಿ ಯಾವುದಂದರೆ ಅದು ಒಟ್ಟಿನಲ್ಲಿ ಕೆಲಸ ಮಾಡಿ ಬದುಕುವುದಕ್ಕೆ ಸಿದ್ಧರಾಗಿರಬೇಕು.

"ಆ ಕಷ್ಟವನ್ನೆಲ್ಲ ಭರಿಸೋದು ನಿನ್ನ ಕೈಲಾಗುತ್ತದೋ ಇಲ್ಲವೋ! ಇಲ್ಲೇ ಅದನ್ನೆಲ್ಲ ನೋಡಿಕೊಂಡು ಹೊರಡು. ಒಂದು ರುಪಾಯಿಯೂ ಖರ್ಚು ಮಾಡದೆ ಇಲ್ಲಿಂದ ಕಾಶ್ಮೀರದ ತನಕ ನಡೆದುಕೊಂಡು ಹೋಗು" ಅಂದೆ.

ನನ್ನ ಮಾತನ್ನು ವಸಂತ್ ಗಂಭೀರವಾಗಿ ತೆಗೆದುಕೊಂಡ. ಮದರಾಸಿನಿಂದ ಹೊರಟವನು ದಾರಿಯುದ್ದಕ್ಕೂ ಭಿಕ್ಷೆ ಕೇಳಿ, ತಿರಕೊಂಡು ತಿನ್ನುತ್ತಾ ವಿಜಯವಾಡಕ್ಕೆ ಬಂದು ತಲುಪಿದ. ವಿಜಯವಾಡದಿಂದ ಹೈದರಾಬಾದ್‌ಗೆ ನಡೆಯುತ್ತ ಹೊರಟ. ದಾರಿಯಲ್ಲಿ ಜೋಳದ ಅನ್ನ, ಹಸೀ ಖಾರ ತಿಂದದ್ದರಿಂದ ವಸಂತ್‌ಗೆ ಭೇದಿ ಶುರುವಾದವು. ಕೆಲವು ತಿಂಗಳು ನಮ್ಮ ಸಂಬಂಧಿಕರೊಬ್ಬಾಕೆಯ ಮನೆಯಲ್ಲಿದ್ದು ಚೇತರಿಸಿಕೊಂಡು ಮತ್ತೆ ಕಾಶ್ಮೀರಕ್ಕೆ ನಡೆದುಕೊಂಡು ಹೊರಟ. ನಮ್ಮ ಸಂಬಂಧಿಕರ ಹೆಣ್ಣುಮಗಳು ಗಲಾಟೆ ಮಾಡಿ, ಅತ್ತು ಅವನನ್ನು ವಿಜಯವಾಡಕ್ಕೆ ವಾಪಸು ಕಳಿಸಿದಳು. ಇಲ್ಲಿಗೆ ಬಂದವನೇ ಲೀಲ ಅವರ ಮಗಳು ವಿಮಲಳೊಂದಿಗೆ ಘನವಾದ ಪ್ರೇಮ ಆರಂಭಿಸಿದ. ಅವನಿಗೆ ಹಣವಿಲ್ಲ, ದುಡಿಮೆಯಿಲ್ಲ, ಆಸ್ತಿಯೂ ಇಲ್ಲ.

"ಹೆಂಡತೀನ ಹ್ಯಾಗೆ ಪೋಷಣೆ ಮಾಡ್ತೀಯ?" ಕೇಳಿದರು ಲೀಲಗಾರು,

"ಅಂಥದ್ದೇನಿಲ್ಲ. ನಾನು ಯಾವುದನ್ನೂ ಮಾಡೋದಿಲ್ಲ" ಅಂದ.

"ಮತ್ತೆ?"

"ಉಹುಂ, ಪ್ರೇಮಕ್ಕೋಸ್ಕರ ದುಡಿಮೆ ಅದೂ ಇದು ಅಂತ ಬಂಧನಗಳಿಗೆ ಸಿಕ್ಕಿ ಬೀಳೋನಲ್ಲ ನಾನು" ಅಂದ.

"ಏನೋ ಒಂದು ಮಾಡು, ಸಂಪಾದಿಸು" ಅಂದರು ಮತ್ತೆ ಲೀಲಗಾರು.

" ಅಂಥಾವೇನೂ ಮಾಡೋದಿಲ್ಲ"

"ಮತ್ತೆ, ನಿನ್ನ ಊಟ ಹ್ಯಾಗೆ?" ಕೇಳಿದರು.

"ಈಗ ನಡೀತಿಲ್ವಾ? ಹಾಗೇನೇ"

"ಮತ್ತೆ, ನಿನ್ನ ಹೆಂಡತಿಯ ಊಟ?"

"ಈಗ ನಡೀತಿದೆಯಲ್ಲ. ಹಾಗೇನೇ!"

ಅಲ್ಲಿಗೆ ಅವರು ವಸಂತ್‌ನ ಆಸೆ ಬಿಟ್ಟುಬಿಟ್ಟರು. ಬರಬರುತ್ತಾ ಅಂಗಿ ಪ್ಯಾಂಟು ತ್ಯಜಿಸಿ, ಕೇವಲ ಚಡ್ಡಿಯ ಮೇಲೆ ದಿನವಿಡೀ ಅವರ ಮನೆಯಲ್ಲಿ ನೆಲ ಹಿಡಿದವರಂತೆ ಮಲಗಿರುತ್ತಿದ್ದ. ಹೀಗೇ ಸ್ವಲ್ಪ ದಿನ ನಡೆಯಿತು. ಆದರೆ ವಸಂತ್‌ನ ಪ್ರೇಮ ಅನಿರೀಕ್ಷಿತ ವಾಗಿ ಅವನಿಗೆ ಹೊಡೆತ ಕೊಟ್ಟಿತ್ತು. ಪ್ರೇಮ ವೈಫಲ್ಯದಿಂದಾಗಿ ವಸಂತ್ ತುಂಬ ಕಂಗಾಲಾದ. ಇದರಿಂದಾಗಿ ಅವನಿಗೆ ಬದುಕಿನ ಬಗ್ಗೆಯೇ ವ್ಯಾಮೋಹ ನಶಿಸಿದಂತಾಗಿತ್ತು. ಯಾವುದಕ್ಕೋಸ್ಕರ ಪ್ರಯತ್ನಿಸಬೇಕು? ಯಾವುದಕ್ಕಾಗಿ ಬದುಕಬೇಕು? ಎಂಬ ಪ್ರಶ್ನೆಗಳು ಉದ್ಭವವಾದವು. ಅದಕ್ಕೆ ಸಮಾಧಾನ ಹೇಳುವ ಸ್ಥಿತಿಯಲ್ಲಿ ನಾನಿರಲಿಲ್ಲ. ಇದ್ದಕ್ಕಿದ್ದಂತೆ ತುಂಬ ಸೋಮಾರಿಯಾಗಿ ಕಾಲ ಕಳೆಯತೊಡಗಿದ. ಒಬ್ಬ ಮಾಮೂಲು ಮನುಷ್ಯ, ಅದರಲ್ಲೂ ಯುವಕ ಯಾವುದಾದರೊಂದು ಕೆಲಸದಲ್ಲಿ ನಿಮಗ್ನನಾಗದೆ ಹೋದರೆ

ಜೀವನೋತ್ಸಾಹವನ್ನು ಕಳೆದುಕೊಂಡು ಬಿಡುತ್ತಾನೆ. ಆದರೆ nothing is worth while ಅನ್ನುವ ವಸಂತ್‌ನೊಂದಿಗೆ ನಾನು ಏನಂತ ಮಾತಾಡಲಿ? ನನ್ನಿಂದ ಅದು ಆಗಲಿಲ್ಲ. 'ಏನೋ ಒಂದು ಮಾಡು' ಅಂದರೆ ಸಾಲದು. ಇಂಥದನ್ನು ಮಾಡು ಅಂತ ಹೇಳಬೇಕು. ಹಾಗೆ ಹೇಳುವುದು ನನ್ನ ಕೈಲಾಗಲಿಲ್ಲ. ಏನಾದರೊಂದು ಮಾಡದೆ ಮನುಷ್ಯ ಲೋಕದಲ್ಲಿ ಬದುಕಲಾರ. ಕೇವಲ ಪೋಷಣೆಗೆ ಸಂಬಂಧಿಸಿದ ಸಂಗತಿಯಲ್ಲ ಇದು. ಏನಾದರೊಂದು ಮಾಡಬೇಕು, ಮಾಡಲೇಬೇಕು ಎಂಬ impulseನೊಂದಿಗೆ ಮನುಷ್ಯ ಹುಟ್ಟಿದ. ಮನುಷ್ಯನಾದವನು ಒಂದು ಕೆಲಸ ಮಾಡದೆ ಹೋದರೆ ಮಾತ್ರ, ಅವನನ್ನು ಕಾಲ ತಿಂದು ಹಾಕುತ್ತದೆ.

ನನ್ನ ತಂದೆಯ ಬದುಕು ಹಾಗೇ ಆಗಿ ಮುಗಿಯಿತು. ವಸಂತ್ ಕೂಡ ಹಾಗೇ ಆಗಿಬಿಡುತ್ತಾನೇನೋ ಅಂತ ಹೆದರಿದೆನಾದರೂ, ಅದಕ್ಕಿಂತ ಹೆಚ್ಚಾಗಿ ಅವನಿಗೆ help ಮಾಡುವ ಸ್ಥಿತಿಯಲ್ಲಿ ನಾನಿರಲಿಲ್ಲ. ಎಲ್ಲೋ ಒಂದು ಕಡೆ ಕೂಡಿಸಿ ಇಲ್ಲಿ ಗುಮಾಸ್ತೆ ಕೆಲಸ ಮಾಡು ಅಂದರೆ ಅವನು ಮಾಡುವವನಲ್ಲ. ಹಾಗಂತ ನಾನು ಅನ್ನಲೂ ಸಾಧ್ಯವಿಲ್ಲ. ಎಂಥದಾದರೂ ಕೈ ಕೆಲಸದಲ್ಲಿ ತೊಡಗಿಸೋಣವೆಂದರೆ,

"ಯಾಕೆ ಒಂದು ಕೆಲಸ ಅಂತ ಮಾಡಬೇಕು? ಹೇಗೋ ಒಂದಿಷ್ಟು ಊಟ ನಡೆದು ಹೋಗುತ್ತಿದೆ. ನಂಗೆ ಅದಕ್ಕಿಂತ ಏನು ಬೇಕು?" ಅನ್ನುತ್ತಿದ್ದ.

ಅದಕ್ಕಿಂತ ಏನು ಬೇಕು ಅನ್ನೋ ಮಾತು ಚೆನ್ನಾಗಿದೆ. ಆದರೆ ವಸಂತ್‌ನಲ್ಲಿದ್ದ extra energy ಅವನನ್ನು ಒಂದು ಕಡೆ ಕೂಡಗೊಡುತ್ತಿರಲಿಲ್ಲ. ಅವನಿಗೆ ಸಹಾಯ ಮಾಡಬೇಕಾದ ವಯಸ್ಸಿನಲ್ಲಿ ನಾನು ಲೀಲ ಅವರ ಮೋಹದಲ್ಲಿ, ಅವರ ಅಧಿಕಾರದಲ್ಲಿ ನಲುಗಿ ಹೋಗಿ ಶಕ್ತಿ, ವಿವೇಕಗಳಿಲ್ಲದೆ ಹೈರಾಣಾಗಿದ್ದೆ. ಅವನಿಗೊಂದು ಮಾರ್ಗ ಸೂಚಿಸ ಬಲ್ಲ ಶಕ್ತಿ, ಶ್ರದ್ಧೆ ಎರಡೂ ನನ್ನಲ್ಲಿ ಇರಲಿಲ್ಲ. ನನ್ನ ಬದುಕು ನೋಡಿ ನನಗೇ ನಾಚಿಕೆ ಯಾಗುತ್ತಿತ್ತು. ಅಂಥದರಲ್ಲಿ ವಸಂತ್‌ಗೆ ಯಾವ guidance ಕೊಡಲಿ? ಅಂಥದೊಂದು moral courage ನನ್ನಲ್ಲಿ ಇರಲಿಲ್ಲ. ಅವನ ಬದುಕಿಗೆ ಒಂದಷ್ಟು principles ಇರಬೇಕಿತ್ತು. ಅಂಥವ್ಯಾವೂ ಅವನಿಗಿರಲಿಲ್ಲ. ಇದು ಮಾಡಬಹುದು, ಇದು ಮಾಡಬಾರದು ಅಂತ ಇಲ್ಲ. ಇದನ್ನು ಮಾಡಬಹುದು ಅಥವಾ ಇದನ್ನು ಮಾಡಬಾರದು ಅಂತ ಅವನಿಗೆ ಹೇಗೆ ಹೇಳಲಿ? ಯಾತಕ್ಕೆ ಹೇಳಲಿ? ನನಗೆ ಕೆಲವು principles ಶಾಶ್ವತವಾಗಿ ಅಂಟಿಕೊಂಡು ಬಿಟ್ಟಿವೆ. ಅಂಥವೇ ಅವನಿಗೂ ಇರಬೇಕೆಂಬ ನಿರೀಕ್ಷೆ ಯಾಕೆ? ಅವನಿಷ್ಟ ಬಂದ ಹಾಗೆ ಬದುಕಿಕೊಳ್ಳಲಿ ಅಂತ ನಿಸ್ಸಹಾಯನಾಗಿ, ನಿಷ್ಕ್ರಿಯನಾಗಿ ನೋಡುತ್ತ ಕುಳಿತೆ. ಅವನ ಕಾಲವೆಲ್ಲ ಹಾಗೆ ವೃಥಾ ಕಳೆದು ಹೋಯಿತು.

ವಸಂತ್‌ಗೆ ಊರ ತುಂಬ ಗೆಳೆಯರಿದ್ದರು. ಅವರಲ್ಲಿ ಹೆಚ್ಚಿನವರು ನನ್ನ ಸಿದ್ಧಾಂತದ

ವಿರೋಧಿಗಳು. ನಿಮ್ಮಪ್ಪ ಅಂಥವನು, ಇಂಥವನು, ಲೋಕ ವಿರೋಧಿ ಅಂತ ಬಯ್ಯುತ್ತಿದ್ದರೆ ಮೊದಮೊದಲು ವಸಂತ್ ನನ್ನನ್ನು ಬೆಂಬಲಿಸಿ ಮಾತಾಡುತ್ತಿದ್ದ. ವಾದಿಸುತ್ತಿದ್ದ. ಆದರೆ ಕ್ರಮೇಣ ಅವನಿಗೂ ಲೋಕದ ಸಂಗತಿ ಅರ್ಥವಾಯಿತು. ಇಲ್ಲಿ ಸುಖವಾಗಿರಬೇಕೆಂದರೆ ತಾನೂ ಲೋಕಾರೂಢಿಯಂತೆ ಬದುಕಬೇಕು! ತಾನೂ ಬದಲಾಗಬೇಕು. ಬದಲಾದಂತೆ ನಟಿಸಬೇಕು.

"ಹೌದು, ನಮ್ಮಪ್ಪ ಅಂಥವನೇ" ಅಂತ ತಾನೂ ಅನ್ನತೊಡಗಿದ. ಅವನಿಗೆ ಸ್ನೇಹಿತರು ಬೇಕು. ಮಾತು ಬೇಕು. ಅವು ಬೇಕೆಂದರೆ, ಅವರು ಪ್ರಸ್ತಾಪಿಸಿದಾಗಲಾದರೂ ಅವರನ್ನು ಬೆಂಬಲಿಸಿ ನನ್ನನ್ನು ಬೈಯಬೇಕು. ವಸಂತ್ ಬೈಯತೊಡಗಿದ.

"ಅಪ್ಪಾ, ಹೀಗೆ ಮಾಡ್ತಿದೀನಿ. ಮಾಡದಿದ್ದರೆ ಈ ಲೋಕದಲ್ಲಿ get on ಆಗಲಾರೆ. ಇರೋ ಇನ್ನೊಂದು ದಾರಿಯೆಂದರೆ, ನಿನ್ನ ಹಾಗೆ ಲೋಕದೊಂದಿಗೆ ಸಂಬಂಧವೇ ಇಲ್ಲ ಅಂತ ಕೂತುಕೊಳ್ಳಬೇಕು. ನನ್ನಿಂದ ಅದು ಸಾಧ್ಯವಿಲ್ಲ. ನೀನು ತುಂಬ ದೊಡ್ಡವನು, ನೀನು ಅವಲಂಬಿಸಿದ principles ದೊಡ್ಡವು ಅಂತ ನನಗೆ ಗೊತ್ತು. ಆದರೆ ಈ ಲೋಕದಲ್ಲಿ get on ಆಗಬೇಕೆಂದರೆ ನಿನ್ನನ್ನು ಬೈಯಲೇಬೇಕು" ಅಂತ ಒಂದು ದಿನ ಬಂದು ಹೇಳಿದ.

"ಬೇಕಾದ್ದು ಬೈಯಿ. Carry on" ಅಂದೆ.

ವಸಂತ್ ಆಮೇಲಿನಿಂದ ನನ್ನನ್ನು ಬಹಿರಂಗವಾಗಿ ಗೆಳೆಯರ ಮುಂದೆ ಬೈಯುತ್ತಿದ್ದನಾದರೂ ಅದರಲ್ಲಿ ಅವನಿಗೆ ಶಾಂತಿಯಿಲ್ಲ. He was too noble for it and sincere. ಆದರೆ ಅವನ ಬದುಕು ಅಯೋಮಯವಾಗಿ ಹೋಯಿತು. ಸಿನೆಮಾದವರೊಂದಿಗೆ ಬೇಟೆಗಳಿಗೆ ಹೋಗತೊಡಗಿದ. ಅವನಿಗೆ ಕುಡಿತ ಅಭ್ಯಾಸವಾಯಿತು. ಅದಕ್ಕೆ ದಾಸನಾಗುತ್ತಿದ್ದಾನೆ ಅಂತ ನನಗೆ ಗೊತ್ತು. ಆದರೆ 'ನೀನು ಕುಡೀಬೇಡ' ಅಂತ ಅವನಿಗೆ ಹೇಳೋ ಅಧಿಕಾರ ನನಗಿದೆ ಅಂತ ನನಗೆ ಅನ್ನಿಸಲಿಲ್ಲ. ಅವನ ನೋವು ಮರೆಸಲಿಕ್ಕೆ ನನ್ನಲ್ಲಿ ಬೇರೆ ಉಪಾಯವಿರಲಿಲ್ಲ. ಕುಡಿತ ಮನುಷ್ಯನನ್ನು ಏನು ಮಾಡುತ್ತದೆ, ಹೇಗೆ ತನ್ನ ವಶಕ್ಕೆ ತೆಗೆದುಕೊಂಡು miserable ಆಗಿ ಮಾಡುತ್ತದೆ ಎಂಬ ವಿಷಯ ಅವನಿಗೆ ಗೊತ್ತಿಲ್ಲದ್ದೇನಲ್ಲ. ನಾನು ಹೊಸದಾಗಿ ಹೇಳಬೇಕಾದ್ದು ಏನೂ ಇರಲಿಲ್ಲ. ' ಅದಕ್ಕಿಂತ ಹೆಚ್ಚಾಗಿ ಈ ಲೋಕದಲ್ಲಿ ನಾನೇನು ಮಾಡಬಲ್ಲೆ?' ಎಂಬಂತೆ ಅವನು ಬದುಕುತ್ತಿದ್ದ, ಕುಡಿಯುತ್ತಿದ್ದ. ನನಗೂ ಅದು ಅಷ್ಟೇ ಅನ್ನಿಸಿತು. ಹೋಗಲಿ, ಅದಕ್ಕಿಂತ ಹೆಚ್ಚಿನದೇನನ್ನೂ ಮಾಡಲಾರೆ ಅಂತ ಅವನಿಗೇ ಅನ್ನಿಸಿದಾಗ, ಅವನಿಗೆ ಇರುಕಾಗುವಂಥ ನಿಯಮಗಳನ್ನಿಟ್ಟು ಹಿಂಸಿಸುವುದೇಕೆ? ಹೋಗಲಿ ಒಂದು ಬದುಕು ಹಾಗೇ! ಹೋದರೆ ಏನಂತೆ? ಅಂಥ ಬದುಕು ನನಗಂತೂ ಇಷ್ಟವಿಲ್ಲ. ಆದರೆ ನನ್ನ ಇಷ್ಟ ಕಟ್ಟಿಕೊಂಡು

ಅವನಿಗೇನಾಗಬೇಕಿದೆ? ಅವನ ಬದುಕಿನ ಮೇಲೆ ನನಗೆ ಯಾವ ಅಧಿಕಾರವಿದೆ?

ನನಗೆ ಇವತ್ತಿಗೂ ಅನುಮಾನವೇ. ನಾನು influence ಮಾಡಿ ಅವನ ಬದುಕನ್ನು ಒಂದು ಹಾದಿಗೆ ಹಚ್ಚಲಿಲ್ಲವಾ ಅಂತ. ಆದರೆ ಒಂದು ದಾರಿಗೆ ಹಚ್ಚಿದ್ದಿದ್ದರೆ ಮಾಮೂಲಿ routine ಆಗಿ, rut ಆಗಿ ಹೋಗುತ್ತಿತ್ತು ಅವನ ಬದುಕು. ಯಾವುದರಿಂದ ಬದುಕನ್ನು ಹೊರಕ್ಕೆಳೆಯ ಬಯಸುತ್ತಿದ್ದೆನೋ, ಅವನ ಬದುಕು ಅದೇ ಆಗಿ ಹೋಗುತ್ತಿತ್ತು. ಆದ್ದರಿಂದ, ನಾಶವಾದರೂ ಅದೇ ಮೇಲು. ಅದೇ ಸರಿ. ಆ ಹಾಳು ಶುಷ್ಕ ಜೀವಿಗಳಿಗಿಂತ ಅವನು ನಾಶವೇ ಆಗಿ ಹೋದರೂ, ತನ್ನ ಕೈಯ್ಯಾರೆ ತಾನು ನಡೆಸಿಕೊಂಡ ಬದುಕು ದೊಡ್ಡದು.

ಬರ್ತಾಬರ್ತಾ, ನಾನು ನೋಡುತ್ತಿದ್ದ ಹಾಗೆಯೇ ವಸಂತ್‌ನ ಕುಡಿತ ಅತಿಯಾಗಿ ಹೋಯಿತು. ಹೀಗಾಗಿ ಹೋದನಲ್ಲಾ ಅಂತ ನೊಂದುಕೊಳ್ಳುತ್ತಿದ್ದೆ. ನಂಗೊಂದು principle ಅಂತ ಇದ್ದು, ನನಗೊಂದು ground ಅಂತ ಇದ್ದಿದ್ದರೆ ಅವನ ಬದುಕನ್ನು ಸರಿಪಡಿಸುವ ಪ್ರಯತ್ನ ಮಾಡಬಹುದಿತ್ತು. ಆದರೆ ನನಗೇ ground ಇಲ್ಲ. ನಾನೇ ಕತ್ತಲಲ್ಲಿ ತಾರಾಡುತ್ತ ಬದುಕುತ್ತಿದ್ದೇನೆ. ವಸಂತ್‌ಗೆ ಒಳ್ಳೆಯದನ್ನು ಮಾಡಬೇಕು ಅಂದುಕೊಂಡರೂ ನಾನು ನಿಸ್ಸಹಾಯಕ. ಅವನು ತನಗಿಷ್ಟ ಬಂದಂತೆ ಬದುಕುವ ಹಟದ ಮೇಲಿದ್ದ. ಆಯಿತು, ವಸಂತ್ ಹೊರಟು ಹೋಗುತ್ತಾನೆ. ಆಮೇಲೆ ಅವನೊಂದಿಗೆ ನಮಗೆ ಯಾವ ಸಂಬಂಧವೂ ಇರುವುದಿಲ್ಲ ಅಂತ ಅಂದುಕೊಂಡು ಸುಮ್ಮನಿರುತ್ತಿದ್ದೆ. ಆಗೆಲ್ಲ ವೊಯ್ಯಿ ತುಂಬ ನೊಂದುಕೊಳ್ಳುತ್ತಿದ್ದಳು. ಅವನೆಂದರೆ ವೊಯ್ಯಿಗೆ ತುಂಬ ಪ್ರೀತಿ. ವಸಂತ್ ಬದುಕು ನಾಶನವಾಗಿ ಹೋಯಿತು. ನಾಶನವಾಗುವುದೆಂದರೇನು? ನನ್ನ ದೃಷ್ಟಿಯಲ್ಲಿ ನಾಶವಾಗುವುದೆಂದರೆ ಸಂತೋಷ. ಸೌಖ್ಯ ಇಲ್ಲದಂತಾಗುವುದು. ಅವುಗಳಿಗಾಗಿ ಮತ್ತೊಂದರ ಮೇಲೆ ಅವಲಂಬಿತನಾಗುವುದು.

ಆದರೆ 'ಚೇ' ತುಂಬ ಬುದ್ಧಿವಂತೆ. ಬದುಕು ಹೇಗೆ ರೂಪಿಸಿಕೊಳ್ಳಬೇಕೆಂದು ಅವಳಿಗೆ ಚೆನ್ನಾಗಿ ಗೊತ್ತು. ಅವಳು ಶಾಲೆಗೆ ಹೋದಳು. ನನಗೂ-ಚೇಗೂ ಯಾವಾಗಲೂ heart to heart ಸಂಬಂಧವಿರಲಿಲ್ಲ. ಎಲ್ಲ ಹುಡುಗಿಯರೂ ಹೇಗೆ ಓದಿಕೊಂಡು, ಅಪ್ಪ ಅಮ್ಮನ ಮಾತು ಕೇಳುತ್ತಾ ಮದುವೆಗಳಾಗಿ ಹೊರಟು ಹೋಗುತ್ತಾರೋ ಹಾಗೆಯೇ ಹೊರಟು ಹೋದಳು ಚೇ. ಒಂದು ಹಂತದಲ್ಲಿ ಓದು ನಿಲ್ಲಿಸಿ ವೊಯ್ಯಿಗೆ ಆಸ್ಪತ್ರೆಯಲ್ಲಿ ಸಹಾಯ ಮಾಡತೊಡಗಿದಳು. ಆದರೂ ಅವಳ ಪದ್ಧತಿಗಳೇ ಬೇರೆ. ಸ್ವಭಾವ ಬೇರೆ. ಸ್ವಾತಂತ್ರ್ಯ ಬೇರೆ. ಅವಳ ideas, ಅವಳ principles ಎಲ್ಲವೂ ಬೇರೆ. ಯಾವ ನಿಟ್ಟಿನಿಂದ

ನೋಡಿದರೂ ಅವಳು ನಮ್ಮ ಗುಂಪಿಗೆ ಹೊಂದಿಕೊಳ್ಳುವವಳಾಗಿರಲಿಲ್ಲ. ಆದರೆ ತುಂಬ ಲೋಕಾರೂಢಿಯಾಗಿ ಯಾರಿಗೂ ತೊಂದರೆ ಕೊಡದೆ ತನ್ನ ಪಾಡಿಗಿರುತ್ತಿದ್ದಳು. ಹೇಗೆ ಚೆನ್ನಾಗಿರಬೇಕು ಎಂಬುದು ಚೇಗೆ ಚೆನ್ನಾಗಿ ಗೊತ್ತು.

ಅಂದ್ಹಾಗೆ, ನಿಮಗೆ ರಮಣ ನೆನಪಿದ್ದಾಳಾ? ನನ್ನ ದೊಡ್ಡಪ್ಪನ ಮಗಳು. ಅವಳನ್ನು ಮದುವೆಯಾಗಲಿಕ್ಕೆ ಅನುಮತಿ ಕೊಡಿಸಿ ಅಂತ ಶೃಂಗೇರಿ ಪೀಠಕ್ಕೆ ಚಿಕ್ಕವನಾಗಿದ್ದಾಗ ಪತ್ರ ಬರೆದಿದ್ದೆ ಅಂದೆನಲ್ಲ? ಆ ರಮಣಳಿಗೊಬ್ಬ ಮಗ. ಅವನಿಗೂ, ಚೇಗೂ ಪ್ರೇಮ ಬೆಳೆಯಿತು. ಅವನಿಗೆ ಅವಳನ್ನು ಕಂಡರೆ ಪಂಚಪ್ರಾಣ. ನನ್ನ ಮೇಲಿನ ಇಷ್ಟದಿಂದಾಗಿ ರಮಣ ಕೂಡ ಇವಳನ್ನೇ ಸೊಸೆಯಾಗಿ ತಂದುಕೊಳ್ಳಲು ಒಪ್ಪಿದಳು. ಆದರೆ ಇದ್ದಕ್ಕಿದಂತೆ 'ಚೇ'ಗೆ ಅವನ ಮೇಲಿನ ಪ್ರೀತಿ ಹೋಯಿತು. ನಾನು ಮಾಡಿಕೊಳ್ಳಲು ಒಲ್ಲೆ ಅಂದುಬಿಟ್ಟಳು. ಇದರಿಂದ ತುಂಬ ಆಘಾತಕ್ಕೆ ಒಳಗಾದವಳು 'T.' ಆಕೆ ತುಂಬ ನೊಂದುಕೊಂಡಳು. ರಮಣಳ ಮಗ ಅಳಿಯನಾಗಲಿಕ್ಕೆ ಎಲ್ಲ ವಿಧದಿಂದಲೂ ಯೋಗ್ಯನಿದ್ದ. ರಮಣ ಕೂಡ ತುಂಬ ಆಸೆಯಿಟ್ಟುಕೊಂಡಿದ್ದಳು.

"ಇದು ತಪ್ಪು ಮಗಳೇ. ನಿನಗೋಸ್ಕರ ಪಾಪ ಆ ಹುಡುಗ ಪ್ರಾಣ ಬಿಡುತ್ತಾನೆ. ನಿನ್ನ ಮನಸ್ಸಿನಲ್ಲೂ ಅವನೆಂದರೆ ಪ್ರೀತಿಯಿದೆ. ಹೀಗೆ ಯಾವುದೋ ಒಂದು whimಗೆ ಬಿದ್ದು ಬೇಡ ಅಂದುಬಿಟ್ಟರೆ ಹೇಗೆ?" ಅಂತ ಮನೆಮಂದಿಯೆಲ್ಲ ಬುದ್ಧಿ ಹೇಳಿದರು. ಆದರೂ ಚೇ ಒಪ್ಪಲಿಲ್ಲ. ಪೂರ್ತಿಯಾಗಿ ಗಂಡನನ್ನಾಗಿ ಒಪ್ಪಿಕೊಳ್ಳುವಂಥ ಪ್ರೀತಿ ನನ್ನಲ್ಲಿ ಅವನ ಬಗ್ಗೆ ಇಲ್ಲ. ಅವನೆಂದರೆ ಇಷ್ಟ ನಿಜ. ಒಬ್ಬ Companion ಆಗಿ ಚೆನ್ನಾಗೇ ಇರುತ್ತಾನೆ. ಆದರೆ ಗಂಡನನ್ನಾಗಿ ಒಪ್ಪಿಕೊಳ್ಳಲಾರೆ. ಅಸಲಿಗೆ ಯಾವ ಗಂಡಸಿಗೂ ತೀರ ಹೆಂಡತಿಯಾಗುವಷ್ಟು ನಾನು subordinate ಆಗಲಾರೆ" ಅಂದುಬಿಟ್ಟಳು.

ರಮಣಳ ಮಗ ನನ್ನಲ್ಲಿಗೇ ಬಂದ.

"ಮಾಮಯ್ಯಾ, ಚೇಗೆ ನೀನೇ ಹೇಳು" ಅಂತ ಪ್ರಾಣಾಚಾರ ಒಪ್ಪಿಸಿದ.

"ಚೇ, ನಿನಗೆ ಇಷ್ಟವಿಲ್ಲದಿದ್ದರೆ ಮದುವೆಯಾಗಬೇಡ" ಅಂತ ಹೇಳಿದೆ. ಮದುವೆಯಾಗುತ್ತೇನೆಂದು ಬಂದ ಗಂಡಸರನ್ನೆಲ್ಲ ಹೀಗೆ ನಿರಾಕರಿಸುತ್ತ ಬಂದರೆ ಅವಳ ಬದುಕು ಏನಾಗುತ್ತದೆ ಅನ್ನೋದು ಪ್ರಶ್ನೆಯೇ, ಸರಿ. ಆ ಪ್ರಶ್ನೆ ಅವಳಿಗೆ ಬಿಟ್ಟದ್ದು.

ಚಿತ್ರಾ ನಮ್ಮೊಂದಿಗೇ ಬೆಳೆಯುತ್ತಿದ್ದಾಳೆ. ಅವಳ ಕುಣಿತ, ಕೂಗು, ಕಿರುಚಾಟ, ಕಂಡವರನ್ನೆಲ್ಲ ಬಯ್ಯೋದು, ಹೊಡೆಯೋದು-ಎಲ್ಲ ತುಂಬ entertaining ಆಗಿದೆ. ಇದೆಲ್ಲದರ ಮಧ್ಯೆ ನರ್ತಕಿ ಕೂಡ ಬಂದು ನಮ್ಮೊಂದಿಗೆ ಸೇರಿಕೊಂಡಳು.

ನಾನು ಯಾವಾಗಲೂ ವಿಜಯವಾಡದಲ್ಲಿ ಇರುತ್ತಿರಲಿಲ್ಲ. ನನಗೆ ವರ್ಗಾ ಆದಾಗಲೆಲ್ಲಾ ಷಾ ನನ್ನೊಂದಿಗೆ ಬಂದು ಇರುತ್ತಿದ್ದಳು. ಹಬ್ಬಕ್ಕೆ ಹುಣ್ಣಿಮೆಗೆ ಅಂತ ಚಿಕ್ಕದೊಂದು ರಜೆ ಬಿಟ್ಟರೂ ವಿಜಯವಾಡಕ್ಕೆ ಓಡಿ ಬರುತ್ತಿದ್ದೆ. ಈ ಬದುಕು ಹೀಗೇ ತುಂಬ ದಿನ ಸಾಗಲಾರದು: ಯಾವಾಗಲೋ ಇದೆಲ್ಲ break ಆಗಿಬಿಡುತ್ತದೆ ಅಂತ ನನಗೆ ತುಂಬ ಸಲ ಅನ್ನಿಸುತ್ತಿತ್ತು. ಯಾವಾಗ ಬದುಕಿನಿಂದ ಸಂತೋಷ ಹೊರಟು ಹೋಗುತ್ತದೋ, ಆಗ ನಾವೆಲ್ಲ ಆತ್ಮಹತ್ಯೆ ಮಾಡಿಕೊಂಡು ಬಿಡೋಣ ಅಂತ ತೀರ್ಮಾನಿಸಿದ್ದೆವು. ನನಗೆ ಮುದುಕರನ್ನು ಕಂಡರೆ ಗಾಬರಿಯಾಗುತ್ತಿತ್ತು. ಅವರ ನಿಸ್ಸಹಾಯಕತೆ, ಕಿರಿಕಿರಿ, ಅವರ ಬದುಕುಗಳು ಅಸಹ್ಯವಾಗಿ, ದುರ್ಭರವಾಗಿ, ವಿಕಾರಗೊಂಡು, ಪರಸ್ಪರ ಪೀಡನೆಗಳಾಗುವುದನ್ನು ಕಣ್ಣಾರೆ ಕಂಡಿದ್ದೆ. ಏನೇ ಆದರೂ, ನನಗೆ ಐವತ್ತು ತುಂಬಿದ ದಿನ ಈ ಲೋಕದಲ್ಲಿ ಇರಬಾರದು ಅಂತ ತೀರ್ಮಾನ ಮಾಡಿಕೊಂಡಿದ್ದೆ. ಆ ತೀರ್ಮಾನವನ್ನು ಜಾರಿಗೆ ತರದೆ ಇದ್ದುದರಿಂದ ಅವೆಷ್ಟು ಬಾಧೆಗಳಿಗೆ ಈಡಾದೆನೋ! ಪಶ್ಚಾತ್ತಾಪ ಪಡುತ್ತಿದ್ದೇನೆ.

ನಾನು ಯಾವತ್ತಿಗೂ ಬದುಕಿನ ಅಂಚಿನಲ್ಲೇ ಹೆಜ್ಜೆ ಹಾಕಿದವನು. ಪ್ರತಿ ಶಾಸ್ತ್ರವೂ ಆತ್ಮಹತ್ಯೆ ಮಹಾಪಾತಕ ಅಂತಲೇ ಹೇಳಿದೆ. ನಂಗೆ ಯಾವ ಶಾಸ್ತ್ರದಲ್ಲೂ ನಂಬಿಕೆ ಇಲ್ಲ. ನನ್ನ ದೇಹದ ಮೇಲೆ, ನನ್ನ ಪ್ರಾಣದ ಮೇಲೆ ನನಗೆ ಹಕ್ಕಿಲ್ಲವಾ? ಹಾಗಾದರೆ ಈ ರೋಗ ರುಜಿನಗಳಿಗೆಲ್ಲ ಔಷಧಿ ತೆಗೆದುಕೊಂಡು ಇವುಗಳನ್ನು ವಾಸಿಮಾಡಿ ಕೊಳ್ಳುವುದೂ ಪಾಪವೇ ಅಲ್ಲವಾ?

1936ರಿಂದ ನನ್ನೊಳಗಿನ ಸಂತೋಷ ಪೂರ್ತಿಯಾಗಿ fail ಆಯಿತು. ದೊಡ್ಡ ಅಶಾಂತಿ ಆವರಿಸಿಕೊಂಡಿತು. ಯಾವತ್ತೂ ಇಲ್ಲದ ಘೋರ ಮನೋಸ್ಥಿತಿಗೆ ಬಿದ್ದೆ. ನನಗೆ ನಾನೇ ಭಯಂಕರ ಅನ್ನಿಸತೊಡಗಿದೆ. ಹಾಗೆಯೇ ಇನ್ನೊಂದಷ್ಟು ದಿನ ಇದ್ದು ಬಿಟ್ಟಿದ್ದಿದ್ದರೆ ಏನಾಗುತ್ತಿದ್ದೆನೋ? ಅಂಥ ಸ್ಥಿತಿಯಲ್ಲಿ ನನ್ನ ಬದುಕಿನೊಳಕ್ಕೆ ಲೀಲಗಾರು ಬಂದರು. ಈ ಮಧ್ಯೆ ಪಕಪಕ ಮತ್ತು ಚಿತ್ರಾ- ಇಬ್ಬರನ್ನೂ ಶಾಲೆಗೆ ಸೇರಿಸುವ ಬ್ರಹ್ಮ ಪ್ರಯತ್ನಗಳನ್ನೆಲ್ಲ ಮಾಡಿ ನಮ್ಮ ಮನೆಯವರು ವಿಫಲರಾದರು. ನನಗೆ ಅದೇ ಸಂತೋಷ.

"ಬ್ಯಾಡ... ಬ್ಯಾಡಾ... ಒಳಕ್ಕೆ ಬರಬ್ಯಾಡಾ. ಕಾಲು ಒಳಗಿಟ್ಟೆ ಅಂದ್ರೆ shoot ಮಾಡಿ ಬಿಸಾಕ್ತೀನಿ! ನನ್ನ ಕೈಯಲ್ಲಿ ರಿವಾಲ್ವರ್ ಇದೆ" ಅಂತ ಯಾರೋ ಕೂಗಿದರು. ಆದರೆ ಯಾರೂ ಕಣ್ಣಿಗೆ ಕಾಣುತ್ತಿಲ್ಲ. ನಾನು ಬಾಗಿಲಲ್ಲೇ ನಿಂತುಕೊಂಡೆ.

"ವಿಜಯವಾಡಕ್ಕೆ ಬಂದಾಗ ಯಾವ ಕಾರಣಕ್ಕೂ ತಪ್ಪಿಸದೆ ನಮ್ಮನೇಗೆ ಬರಬೇಕು" ಅಂತ ಹೇಳಿ ನನ್ನ ಕೈಲಿ ಆಣೆ ಹಾಕಿಸಿಕೊಂಡು ಈ ಮನೆಯ ಅಡ್ರಸ್ಸು ಕೊಟ್ಟು ಕಳಿಸಿದ್ದಳು ಅಮ್ಮಣ್ಣಿ. ಅವಳು ಆ ಪರಿ ಕರೆದಳಲ್ಲಾ ಅಂದುಕೊಂಡು, ವಿಜಯವಾಡಕ್ಕೆ ಹೋದಾಗ ಅಡ್ರಸ್ಸು ಹುಡುಕಿಕೊಂಡು ಆ ಮನೆಗೆ ಹೋದರೆ ಒಳಕ್ಕೆ ಕಾಲಿಡುವ ಮೊದಲೇ ಈ ಆರ್ಭಟ! ಗಾಬರಿಯಾಗಿ, ಏನು ಮಾಡುವುದಕ್ಕೂ ತೋಚದೆ ಸುಮ್ಮನೆ ನಿಂತುಬಿಟ್ಟೆ. ಅಮ್ಮಣ್ಣಿಯನ್ನು ಕೂಗಿ ಕರೆಯೋಣವೆಂದರೆ, ಅವಳ ಹೆಸರು ನನಗೆ ತಿಳಿಯದು. ಯಾಕಿದ್ದೀತು ಸಹವಾಸ ಅಂದುಕೊಂಡು ವಾಪಸು ನಡೆಯತೊಡಗಿದೆ. ಇನ್ನೇನು ಆ ಬೀದಿಯಿಂದ ಹೊರಬೀಳಬೇಕು: ಅಷ್ಟರಲ್ಲಿ ಹಿಂದಿನಿಂದ ಬಂದು ಹೆಗಲ ಮೇಲೆ ಕೈ ಹಾಕಿದಳು ಅಮ್ಮಣ್ಣಿ.

"ಏನೂ? ಅವನ ಆರ್ಭಟಕ್ಕೇ ಹೆದರಿಬಿಟ್ಟೆಯಾ? ಅವನು ಆರ್ಭಟಿಸಿದ್ದು ನಿನ್ನ ಮೇಲಿನ ಸಿಟ್ಟಿಗಲ್ಲ. ಎದುರು ಮನೇಲಿ ನಾಯ್ಡು ಇದಾನಲ್ಲಾ? ಅವನ ಮೇಲಿನ ಸಿಟ್ಟು" ಅಂದಳು ಅಮ್ಮಣ್ಣಿ.

"ಇಷ್ಟಕ್ಕೂ ಆರ್ಭಟಿಸಿದ್ದು ಯಾರು?" ಅಂದೆ. ಉಸಿರು ಸಿಗೆ ಬೀಳುವಂತೆ ಎರಡು ನಿಮಿಷ ನಕ್ಕು,

"ಇನ್ಯಾರೂ? ನಮ್ಮ ಯಜಮಾನರು. ರಾವುಗಾರು!" ಅಂದಳು.

"ನಿಜವಾಗ್ಯೂ shoot ಮಾಡ್ತಾರಾ?" ಕೇಳಿದೆ.

"ಏನೋ? ಈ ತನಕ ಮಾಡಿಲ್ಲ. ಆದ್ರೆ ತುಂಬ ಸಲ ಬೆದರಿಸಿರೋದು ಹೌದು" ಅಂದಳು.

"ಯಾಕೆ ಹೆದರಿಸ್ತಾನೆ?" ಕೇಳಿದೆ.

"ಗಂಡಸರು... ನಂಗೋಸ್ಕರ ಬರ್ತಾರೆ ಅಂತ!"

"ಗಂಡಸರು... ನಿಂಗೋಸ್ಕರ ಯಾಕೆ ಬರ್ತಾರೆ?" ಅಂತ ಕೇಳಬೇಕೆಂದು ಕೊಂಡವನು ಅಷ್ಟರಲ್ಲೇ ಸುಮ್ಮನಾದೆ. ಬೀದಿಯ ತಿರುವಿನ ಲೈಟು ಕಂಬದ ಕೆಳಗೆ ನಿಂತಿದ್ದೆವು, ನಾನು-ಅಮ್ಮಣ್ಣಿ. ದೀಪದ ಬೆಳಕು ಅವಳ ಮುಖದ ಮೇಲೆ ಬೀಳುತ್ತಿತ್ತು. ಗಂಡಸರು ಅವಳನ್ನು ಹುಡುಕಿಕೊಂಡು ಬರದೆ ಏನು ಮಾಡುತ್ತಾರೆ ಅಂದುಕೊಂಡೆ. ರಸ್ತೆಯ ಮೇಲೆ ಓಡಾಡುವವರೆಲ್ಲ ನಮ್ಮನ್ನೇ ತಿರುತಿರುಗಿ ನೋಡುತ್ತಿದ್ದರು. ಅವತ್ತಿಗಿನ್ನೂ ವಿಜಯವಾಡದಲ್ಲಿ ನನಗೆ ಮನೆಯಿಲ್ಲ. ಅವಳೊಂದಿಗೆ ನಡೆಯತೊಡಗಿದೆ. ಎಲ್ಲಿಗೆ ಅಂತ ಗೊತ್ತಿರಲಿಲ್ಲ. ಅಷ್ಟರಲ್ಲಿ ಮಳೆಯ ದೊಡ್ಡ ಹನಿ. "ಓಡು!" ಅಂದಳು ಅಮ್ಮಣ್ಣಿ. ಅವಳ ಕೈ ಹಿಡಿದು ಓಡತೊಡಗಿದೆ. "ಇಷ್ಟು ಹೊತ್ತಿಗೆ ನಿನ್ನ ಗಂಡ ರಾವುಗಾರು ಶಾಂತಿಸಿರುತ್ತಾನೆ ಅಂತೀಯಾ?" ಅಂದೆ.

"ಇಷ್ಟು ಹೊತ್ತಾ?" ಅಂದವಳೇ ಖಿಲ್ಲನೆ ನಕ್ಕಳು.

"ನಿಜವಾಗ್ಲೂ ಆತನ ಹತ್ರ ರಿವಾಲ್ವರ್ ಇದೆಯಾ?"

"ಇದೆ. ಆದರೆ ಹಾರಿಸೋ ಧೈರ್ಯವಿಲ್ಲ ಬಾ..." ಅನ್ನುತ್ತಾ ಮನೆ ಹೊಕ್ಕಳು. ಆ ರಿವಾಲ್ವರು ದೊರೆ ಅಲ್ಲೇ ಕುಳಿತಿದ್ದ ಹಾಲ್‌ನಲ್ಲಿ. ಅಮ್ಮಣ್ಣಿ ತುಂಬ casual ಆಗಿ ಸಲುಗೆಯಿಂದ ನನ್ನ ಸೊಂಟದ ಸುತ್ತೂ ಕೈ ಹಾಕಿ, "ರೀ... ಇವನ್ಯಾರೋ ಗೊತ್ತಾಗಲಿಲ್ವಾ? ಎಷ್ಟೋ ಸಲ ಹೇಳಿದೀನಿ ನಿಮಗೆ, ನಂಗೊಬ್ಬ ತುಂಟ ಭಾವ ಇದಾನೆ ಅಂತ" ಅಂದಳು. ಆ ಹೊತ್ತಿಗೆ ಹೆಂಡತಿ ಮನೆಗೆ ಹಿಂತಿರುಗಿದಳಲ್ಲಾ ಅಂತ ಸಂಭ್ರಮ ಭರಿಸಲಾಗದೆ ಕುಳಿತಲ್ಲೇ ಚಡಪಡಿಸುತ್ತಿದ್ದ ರಾವುಗಾರು ಫಣಂಗನೆ ಹಾರಿ ನಮ್ಮಿಬ್ಬರನ್ನೂ ಬಲವಾಗಿ ಹಲ್ಲಿಯಂತೆ ಅಪ್ಪಿಕೊಂಡು,

"Welcome welcome... ಈ ಮನೆ ನಿಮ್ಮದೇ ಅಂದುಕೊಳ್ಳಿ. ಅಮ್ಮಣ್ಣೀ, ಮೊದಲು ನಿಮ್ಮ ಭಾವನಿಗೆ ಒಂದು ಆಮ್ಲೆಟ್ಟು, ಸ್ವಲ್ಪ ಟೀ ಕೊಡು" ಅಂದರು. ನಾನು ಆತನನ್ನೇ ನೋಡಿದೆ. ತೆಳ್ಳಗೆ ಸ್ಕೆಲಿಟನ್ ಥರಾ ಇದ್ದ. ಆದರೆ ಮಾತು ಮಾತ್ರ ಪರಮ ಗಂಭೀರ. ಹ್ಯಾಂಡ್ಲ್‌ಬಾರ್ ಮೀಸೆ ಬಿಟ್ಟಿದ್ದ. ನನ್ನೊಂದಿಗೆ ಕುಶಾಲಿ ಯಾಗಿ ಮಾತಾಡಿದ. ಮೂರು ಆಮ್ಲೆಟ್ಟು, ಎರಡು ಟೀ ಮುಗಿಸಿದ ಮೇಲೆ ಇನ್ನು ಊಟದ ಗೊಡವೆ ಯಾಕೆ ಅಂದುಕೊಂಡು ಮೇಲಕ್ಕೆದ್ದೆ.

"ಇದೇನಿದೂ ಹೊರಟೇ ಬಿಟ್ರಾ? ಇವತ್ತು ಇರೋದಿಲ್ವಾ? ಆಯ್ತು ಬಿಡಿ, ಇನ್ಮೇಲೆ ಆಗಾಗ ಬರ್ತಾ ಇರ್ತೀರಲ್ವಾ?" ಅನ್ನುತ್ತ ಮತ್ತೆ ಮತ್ತೆ ಹಲ್ಲಿಯಂತೆ ನನ್ನನ್ನು ತಬ್ಬಿಕೊಂಡು ಕಳಿಸಿಕೊಟ್ಟರು ರಾವುಗಾರು.

ಅದರ ಮುಂದಿನ ಭಾನುವಾರ ಅವಳ ಮನೆಗೆ ಹೋದೆ. ಬಾಗಿಲಲ್ಲೇ ರಾವುಗಾರು ನಿಂತಿದ್ದರು.

"ಷ್! ಶಬ್ದ ಮಾಡಬ್ಯಾಡ. ಅಮ್ಮಣ್ಣಿ ನಿದ್ದೆ ಮಾಡ್ತಿದಾಳೆ. ಅವಳಿಗೆ ಜ್ವರ!" ಅಂದರು. ನನ್ನನ್ನು ಕರೆದೊಯ್ದು ಹಾಲ್‌ನಲ್ಲಿದ್ದ ಬೆಂಚಿನ ಮೇಲೆ ಕೂಡಿಸಿದರು. ತಾವು ಎದುರಿಗಿದ್ದ ಕುರ್ಚಿ ಹತ್ತಿ ಕುಳಿತರು. ಒಂದೇ ಒಂದು ಮಾತೂ ಆಡದೆ ಹಾಗೆ ಕಾಲುಗಂಟೆ ಕುಳಿತಿದ್ದೆವು. "ಪಾಪ, ಎಷ್ಟು ಜ್ವರ ಬಂದಿದೆಯೋ! ಹೋಗಿ ಡಾಕ್ಟರ್ನ ಕರ್ಕೊಂಡು ಬರಲಾ?" ಅಂತ ಪಿಸುಮಾತಿನಲ್ಲಿ ಕೇಳಿದೆ. ಆ ಪಿಸುಮಾತು ಕೇಳಿ, ಒಳಗೆ ಮಂಚದ ಮೇಲೆ ಮಗ್ಗಲು ಬದಲಿಸಿತು ಜ್ವರ ಪೀಡಿತ ಶರೀರ. "ಎದ್ದಳು ಅನ್ಸುತ್ತೆ, ನೋಡಿಕೊಂಡೇ ಹೋಗಿ" ಅಂದರು ರಾವುಗಾರು. ನಾನು ಎದ್ದು ಕೋಣೆಯೊಳಕ್ಕೆ ಹೋದೆ. ಅವಳು ಮಲಗಿದ್ದ ಮಂಚದ ಪಕ್ಕದಲ್ಲಿ ನಿಂತೆ. "ಬಂದೆಯಾ?" ಅಂದವಳೇ ಮೈ ಮುರಿದಳು ಅಮ್ಮಣ್ಣಿ. ಆ ಇಡೀ ಮಂಚದಲ್ಲೆಲ್ಲೂ ಜ್ವರವಿದ್ದಂತೆ ಕಾಣಲಿಲ್ಲ.

"ಸುಮ್ಮನೆ ನೋಡ್ತಾ ನಿಂತುಕೊಂಡು ಬಿಟ್ಟೆಯಲ್ಲ?" ಅನ್ನುತ್ತ ನನ್ನನ್ನು ಅನಾಮತ್ತಾಗಿ ಎಳೆದು ಮಡಿಲಲ್ಲಿ ಕೂಡಿಸಿಕೊಂಡು ಮೈಸುತ್ತ ಕೈ ಹಾಕಿದಳು.

"ಜ್ವರ ಇಲ್ವಾ?" ಅಣಗಿಸುತ್ತ ಮೆಲುದನಿಯಲ್ಲಿ ಕೇಳಿದೆ. ದಿಂಬಿನಲ್ಲಿ ಮುಖವಿಕ್ಕಿ ಶಬ್ದವಾಗದಂತೆ ಪಕಪಕನೆ ನಗತೊಡಗಿದಳು. ಅವಳ ಕತ್ತಿನ ಮೇಲೊಮ್ಮೆ ಹಿತವಾಗುವಂತೆ ಮುತ್ತಿಕ್ಕಿದೆ. ಪಕ್ಕೆ ಬದಲಿಸಿದವಳ ಎದೆಗಳನ್ನು ಮುಟ್ಟ ಹಾಕದೆ ಇರಲು ನನ್ನಿಂದ ಆಗಲಿಲ್ಲ. ಅಷ್ಟರಲ್ಲಿ ಕೋಣೆಯ ಬಾಗಿಲಲ್ಲಿ ನೆರಳು ಕಾಣಿಸಿತು: ರಾವುಗಾರು. ಕೈಯಲ್ಲಿ ರಿವಾಲ್ವರ್ ಇದೆಯಾ ಅಂತ ನೋಡಿದೆ. ಮೂಗಿನ ಕೆಳಗಿನ ಮೀಸೆಗಳಲ್ಲಿ ಕ್ರೋಧವಿರಲಿಲ್ಲ. ಯಾಕಿದ್ದೀತು ಸಹವಾಸ ಅಂದುಕೊಂಡು ಎದ್ದು ನಿಂತೆ. ಸರಸರನೆ ಹತ್ತಿರಕ್ಕೆ ಬಂದ ರಾವುಗಾರು,

"ಇದೇನಿದೂ... ಹೊರಟೇ ಬಿಟ್ಟಿದೀರಿ. ಅವಳು ನೋಡಿದರೆ ಜ್ವರಾ ಅಂತ... ಪಾಪ, ಕೆಂಡಾಮಂಡಲ ಜ್ವರ. ನೋಡಿ ನೀವೇ, ಜ್ವರ ಇದೆಯೋ ಇಲ್ವೋ? ಮುಟ್ಟಿ ನೋಡಿ ನೀವೇ" ಅಂತ ಒತ್ತಾಯಿಸತೊಡಗಿದರು. ನಾನು ಸೌಜನ್ಯಕ್ಕೆಂಬಂತೆ ಅವಳ ಹಣೆ ಕೆನ್ನೆ ಮುಟ್ಟಿ,

"ಈಗ ಅಂಥಾ ಜ್ವರವೇನಿಲ್ಲ" ಅಂದೆ.

"ಅಂಥಾ ಜ್ವರವಿಲ್ಲ ಅಂದ್ರೆ ಏನರ್ಥ? ನೀವು ಸರಿಯಾಗಿ ಮುಟ್ಟಿ ನೋಡಿ"

ಅಂದವರೇ ತಾವೇ ನನ್ನ ಕೈ ಹಿಡಿದು ಅಮ್ಮಣ್ಣಿಯ ಹೊಟ್ಟೆಯನ್ನೆಲ್ಲ ಮುಟ್ಟಿಸಿದರು. "ಹೌದು... ತುಂಬ ಸ್ವಲ್ಪ ಇದ್ದಹಾಗಿದೆ" ಅಂದವನೇ ಅಲ್ಲಿಂದ ಹೊರಬಿದ್ದರೆ ಸಾಕೋ ಭಗವಂತಾ ಅಂದುಕೊಂಡವನೇ ಎದ್ದು ಹೊರಕ್ಕೆ ಓಡಿ ಬಂದೆ.

ನನಗೆ ಅನತಿ ದೂರದಲ್ಲಿ, ಕೋಲಿಗೆ ಕೋಟು ಹಾಕಿದಂತೆ ಕಾಣುತ್ತಿದ್ದ ರಾವುಗಾರು ಚಟಪಟನೆ ಚಪ್ಪಲಿ ಶಬ್ದ ಮಾಡಿಕೊಂಡು ನಡೆಯುತ್ತಿದ್ದರು. ಅವರ ಹಿಂದೆಯೇ ನಾನು. ಆಫೀಸು ಬಿಟ್ಟರೆ ಮನೆ: ಮತ್ತೆಲ್ಲೂ ಆತನನ್ನು ನೋಡುವುದು ಅಸಾಧ್ಯ. ಮನೆ ಮತ್ತು ಆಫೀಸು ಸಾಕಷ್ಟು ದೂರದಲ್ಲಿದ್ದವು. ಹತ್ತೂವರೆ ಹೊತ್ತಿಗೆ ನೋಡಿದರೆ ಮನೆಯಲ್ಲಿ ಪುಷ್ಕಳವಾಗಿ ಊಟ ಮಾಡುತ್ತ ಕುಳಿತಿರುತ್ತಿದ್ದ. ಹನ್ನೊಂದರ ಹೊತ್ತಿಗಾಗಲೇ ಆಫೀಸಿನಲ್ಲಿ ಟೇಬಲ್ಲಿನ ತುಂಬ ಕಾಗದ ಹರವಿಕೊಂಡು ಜವಾನರಿಗೆ ಆರ್ಡರು ಕೊಡುತ್ತಾ, ಕೈಕೆಳಗಿನ ಅಮೀನರನ್ನು ಗದರಿಸುತ್ತಾ ಕೂತಿರುವುದು ಕಾಣಿಸುತ್ತಿತ್ತು. ಆಫೀಸಿನಲ್ಲಿರುವಾಗ ಫುಲ್ ಸೂಟ್‌ನಲ್ಲೂ, ಮನೆಯಲ್ಲಿರುವಾಗ ಹಳೆಯ ಕೋಟು ಮತ್ತು ಪೈಜಾಮಾದಲ್ಲೂ ಇರುವುದನ್ನು ಬಿಟ್ಟರೆ, ಬೇರೆ ಯಾವ ದಿರಿಸಿನಲ್ಲೂ ಆತನನ್ನು ನೋಡಲು ಸಾಧ್ಯವಿರಲಿಲ್ಲ. ಮನೆಯಿಂದ ಆಫೀಸಿಗೆ, ಆಫೀಸಿನಿಂದ ಮನೆಗೆ ಆತ ಹೇಗೆ ಹೋಗುತ್ತಾನೆಂಬುದು ಯಾರಿಗೂ ಗೊತ್ತಿಲ್ಲ. ಆತ ನಡೆಯುವುದಿಲ್ಲ, ಸೈಕಲ್ ಹತ್ತುವುದಿಲ್ಲ, ಜಟ್ಕಾಗಳಲ್ಲಿ ಕಾಣಿಸಿಕೊಂಡದ್ದಿಲ್ಲ. ಆತನ ಬಳಿ ಕಾರಿರಲಿಲ್ಲ. ಆ ಕಾಲಕ್ಕಿನ್ನೂ ಟ್ಯಾಕ್ಸಿಗಳಿಲ್ಲ.

ಹಾಗೆ ಸುಮಾರು ಐದು ನಿಮಿಷ ಮನೆಯ ದಿಕ್ಕಿಗೆ ನಡೆಯುತ್ತಿದ್ದವನು ದಾರಿಯಲ್ಲಿ ಹಠಾತ್ತಾಗಿ,

"Mr Venkatachalam, I tell you never marry" ಅಂದವನೇ ಬಲಮೀಸೆಯನ್ನು ಆಕಾಶದೆಡೆಗೆ ತಿರುಗಿಸಿದ. "ಈ ವಿಷಯವನ್ನು ಎಲ್ಲರಿಗೂ ಹೇಳು. ನಿನ್ನ ಹೆಣ್ಣುಮಕ್ಕಳಿಗೆ ಹೇಳು. ಹುಡುಗರಿಗೆ ಹೇಳು. ಅಳಿಯಂದಿರಿಗೆ ಹೇಳು. ಮೊಮ್ಮಕ್ಕಳಿಗೆ ಹೇಳು. ಅಜ್ಜಿಯರಿಗೆ ಹೇಳು. ಅತ್ತೆಯಂದಿರಿಗೆ ಹೇಳು... ಅಂಥ ದೊಡ್ಡ ತಪ್ಪು ಮಾಡಬೇಡಿ ಅಂತ. ಮಾಡಿದ್ದೇ ಆದರೆ ತುಂಬ ಪಶ್ಚಾತ್ತಾಪ ಪಡುತ್ತಾರೆ..." ಅಂದವನೇ ಮಾತು ನಿಲ್ಲಿಸಿ ಮತ್ತೆ ನಡೆಯತೊಡಗಿದ. ಆಮೇಲೆ ಸುಮ್ಮನೆ ನನ್ನ ಕೈ ಹಿಡಿದುಕೊಂಡ. ಎಷ್ಟು ಹೊತ್ತಾದರೂ ಬಿಡವೊಲ್ಲ. ಕೊಸರಿಕೊಳ್ಳುವುದು ದೊಡ್ಡ ಮಾತಲ್ಲ. ಆದರೆ ಆತನ ಕೈ ಕಿತ್ತು ನನ್ನ ಕೈಯ್ಯೊಳಕ್ಕೆ ಬಂದೀತೇನೋ ಅಂತ ಭಯ. ಅಕಸ್ಮಾತ್ ಹಾಗೆ ನನ್ನ ಕೈ ಹಿಡಿದುಕೊಂಡಿರುವುದನ್ನು ಆತ ಮರೆತೇ

ಹೋಗಿದ್ದಾನೋ ಏನೋ ಅನ್ನಿಸತೊಡಗಿತು. ಮನೆಯಿನ್ನೂ ಅನತಿ ದೂರದಲ್ಲಿದೆ ಅನ್ನುವಾಗ, ಬೀದಿಯ ತಿರುವಿನಲ್ಲಿ ನಿಂತು,

"But if you are married, give her a severe thrashing first in the morning and a thrang last before bed time. That will work wonders" ಅಂದ. ಅಸಲಿಗೆ, ಈ ಮನುಷ್ಯ ಅರ್ಜೆಂಟಾಗಿ ನನ್ನನ್ನು ಕರೆಸಿಕೊಂಡದ್ದು ಈ ವಿಷಯವನ್ನು ಹೇಳಲಿಕ್ಕಾ ಅಂತ ನನಗೆ ರೇಗಿ ಹೋಗುತ್ತಿತ್ತು.

ಆದರೆ ಮನೆಯ ಮೆಟ್ಟಿಲೇರುತ್ತಿದ್ದಂತೆಯೇ ಆ ಮನುಷ್ಯನ ಸ್ಟೈಲೇ ಬದಲಾಯಿತು. ಹಸಿದು ಕಂಗಾಲಾಗಿ, ಹೊಟ್ಟೆ ಮೆತ್ತಿಕೊಂಡು ಹೋದ ಕಳ್ಳ ನಾಯಿ ಮನೆಯೊಳಕ್ಕೆ ಹೊಕ್ಕಂತೆ ಆತ ಒಳಗೆ ಕಾಲಿಟ್ಟ. ಒಂದು ಕ್ಷಣ ಬಾಗಿಲಲ್ಲಿ ನಿಂತು ಒಳಗಿನಿಂದ ಯಾವುದಾದರೂ ಶಬ್ದ ಕೇಳಿಸುತ್ತದೇನೋ ಅಂತ ಆಲಿಸಿದ. ಸಂಪೂರ್ಣ ನಿಶ್ಶಬ್ದ. ಹಾಲ್‌ನಲ್ಲಿ ಬೆಂಚಿನ ಮೇಲೆ ಹಾಸಿಗೆಯೊಂದನ್ನು ಸುತ್ತಿ ಇಟ್ಟಂತೆ, ಒಂದು ಶರೀರ ಮೈ ಮುದುರಿಕೊಂಡು ಮಲಗಿತ್ತು. ಎರಡು ಹೆಜ್ಜೆ ಮನೆಯೊಳಕ್ಕೆ ನಡೆದ ರಾವುಗಾರು

"ಆಲ್ ಮೇರಾ ಪೈಸಾ ಪಂದಿಕೊಕ್ಕು ಚೋರಿ ಕರೇ!" ಎಂದು ಗಟ್ಟಿಯಾಗೇ (ನನ್ನ ಹಣವನ್ನೆಲ್ಲ ಹೆಗ್ಗಣ ಕಳ್ಳತನ ಮಾಡಿತು) ಗೊಣಗಿದ. "ಗುಡ್ ಆಫ್ಟರ್ ನೂನ್ ಶೆಟ್ಟಿಗಾರೂ!" ಅಂತ ಹಾಸಿಗೆಯಾಕಾರದಲ್ಲಿ ಮಲಗಿದವನಿಗೆ ಹೇಳಿದ. ಆ ಶರೀರ ಕದಲಲಿಲ್ಲ. ಆದರೆ ರಾವುಗಾರು ಮಾತು ಮುಗಿಸಿದ್ದರೋ ಇಲ್ಲವೋ ಒಳಗಿನಿಂದ ಯಾರೋ ಬಾಣ ಬಿಟ್ಟಂತೆ ಬಿರುಸಾಗಿ ನುಗ್ಗಿ ಬಂದ ಅಮ್ಮಣ್ಣಿ,

"ಕಳ್ಳ ಸೂಳೇ ಮಗನೇ, ಎಲ್ಲಿಗೆ ಹೋಗಿ ಬರ್ತಿದೀಯೋ?" ಅಂದವಳೇ ರಾವುಗಾರು ನೆಲಕ್ಕೆ ಬಿದ್ದು ಆತನ ಪೃಷ್ಠ ಪುಡಿಪುಡಿಯಾಗುವಂತೆ ಮೈಮೇಲೆ ಬಿದ್ದಳು.

"ನೋಡ್ರೀ ನೋಡ್ರೀ ಹ್ಯಾಗೆ ಬೈತಾಳೋ? ಆಫೀಸಿನಲ್ಲಿ ಅಷ್ಟು ಗೌರವಯುತವಾಗಿ ಬದುಕಿ ಕಡೆಗೆ ಇವಳ ಕೈಲಿ ಹೀಗೆಲ್ಲ, ಬೈಯಿಸಿಕೊಳ್ಳಬೇಕು. ಏಯ್ ಛಿನಾಲಿ ಮುಂಡೇ ನಿಂಗೆ ಸೊಕ್ಕು ಜಾಸ್ತಿ ಆಯ್ತು ಅಂತ ಕಾಣುತ್ತೆ. ಮೂಳೆ ಮುರಿದು ಬಿಡ್ತೀನಿ!" ಅಂದವರೇ ಎದ್ದು ನಿಂತ ರಾವುಗಾರು ತಾವೇ ಥರಥರನೆ ನಡುಗತೊಡಗಿದರು. ಆಮೇಲೆ, "ನೀವು ಬಿಡಿ ಚಲಂ... ಬಿಡಿ ನನ್ನನ್ನ. ಇವತ್ತು ಇವಳ ತಿಥಿ ಮಾಡ್ತೀನಿ" ಅಂದವರೇ, ನಿಜಕ್ಕೂ ತಮ್ಮನ್ನು ಯಾರೋ ಹಿಡಿದುಕೊಂಡಿದ್ದಾರೇನೋ ಎಂಬಂತೆ ಕೊಸರಿಕೊಳ್ಳತೊಡಗಿದರು. ಯಾಕಾದರೂ ಈ ಮನುಷ್ಯನ ಜೊತೆಗೆ ಮನೆ ತನಕ ಬಂದೆನೋ ಅಂತ ನಾನು ಯೋಚಿಸುತ್ತಿದ್ದರೆ, ಬೆಂಚಿನ ಮೇಲೆ ಮಲಗಿದ ಶರೀರ ಕದಲಲೂ ಇಲ್ಲ. ಬದಲಿಗೆ ಗೊರಕೆ ಆರಂಭಿಸಿತು.

"ನೋಡು ಭಾವಾ ಈ ಲಫಂಗ ಏನು ಮಾಡಿದ್ದಾನೋ? ದಿಂಬಿನ ಕೆಳಗೆ ನಾನಿಟ್ಟುಕೊಂಡಿದ್ದ ಮೂರುಸಾವಿರ್ರುಪಾಯಿ ಕದ್ದುಕೊಂಡು ಹೋಗಿ ಬ್ಯಾಂಕಿನಲ್ಲಿ ತನ್ನ ಹೆಸರಲ್ಲಿಟ್ಟು ಬಂದು ಹ್ಯಾಗೆ ಅಮಾಯಕನ ಹಾಗೆ ವರ್ತಿಸ್ತಾ ಇದ್ದಾನೋ!" ಅಂದಳು ಮಹಾಚಂಡಿಯಂಥ ಅಮ್ಮಣ್ಣಿ.

"ನಾನಾ... ನಾನು ದುಡ್ಡು ಕದ್ದಿದೀನಾ?" ಅಂತ ಅಮಾಯಕನಂತೆ ನಟಿಸಿದ ರಾದರೂ ರಾವುಗಾರು ಅಮ್ಮಣ್ಣಿಯ ಕೈಯಿಂದ ತಪ್ಪಿಸಿಕೊಳ್ಳುವ ಮಾರ್ಗ ತಿಳಿಯದೆ ಥರಗುಟ್ಟತೊಡಗಿದ್ದರು. ಅಮ್ಮಣ್ಣಿ ಅವರ ಎರಡೂ ಮೀಸೆಗಳನ್ನು ಹಿಡಿದು ರಭಸದಿಂದ ಜಗ್ಗಿ ನೆಲಕ್ಕೆ ಕೆಡುವುವರ ಹಾಗೆ ಎಳೆಯುತ್ತಿದ್ದಳು. ಬೇಡಾ, ಆತನ ಅವಸ್ಥೆ. ಜೋರಾಗಿ ಕೂಗಿಕೊಂಡರೆ ರಸ್ತೆಯಲ್ಲಿ ಹೋಗುವವರು ಮನೆಯೊಳಕ್ಕೆ ಬಂದಾರೆಂಬ ಭಯ. "ಎಲ್ಲೋ ನಿನ್ನ ಪಾಸ್‌ಬುಕ್ಕು? ತಾರೋ ಇಲ್ಲಿ?" ಅಂತ ಆರ್ಭಟಿಸುತ್ತಿದ್ದಳು ಅಮ್ಮಣ್ಣಿ. ಆ ಮೂರು ಸಾವಿರ ರುಪಾಯಿ ನಿನಗೆಲ್ಲಿಂದ ಬಂತು ಎಂಬ ಪ್ರಶ್ನೆಯನ್ನು ರಾವುಗಾರು ಧೈರ್ಯ ಮಾಡಿ ಕೇಳಿದರೋ ಇಲ್ಲವೋ, ಅವರ ಮುಖಕ್ಕೆ ಫಟೀರನೆ ಒಂದೇಟು ಬಿಗಿದಳು ಅಮ್ಮಣ್ಣಿ. ಆ ಶಬ್ದಕ್ಕೆ ಬೆಂಚಿನ ಮೇಲೆ ಮಲಗಿದ್ದ ಶರೀರ ಧಡಲ್ಲನೆ ಎದ್ದು ಹೊರಕ್ಕೆ ಓಡಿ ಬಿಟ್ಟಿತು. ಹಿಂದೆಯೇ ನಾನೂ ಓಡಿದೆ.

ಅದೊಂದು ರಾತ್ರಿ ಹತ್ತು ಗಂಟೆ ಸುಮಾರಿಗೆ ನಮ್ಮ ಮನೆಗೆ ಬಂದವಳು, ತನ್ನ ಮನೆಯ ಬಳಿ ದೊಡ್ಡ ಸಮಸ್ಯೆಯಾಗಿದೆಯೆಂದೂ, ನಾನು ಕೂಡಲೇ ಬರಬೇಕೆಂದೂ ಅವಸರಿಸತೊಡಗಿದಳು. ಆಗಲೇ ನಿದ್ರೆ ನನಗೆ. ಹೋಗಲು ಒಲ್ಲೆ ಅಂದೆ. ವೊಯ್ಯಿಯೇ ಬಲವಂತವಾಗಿ ನನ್ನನ್ನು ಎಬ್ಬಿಸಿ ಕಳಿಸಿದಳು.

"ಏನು ಊರೋ ಸುಡುಗಾಡು. ಇಲ್ಲಿ ಚಿಕ್ಕವರು ದೊಡ್ಡವರು ಅನ್ನೋ ವ್ಯತ್ಯಾಸವೇ ಇಲ್ಲವಾ? ನಾಳೆ ರಿಟೈರಾಗಿ ನಾಡಿದ್ದು ಸಾಯೋ ಹಾಗಿದಾನೆ ಆ ಮುನಿಸಿಪಾಲಿಟಿ ಸಿವಿಲ್ ಇಂಜಿನಿಯರು! ಅವನಿಗೂ ನಾನು ಬೇಕಂತೆ. ಊರಲ್ಲಿರೋ ಗಂಡಸರಿಗೆಲ್ಲ ನಾನೇ ಬೇಕಾ?" ದಾರಿಯುದ್ದಕ್ಕೂ ಗೊಣಗುತ್ತಿದ್ದಳು ಅಮ್ಮಣ್ಣಿ. ಒಂದು ಕಡೆ ಕತ್ತಲಲ್ಲಿ ನಿಲ್ಲಿಸಿ ಅವಳನ್ನು ಮನಸಾರೆ ಸಮಾಧಾನಗೊಳಿಸಿದೆ. ಅಲ್ಲಿಂದ ಹೊರಟು ಮನೆ ತಲುಪುವ ಹೊತ್ತಿಗೆ ಮನೆಯೆಂಬುದು ರಣರಂಗ ದಂತಾಗಿತ್ತು. ನನ್ನನ್ನು ನೋಡುತ್ತಿದ್ದಂತೆಯೇ ತಮ್ಮ ಅಸ್ಥಿಪಂಜರದಂತಹ ದೇಹವನ್ನು ಎಬ್ಬಿಸಿ ನಿಲ್ಲಿಸಿದ ರಾವುಗಾರು,

"ಬಂದ್ರಾ? ಬಂದ್ರಾ ಚಲಂ? ದಯವಿಟ್ಟು ಇವಳನ್ನ ಇಲ್ಲಿಂದ ಕರಕೊಂಡು ಹೋಗಿ. ಎಲ್ಲಿಂದ ಗಂಟು ಬಿದ್ಲೋ ನನ್ನ ಜೀವಕ್ಕೆ ಈ ರಾಕ್ಷಸಿ. ಇವಳಿಂದ ನನ್ನನ್ನ ರಕ್ಷಿಸಿ" ಅಂದರು.

"ನಾನೇನೋ ಮಾಡಿದೆ ನಿನ್ನನ್ನಾ? ನೀನು ಹೋಗು ಅಂದಿದ್ದಕ್ಕೆ ತಾನೇ ಅವನ ಹತ್ರಕ್ಕೆ ಹೋಗಿದ್ದು. ದುಡ್ಡೂ ಬೇಕು, ಹೆಂಡ್ತೀನೂ ಬೇಕು ಅಂದ್ರೆ ಎಲ್ಲಿಂದ ಬರ್ತವೆ ಎರಡೂ?" ಅನ್ನುತ್ತಾ, ಅದಕ್ಕೆರಡು ಹಸೀ ಬೈಗುಳ ಬೆರೆಸಿದಳು.

"ಹೋಗು ಅಂದ ಮಾತ್ರಕ್ಕೇ ಇಡೀ ರಾತ್ರಿ ಅಲ್ಲೇ ಬಿದ್ದು ಹೊರಳಾಡೋದಾ?" ಅಂತ ರಾವುಗಾರು ಅಂದರೋ ಇಲ್ಲವೋ ಇಬ್ಬರವೂ ದನಿಗಳು ತಾರಕಕ್ಕೇರಿದವು. ಯಾರು ಏನು ಮಾತಾಡುತ್ತಿದ್ದಾರೋ ಕೇಳಿಸಲೊಲ್ಲದು. ಕಡೆಗೆ,

"ಆಯ್ತು ಹೋಗ್ತೀನಿ. ಅಷ್ಟೇ ತಾನೇ?" ಅಂದಳು ಅಮ್ಮಣ್ಣಿ. ಅಂದವಳೇ ನನ್ನನ್ನೂ ಕರೆದುಕೊಂಡು ಮನೆಯಿಂದ ಹೊರಬಿದ್ದಳು. ಹತ್ತು ಹೆಜ್ಜೆಯೊಂದಿಗೆ ಒಬ್ಬ ಒಂಟೆತ್ತಿನ ಬಂಡಿಯವನು ಮಲಗಿದ್ದ. ಅವನನ್ನು ಎಬ್ಬಿಸಿ ತಂದು ಮನೆಯಿಂದ ಒಂದೊಂದೇ ಸಾಮಾನುಗಳನ್ನು ರಾವುಗಾರು ಬೀಸಿ ಆಚೆಗೆಸೆಯುತ್ತಿದ್ದರೆ, ಅವುಗಳನ್ನು ಒಂದೊಂದಾಗಿ ಚಕ್ಕಡಿಯೊಳಕ್ಕೆ ತುಂಬಿಸಿಕೊಂಡಳು. ರಸ್ತೆಯುದ್ದಕ್ಕೂ ನಿಂತು ಈ ವೈಪರೀತ್ಯವನ್ನು ನೋಡುತ್ತಿದ್ದರು ಜನ. ಕಡೆಗೆ ಎತ್ತಿನ ಬಂಡಿಯಲ್ಲಿ ಸಾಮಾನು, ಅವುಗಳ ಮೇಲೆ ನಾನು-ಅಮ್ಮಣ್ಣಿ. ಬೀದಿಯ ತಿರುವು ದಾಟಿದ ಮೇಲೆ,

"ಈಗೆಲ್ಲಿಗೆ?" ಅಂದೆ.

"ಹೆದರಬ್ಯಾಡ ಭಾವಾ. ನಾನಾಗಲೇ ಮನೆ ನೋಡಿಟ್ಟಿದೀನಿ" ಅಂದವಳು ಎಲ್ಲಿಗೆ ತಲುಪಿಸಬೇಕೆಂಬುದನ್ನು ಬಂಡಿಯವನಿಗೆ ವಿವರಿಸಿದಳು. ಅವತ್ತು ರಾತ್ರಿ ಅವಳನ್ನು ಆ ಮನೆಗೆ ತಲುಪಿಸಿ ನಾನು ಹಿಂತಿರುಗಿದೆ.

"ಹೋಗು ಭಾವಾ ಹೋಗೂ. ಇಲ್ಲೇ ಉಳಿಸಿಕೊಂಡರೆ ಚಿಕ್ಕ ಅಕ್ಕಯ್ಯ ಸುಮ್ಮನೆ ಬಿಟ್ಟಾಳಾ ನನ್ನನ್ನ?" ಅಂತ ನಗುನಗುತ್ತಲೇ ಕಳಿಸಿಕೊಟ್ಟಳು ಅಮ್ಮಣ್ಣಿ.

ಸರಿಯಾಗಿ ಇನ್ನೂ ಬೆಳಕೂ ಹರಿದಿರಲಿಕ್ಕಿಲ್ಲ, ಗೆಳೆಯ ಪಟ್ಟಾಭಿರಾಮಯ್ಯ ನನ್ನನ್ನು ಹುಡುಕಿಕೊಂಡು ಬಂದ.

"ಇದೇನಯ್ಯಾ ಚಲಂ! ಮನೇಲೇ ಇದೀಯ. ನೀನು ಇರಲ್ಲವೇನೋ ಅಂದುಕೊಂಡಿದ್ದೆ. ಅದೇನದು ನಿನ್ನ ಹೊಸ ಗಲಾಟೆ? ಚಲಂ ನನ್ನ ಹೆಂಡತೀನ ಹೊತ್ತುಕೊಂಡು ಹೋದ ಅಂತ ಆ ರಾವುಗಾರು ಮನೆಮನೆಗೂ ಹೋಗಿ ಹೇಳಿ ಬರ್ತಿದಾನೆ. ಎಲ್ಲಿ ಅವಳು? ಇದೇ ಮನೆಯಲ್ಲಿದ್ದಾಳಾ?" ಅಂದ.

ಯಾಕಿದ್ದೀತು ಸಹವಾಸ ಅಂದುಕೊಂಡು ತಿಂಗಳೊಪ್ಪತ್ತು ನಾನು ಆ ಕಡೆಗೇ ಹೋಗಲಿಲ್ಲ. ಆದರೆ ಅವತ್ತು ಹೋಗಲೇ ಬೇಕಾಯಿತು. ನಮ್ಮ ಮನೆಗೆ ಅವನು ಬಂದಿದ್ದ: ಅಮ್ಮಣ್ಣಿಯ ತಮ್ಮ! ನಿಜಕ್ಕೂ ನಡೆಯಲಾಗದ ಸ್ಥಿತಿಯಲ್ಲಿದ್ದ. ಅವನನ್ನು ಅಮ್ಮಣ್ಣಿಯ ಮನೆಗೆ ತಲುಪಿಸಿ ಬರೋಣವೆಂದು ನಾನೂ ಹೋದೆ. ಹೋಗಿ ನೋಡಿದರೆ, ಬಾಗಿಲಲ್ಲೇ ಇದಿರಾದರು ರಾವುಗಾರು!

"ಯಾಕೆ, ಯಾಕೆ ಬಂದೆ?" ಅಂತ ಅಬ್ಬರಿಸುತ್ತ ಕೇಳಿದರು.

"ಅದ್ಸರಿ, ನೀನ್ಯಾಕೆ ಬಂದೆ ಇಲ್ಲಿಗೆ?" ಅಂತ ನಾನೂ ಅಬ್ಬರಿಸಿ ಕೇಳಿದೆ.

"ಯಾಕೆ ಅಂದ್ರೆ... ಇದು ನನ್ನ ಮನೆ!" ಅಂದಿತು ಮೀಸೆ. ಎಲಾ ಇವ್ನಾ ಅಂತ ಅಂದುಕೊಳ್ಳುತ್ತಿದ್ದಂತೆಯೇ,

"ಬಾ ಭಾವಾ ಒಳಕ್ಕೇ... ಅವರ ಮಾತೇನು?" ಅನ್ನುತ್ತ ಒಳಗಿನಿಂದ ಬಂದಳು ಅಮ್ಮಣ್ಣಿ. "ಅವತ್ತು ಹಾಗೆ ರಾತ್ರೋರಾತ್ರಿ ಸಾಮಾನೆಲ್ಲ ಬೀದಿಗೆ ಹಾಕಿ ನನ್ನನ್ನು ಹೊರಕ್ಕೆ ಕಳಿಸಿಬಿಟ್ಟರಲ್ವಾ? ನೀನೇ ಇದ್ದೆಯಲ್ಲ? ನಾನು ಈ ಮನೆಗೆ ಬಂದು ಪೋಲೂರಿನ ಸಬ್‌ರಿಜಿಸ್ಟ್ರಾರ್ ಜೊತೆಯಲ್ಲಿ ಸಂಸಾರವಿಟ್ಟುಕೊಂಡೆ. ಮರುದಿನ ದಿಂದಲೇ ಇವರ ಆಟ ಶುರುವಾಯಿತಲ್ಲ? ಒಂದೊಂದೇ ಸಾಮಾನು ತರೋದು, ಬಾಗಿಲಲ್ಲಿ ನಿಂತು ಅದನ್ನ ಒಳಕ್ಕೆ ಹಾಕಿ ಆಫೀಸಿಗೆ ಹೊರಟು ಹೋಗೋದು. ಮನೆ ಸಾಮಾನು ನೋಡಿದರೆ ಪ್ರತಿನಿತ್ಯ ಬಂದು ಬೀಳುತ್ತಿತ್ತು. ಬಾಗಿಲಲ್ಲಿ ನೋಡಿದರೆ ಯಾರೂ ಇರ್ತಿರಲಿಲ್ಲ. ನಂದೇ ಮನೆಯ ಸಾಮಾನಲ್ಲವಾ? ಗುರುತು ಹಿಡಿದು ಒಳಕ್ಕೆ ತಂದಿಟ್ಟುಕೊಳ್ಳುತ್ತಿದ್ದೆ. ಹತ್ತು ದಿನಗಳಾದ ಮೇಲೆ ಈ ಪುಣ್ಯಾತ್ಮ ಸಾಮಾನೆಲ್ಲ ಬಂದವಾ- ಅಂತ ಕೇಳುತ್ತಾ ಒಳಕ್ಕೆ ಬಂದ. ಅವತ್ತಿನಿಂದ ಹೊರಕ್ಕೇ ಹೋಗಿಲ್ಲ" ಅಂದವಳೇ ಬಿದ್ದೂ ಬಿದ್ದು ನಗತೊಡಗಿದಳು ಅಮ್ಮಣ್ಣಿ. ಹಾಗೆ ಮತ್ತೆ ಶುರುವಾಗಿತ್ತು ಅವರಿಬ್ಬರ ಸಂಸಾರ.

"ಚಲಂಗಾರೂ, ನನಗೆ ಮದುವೆಯಾಗಬೇಕಿದೆ. ಜಾತಿ ಮುಖ್ಯವಲ್ಲ. ತುಂಬ ರೂಪವಂತೆಯೂ ಆಗಬೇಕಿಲ್ಲ. ಓದು, ಇದ್ದರೂ ಆಯ್ತು. ಇರದಿದ್ದರೂ ಆಯ್ತು. ವರದಕ್ಷಿಣೆ ನಿರೀಕ್ಷೆ ಮಾಡೋನಲ್ಲ. ನೀವು ಯಾರನ್ನ ತೋರಿಸಿದರೆ ಅವರನ್ನ ಮದುವೆಯಾಗ್ತೀನಿ" ಅಂದ ಆತ. ಆತನನ್ನು ನಾನು ಯಾವಾಗಲೂ ನೋಡಿರಲಿಲ್ಲ. ಪತ್ರಗಿತ್ರ ಬರೆದವನೂ ಅಲ್ಲ. ಅಂಥವನಿಗೆ ನನ್ನ ಮೇಲೆ ಯಾಕಷ್ಟು ವಿಶ್ವಾಸವೋ?

"ಸರಿ ಎಲ್ಲಾದರೂ ಕನ್ಯೆ ಇದ್ದರೆ ಹೇಳ್ತೀನಿ" ಎಂದು ಅವತ್ತಿನ ಮಟ್ಟಿಗೆ ಸಾಗಹಾಕಿದೆ. ಅದಾದ ಎರಡೇ ದಿನಕ್ಕೆ ಅಮ್ಮಣ್ಣಿಯ ಮನೆಯಲ್ಲಿ ಇಬ್ಬರು ಮೂವರು ಹುಡುಗಿಯರು ಸೇರಿಕೊಂಡಿದ್ದಾರೆಂಬುದು ಗೊತ್ತಾಯಿತು. ಅವರಿಗೆ ಮದುವೆ ಮಾಡುವ ಪ್ರಯತ್ನದಲ್ಲಿ ಅಮ್ಮಣ್ಣಿ ಇದ್ದಾಳೆಂಬುದೂ ಗೊತ್ತಾಯಿತು. ನನ್ನ ಬಳಿಗೆ ಹೆಣ್ಣು ಕೇಳಿಕೊಂಡು ಬಂದ ಮದುಮಗ ಮೈತುಂಬ ಖದ್ದರು ಹಾಕಿಕೊಂಡು ಲಕ್ಷಣವಾಗಿದ್ದ. ಅಪ್ಪಟ ಗಾಂಧೀವಾದಿ. ಸಣ್ಣಗೆ ಮೀಸೆ ಬಿಟ್ಟುಕೊಂಡು ಚೆನ್ನಾಗಿದ್ದ. ಅಮಾಯಕ ಬ್ರಾಹ್ಮಣ ಅಂತ ನೋಡುತ್ತಲೇ ಗೊತ್ತಾಗುತ್ತಿತ್ತು.

"ಬರಲಿ. ತನಗೆ ಇಷ್ಟವಾದ ಹುಡುಗಿಯನ್ನ ಆಯ್ಕೆ ಮಾಡಿಕೊಳ್ಳಲಿ" ಅಂದಳು ಅಮ್ಮಣ್ಣಿ. ಆತ, ಸುದ್ದಿ ಮುಟ್ಟಿಸಿದ ಕೂಡಲೆ ಖುಷಿಯಿಂದ ಸಾಯಂಕಾಲದ ಹೊತ್ತಿಗೆಲ್ಲ ಬಂದು ಬಿಟ್ಟ. ಕನ್ಯೆ ತೋರಿಸಿದ ಶಾಸ್ತ್ರ ಆಯಿತು. ಹೊರಕ್ಕೆ ಬಂದವನೇ ತುಂಬ ಖುಷಿಯಿಂದ,

"ನೋಡಲಿಕ್ಕೆ ಎಲ್ಲರೂ ಚೆನ್ನಾಗಿಯೇ ಇದ್ದಾರೆ ಚಲಂಗಾರೂ. ಆದರೆ ಎಲ್ಲರಿಗಿಂತ ಸ್ವಲ್ಪ ದೊಡ್ಡಾಕೆ ಇದ್ದಾಳಲ್ಲ? ಆಕೆಯಾದರೆ ಬೆಟರು" ಅಂದ.

ನಾನು ಬಿದ್ದುಬಿದ್ದು ನಗತೊಡಗಿದೆ. ಆತ ಬೇಕು ಅಂದದ್ದು ಅಮ್ಮಣ್ಣಿಯನ್ನ! ಮಹರಾಯಾ, ಅವಳು ಮದುವೆಯಾದವಳು ಅಂತ ವಿವರಿಸಿ ಕಡೆಗೆ ಆ ಮನೆಯಲ್ಲಿದ್ದ ಸಾವಿತ್ರಿ ಎಂಬ ಹುಡುಗಿಯನ್ನು ಮದುವೆಯಾಗುವಂತೆ ಆತನನ್ನು ಒಪ್ಪಿಸಿದೆವು. ಆತ ಶಾಲೆಯೊಂದರಲ್ಲಿ ಹಿಂದಿ ಪಂಡಿತ. ಊರಲ್ಲಿ ತುಂಬ ಗೌರವ. ಎಲ್ಲರೂ ಆತನನ್ನು 'ಪಂಡಿತ್ ಜೀ' ಅಂತ ಕರೆಯುತ್ತಿದ್ದರು. ಆತನಿಗೊಂದು ಸ್ವಂತ ಮನೆಯೂ ಇತ್ತು. ಅಂಥವನಿಗೆ ಸಾವಿತ್ರಿಯನ್ನು ಕೊಟ್ಟು ಮದುವೆ ಮಾಡಿ ಕಳಿಸಿದೆವು. ರೈಲಿಗೆ ಕಳಿಸಿ ಬರಲೆಂದು ಹೋದ ನಾನು, ಆತ ಕಂಪಾರ್ಟ್‌ಮೆಂಟಿನಲ್ಲಿ ಕುಳಿತ ಮೇಲೆ,

"ಎಲ್ಲಾ ಸರಿಯಾಗಿ ಆಯಿತಲ್ಲವಾ?" ಅಂತ ಕೇಳಿದೆ.

"ಆಗದೆ ಏನು? ಅದ್ಭುತವಾಗೇ ಆಯಿತು. ಮತ್ತೂ ಒಂದು ಸಮಾಧಾನವೆಂದರೆ, ರಜೆಗಳಲ್ಲಿ ಇಲ್ಲಿಗೆ ಬಂದು ಅತ್ತೆಯವರ ಮನೇಲಿ ಉಳಕೋ ಬಹುದಲ್ಲ?" ಅಂತ ಕೇಳಿಬಿಟ್ಟ.

"ಮಹರಾಯರೇ, ಅದು ನಿಮ್ಮ ಅತ್ತೆಯವರ ಮನೆಯಲ್ಲ. ಸಾವಿತ್ರಿಗೂ ನಮ್ಮ ಅಮ್ಮಣ್ಣಿಗೂ ಸಂಬಂಧವಿಲ್ಲ. ಹಾಗೆಲ್ಲ ರಜೆ ಸಿಕ್ತು ಅಂತ ಬಂದುಗಿಂದೀರಿ. ಅವಳ ಗಂಡನ ಹತ್ರ ರಿವಾಲ್ವರ್ ಇದೆ" ಅಂತ ನಾನು ಅನ್ನುತ್ತಿದ್ದ ಹಾಗೆಯೇ ರೈಲು ಕದಲಿತು.

ಸಾವಿತ್ರಿಯನ್ನು ಕರೆದುಕೊಂಡು ಹೋದ ಮದುಮಗ ಹತ್ತೇ ದಿನಗಳಲ್ಲಿ ಒಂದು ದೊಡ್ಡ ಪತ್ರ ಬರೆದಿದ್ದ. ಸಾವಿತ್ರಿಯ ಮೇಲೆ ಕಂಪ್ಲೇಂಟು. ಸಾವಿತ್ರಿ ಬೀಡಿ ಸೇದುತ್ತಾಳೆ. ಒಂದು ದಿನ ಶಾಲೆಯಿಂದ ಹಿಂತಿರುಗುವ ಹೊತ್ತಿಗೆ ಹಿತ್ತಿಲಲ್ಲಿ ಕುಳಿತು ಬೀಡಿ ಸೇದುತ್ತಿದ್ದಳಂತೆ. 'ಏನೇ ಇದೂ' ಅಂತ ಕೇಳಿದ್ದಕ್ಕೆ "ನಾನು ಯಾವಾಗಲೂ ಸೇದ್ತೀನಿ. ಆದರೆ ನಿಮ್ಮೂರಿನ ಬೀಡಿಗಳು ಚೆನ್ನಾಗಿಲ್ಲ. ನನಗೆ ವಿಜಯವಾಡದಿಂದ ತರಿಸಿಕೊಡಿ" ಅಂದಳಂತೆ. ಆಯ್ತು, ಅದೇನು ಸೇದ್ತೀಯೋ ಮನೆಯೊಳಗೆ ಬಾಗಿಲು ಹಾಕ್ಕೊಂಡು ಸೇದು ಅಂದದ್ದಕ್ಕೆ ಬಾಯಿಗೆ ಸಿಕ್ಕ ಬೈಗುಳ ಬೈತಾಳೆ. ನಾನೇನು ಮಾಡಲಿ ಚಲಂಗಾರು ಅಂತ ಇಷ್ಟುದ್ದ ಬರೆದಿದ್ದ.

ಸಂಜೆ ಹೊತ್ತಿಗಾಗಲೇ ಸಾವಿತ್ರಿ ಅಮ್ಮಣ್ಣಿಯ ಮನೆಗೆ ಹಿಂತಿರುಗಿದ್ದಳು. ನಾನು ಹೋದಾಗ ಹಿತ್ತಿಲಲ್ಲಿ ಬಾವಿ ಕಟ್ಟೆಯ ಮೇಲೆ ಕುಳಿತು ಬೀಡಿ ಎಳೆಯುತ್ತಾ ಅಮ್ಮಣ್ಣಿ ಯೊಂದಿಗೆ ಪರಮ ಚಂಡಾಲ ಭಾಷೆಯಲ್ಲಿ ಗಂಡನನ್ನು ಬಯ್ಯುತ್ತಿದ್ದಾಳೆ "ನೋಡಕ್ಕ ಹಂಗೆ ಹೆಣ ಇದ್ದಹಾಗಿದ್ದಾನಷ್ಟೆ. ಸಿಟ್ಟು ಬಂದರೆ ದನಕ್ಕೆ ಬಡಿಯೋಹಾಗೆ ಬಡೀತಾನೆ ಹಾಳು ಸೂಳೇ ಮಗ!" ಅಂದಳು. ಅವಳಿಗಿನ್ನು ಬುದ್ಧಿ ಹೇಳಿ ಪ್ರಯೋಜನವಿಲ್ಲ ಅನ್ನಿಸಿ ತೆಪ್ಪಗೆ ಹಿಂತಿರುಗಿದೆ.

ಮನೆಯ ಬಾಗಿಲಲ್ಲೇ ಕುಳಿತಿದ್ದನಲ್ಲ ಪಂಡಿತ್ ಜೀ?

"ಅಯ್ಯಾ ಸತ್ಯ ಹರಿಶ್ಚಂದ್ರನೇ, ಮದುವೆ ಮಾಡು ಅಂತ ನೀನು ದುಂಬಾಲು ಬಿದ್ದುದಕ್ಕೆ ನಾನು ಮಾಡಿಕೊಟ್ಟೆ. ಇದಕ್ಕಿಂತ ಹೆಚ್ಚಿನದೇನನ್ನೂ ಮಾಡಲಾರೆ. ನನ್ನ ಕೈ ಬಿಡು ಇಲ್ಲಿಗೆ" ಅಂದೆ.

"ಎನ್ನಾರ್, ನೀವೂ ನನ್ನ ಕೈಬಿಟ್ಟರೆ ಗತಿ ಏನು? ನಿಮ್ಮ ಪುಸ್ತಕಗಳನ್ನ ಓದಿ, ನಿಮ್ಮ ಬಗ್ಗೆ ಕೇಳಿ ನಿಮ್ಮ ಮೇಲೆ ಎಷ್ಟೋ ನಂಬಿಕೆಯಿಟ್ಟುಕೊಂಡು ಇಲ್ಲೀ ತನಕ ಬಂದೆ. ನೀವೇ ಕೈ ಬಿಟ್ಟರೆ ಎಲ್ಲಿಗೆ ಹೋಗಲಿ?" ಅಂದ.

ನನಗೆ ಅಯ್ಯೋ ಅನ್ನಿಸಿತು.

ಸರಿ, ಕೆಲವು ದಿನ ಮನೆಯಲ್ಲಿಟ್ಟುಕೊಂಡೆ. ಅದೊಂದು ದಿನ ಮನೆಗೆ ಅಮ್ಮಣ್ಣಿ ಬಂದಳು.

"ನಿನ್ನ ಅಳಿಯದೇವರಿಗೆ ಇನ್ನೊಂದು ಕನ್ಯೆ ಬೇಕಂತೆ ನೋಡು" ಅಂದೆ. "ಈ ದರಿದ್ರದವನು ತಕ್ಕಡಿಯಲ್ಲಿಟ್ಟು ತೂಗಿದರೂ ಹತ್ತು ಸಾವಿರಕ್ಕೆ ಬಾಳೋದಿಲ್ಲ. ಇವನಿಗೆ ಸಾವಿತ್ರಿಯೇ ದುಬಾರಿ. ಇನ್ನೊಬ್ಬಳನ್ನ ಎಲ್ಲಿಂದ ತರಲಿ?" ಅಂದವಳೇ ಕೈ ಕೊಡವಿಕೊಂಡು ಎದ್ದು ಹೋದಳು. ಹರಿಶ್ಚಂದ್ರ ಸ್ವರೂಪಿ ಮದುಮಗ ಅಳು ಮುಖವಿಟ್ಟುಕೊಂಡೇ ಹತ್ತು ದಿನಗಳ ತನಕ ನಮ್ಮ ಮನೆಯಲ್ಲಿದ್ದ. ಹ್ಯಾಗಾದರೂ

ಮಾಡಿ ನನ್ನನ್ನು ಮನೆವಂದಿಗನನ್ನಾಗಿ ಮಾಡಿ ಅಂತ ವಿನಂತಿಸುತ್ತಲೇ ಇದ್ದ.

ಅದೊಂದು ಬೆಳಗ್ಗೆ ಎದ್ದು ನೋಡುವ ಹೊತ್ತಿಗೆ ಮನೆಯಲ್ಲಿ ಸತ್ಯಹರಿಶ್ಚಂದ್ರನೂ ಇಲ್ಲ. ಆತನ ಸಾಮಾನುಗಳೂ ಇಲ್ಲ. ಆತನಕ ನಮ್ಮ ಮನೆಯಲ್ಲಿ ಆಶ್ರಯ ಪಡೆದಿದ್ದ ರಾಜಮ್ಮ ಕೂಡ ನಾಪತ್ತೆಯಾಗಿದ್ದಳು!

"ಇಂಥ ರೇಖೆಯನ್ನ ಎಲ್ಲೋ ನೋಡಿದ ಹಾಗಿದೆ. Mostly, ಬಳ್ಳಾರಿಯಲ್ಲಿ. ಹ್ಞಾಂ, ಬಳ್ಳಾರಿಯಲ್ಲಿ ಒಬ್ಬಾಕೆ ಇದ್ದಾಳೆ. ಯಾರಿಂದಲೋ influence ಆದ ಒಂದು ರೇಖೆ ನಿಮ್ಮ ಕೈಯಲ್ಲಿದೆ ಅಂತ ಆಕೆಗೆ ಹೇಳಿದ್ದೆ. ಈಗ ನಿಮ್ಮ ಕೈ ನೋಡಿದ ಮೇಲೆ ಅದು ನೀವೇ ಅನ್ನಿಸ್ತಿದೆ. ನಿಮ್ಮಿಂದಲೇ ಆಕೆ ತುಂಬ influence ಆಗಿರಬೇಕು" ಅಂದರು palmist ದಕ್ಷಿಣಾಮೂರ್ತಿ.

"ಬಳ್ಳಾರಿಯಲ್ಲಾ? ಬಳ್ಳಾರಿಯಲ್ಲಿ ನನಗ್ಯಾರೂ ಗೊತ್ತಿಲ್ಲವಲ್ಲಾ? ಬಹುಶಃ ನನ್ನ ಪುಸ್ತಕಗಳನ್ನ ಓದಿ influence ಆಗಿರಬೇಕು" ಅಂದೆ.

"ಓ... ನೀವು ಪುಸ್ತಕ ಬರೀತೀರಾ? ಈ ಪ್ರಪಂಚದಲ್ಲಿ ಇಷ್ಟು ಪರಿತಪಿಸೋಂಥಾದ್ದು ಏನು ಮಾಡಿರಬಹುದಪ್ಪಾ ನೀವೂ ಅಂತ ಯೋಚನೆ ಮಾಡುತ್ತಿದ್ದೆ. ನೋಡಿ, ನೀವ್ಯಾರೋ ಗೊತ್ತಿಲ್ಲ ನನಗೆ. ಆದರೆ ಜನ್ಮಪರ್ಯಂತ ಅಪವಾದ, ದ್ವೇಷ, ನಿಂದನೆ ಅನುಭವಿಸುತ್ತೀರಿ. ಈ ಪರಿ ಯಾಕೆ ನರಳ್ತೀರಿ ಅಂತ ಯೋಚನೆ ಮಾಡ್ತಾ ಇದ್ದೆ. ನೀವೇ ಹೇಳಿಬಿಟ್ರಲ್ಲ? ಪುಸ್ತಕ ಬರೀತೀನಿ ಅಂತ!" ಅಂದರಾತ. ಅದ್ಯಾರಿರಬಹುದು, ನನ್ನಿಂದ ಪ್ರಭಾವಿತಳಾಗಿರುವಾಕೆ ಎಂಬ ಕ್ಯೂರಿಯಾಸಿಟಿ ನನ್ನಲ್ಲಿ ಜಾಸ್ತಿಯಾಯಿತು. ಅದಾದ ಕೆಲವು ದಿನಗಳಿಗೆ ಚಿಕ್ಕಿ ಬಳ್ಳಾರಿಯಿಂದ ಬಂದಳು. ಆಕೆ ಬಳ್ಳಾರಿಗೆ ಹೋದದ್ದೂ ನನಗೆ ಗೊತ್ತಿರಲಿಲ್ಲ. ಅಲ್ಲಿಂದ ಬಂದ ಸಂಗತಿಯೂ ಗೊತ್ತಿರಲಿಲ್ಲ. ಊರಿಗೆ ಬಂದವಳೇ ಚಿಕ್ಕಿ palmist ದಕ್ಷಿಣಾ ಮೂರ್ತಿಗೆ ಹೇಳಿಕಳಿಸಿದಳು. ತಕ್ಷಣ ದಕ್ಷಿಣಾ ಮೂರ್ತಿ ನನ್ನನ್ನು ಸಂಪರ್ಕಿಸಿ,

"ಹ್ಞಾಂ, ಈಕೆಯೇ ನೋಡಿ ನಂಗೆ ಬಳ್ಳಾರಿಯಲ್ಲಿ ಪರಿಚಯವಾಗಿದ್ದು" ಅಂದ. ಚಿಕ್ಕಿ ನನ್ನ ತಮ್ಮನ ಹೆಂಡತಿ. ಮಕ್ಕಳೆಲ್ಲ ಚಿಕ್ಕಿ ಚಿಕ್ಕಿ ಅನ್ನುತ್ತಿದ್ದರೆ, ನಾವೂ ಆಕೆಯನ್ನು ಅದೇ ಹೆಸರಲ್ಲಿ ಕರೆಯತೊಡಗಿದ್ದೆವು. ನನ್ನ ತಮ್ಮನನ್ನು ನೋಡಿದರೆ ನನಗೆ ತುಂಬ ಪ್ರೀತಿ. ತುಂಬ ಒಳ್ಳೆಯ ಮನುಷ್ಯ: ನಿಷ್ಕಲ್ಮಶ. ಆತನನ್ನು ಈ ಲೋಕ ತುಂಬ

ಕ್ರೂರವಾಗಿ treat ಮಾಡಿತು. ಅಂಥವನ ಹೆಂಡತಿ ಚಿಕ್ಕಿ. ಅವಳು ನನ್ನ ತಮ್ಮನ ಹೆಂಡತಿಯಾದುದು ನನ್ನ ತಮ್ಮನ ಅತಿದೊಡ್ಡ ಅದೃಷ್ಟವೂ ಹೌದು. ಅತಿದೊಡ್ಡ ದುರದೃಷ್ಟವೂ ಹೌದು. ಆಕೆಯಿಂದಾಗಿ ನನ್ನ ತಮ್ಮ ತುಂಬ ಅವಮಾನ, ತುಂಬ ಕುದಿ ಅನುಭವಿಸಿದ. "ಹೋಗಲಿ ಬಿಡು, ಅವಳ ಪಾಡಿಗೆ" ಅನ್ನುತ್ತಿದ್ದೆನಾದರೂ 'ಹೋಗಲು ಬಿಡು'ವುದು ಎಂಥ ಕಷ್ಟದ ಕೆಲಸ ಅಂತ ನನಗೆ ಗೊತ್ತಿತ್ತು. ಅದೊಂದು ಸಲ ನಾನು ತೆನಾಲಿಗೆ ಹೋಗಿದ್ದೆ.

ಹುಣ್ಣಿಮೆಯ ರಾತ್ರಿ ನಾನು ಮತ್ತು ವೊಯ್ಯಿ ಕಂಪೋಂಡಿಗೆ ಆನಿಕೊಂಡು ನಿಂತು ತುಂಬು ಚಂದಿರನನ್ನು ನೋಡುತ್ತಿದ್ದೆವು. ಒಳಗಿನಿಂದ ಬಂದ ಚಿಕ್ಕಿ ನನ್ನ ಭುಜಕ್ಕೆ ಒರಗಿಕೊಂಡು ನಿಂತಳು. ವೊಯ್ಯಿಗೆ ಸಂಜ್ಞೆ ಮಾಡಿ 'ಇದೇನಿದು?' ಎಂಬಂತೆ ನೋಡಿದೆ, 'ಅದು ಅಷ್ಟೇ ಬಿಡು' ಎಂಬಂತೆ ತಲೆಯಾಡಿಸಿ ಸುಮ್ಮನಾದಳು ವೊಯ್ಯಿ. ಮಾರನೆಯ ದಿನವೇ ನಾನು ಏಲೂರಿಗೆ ಹೊರಟು ಹೋದೆ. ಆದರೆ ಭುಜದ ತಿರುವಿನಲ್ಲಿನ್ನೂ ಚಿಕ್ಕಿಯ ಸ್ಪರ್ಶ ಅಟಕಿಕೊಂಡಂತೆಯೇ ಇತ್ತು. ಅದರ ಮರುದಿನ ಚಿಕ್ಕಿ ನನಗೆ ಅರಮರ್ಧ ಪ್ರೇಮ ಪತ್ರ ಬರೆದಿದ್ದಳು. ನಾನು ಅದಕ್ಕೆ ಉತ್ತರ ಬರೆದಿದ್ದೆ: ಸಂಪೂರ್ಣ ಪ್ರೇಮ ಪತ್ರ. ಆ ದಿನಗಳಲ್ಲಿ ತೆಲುಗು ದೇಶವನ್ನು ತಮ್ಮ ಸೌಂದರ್ಯದ ಮೂಲಕ ಆಳಿದ ಇಬ್ಬರು ಸ್ತ್ರೀಯರಲ್ಲಿ ಚಿಕ್ಕಿ ಒಬ್ಬಳು. ಇನ್ನೊಬ್ಬಳು: ರತ್ನಂ.

ನನಗೆ ಗುಂಟೂರಿಗೆ ವರ್ಗಾ ಆಯಿತು. ತೆನಾಲಿಯಲ್ಲಿ ಮನೆ. ಮನೆಯ ಪಕ್ಕದ ಪೋರ್ಷನ್ನಿನಲ್ಲಿ ನನ್ನ ತಮ್ಮ ಇರುತ್ತಿದ್ದ. ಜೊತೆಯಲ್ಲೇ ಚಿಕ್ಕಿ. ಆದರೆ ಅವರು ನಮ್ಮೊಂದಿಗೆ ಮಾತನಾಡುತ್ತಿರಲಿಲ್ಲ, ವಿನಾಕಾರಣ. ಯಾರ ಮೇಲೂ ಅಪಾದನೆ ಹೊರಿಸುವುದು ನನ್ನಿಂದ ಆಗದ ಕೆಲಸ. ಅದರಲ್ಲೂ ಸ್ತ್ರೀಯರ ಮೇಲೆ. ಅವತ್ತಿಗೆ ಚಿಕ್ಕಿಯ ಪಾಲಿನ golden days. ತೆಲುಗಿನ ಶ್ರೇಷ್ಠ ಕವಿ ಕೃಷ್ಣಶಾಸ್ತ್ರಿ ಅವರೊಂದಿಗೆ ಇರುತ್ತಿದ್ದ. ಆತ ಯಾವ ಊರಿನಲ್ಲಿದ್ದರೂ ಆ ಊರಿನ ಕವಿ-ಸಾಹಿತಿಗಳು, ನಟರು, ನರ್ತಕಿಯರು ಆತನ ಸುತ್ತ ಸೇರುತ್ತಿದ್ದರು. ನಾನು ತೆನಾಲಿಗೆ ಹೋಗಿ ನೋಡುವ ಹೊತ್ತಿಗೆ ಕವಿ-ಸಾಹಿತಿ-ಕಲಾವಿದರೆಲ್ಲ ಚಿಕ್ಕಿಯ ಪಾದ ಪದ್ಮಗಳ ಸುತ್ತ ನೆರೆದಿದ್ದರು, ಆರಾಧನಾಪೂರ್ವಕವಾಗಿ. ನಾಟಕ ಪ್ರದರ್ಶನಗಳಿಗೆ ಆಕೆಗೆ ಆಮಂತ್ರಣವಿರುತ್ತಿತ್ತು. ಕೆಲವರು ತಮ್ಮ ಪುಸ್ತಕಗಳನ್ನು ಆಕೆಗೆ ಅರ್ಪಿಸುತ್ತಿದ್ದರು. ಕೃಷ್ಣಶಾಸ್ತ್ರಿ ಆ ದಿನಗಳಲ್ಲೇ 'ಊರ್ವಶಿ' ಎಂಬ ಖಂಡ ಕಾವ್ಯ ಬರೆದರು. ಕಾವ್ಯವೇನೋ ಅದ್ಭುತವಾಗಿತ್ತು. ಆದರೆ

ಅದರಲ್ಲಿ ಆತ್ಮ ಇರಲಿಲ್ಲ. ಬಾಯಿಬಿಟ್ಟು ಹೇಳಿಬಿಟ್ಟರೆ ಏನೋ ಹೊರಬೀಳಲಿದೆ ರಹಸ್ಯ ಎಂಬ ಅಳುಕಿಟ್ಟುಕೊಂಡೇ ಬರೆದಂತಿತ್ತು. "ಇಲ್ಲ ಇಲ್ಲ. ಇದನ್ನೊಂದು ಮಹಾನ್ emotional stressನಲ್ಲಿ ಊಟ ತಿಂಡಿ ನಿದ್ರೆ ಬಿಟ್ಟು ಬರೆದಿದ್ದೇನೆ" ಅಂತ ವಾದಿಸುತ್ತಿದ್ದರು ಕೃಷ್ಣಶಾಸ್ತ್ರಿ. ನನ್ನ ಮಾತಿನಿಂದ ಅವರಿಗೆ ನಿರಾಸೆಯಾಗಿತ್ತು.

ಈ ಮಧ್ಯೆ ನನಗೆ ವರ್ಗಾ ಆಗಿ ತೆನಾಲಿಯಿಂದ ಹೊರಟು ಹೋದೆ. ಆಮೇಲೆ ನನ್ನ ತಮ್ಮ, ಕೃಷ್ಣಶಾಸ್ತ್ರಿ ಮತ್ತು ಚಿಕ್ಕಿ ತಾವು ಪ್ರಾರಂಭಿಸಿದ 'ಕಾವ್ಯಮಾಲ' ಪ್ರಕಟಣೆಗಾಗಿ ಆಂಧ್ರದಾದ್ಯಂತ ಪರ್ಯಟಿಸಿದರು. ಅದು ಮುಗಿಯುತ್ತಿದ್ದಂತೆಯೇ, ಬಳ್ಳಾರಿಯ ರಾಘವಾಚಾರ್ಯರೊಂದಿಗೆ ಸೇರಿ ಚಿಕ್ಕಿ ನಾಟಕಗಳಲ್ಲಿ ಅಭಿನಯಿಸ ತೊಡಗಿದಳು. ಹಾಗೆ ಸ್ತ್ರೀಯರನ್ನು ನಾಟಕದ ವೇದಿಕೆಗೆ ರಾಘವಾಚಾರ್ಯರು ತರುವುದು ಯಾರಿಗೂ ಇಷ್ಟವಿರಲಿಲ್ಲ. ಆದರೆ ಜನರ ಪ್ರತಿರೋಧವನ್ನು ತಮ್ಮ ನಟನಾ ಚಾತುರ್ಯ, ಪ್ರತಿಭೆಗಳ ಮೂಲಕ ಸದೆಬಡಿದು ಬಿಟ್ಟಿದ್ದರು ರಾಘವ. ಅವರೊಂದಿಗೆ ಸೇರಿ ಆಂಧ್ರದ ಉದ್ದಗಲ ತಿರುಗಿದಳು ಚಿಕ್ಕಿ. ಆಕೆಯ ಪಾಲಿನ ಮಹೋನ್ನತ ದಿನಗಳವು. ರಾಘವಾಚಾರ್ಯರು ಮಹಾನ್ ನಟ. ಮೇಲಾಗಿ ಸ್ನೇಹ ಜೀವಿ. ಅವರಿಗೆ ರಾಜ್ಯಾದ್ಯಂತ ಸ್ನೇಹಿತರಿದ್ದರು. ರಾಘವರಿಂದಾಗಿ ನಟನಾ ಕೌಶಲ್ಯ ವನ್ನಷ್ಟೇ ಅಲ್ಲ: ಸಂಸ್ಕಾರವನ್ನೂ ದಕ್ಕಿಸಿಕೊಂಡವಳು ಚಿಕ್ಕಿ. ಆಕೆಯ ಮೂಲಕ ನನ್ನನ್ನು ಪರಿಚಯ ಮಾಡಿಕೊಳ್ಳಬೇಕಾಗಿ ಬಂತು ರಾಘವರಿಗೆ. ಅವರೊಂದಿಗೆ ಸುತ್ತುವಾಗ ವಿಜಯವಾಡಕ್ಕೆ ಬಂದರೆ ಎರಡು ದಿನದ ಮಟ್ಟಿಗಾದರೂ ನನ್ನಲ್ಲಿಗೆ ಬರುತ್ತಿದ್ದಳು. ಚಿಕ್ಕಿ ಬಂದಳೆಂದರೆ ಮನೆ ಮಂದಿಗೆಲ್ಲ ಹಬ್ಬ.

ಮಧ್ಯರಾತ್ರಿಯಾಯಿತೆಂದರೆ ಎದ್ದು ಬಂದು ನನ್ನ ಮಡಿಲು ಸೇರುತ್ತಿದ್ದಳು. ತನ್ನ ಸಂಕಟಗಳನ್ನೆಲ್ಲ ಹೇಳಿಕೊಳ್ಳುತ್ತಿದ್ದಳು. ಎಷ್ಟಾದರೂ ಅವಳ ಗಂಡ ನನಗೆ ಅತ್ಯಂತ ಪ್ರೀತಿಪಾತ್ರನಾದ ತಮ್ಮ. ಆದರೆ ನನ್ನನ್ನು ಅಡ್ಡವಾಗಿರಿಸಿಕೊಂಡು, ಚಿಕ್ಕಿ ತನಗೆ ಬೇಕಾದ ಆಟಗಳನ್ನೆಲ್ಲ ಆಡುತ್ತಿದ್ದಾಳೆ ಎಂಬುದು ತಮ್ಮನ ತಕರಾರು. ಆದರೆ ನನ್ನೆಡೆಗೆ ಕೈ ಚಾಚಿದ ಹೆಂಗಸನ್ನು ಹೇಗೆ ಬೇಡವೆನ್ನಬೇಕೆಂಬುದು ನನಗೆ ತಿಳಿಯದು. ಚಿಕ್ಕಿ ಮನೆಗೆ ಬಂದು ಇರಕೂಡದು ಅಂತ ರಂಗನಾಯಕಮ್ಮಗಾರು ತಕರಾರು ತೆಗೆಯುತ್ತಿದ್ದರು. ಕೆಲವು ಸಲ ರಾತ್ರಿ ಇರಲಿಕ್ಕೆ ಜಾಗ ಸಿಗದೆ ನಾವಿಬ್ಬರೂ ಪಡಿಪಾಟಲು ಪಡುತ್ತಿದ್ದೆವು.

ಕ್ರಮೇಣ ಚಿಕ್ಕಿಯ ಮಕ್ಕಳು ದೊಡ್ಡವರಾದರು. ರಾಘವಾಚಾರ್ಯರಿಗೆ ವಯಸ್ಸಾಯಿತು. ಈಕೆ ಎಲ್ಲಿ ತಿರುಗಿದರೂ, ಯಾರೊಂದಿಗಿದ್ದರೂ, ತನ್ನನ್ನು ಎಷ್ಟು ದಿನ ಬಿಟ್ಟಿದ್ದರೂ ಆಕೆಯನ್ನು ಮತ್ತೆ ಸ್ವೀಕರಿಸುವ ಔದಾರ್ಯ ನನ್ನ ತಮ್ಮನದು.

ಅದಕ್ಕಾಗಿ ನನ್ನ ತಮ್ಮನನ್ನು ನಾನು ತುಂಬ ಗೌರವಿಸುತ್ತಿದ್ದೆ. ನಾನು ಗಮನಿಸಿದ ಮತ್ತೊಂದು ಸಂಗತಿಯೆಂದರೆ, ಸ್ವೇಚ್ಛಾ ಜೀವನ ನಡೆಸಿದ ಸ್ತ್ರೀಯರು ಒಂದು ವಯಸ್ಸಿಗೆ ಬರುತ್ತಿದ್ದಂತೆಯೇ ಮತ್ತೆ ಮರ್ಯಾದಸ್ತ ಬದುಕಿಗೆ ಹಿಂತಿರುಗಲು ವಿಶ್ವ ಪ್ರಯತ್ನ ಮಾಡುತ್ತಾರೆ. ಮದುವೆಯಾಗದೆ ತುಂಬ ವರ್ಷ ಅಲ್ಲಿಲ್ಲಿ ಅಲೆಯುತ್ತ ಕಳೆದ ಸ್ತ್ರೀಯರು ಅದಷ್ಟು ಬೇಗ ಮದುವೆಯ ಚೌಕಟ್ಟಿನೊಳಕ್ಕೆ ಸೇರಲು ಚಡಪಡಿಸುತ್ತಾರೆ.

ಚಿಕ್ಕಿಯ ಮಗ ದೊಡ್ಡವನಾಗಿದ್ದ. ನನ್ನ ತಮ್ಮನ ಔದಾರ್ಯ ಮತ್ತು ಚಿಕ್ಕಿಯ ಆಕರ್ಷಣೆಯಿಂದಾಗಿ ಮತ್ತೆ ಕವಿ ಪುಂಗವರು ಆಕೆಯ ಸುತ್ತ ಸೇರತೊಡಗಿದ್ದರು. ಮೊದಲನೆಯ ವಿಧವಾ ವಿವಾಹ ಮಾಡಿಕೊಂಡ ಹೆಣ್ಣುಮಗಳೊಬ್ಬಾಕೆಯ ಮಗಳು ನಮ್ಮ ಚಿಕ್ಕಿ. ಆಕೆಯ ಹೆಸರು ಚರಿತ್ರೆ ಸುಪ್ರಸಿದ್ಧ. ಮೇಲಾಗಿ ಆಕೆಯ ಕುಟುಂಬದ ಮೇಲೆ ಚಲಂ influence ಇತ್ತು ಅಂತ ಅಂದುಕೊಳ್ಳುತ್ತಿದ್ದರು ಜನ. ಇದೆಲ್ಲದ ರಿಂದಾಗಿ ಆದ ಅಪಕಾರವೆಂದರೆ, ಚಿಕ್ಕಿಯ ಮಗಳಿಗೆ ಮದುವೆಯಾಗದಾಯಿತು. ಆ ದಿನಗಳಲ್ಲಿ ನಾನು ಕೂಡ ಲೀಲಾ ಅವರ ಅಧಿಕಾರಕ್ಕೆ ಸಿಕ್ಕು, ಅಸಲು ಮನುಷ್ಯನೇ ಅಲ್ಲವೆಂಬಂತೆ ಬದುಕುತ್ತಿದ್ದೆ. ಹೀಗಾಗಿ ಕ್ರಮೇಣ ಚಿಕ್ಕಿ ನನ್ನಿಂದ ದೂರವಾದಳು. ಕಡೆಗೂ ಅವಳ ಮಗಳ ಮದುವೆಯಾಯಿತು. ಅಳಿಯನಿಗೆ ಚಲಂ influence ಅಂದರೇನೇ ಆಗದು. ಹೇಗಾದರೂ ಅವರನ್ನು ಚಲಂನಿಂದ ದೂರಮಾಡಿ, ಮರ್ಯಾದಸ್ಥರನ್ನಾಗಿ ಮಾಡಬೇಕೆಂದು ಪ್ರಯತ್ನಿಸಿದ. ಆತ ಕೂಡ ಅವರ ಮನೆಯಲ್ಲೇ ಇರುತ್ತಿದ್ದನಾದ್ದರಿಂದ, ಆ ಮನೆಯಲ್ಲಿ ಚಲಂನ ಹೆಸರೆತ್ತ ಬಾರದು ಅಂತ ಶಾಸನ ಮಾಡಿದ.

ದುರಂತವೆಂದರೆ ಆ ಮನೆಯಲ್ಲಿ ಚಿಕ್ಕಿಯ ಹೆಸರೇ ಅವಮರ್ಯಾದೆಯ ಸಂಕೇತವಾಗಿ ಹೋಯಿತು. ಆಕೆ ಮಾಡಿದ ಕೆಲಸಗಳನ್ನು ತೆಲುಗು ಸಮಾಜ ಮರೆತರೆ ಸಾಕು ಅಂತ ನೋಡಿದರು. ಆಕೆಯ ಮಕ್ಕಳೆಂದು ಹೇಳಿಕೊಳ್ಳಲು ಆಕೆಯ ಮಕ್ಕಳೇ ನಾಚಿಕೊಂಡರು. ಒಂದು ಕಡೆ ಚಲಂ ದೂರವಾದ. ತನ್ನ ಕುಟುಂಬ ತನ್ನನ್ನು ದ್ವೇಷಿಸಿತು. ಮಗ ದುಡಿಯತೊಡಗಿದ. ಹೀಗೆ ಎಲ್ಲ ಕಡೆಯಿಂದಲೂ ಆಪತ್ತಿಗೆ ಸಿಕ್ಕಳು ಚಿಕ್ಕಿ. ಬಾಯಿ ಬಿಡದಂತೆ ಅಳಿಯನ ಕಟ್ಟಾಜ್ಞೆಯಾಗಿತ್ತು. ಇದೆಲ್ಲದರ ಮಧ್ಯೆ ಚಿಕ್ಕಿಯ ಮಗನಿಗೂ ಒಬ್ಬ ಸಿನೆಮಾ ತಾರೆಗೂ scandal ಶುರುವಾಯಿತು. ಅಲ್ಲಿಗೆ ಭಯಂಕರ ಹೊಡೆತ ತಿಂದ ಆ ಕುಟುಂಬ ಕಳ್ಳ ಮರ್ಯಾದೆಗಳಿಂದ, ಅಳಿಯನ ಹಿಡಿತದಿಂದ ಸ್ವಲ್ಪ ಮಟ್ಟಿಗೆ ದೂರವಾಯಿತು.

ಚಿಕ್ಕಿ ಮುಂದೆಂದೋ ತನ್ನ ಮರ್ಯಾದಾ ವಿಷ ವಲಯದಿಂದ ತಲೆ ಎತ್ತಿ

ಚಲಂಗೋಸ್ಕರ ಹುಡುಕಿಕೊಳ್ಳುವ ಹೊತ್ತಿಗೆ ಚಲಂ ಅರುಣಾಚಲಕ್ಕೆ ಬಂದುಬಿಟ್ಟಿದ್ದ. 'ಚಲಂ ಎಲ್ಲಿ? ಅಂತ ಜೀವನವಿಡೀ ಚಿಕ್ಕಿಗೆ ಹುಡುಕಿಕೊಳ್ಳುವುದೇ ಆಯಿತು. ಬಂದು ನೋಡುವ ಹೊತ್ತಿಗೆ ನಮ್ಮ ಮನೆ ಆಶ್ರಮದಂತಾಗಿತ್ತು. ಇದ್ದ ರಸಿಕತೆಯೆಲ್ಲ ಹೋಗಿ, ನಾನು ಸನ್ಯಾಸಿಯಂತಾಗಿದ್ದೆ. ಅವತ್ತಿಗಾಗಲೇ ಸಾರಿಸ್‌ಗೆ ಈಶ್ವರ ಪ್ರತ್ಯಕ್ಷನಾಗಿದ್ದ. ಅವಳ ಮೂಲಕ ಬರುತ್ತಿದ್ದ ಈಶ್ವರ ವಾಣಿಗೆ ನಾವೆಲ್ಲರೂ ಅಧೀನರಾಗಿದ್ದೆವು. ಅದನ್ನೆಲ್ಲ ಚಿಕ್ಕಿ ಪೂರ್ತಿಯಾಗಿ ವಿರೋಧಿಸಿದಳು. ಮದರಾಸಿಗೆ ಹೋಗಿ ನಮಗೆಲ್ಲ ಹುಚ್ಚು ಹಿಡಿದಿದೆಯೆಂದು ಪ್ರಚಾರ ಮಾಡಿದಳು.

ಸಿನೆಮಾ ತಾರೆ(ಸಾವುಕಾರ್ ಜಾನಕಿ)ಯೊಂದಿಗಿನ scandalನಿಂದಾಗಿ ಮಗ ಏನಾಗಿ ಹೋಗುತ್ತಾನೋ ಎಂಬ ಭಯಕ್ಕೆ ಬಿದ್ದಳು ಚಿಕ್ಕಿ. ಅಳಿಯಂದಿರು, ಮಕ್ಕಳು, ಸೊಸೆಯಂದಿರು-ಎಲ್ಲರಿಗೂ ಅಗ್ಗವಾದಳು. ಯಾವ ಅಪವಾದಕ್ಕೂ, ಮಾಲಿನ್ಯಕ್ಕೂ ಹೆದರದೆ ಆಕೆಯನ್ನು ಪ್ರೇಮಮಯಿಯನ್ನಾಗಿ, ಒಬ್ಬ artist ಆಗಿ, ಚಿರಕಾಲದ ಗೆಳತಿಯಾಗಿ ಪ್ರೀತಿಸಿದವರು ನಾವೇ. ಕ್ರಮೇಣ ಚಿಕ್ಕಿಯ ಆರೋಗ್ಯ ಕೆಟ್ಟಿತು. ಕೈಯಲ್ಲಿ ಅಂಥ ಹಣವೂ ಇಲ್ಲ. ಮನೆಯಲ್ಲಿ ಗೌರವವಿಲ್ಲ. ನಮ್ಮಲ್ಲಿಗೆ ಬಂದರೆ, ಉಳಿದ ಪ್ರಪಂಚ ದೊಂದಿಗೆ ಸಂಬಂಧವಿರದು. ಅದು ಚಿಕ್ಕಿ ಸಹಿಸಲಾರಳು. ಅವಳಿಗೆ ಲೋಕ ಬಹಿಷ್ಕೃತ ಜೀವನವೆಂದರೆ ಆಗದು. ಸರ್ಕಾರದವರು ನಡೆಸುತ್ತಿದ್ದ ವೃದ್ಧ ಕಲಾವಿದರ ರಕ್ಷಣಾ ಮಂದಿರಕ್ಕೆ ಸೇರಿಕೊಳ್ಳಬೇಕೆಂದು ತುಂಬ ಪ್ರಯತ್ನ ಪಟ್ಟಳು. ಆಕೆ ನಮ್ಮಲ್ಲಿಗೆ ಬರುವುದೇ ಆಕೆಯ ಮಕ್ಕಳಿಗೆ, ಅಳಿಯನಿಗೆ ಆಗುತ್ತಿರಲಿಲ್ಲ. ನನ್ನಲ್ಲಿಗೆ ಬಂದರೆ ಮತ್ತೆ ಆಕೆಯ ಸ್ವಾತಂತ್ರ್ಯದ ಕಾಂಕ್ಷೆ ತಲೆಯೆತ್ತುತ್ತದೆಯೆಂಬ ಭಯ. ಹಾಗೆ ಮೆತ್ತಗಾದ ಚಿಕ್ಕಿ, ಚಲಂನನ್ನು ನೋಡಲಿಕ್ಕೂ ನಿನಗೆ ಅವಕಾಶವಿಲ್ಲ ಅಂತ ಶಾಸನ ವಿಧಿಸಿದಾಗ, ಅದನ್ನು ಪ್ರತಿರೋಧಿಸುವ ತಾಕತ್ತೂ ಇಲ್ಲದಂತಾಗಿ ಅತ್ತೂ ಅತ್ತೂ ಸತ್ತು ಹೋದಳು.

ಭಗವಾನ್ ಬಳಿಗೆ ಹೋಗಿ ಬಂದ ನಂತರ ನನ್ನ ಪ್ರಪಂಚ ಮತ್ತೂ ಅತಂತ್ರ ವಾಯಿತು. ಅಯೋಮಯವಾಯಿತು. ಈ ಪ್ರಪಂಚ ನನಗೆ ಅರ್ಥವಾಗುವುದಿಲ್ಲ. ನಂಗಷ್ಟೇ ಯಾಕೆ ಮಹಾನ್ ಮೇಧಾವಿಗಳಿಗೂ ಅರ್ಥವಾಗುವುದಿಲ್ಲ. ಮನುಷ್ಯನ ಮನಸ್ಸೇ ಅಷ್ಟು. ಅದು ಅಲ್ಪ. ಅನಂತವಾದ ಈ ಕಾಲವನ್ನ, ಪ್ರಪಂಚವನ್ನ ಅರ್ಥ ಮಾಡಿಕೊಳ್ಳುವ ಶಕ್ತಿ ಅದಕ್ಕಿಲ್ಲ. ಸತ್ತ ನಂತರ ಮನುಷ್ಯ ಏನಾಗುತ್ತಾನೋ ತಿಳಿಯದು. ಖಚಿತವಾಗಿ ತಿಳಿಯದೆ ಹೋಗುವ ಸಂಗತಿಯ ಬಗ್ಗೆ ಯೋಚಿಸಿ ಏನುಪಯೋಗ? ಅದರ ಪಾಡಿಗೆ ಅದನ್ನು ಬಿಟ್ಟು, ಸುಮ್ಮನಿರುವುದು ಒಳಿತು.

ನಮ್ಮನ್ನು ಪಾತ್ರಗಳನ್ನಾಗಿ ಮಾಡಿ, ನಿಮಗೆ ತಿಳಿದ ಹಾಗೆ ವರ್ತಿಸಿ ಅಂತ ಈ ಪ್ರಪಂಚದೊಳಕ್ಕೆ ಎಸೆದದ್ದು ಒಂದು ಮಹಾಶಕ್ತಿ. ಆಯ್ತಲ್ಲ? ಈ ಮೂರು ದಿನದ ಮುಚ್ಚಟೆ ಮುಗಿಸಿಕೊಂಡು ನಮ್ಮ ದಾರಿಗೆ ನಾವು ಹೋಗೋಣ. ಆ ಮಹಾಶಕ್ತಿ ಹೇಗೆ ಆಡಿಸಿದರೆ ಹಾಗೆ ಆಡಿ ಹೊರಟು ಹೋಗೋಣ ಅಂದುಕೊಂಡ ಅನೇಕ ಬುದ್ಧಿವಂತರಿದ್ದಾರೆ. ಧನ್ಯರೆಂದರೆ ಅವರೇ. ಇದೇನಿದು? ಇದರ ಆಳ ಅಗಲ ಅಂತ್ಯ ತಿಳಿದುಕೊಳ್ಳೋಣ ಅಂತ ಹೊರಟು, ವೃಥಾ ತಲೆ ಕೆಡಿಸಿಕೊಳ್ಳುವ ನನ್ನಂಥ ಕೆಲವರು ಮೂರ್ಖರಿದ್ದಾರೆ. ಇಷ್ಟು ವರ್ಷ ಆಲೋಚಿಸಿದೆ. ಓದಿದೆ. ಹುಡುಕಿದೆ. ಕೇಳಿದೆ. ಯಾರಿಗೂ ಏನೂ ಗೊತ್ತಿಲ್ಲವೆಂದು ಖಚಿತವಾಯಿತು: ಸ್ತ್ರೀ ಪ್ರೇಮವೊಂದರ ಹೊರತಾಗಿ! ಎಷ್ಟು ಹುಡುಕಿದರೂ ಆಕೆಯನ್ನು ಮೀರಿ ಈ ಲೋಕದಲ್ಲಿ ಅಭಿಲಾಷಿಸಬಹುದಾದ್ದು ಯಾವುದೂ ಇಲ್ಲ ಎಂಬ ನಿರ್ಣಯಕ್ಕೆ ಬಂದು ಬಹಳ ದಿನಗಳಾದವು. ಆದರೆ ನನಗೆ ಶಾಂತಿಯಿಲ್ಲ. ನಿದ್ರೆ ಬಾರದು. ಯಾವುದೋ ಅರ್ಥವಾಗದ ಬಾಧೆ.

ಈ ಸ್ತ್ರೀ ಪ್ರೇಮದಲ್ಲೂ ಅನೇಕ ವ್ಯತ್ಯಾಸಗಳಿವೆ. ಆಕೆಯನ್ನು ಸ್ವಾರ್ಥದಿಂದ, ಸಂಕುಚಿತವಾಗಿ ಅನುಭವಿಸುವುದರಲ್ಲಿ ಸುಖ ತುಂಬ ಕಡಿಮೆ. ತನ್ನನ್ನು

ಅರ್ಪಿಸಿಕೊಂಡು ಸ್ತ್ರೀಯನ್ನು ಆರಾಧಿಸಿದಷ್ಟೂ ಪ್ರೇಮವೆಂಬುದು ಉಜ್ವಲವಾಗುತ್ತದೆ. ನನ್ನನ್ನು ಪ್ರೀತಿಸಿ, ನನ್ನ ನೋವಿನೆಡೆಗೆ ಸಹಾನುಭೂತಿ ತೋರಿಸಿ, ನನ್ನನ್ನು ತನ್ನಲ್ಲಿರಿಸಿಕೊಂಡು ಲಾಲಿಸಿ ನನಗೆ ಸುಷುಪ್ತಿಯನ್ನು ನೀಡಬಲ್ಲ ಸ್ತ್ರೀ ಬರಲಿದ್ದಾಳೆಂದು ಬಹಳ ವರ್ಷ ಕನಸು ಕಂಡೆ. ಈಗ ಆ ಆಸೆಯೂ ದೂರವಾಗಿದೆ. ಸ್ವಪ್ನ ಮಾಯವಾಗಿದೆ. ಜೀವನವೆಲ್ಲ ಹೀಗೆ ನರಳುವುದರ ಹೊರತಾಗಿ ಬೇರೇನೂ ಇಲ್ಲ ಅಂದುಕೊಳ್ಳತೊಡಗಿದ್ದೆ. ಆ ಸ್ಥಿತಿಯಲ್ಲೇ ಭಗವಾನ್ ಬಳಿಗೆ ಹೋದೆ. ಅವರ ಮಾತಿನಲ್ಲಿ ಯಾವುದೋ ಆಸೆ ಮೊಳೆಯಿತು, ಆದರೆ ಅವರಾದರೂ ಕೆಲವು ಜನ್ಮಗಳಷ್ಟು ಸಾಧನೆ ಮಾಡದೆ ಹೋದರೆ ಏನೂ ಮಾಡುವಂತೆ ಕಾಣೆ. ಇದು ಒಂದು ದಿನದ ಸಂಗತಿಯಲ್ಲ. ಅವರನ್ನು ನೋಡಿ ಬಂದಾಗಿನಿಂದ ನನ್ನಲ್ಲಿನ ಅವ್ಯಕ್ತ ನೋವು ಮತ್ತಷ್ಟು ಹೆಚ್ಚಾಯಿತು.

ರಜೆ ಬಂದಾಗಲೆಲ್ಲ ಷಾ ಜತೆಯಲ್ಲಿ ಆಶ್ರಮಕ್ಕೆ ಹೋಗಿ ಬರುತ್ತಿದ್ದೆ. ಹಿಂತಿರುಗುತ್ತಿದ್ದಂತೆಯೇ ನನ್ನ meditation ಹೆಚ್ಚಾಗುತ್ತಿತ್ತು. ಆದರೆ ಎಷ್ಟು ದಿನ ಮಾಡಿದರೂ ಅದರಿಂದ ನನಗೆ ಏನೂ ಲಭಿಸಲಿಲ್ಲ. ಯಾವ ಸುಖವೂ, ಯಾವ ಆನಂದವೂ ಲಭ್ಯವಾಗಲಿಲ್ಲ. ನನ್ನ ಸುಖಗಳೆಲ್ಲವೂ ನನ್ನಿಂದ ದೂರವಾದವು. ಸ್ತ್ರೀ, ಪುಸ್ತಕ, ಸಿನೆಮಾ ಇವ್ಯಾವೂ ಮನಸ್ಸಿಗೆ ಸಂತೋಷ ನೀಡುತ್ತಿಲ್ಲ. ಈ ಸುಖ ದುಃಖಗಳ ಮಾತು ಹಾಗಿರಲಿ: ತಲೆನೋವು, ಅನಾರೋಗ್ಯ, ವಿನಾಕಾರಣದ ಮಾನಸಿಕ ಯಾತನೆ, ನಿದ್ರಾಹೀನತೆ ಎಲ್ಲವೂ ಹಾಗೇ ಉಳಿದವು. ಈ ಮಧ್ಯೆ ಷಾ ಅದ್ಭುತವಾದ ಸಾಧನೆ ಮಾಡತೊಡಗಿದಳು. ಏನೇ ಆದರೂ ಬಿಡಬೇಡ, persist ಮಾಡು, ನಂಗೊತ್ತು- ಅಂತ ನನ್ನನ್ನು ತುಂಬ encourage ಮಾಡುತ್ತಿದ್ದಳು. ಆದರೆ ಆಕೆಯ ಅನುಭವವನ್ನು hypnotism ಅಂತಲೂ, auto suggestion ಅಂತಲೂ, intoxication ಅಂತಲೂ ಹೀಯಾಳಿಸುತ್ತಿದ್ದೆ. ರಚ್ಚೆಗೆ ಬಿದ್ದವನಂತೆ, ಸೇಡಿಗೆ ಬಿದ್ದವನಂತೆ ನನ್ನ ದುಃಖ ಮತ್ತು ಕಷ್ಟಗಳಲ್ಲಿ ಮುಳುಗಿ ಹೋಗುತ್ತಿದ್ದೆ.

ಅದು ವಿಜಯವಾಡದ ನಮ್ಮ ಮನೆಯ ಮೂರನೆಯ ಅಂತಸ್ತು. ಅಲ್ಲೊಂದು ವಿಶಾಲವಾದ, ಗಾಳಿ ಬೆಳಕು ಬರುವ ವರಾಂಡ ಇತ್ತು. ಊರಲ್ಲಿದ್ದಾಗಲೆಲ್ಲ ನಾನು ಅಲ್ಲೇ ಮಲಗುತ್ತಿದ್ದೆ. ಅವತ್ತು ಬೆಳಗಿನ ಜಾವ ನಾಲ್ಕು ಗಂಟೆ ಹೊತ್ತಿನಲ್ಲಿ ನನ್ನ ಪಕ್ಕದಲ್ಲಿ ಮಲಗಿ, ನನ್ನ ಮೇಲೆ ಕೈ ಹಾಕಿ, ಕಿವಿಯಲ್ಲಿ ಮೆಲುದನಿಯಾಗಿ ಮಾತನಾಡುತ್ತಿದ್ದಳು ವಿಮಲ. ಅವಳು ಲೀಲ ಅವರ ಮಗಳು.

"ಅಸಲಿಗೆ ನಾವ್ಯಾರು ಅಂತ ನಿಮಗೆ ಗೊತ್ತೇ ಇಲ್ಲ" ಅಂದಳು.

"ಯಾಕೆ ಗೊತ್ತಾಗಬೇಕು? ನೀವ್ಯಾರಾದರೇನು? ನಿಮ್ಮ ಮೇಲೆ ಪ್ರೀತಿಯಿದೆ. ನಂಗೆ ಅಷ್ಟು ಸಾಕು" ಅಂದೆ.

"ಆದರೂ ಕೆಲವು ವಿಷಯಗಳನ್ನು ನಿಮಗೆ ಹೇಳುವಂತೆ ಅಮ್ಮ ಹೇಳಿದಳು. ನಾವು ಅಡುಗೆಯವರು. ಪೀಠಾಪುರಂ ಸಂಸ್ಥಾನದಲ್ಲಿದ್ದವರು. ಮಹಾರಾಜರ ಜ್ಞಾತಿ ಗಳಾಗಿದ್ದ ಸೂರ್ಯಾರಾವುಗಾರು ನನ್ನ ತಂದೆ. ಆತನಿಗೆ ಸಂಗೀತವೆಂದರೆ ತುಂಬ ಪ್ರೀತಿ. ನನಗೆ ಎಂಟು ವರ್ಷಗಳಾಗಿದ್ದಾಗಲೇ ವೀಣಾ ವಿದ್ವಾಂಸರಾದ ಸಂಗಮೇಶ್ವರ ಶಾಸ್ತ್ರಿಗಳ ಬಳಿ ವೀಣೆ ಕಲಿಯಲು ಬಿಟ್ಟರು. ಈಗ ನಾನು ಗಂಡ ಅಂತ ಕರೀತೀನಲ್ಲ, ವೆಂಕಟ್ರಾವು. ಆತ ನನ್ನನ್ನು ನೋಡಿ ಮೋಹಿಸಿ ಮದುವೆಯಾಗಬಯಸಿದ. ಆದರೆ ಮದುವೆಯಾಗಲಿಲ್ಲ. ಆತ ಮದುವೆಯಾಗಲೇ ಇಲ್ಲ. ಮದುವೆಯಾದರೆ ಸತ್ತು ಹೋಗುತ್ತೀಯ ಅಂತ ಜಾತಕದಲ್ಲಿ ಬರೆದಿದೆಯಂತೆ. ಆತ ತುಂಬ ರೊಕ್ಕಸ್ತ. ಹೀಗಾಗಿ ನನ್ನನ್ನು ಆತನಿಗೆ ಕೊಟ್ಟುಬಿಟ್ಟರು. ಆತ ನಂಗೊಂದು ಚೆಂದನೆಯ ಮನೆ ಕೊಡಿಸಿ, ಅದರಲ್ಲಿ ಸಂಸಾರವಿರಿಸಿ ಆಗಾಗ ಬಂದು ನೋಡಿ ಹೋಗುತ್ತಿರುತ್ತಾರೆ. ನಮ್ಮಿಬ್ಬರಿಗೂ ಮಧ್ಯೆ ಮೂರು ಮಕ್ಕಳಾಗಿವೆ. ಮನೆ ಸುತ್ತ ಚೆಂದಗೆ ತೋಟ ಮಾಡಿಕೊಂಡಿದ್ದೇನೆ. ತೆಲುಗು ಸಾಹಿತ್ಯ ಅಷ್ಟಿಷ್ಟು ಓದಿಕೊಂಡಿದ್ದೇನೆ!" ಅಂತೆಲ್ಲ ಹೇಳುತ್ತಿದ್ದಳು.

ನಾನು ಸುಮ್ಮನೆ ಹೂಂಗುಡುತ್ತಿದ್ದೆ.

ಈಕೆ ಹೇಳುತ್ತಿದ್ದ ವೆಂಕಟ್ರಾವು ಅವನೇನಾ? ಅವನೇ ಆದರೆ, ಅವನು ಕವಿ ಕೃಷ್ಣಶಾಸ್ತ್ರಿಗಳ ಸ್ನೇಹಿತ. ಅವನೇನಾ ಅಂತ ಕೇಳಬೇಕೆಂಬಷ್ಟರಲ್ಲಿ,

"ವೆಂಕಟ್ರಾವು ಮತ್ತು ಕೃಷ್ಣಶಾಸ್ತ್ರಿಗಳು ತುಂಬ ಸ್ನೇಹಿತರು. ಅವರ ಮೂಲಕವೇ ನಿಮ್ಮ ಪುಸ್ತಕಗಳ ಪರಿಚಯ ನಮಗೆ. ಒಂದೊಂದು ಪುಸ್ತಕ ಓದಿದಾಗಲೂ ನಮಗೆ ನಿಮ್ಮ ಬಗ್ಗೆ ಗೌರವ ಬೆಳೆಯತೊಡಗಿತು. ಮುಖ್ಯವಾಗಿ ನಿಮ್ಮ ಬರಹಗಳಲ್ಲಿ ನಮಗೆ ಇಷ್ಟವಾಗುತ್ತಿದ್ದುದು ಸ್ತ್ರೀಯರೆಡೆಗಿನ ನಿಮ್ಮ ಗೌರವ. ಎಂಥ ಸುಖೀ ಸಂಸಾರದಲ್ಲಿ ಕೂಡ ಒಬ್ಬ ಹೆಣ್ಣು ತನಗೇ ಅರ್ಥವಾಗದ ಯಾತನೆಗಳಲ್ಲಿ, ಸಿಕ್ಕುಗಳಲ್ಲಿ ಸಿಕ್ಕಿಕೊಂಡಿರುತ್ತಾಳೆ ಅಂತ ನೀವು ಬರೆಯುತ್ತಿದ್ದರೆ, ನಮಗೆ ತುಂಬ ಹತ್ತಿರದವರು ಅನ್ನಿಸುತ್ತಿದ್ದಿರಿ. ಒಂದು ಸಲ ನೀವು ಬರೆದ 'ಶಶಾಂಕ'ದ ಹಸ್ತಪ್ರತಿ ತಂದುಬಿಟ್ಟಿದ್ದ ವೆಂಕಟ್ರಾವು. ಅದು ಕೃಷ್ಣ ಶಾಸ್ತ್ರಿಯವರ ಬಳಿ ಇತ್ತಂತೆ. ನಾವಿಬ್ಬರೂ ಅದನ್ನು ನಮ್ಮ ತೋಟದಲ್ಲಿ ಪಕ್ಕಪಕ್ಕ ಕುಳಿತು ಪೂರ್ತಿಯಾಗಿ ಓದಿಕೊಂಡೆವು. ನಿಮ್ಮನ್ನು ಒಮ್ಮೆ ನೋಡಬೇಕು ಅನ್ನಿಸಿದ್ದೇ ಆಗ. ಸುಮ್ಮನೆ ಒಮ್ಮೆ ಕರೆದುಕೊಂಡು

ಬಾ. ನೀವಿಬ್ಬರೂ ಬೀದಿಯಲ್ಲಿ ಹೋಗುತ್ತಿದ್ದರೆ, ನಾನು ಬಾಗಿಲ ಮರೆಯಲ್ಲಿ ನಿಂತು ಚಲಂ ಅವರನ್ನು ನೋಡುತ್ತೇನೆ ಅಂತ ವೆಂಕಟ್ರಾವ್‌ಗೆ ಹೇಳಿದ್ದೆ. ಹೀಗೇ ನಿಮ್ಮ ಬಗ್ಗೆ ತಿಳಿದುಕೊಳ್ಳುತ್ತಾ, ನೀವು ಬರೆದದ್ದನ್ನು ಓದುತ್ತಾ ಹದಿನೆಂಟು ವರ್ಷ ಕಳೆದವು. ಮೊನ್ನೆಯಷ್ಟೇ ವೆಂಕಟ್ರಾವುಗಾರು ತೀರಿಕೊಂಡರು. ಅವರು ತೀರಿಕೊಂಡ ಕೆಲವು ದಿನಗಳಿಗೇ ನಿಮ್ಮಲ್ಲಿಗೆ ನಮ್ಮ ಕಡೆಯಿಂದ ಜನರನ್ನು ಕಳಿಸಿದ್ದು. ಹಾಗಂತ ನಿಮಗೆ ಹೇಳುವಂತೆ ಅಮ್ಮ ಹೇಳಿದ್ದಾಳೆ. ನಾನು ವೆಂಕಟ್ರಾವು ಮಗಳು!" ಅಂದಿದ್ದಳು ವಿಮಲ. ವಿಮಲ ಹೇಳಿದುದನ್ನೆಲ್ಲ ಪೂರ್ತಿಯಾಗಿ ನಂಬುವಂತಿರಲಿಲ್ಲ. ಕೆಲ ದಿನಗಳ ಹಿಂದಷ್ಟೆ ಲೀಲಗಾರು ಪತ್ರ ಬರೆದಿದ್ದರು: ತಮ್ಮ ಹೃದಯದ ತುಂಬ ನಾನೇ ಇದ್ದೇನೆ ಅಂತ. ಆಮೇಲೆ ಅವರ ಕಡೆಯ ವ್ಯಕ್ತಿಯೊಬ್ಬರನ್ನು ಕಳಿಸಿ, ಬರಬೇಕೆಂದು ಆಹ್ವಾನ ಕಳಿಸಿದ್ದರು. ಆದರೆ ನಾನು ಹೋಗಲಿಲ್ಲ: ಆಸಕ್ತಿಯಿರಲಿಲ್ಲವಾದ್ದರಿಂದ. ಅಷ್ಟು ಬೇಕೆನ್ನಿಸಿದರೆ ನೀವೇ ಬನ್ನಿ ಅಂತ ಹೇಳಿಕಳಿಸಿದ್ದೆ. ಕಡೆಗೆ ಆಕೆಯೇ ಬಂದರು. ನನ್ನನ್ನು ನೋಡುತ್ತಿದ್ದಂತೆಯೇ, "ನಿನಗೋಸ್ಕರವೇ ಜೀವನವೆಲ್ಲ ಕನಸು ಕಂಡೆ. ನಿನ್ನ ಹೊರತಾಗಿ ಮತ್ಯಾರೂ ನನಗಿಲ್ಲ!" ಅಂದರು. ಅವತ್ತಿನಿಂದ ನಾವು ಸ್ನೇಹಿತರಾದೆವು.

ಲೀಲ ತುಂಬ ಚೆನ್ನಾಗಿ ವೀಣೆ ನುಡಿಸುತ್ತಿದ್ದರು. ಜೊತೆಗೆ ಹಾಡುತ್ತಲೂ ಇದ್ದರು. ವೀಣೆ ನುಡಿಸುತ್ತ ಅಷ್ಟು ಚೆನ್ನಾಗಿ ಹಾಡುವ ಮತ್ತೊಬ್ಬ ಕಲಾವಿದೆಯನ್ನು ನಾನು ನೋಡಿಲ್ಲ. ಅದೊಂದು ಅದ್ಭುತ ಅನುಭವ. ಆಕೆಯದು ತುಂಬ ಶ್ರಾವ್ಯವಾದ ಕಂಠ. ಮೇಲಾಗಿ ತುಂಬ ಚೆಂದದ ಹೆಂಗಸು. ಮಾತೂ ಚೆಂದ. ಆಕೆಯ ನಡಿಗೆ ಮೋಹಕ. ಜೀವನವಿಡೀ ಸೌಂದರ್ಯವನ್ನು cultivate ಮಾಡಿಕೊಂಡು ಬದುಕಿದಂತಿದ್ದರು ಲೀಲಗಾರು. ನಾನು ಮಾತಾಡಿದರೆ ಸಾಕು, ಆಕೆಯ ಕಣ್ಣು ಅರ್ಥ ಹುಡುಕುತ್ತಿದ್ದವು. ನಾನು ಪತ್ರ ಬರೆಯದಿದ್ದರೆ, ಮಾತಾಡದಿದ್ದರೆ ಆಕೆಯಲ್ಲಿ ಏನೋ ತಪನೆ. ಕಡೆಗೆ ಆಕೆಯೆಡೆಗೆ ನಾನೂ ಹಾಗೆಯೇ ಆದೆ.

ಲೀಲ ನನ್ನಲ್ಲಿಗೆ ಬರುವುದಕ್ಕೆ ಮುಂಚೆ ನನಗೊಂದು ಕನಸು ಬಿದ್ದಿತ್ತು. ತುಂಬ ಸುಂದರಳಾದ ಒಬ್ಬ ಸ್ತ್ರೀ ನನ್ನೆಡೆಗೆ ಬರುತ್ತಿದ್ದಾಳೆಂದೂ, ಆಕೆಯಲ್ಲಿ ತನ್ನದೇ ಅಂಶವಿದೆಯೆಂದೂ ಭಗವಾನ್ ಕನಸಿಗೆ ಬಂದು ನನಗೆ ಹೇಳಿದ್ದರು. ಆದ್ದರಿಂದಲೇ ನಾನೂ ಆಸೆಗೆ ಬಿದ್ದೆ. ಯಾವ ಶೃಂಗಾರಕ್ಕಾಗಿ ನಾನು ಜೀವನವೆಲ್ಲ ಹುಡುಕುತ್ತಿದ್ದೆನೋ ಆ ಶೃಂಗಾರ ಈಕೆಯಲ್ಲಿದೆಯೇನೋ? ಯಾವ ಆಶಯಕ್ಕೋಸ್ಕರ, ಯಾವ fulfillment ಗೋಸ್ಕರ ಇಷ್ಟು ವರ್ಷ ಚಡಪಡಿಸಿದೆನೋ ಅದನ್ನೆಲ್ಲ ಈಕೆಯ ಮೂಲಕ ಭಗವಾನ್ ನನಗೆ ಕೊಡಮಾಡುತ್ತಿದ್ದಾರೇನೋ ಅಂದುಕೊಂಡೆ. ಕೆಲಕಾಲ ಅದೆಲ್ಲ ಹೌದೇ ಹೌದು ಅನ್ನಿಸತೊಡಗಿತ್ತು. ಲೀಲ ಅವರ ಬರುವಿಕೆಯಿಂದಾಗಿ ನನ್ನಲ್ಲಿನ

ಕೆಲವು ಯಾತನೆಗಳು ಕಡಿಮೆಯಾದವು. ಆವರಿಸಿಕೊಂಡ ಶೂನ್ಯತ್ವ ಮಾಯ ವಾಯಿತು.

ಅವರ ಊರಿಗೆ ನಾನು ಹೋಗುತ್ತಿದ್ದೆ. ಅವರು ನಾನಿದ್ದಲ್ಲಿಗೆ ಬರುತ್ತಿದ್ದರು. ಆದರೆ ಕೆಲವೇ ದಿನಗಳಲ್ಲಿ ಆಕೆಗೂ ನನಗೂ ಮಧ್ಯೆ ಅಭಿಪ್ರಾಯ ಬೇಧಗಳು ಕಾಣಿಸಿಕೊಂಡವು. ಮುಖ್ಯವಾಗಿ, ನನಗೆ ಯಾರೂ ಇಷ್ಟವಾಗಬಾರದು! ನನಗೆ ಮಕ್ಕಳೆಂದರೂ, ವೊಯ್ಯಿ ಅಂದರೂ ತುಂಬ ಹತ್ತಿರ. ಆಕೆಗೆ ಏನನ್ನಿಸುತ್ತಿತ್ತೆಂದರೆ, ಏನು ಮಾಡಿದರೂ-ಎಷ್ಟು ಪ್ರೀತಿಸಿದರೂ ಈ ಮನುಷ್ಯ ನನ್ನವನಾಗುವುದಿಲ್ಲ. ಈತ ಅವರಿಗೆ ಸೇರಿದವನೇ. ಆ ಮಕ್ಕಳೇ ಜಾಸ್ತಿ ಈತನಿಗೆ. ಆ ಸಂಸಾರವೇ ಹೆಚ್ಚು. ನಾನೊಂದು ಉಪಕರಣವಷ್ಟೆ-ಅನ್ನಿಸಿಬಿಡುತ್ತಿತ್ತು ಆಕೆಗೆ. "ನನ್ನಂಥ ಸ್ತ್ರೀ ಬಯಸಿ ಬಂದರೆ ಎಂಥ ಗಂಡಸಾದರೂ seventh heavenನಲ್ಲಿ ಇರುತ್ತಿದ್ದ. ನಿಂಗೆ ಯಾವುದರಲ್ಲೂ ತೃಪ್ತಿಯಿಲ್ಲ, ಶಾಂತಿಯಿಲ್ಲ, ಕೃತಜ್ಞತೆಯಿಲ್ಲ" ಅಂತ ಬಯ್ಯುತ್ತಿದ್ದರು.

ಸರ್ವಸ್ವವೂ ಬೇಕು. ನನ್ನದೆನ್ನುವುದೆಲ್ಲವೂ ಆಕೆಗೆ ಬೇಕು. ಗಂಡಸು ಹಾಗಿರುವುದು ಕಷ್ಟ. ಯಾವುದಾದರೂ ನೌಕರಿಗೋ, ಚಳವಳಿಗೋ ಹಾಗೆ ಪೂರ್ತಿಯಾಗಿ ತೊಡಗಿಸಿಕೊಳ್ಳಬಲ್ಲೆ. ಆದರೆ ಪ್ರೇಮ, ಪ್ರೀತಿಗಳ ವಿಷಯಕ್ಕೆ ಹಾಗಲ್ಲ. ವಿಶೇಷವಾಗಿ ನಾನು ಹಾಗಾಗಲಾರೆ. ಏನು ಮಾಡಿದರೂ ಆಗಲಾರೆ. ಆಕೆಯೇ ಬೇರೆ, ನಾನೇ ಬೇರೆ. ಎಷ್ಟು ಪ್ರಯತ್ನಿಸಿದರೂ ನಾನು ಆಕೆಯಲ್ಲಿ ಐಕ್ಯವಾಗಲಾರೆ. ನನ್ನ ಮನಸ್ಸಿನಲ್ಲಿ ನೂರೆಂಟು ಆಶಯ. ಯಾವುದೋ ಯತ್ನ. ಮುಖ್ಯವಾಗಿ ಷಾ ಮೇಲೆ, ಇತರೆ ಮಕ್ಕಳ ಮೇಲೆ ಪ್ರೀತಿ. ಇದೆಲ್ಲ ಇಟ್ಟುಕೊಂಡು ನಾನು ಆಕೆಗೇ ಮುಡಿಪಾಗಲಾರದ ಸ್ಥಿತಿಯಲ್ಲಿದ್ದೆ. ಇದರಿಂದಾಗಿ ನಮ್ಮಲ್ಲಿ ಅಭಿಪ್ರಾಯ ಭೇದಗಳು ಬಂದವು. ಹಾಗಂತ, ಜಗಳಗಳೇನೂ ಆಗುತ್ತಿರಲಿಲ್ಲ. ಆದರೆ ವ್ಯತ್ಯಾಸಗಳು ಬರತೊಡಗಿದವು.

ಬುದ್ಧಿವಂತನಾಗಿದ್ದಿದ್ದರೆ, ವ್ಯತ್ಯಾಸ ಬಂದಾಗಲೇ ಆಕೆಗೆ good bye ಹೇಳಿ ದೂರವಾಗಿ ಬಿಡಬೇಕಿತ್ತು. ಆದರೆ ಅದೇನು ಕರ್ಮವೋ: ಆಕೆಯಿಂದ ಬಿಡಿಸಿಕೊಳ್ಳಲಾಗಲಿಲ್ಲ. ಒಂದು ಹಂತದಲ್ಲಿ ಆಕೆಯೊಂದಿಗೆ ಯಾವ ಸಂಬಂಧವೂ ಇರುತ್ತಿರಲಿಲ್ಲ. ಕಡೇಪಕ್ಷ ಒಂದು ಪ್ರೀತಿಯ ನೋಟವೂ ಇರುತ್ತಿರಲಿಲ್ಲ. ಆದರೂ ಆಕೆಯನ್ನು ಬಿಟ್ಟಿರಲಾಗದಂತಹ ಸ್ಥಿತಿ. ಆಕೆಯೂ ನನ್ನನ್ನು ಬಿಡಲಿಲ್ಲ. ಅದೇನು ನಮ್ಮ ಪಾಲಿನ ವರವೋ, ಶಾಪವೋ ಗೊತ್ತಿಲ್ಲ. ಹಾಗೇಕಾದೆವು ಎಂಬುದು ಈಗಲೂ ತಿಳಿಯುತ್ತಿಲ್ಲ. ಇಬ್ಬರ ಮಧ್ಯದ ನದಿ ಬತ್ತಿಹೋದ ಮೇಲೂ ನಾವು ಎರಡು ಮೂರು ವರ್ಷ ಒಟ್ಟಿಗೇ ಇದ್ದೆವು. ನನ್ನ ಜೀವನದ ಅತಿಘೋರ ಕಾಲವದು.

ಮನೆಯಲ್ಲಿ ವೊಯ್ಯಿಗೆ ತುಂಬ ನೋವುಂಟು ಮಾಡುತ್ತಿದ್ದೆ. ಅಸಲಿಗೆ ನಾನು

ಮನುಷ್ಯನೇ ಆಗಿರಲಿಲ್ಲ. ನನ್ನ ಯೋಚನಾ ಶಕ್ತಿ ಹೊರಟು ಹೋಗಿತ್ತು. ಮೊದಲಿನಂತೆ ಯಾವುದೂ ಇರಲಿಲ್ಲ: ನಾನು, ನನ್ನ ಸ್ವಭಾವ. ಶುದ್ಧ ಅವಿವೇಕಿಯಾಗಿ ಹೋಗಿದ್ದೆ. ಎಲ್ಲೂ ಸ್ಥಿರತೆಯಿಲ್ಲದಾಗಿ, ನಿಲುಗಡೆಯಿಲ್ಲದಂತಾಗಿ ಆ ದಿನಗಳಲ್ಲಿ ತುಂಬ ನಲುಗಿ ಹೋದೆ. ಕಷ್ಟಕ್ಕೆ ಬಿದ್ದೆ. ಬಿಡಿಸಿಕೊಳ್ಳಬೇಕೆಂದರೆ, ಬಿಡಿಸಿಕೊಳ್ಳಲಾರೆ. ಹೋಗಬೇಕೆಂದುಕೊಂಡರೆ ಹೋಗಲಾರೆ. ಇದನ್ನೆಲ್ಲ ಬಿಟ್ಟು ಎಲ್ಲಿಗಾದರೂ ಓಡಿಹೋಗಬೇಕು ಅನ್ನಿಸುತ್ತಿತ್ತು. ಆದರೆ ಎಲ್ಲಿಗೆ ಹೋಗಲಿ? ನನ್ನಲ್ಲಿ ಹಣವಿಲ್ಲ, ಆರೋಗ್ಯವಿಲ್ಲ.

ವಿಜಯವಾಡವೆಂದರೆ ಬೇಡ ಅನ್ನಿಸಲಾರಂಭಿಸಿತು. ಅಲ್ಲಿ ಒಂದೇ ಒಂದು ದಿನ ಇರಲಾಗುತ್ತಿರಲಿಲ್ಲ. ಮಕ್ಕಳು ಬೇಕು. ಅವರೆಲ್ಲ ಬೇಕು. ಆದರೆ ಆ ವಿಜಯವಾಡ, ಆ ಡಾಕ್ಟರಿಕೆ, ವೊಯ್ಯಿ ಯಾವಾಗಲೂ ಕೆಲಸ ಅಂತ ಓಡಾಡುವುದು-ಉಹುಂ, ಮನಸ್ಸು ಅಲ್ಲಿ ನಿಲ್ಲುತ್ತಿರಲಿಲ್ಲ. ಯಾವಾಗ ಹೊರಟು ಹೋದೇನಾ ಅನ್ನಿಸುತ್ತಿತ್ತು. ಆದರೆ ಲೀಲಗಾರು ಎಷ್ಟು ಶ್ರದ್ಧೆಯಿಂದ ನನ್ನ ಊಟ, ಬಟ್ಟೆ, ಶರೀರ ಸೌಕರ್ಯಗಳನ್ನು ಪೂರೈಸುತ್ತಿದ್ದರಲ್ಲವಾ? ಎಲ್ಲ ರೀತಿಯಿಂದಲೂ ನನ್ನ ಶರೀರವನ್ನು ಆಕೆ ಸುಖವಾಗಿಟ್ಟರು. ಆದರೆ ನನ್ನ ಆತ್ಮ ಮಾತ್ರ ಯಾವಾಗಲೂ ದಿಗಿಲುಗೊಂಡಿರುತ್ತಿತ್ತು. ಭಗವಾನ್ ಹತ್ತಿರಕ್ಕೆ ಹೋಗಬೇಕೆಂದುಕೊಳ್ಳುತ್ತಿದ್ದೆನಾದರೂ ಆರೋಗ್ಯವೆಲ್ಲಿಯದು? ಅಲ್ಲಿಗೆ ಹೋಗಿ ಬದುಕುವುದು ಹೇಗೆ? ಇಂಥ ಅನುಮಾನಗಳನ್ನಿಟ್ಟುಕೊಂಡು ಭಗವಾನ್ ಹತ್ತಿರಕ್ಕೆ ಹೋಗಿ ಏನು ಪ್ರಯೋಜನ? ಹೋಗಿ ಅವರ ಪಾದಕ್ರಾಂತನಾಗಿ ಬಿಡಬೇಕು. ಆದರೆ ನನ್ನಲ್ಲಿ ಅವರೆಡೆಗೆ ಆ ಮಟ್ಟದ ವಿಶ್ವಾಸವಿಲ್ಲ.

ಲೀಲಗಾರು ತುಂಬ ಮೇಧಾವಿ, ಚೆನ್ನಾಗಿ ಓದಿಕೊಂಡಿದ್ದವರು. ಲೋಕ ವ್ಯವಹಾರಗಳಲ್ಲಿ ಆಕೆಗೆ ತುಂಬ ವಿಚಕ್ಷಣೆಯಿತ್ತು. ಆದರೂ ಆಕೆ ತನ್ನ ಸ್ವಭಾವವನ್ನು ಬದಲಿಸಿಕೊಳ್ಳಲಿಲ್ಲ. ಆಕೆಯೊಂದಿಗಿದ್ದಷ್ಟು ದಿನವೂ ನಾನು ಭಗವಾನ್‌ರನ್ನು ಕೇಳಿಕೊಳ್ಳುತ್ತಲೇ ಇದ್ದೆ. ಆಕೆಯೊಂದಿಗಿನ ಸಂಬಂಧ miserable ಆದಾಗಲೆಲ್ಲ "ಭಗವಾನ್, ಈ ಸಂಬಂಧದಿಂದ ನನಗೆ ಔನ್ನತ್ಯವನ್ನಾದರೂ ಕೊಡಿ. ನಾನು ಅಶಕ್ತ. ಆಕೆಯನ್ನು ಬಿಟ್ಟಿರಲಾರೆ. ಸಾಧ್ಯವಾದರೆ ಈ ಸಂಬಂಧವನ್ನು ಮುರಿದು ನನಗೆ ಸ್ವೇಚ್ಛೆಯನ್ನಾದರೂ ಕೊಡು" ಅಂತ ಕೇಳಿಕೊಳ್ಳುತ್ತಿದ್ದೆ. ಆದರೆ ಯಾವ ದಿಕ್ಕಿನಿಂದಲೂ ನೆರವು ಬರಲಿಲ್ಲ.

ದಿನದಿನಕ್ಕೂ ನನ್ನ ಸ್ಥಿತಿ ಹೀನವಾಗುತ್ತ ಹೋಯಿತು. ನನ್ನೊಂದಿಗೆ ಅರುಣಾಚಲಕ್ಕೆ ಬರುವಂತೆ ಲೀಲ ಅವರನ್ನು ತುಂಬ ಸಲ ವಿನಂತಿಸಿದೆ. ಆಕೆಗೆ ಭಗವಾನ್ ಬಗ್ಗೆ ವಿನಾಕಾರಣದ ಶತೃತ್ವ. ನಾನು ಭಗವಾನ್‌ಗೆ ಸೇರಿದ ಮನುಷ್ಯ

ಅಂತ ಆಕೆಗೆ ಗೊತ್ತು. ತನ್ನ ಕೈಯಿಂದ ತಪ್ಪಿಸಿಕೊಂಡರೆ ಭಗವಾನ್ ಬಳಿಗೇ ಹೋಗುತ್ತೇನೆ ಅಂತ ಗೊತ್ತು. ತನ್ನ ಕೈಯಿಂದ ತಪ್ಪಿಸಬಲ್ಲ ಶಕ್ತಿ ಭಗವಾನ್‌ಗೆ ಮಾತ್ರ ಇದೆಯೆಂಬುದೂ ಆಕೆಗೆ ಗೊತ್ತು. ಅದು ಗೊತ್ತಿದ್ದರಿಂದಲೇ,

"ನಿನ್ನದು ಬರೀ ಸನ್ಯಾಸಿ ಬದುಕು. ಈ ಹೆಂಗಸರ ಬಲಹೀನತೆಯೊಂದು ಯಾಕೆ ಗಂಟು ಬಿತ್ತೋ ನಿಂಗೆ?" ಅಂದಿದ್ದರು ಒಂದು ಸಲ.

ಆಕೆಯಿಲ್ಲದೆ ನಾನು ಬದುಕಲಾರೆ. ಹೆಬ್ಬೆರಳಿನಿಂದ ಒತ್ತಿ ನನ್ನನ್ನು ಅದೇ ಕೆಸರಿನಲ್ಲಿ ಇರಿಸಿಬಿಟ್ಟಿದ್ದರು ಭಗವಾನ್.

ಸಮಸ್ಯೆಗಳ್ಯಾವುಗಳನ್ನೂ ಭರಿಸುವ ಶಕ್ತಿ ನನ್ನಲ್ಲಿ ಇಲ್ಲದಾಯಿತು. ಸುಮ್ಮನೆ ಹಾಸಿಗೆಯ ಮೇಲೆ ಶಾಂತವಾಗಿ ಮಲಗಿ ಏನನ್ನಾದರೂ ಓದಿಕೊಳ್ಳುತ್ತಿದ್ದೆ. ನನ್ನ ತನಕ ಯಾವ ತಾಪತ್ರಯವೂ ಬಾರದಂತೆ ನೋಡಿಕೊಳ್ಳುತ್ತಿದ್ದರು ಲೀಲಗಾರು. ಪ್ರತೀದಿನ ನನಗಿಷ್ಟವಾದ ಮೀನು ಸಾರು ಮಾಡಿಡುತ್ತಿದ್ದರು. ಆದರೂ ಒಳಗೆ ಯಾವುದೋ ಯಾತನೆ. ಮುಖ್ಯವಾಗಿ ಮಕ್ಕಳಿಂದ, ವೊಯ್ಯಿಯಿಂದ ದೂರವಾದೆನೆಂಬ ಯಾತನೆ. ಆಕೆಗದು ಗೊತ್ತು. ಹೀಗಾಗಿ ಸಹಿಸಲಾರಳು. ಲೀಲಗಾರು ನಿಜಕ್ಕೂ ಉತ್ತಮರು. ಆಕೆ prudent, intelligent with a hankering for higher values. ಅವೆಲ್ಲವುಗಳನ್ನೂ ಮೀರಿದ plane ಒಂದಿದೆಯೆಂಬುದನ್ನು ಆಕೆ ದೂರದಿಂದ ನೋಡಬಲ್ಲಳು. ಅದನ್ನು ಅಪ್ರಿಷಿಯೇಟ್ ಕೂಡ ಮಾಡಲ್ಲಳು. ಆದರೆ ಅದು ಬದುಕಿನೊಳಕ್ಕೆ ಬಂದರೆ ಮಾತ್ರ ಭರಿಸಲಾರರಳು. ಅದರ ಸಮ್ಮುಖದಲ್ಲಿ ತಾನು ತುಂಬ inferior ಆಗಿ feel ಆಗುತ್ತಿದ್ದಳು. ಹೀಗಾಗಿ ಆಕೆಯ ಅಹಂ ತಲೆ ಎತ್ತುತ್ತಿತ್ತು. ನಮ್ಮನ್ನು ನುಂಗಲಾರಳು, ಉಗಿಯಲಾರಳು. ಹೀಗಾಗಿ ನಾನು ಹುದುಲಿನಲ್ಲಿ ಹೂತು ಹೋದವನಂತಾಗಿಬಿಟ್ಟೆ.

ಲೀಲ ಅವರಿಗೆ ಒಬ್ಬನೇ ಮಗ. ಇದ್ದಕ್ಕಿದ್ದಂತೆ ಅವನು ಖಾಯಿಲೆ ಬಿದ್ದ. ಸತ್ತೇ ಹೋಗುತ್ತಾನೆ ಅಂತ ಒಂದೇ ಸಮನೆ ಅಳುತ್ತಿದ್ದರು ಆಕೆ. "ಆತನನ್ನು ಬದುಕಿಸಿ ಅಂತ ಭಗವಾನ್‌ಗೆ ಪ್ರಾರ್ಥನೆ ಸಲ್ಲಿಸುತ್ತೇನೆ. ನಿಮ್ಮ ಮಗ ಬದುಕಿದರೆ ಭಗವಾನ್‌ರನ್ನು ನೋಡಲು ಬರುತ್ತೀರಾ?" ಅಂತ ಕೇಳಿದೆ. ಭಗವಾನ್ ಬಗ್ಗೆ ಆಕೆಗೆ ಅದೆಂಥ ತಿರಸ್ಕಾರವಿದೆ ಅಂತ ನನಗೆ ಆವತ್ತು ಗೊತ್ತಾಯಿತು. ನನ್ನಲ್ಲಿ ಆಕೆಗೆ ದೊರಕದ ಭಾಗವೆಲ್ಲ ಭಗವಾನ್‌ಗೆ ಸಂಬಂಧಿಸಿದ್ದು ಅಂತ ಬಹುಶಃ ಆಕೆಗೆ ಗೊತ್ತಾಗಿರಬೇಕು. Conscious ಆಗಿಯೋ, sub conscious ಮಟ್ಟದಲ್ಲೋ ಆಕೆ ಒಪ್ಪಿಕೊಳ್ಳಲು ಹಿಂಜರಿದರು. ತಡಬಡಾಯಿಸಿದರು. ಆಕೆಯ ಕಣ್ಣೆದುರಿಗೇ ಆಕೆಯ ಮಗ ನಿಮಿಷ ನಿಮಿಷಕ್ಕೂ sink ಆಗತೊಡಗಿದ್ದ. ಕಡೆಗೆ ಬೇರೆ ನಿರ್ವಾಹವಿಲ್ಲದೆ,

ಗತಿಯಿಲ್ಲದೆ 'ಆಯಿತು ಬರ್ತೀನೆ' ಅಂದರು. 'ಈ ಹುಡುಗನನ್ನು ರಕ್ಷಿಸಿರಿ' ಅಂತ ನಾನು ಭಗವಾನ್‌ಗೆ ತಕ್ಷಣ telegram ಕೊಟ್ಟೆ. ಹುಡುಗ ಆ crisisನಿಂದ ಹೊರಬಿದ್ದ.

ಕೊಟ್ಟ ಮಾತಿನಿಂದ ತಪ್ಪಿಸಿಕೊಳ್ಳಲು ನಂತರದ ದಿನಗಳಲ್ಲೂ ಆಕೆ ತುಂಬ ಪ್ರಯತ್ನ ಪಟ್ಟಳು. ಆದರೆ ನಾನು ಹಟ ಹಿಡಿದೆ. ಕೊನೆಗೆ ಬೇರೆ ಗತಿಯಿಲ್ಲದೆ, ನಿರ್ವಾಹವಿಲ್ಲದೆ ಮಕ್ಕಳನ್ನೂ ಕಟ್ಟಿಕೊಂಡು ತಾವೂ ಹೊರಟರು. ಅವತ್ತಿಗಾಗಲೇ 'T' ಅಲ್ಲಿಯೇ settle ಆಗಿದ್ದರು. ಭಗವಾನ್‌ರನ್ನು ನೋಡಿ ಲೀಲಗಾರು ಮತ್ತು ಆಕೆಯ ಮಗಳು, ದೂರದಿಂದಲೇ ಥರಗುಟ್ಟಿದ್ದರು. ಎಂಥ ಅಧಮರು ಮತ್ತು ಪಾಪಾತ್ಮರು ಭಗವಾನ್ ಬಳಿಗೆ ಬರುತ್ತಿದ್ದರು. ಆದರೆ ಇವರು ಬರಲೊಲ್ಲರು. ಕೊನೆಗೆ ನಾನು ಭಗವಾನ್‌ರನ್ನು ಭೇಟಿಯಾಗಿ 'ಹೋಗಿ ಬರುತ್ತೇನೆ' ಅಂತ ಹೇಳು ವಾಗಲೂ ಲೀಲಗಾರು ನನ್ನೊಂದಿಗೆ ಬರಲಿಲ್ಲ. ಇವರಿನ್ನೆಂಥ ದುಷ್ಟರಿರಬೇಕು ಅಂದುಕೊಂಡೆ. ಅವತ್ತು "ನಾನು ಹೋಗಿ ಬರುತ್ತೇನೆ" ಅಂತ ಹೇಳಲು ಹೋದಾಗ ವಿನಾಕಾರಣ ವ್ಯಗ್ರ ದನಿಯಲ್ಲಿ ಮಾತನಾಡಿದರು ಭಗವಾನ್. ಆಗಲೂ ನನಗೆ ಬುದ್ಧಿ ಬರಲಿಲ್ಲ. ಕಣ್ಣು ತೆರೆದುಕೊಳ್ಳಲಿಲ್ಲ. ಕಡೆಗೆ, ಭಗವಾನ್‌ರ ಅನುಮತಿ ಪಡೆಯದೇನೇ ಲೀಲಳ ಭಯದಿಂದಾಗಿ ಅಲ್ಲಿಂದ ಹೊರಟು ಬಂದುಬಿಟ್ಟೆ. ಅವತ್ತಿನಿಂದ ನನಗೆ ಅವೆಷ್ಟು ಕಷ್ಟಗಳೋ! ಕೆಲವು ದಿನಗಳಲ್ಲೇ ಲೀಲ ಅವರು ಖಾಯಿಲೆ ಬಿದ್ದರು. ಯಾವ ವೈದ್ಯರಿಗೆ ತೋರಿಸಿದರೂ, ಇದು ಮಾನಸಿಕ ಖಾಯಿಲೆ ಅಂತಲೇ ಅನ್ನುತ್ತಿದ್ದರು. ಸತ್ತು ಹೋಗುತ್ತೇನೆಂಬ ಭಯ ಆಕೆಯನ್ನು ಆವರಿಸಿ ಕೊಂಡಿತ್ತು.

ಹೀಗೇ ಕಾಲ ಕಳೆಯುತ್ತಿದ್ದಾಗಲೇ ವೊಯ್ಯಿ ಸತ್ತು ಹೋದಳು. ನಾನು ಮಕ್ಕಳೊಂದಿಗೆ ಉಳಿದುಬಿಟ್ಟೆ. ಲೀಲ ಅವರ ಬಳಿಗೆ ಬರುವುದಿಲ್ಲವೆಂದು ಹೇಳಿದೆ. ಆಕೆಯೇ ಬಂದು ವಿಜಯವಾಡದಲ್ಲಿ ನಮ್ಮೊಂದಿಗೆ ಇರಲಿಕ್ಕೆ ತುಂಬ ಪ್ರಯತ್ನ ಮಾಡಿದರು. "ನೀವೆಲ್ಲ ಬಂದುಬಿಡಿ. ನಿಮ್ಮೆಲ್ಲರ ಜವಾಬ್ದಾರಿ ತೆಗೆದುಕೊಳ್ಳುತ್ತೇನೆ" ಅಂತ ನಮ್ಮನ್ನೆಲ್ಲ ಕರೆದರು. ಅದು practical ಅಲ್ಲ ಅಂತ ನಮ್ಮೆಲ್ಲರಿಗೂ ಅನ್ನಿಸಿತು. ಬೇರೆ ದಾರಿ ಕಾಣದೆ ಆಕೆ ತಮ್ಮ ಊರಿಗೆ ಹೊರಟು ಹೋದರು. ಅಲ್ಲದೆ ನಾವು ವಿಜಯವಾಡ ಬಿಟ್ಟು ಅರುಣಾಚಲಕ್ಕೆ ಬಂದುಬಿಟ್ಟೆವು.

ಲೀಲ ಅವರ ಸಾಹಚರ್ಯದ ನಂತರ, ನನಗೆ 'ಆದರ್ಶ ಸ್ತ್ರೀ' ಎಂಬ ಕಲ್ಪನೆ, ಆ ಹುಚ್ಚು ಬಿಟ್ಟು ಹೋಯಿತು. ನಾನು ಆದರ್ಶ ಪುರುಷನಾಗದ ಹೊರತು, ಆದರ್ಶ ಸ್ತ್ರೀ ಎಲ್ಲಿಂದ ಬರುತ್ತಾಳೆ?

ವಿಜಯವಾಡದಲ್ಲಿ ರಂಗನಾಯಕಮ್ಮನವರ ಆಸ್ಪತ್ರೆ. ಅದು ಮೂರಂತಸ್ತಿನ ಕಟ್ಟಡ. ಎರಡನೇ ಅಂತಸ್ತಿನಲ್ಲಿ ನಾವಿರುತ್ತಿದ್ದೆವು. ಮೂರನೆಯದರಲ್ಲಿ bed rooms. ಅವುಗಳಲ್ಲಿ ಅರ್ಧಕ್ಕೆ ಗೋಡೆಗಳಿರಲಿಲ್ಲ. ಎದುರಿಗೆ ಆಕಾಶ, ಮೋಡ, ತೆಂಗಿನ ಗಿಡಗಳು ಸದಾ ಕಾಣಿಸುತ್ತಿದ್ದವು. ತುಸುವೇ ದೂರದಲ್ಲಿ ಎಲ್ಲೇ ಪೆದ್ದಿ ಶಾರದಾ ಅವರ ಮನೆ. ಆಗಾಗ ಆಕೆಯ ತಾಯಿ, ಅಣ್ಣ ಅತ್ತಿಗೆ ನನಗೆ ಕಾಣಿಸುತ್ತಿದ್ದರು. ಅಪರೂಪಕ್ಕೊಮ್ಮೆ ಜಾನಕಿರಾಮ್ ಮತ್ತು ರಜನಿ ಕೂಡ ದರುಶನ ಕೊಡುತ್ತಿದ್ದರು. ಒಂದು ಬೆಳಗ್ಗೆ ಒಂಬತ್ತು ಗಂಟೆ ಹೊತ್ತಿನಲ್ಲಿ,

"ರೀ..."

"..."

"ರೀ... ನಿಮ್ಮನ್ನೇ..."

"...."

"ನಿನ್ನನ್ನೇ ಕಣೋ ದರಿದ್ರನೇ!"

"ಮ್?"

"ಮಾತಾಡ್ಸಿದ್ರೆ ಮಾತಾಡಕ್ಕಾಗಲ್ವಾ?"

"ಏನು ಹೇಳು?"

"ಏನಿದೆ ಹೇಳೋದಕ್ಕೆ, ದರಿದ್ರದೋನೇ. ಕೆಲಸಕ್ಕೆ ಬಾರದ ನೀನೂ, ನಿನ್ನ ರೈಟಿಂಗು. ಪುಣ್ಯವಾ ಪುರುಷಾರ್ಥವಾ? ಕೀರ್ತಿಯಾ, ದುಡ್ಡಾ? ಮೊನ್ನೆ ಮೀಟಿಂಗಿನಲ್ಲಿ ನಾಗಮ್ಮನವರು ಏನಂದರು ಗೊತ್ತಾ?"

"ಆಕೆ ಏನಂದ್ರೆ ನನಗೇನು?"

ಇದು ನನ್ನ ಮತ್ತು 'T' ಮಧ್ಯದ ಸಂಭಾಷಣೆ. ಈ ವರಸೆ ದಿನಕ್ಕೆ ಮೂರು ಸಲವಾದರೂ ಪುನರಾವರ್ತನೆಯಾಗುತ್ತಿತ್ತು.

ಪ್ರಪಂಚದಲ್ಲಿ ನನ್ನಂಥ ಗಂಡಂದಿರು ಎಷ್ಟು ಜನವೋ! ಆಕೆ ಮಾತ್ರ ಅಪರೂಪದ ಪತ್ನಿ. ನಾವು successful marriages ಅಂತೀವಲ್ಲ? ಅವುಗಳಲ್ಲಿ ಗಂಡ ತುಂಬ normal man. ತನ್ನ ನೌಕರಿ, ಅದರಲ್ಲಿ ಪುರೋಭಿವೃದ್ಧಿ ನೋಡಿಕೊಂಡು ಒಂದೊಂದೇ ಮೆಟ್ಟಿಲು ಹತ್ತಿ ಮೇಲಕ್ಕೆ ಹೋಗುತ್ತಿರುತ್ತಾನೆ. ಹೆಂಡತಿ ಮನೆ ಯಲ್ಲಿದ್ದುಕೊಂಡು ಕರ್ತವ್ಯ ನಿಭಾಯಿಸುತ್ತಿರುತ್ತಾಳೆ. ಗಂಡ ಏನು ಮಾಡುತ್ತಿದ್ದಾನೆ, ಹೇಗಿದ್ದಾನೆ, ತನ್ನ ಬಗ್ಗೆ ಯಾವ ಅಭಿಪ್ರಾಯವಿದೆ-ಉಹುಂ, ಅದಕ್ಕೆಲ್ಲ ಆಕೆ ತಲೆ ಕೆಡಿಸಿಕೊಳ್ಳುವುದಿಲ್ಲ. ಆದರೆ ಆತನಿಂದ comfort ಬೇಕು, ಹಣ ಬೇಕು, ಸ್ವಲ್ಪ ಕೀರ್ತಿ, ಒಡವೆ, ಸೀರೆ ಬೇಕು! ಅಸಲಿಗೆ, ಆ ಹೆಂಡತಿ ಎಂಬಾಕೆಗೊಂದು personality ಅಂತ ಇರೋದಿಲ್ಲ. ಅಂಥವುಗಳನ್ನೇ ಈಗ ನಾವು successful marriages ಅನ್ನುತ್ತೇವೆ. ಅವುಗಳನ್ನೇ ನಾವು ಹೊಗಳೋದು. ಅವಳಿಗೊಂದು ವ್ಯಕ್ತಿತ್ವ ಬಂತಾ? ಸ್ವಲ್ಪ ಬುದ್ಧಿವಂತಿಕೆ, ಸ್ವಲ್ಪ ಅಹಂ ಸೇರಿಕೊಂಡವಾ? ಮದುವೆ ಮುರಿದು ಬೀಳುತ್ತೆ. ಆತನ ದುಡಿಮೆ, ಕೀರ್ತಿ ಗಳಿಕೆಯಲ್ಲಿ ಬೇರೆ ವ್ಯಕ್ತಿತ್ವ ಅಂತ ಇಲ್ಲದೆ ಬೆರೆತು ಹೋಗಿ ಬಾಯಿ ಮುಚ್ಚಿಕೊಂಡು ಬಿದ್ದಿದ್ದರೆ ಅದನ್ನು ತುಂಬ ಒಳ್ಳೆ ಮದುವೆ, ಒಳ್ಳೆ ಸಂಸಾರ ಅನ್ನುತ್ತೇವೆ. ಆತ ಏನು ಮಾಡಿದರೂ, ಹೊರಗೆ ಹೇಗೇ ಇದ್ದರೂ, ಮನೇಲಿ-ಮಕ್ಕಳ ಜೊತೇಲಿ ಹೇಗೇ ವರ್ತಿಸಿದರೂ ಆಕೆಗೆ ಸಂಬಂಧವಿರದು. ಹಣ ಮಾತ್ರ ದುಂದು ಮಾಡೋ ಹಾಗಿಲ್ಲ. ದುಡಿದದ್ದೆಲ್ಲ ತಂದು ತನಗೇ ಕೊಡಬೇಕು. 'ಆಹಾ! ಎಂಥ ಅದೃಷ್ಟವಂತೆಯಮ್ಮಾ' ಅಂತ ನಾಲ್ಕು ಜನ ಅನ್ನುವುದಷ್ಟೆ ಬೇಕು ಆಕೆಗೆ. ಈ ವಿವರಣೆಗೆ ಹೋಲುವಂಥ ಗಂಡಂದಿರ ಪೈಕಿ ನಾನೂ ಒಬ್ಬನಾಗಿದ್ದಿದ್ದರೆ ಯಾವ ರಗಳೆಯೂ ಇಲ್ಲದೆ, ಕುಡಿದ ಹಾಲು ಕದಲದೆ ಸುಖವಾಗಿ ಬದುಕಿ ಬಿಟ್ಟಿರುತ್ತಿದ್ದೆವು.

ಆದರೆ ಆಕೆಗೊಂದು individuality ಇದೆ. ಪ್ರತ್ಯೇಕವಾದ personality ಇದೆ. ಹಾಗಾಗಿಯೇ ನಮ್ಮ ಮಧ್ಯೆ ಬೇಗನೆ ಭಿನ್ನಾಭಿಪ್ರಾಯಗಳು ಬಂದುಬಿಟ್ಟವು. ನನ್ನ ಕಾಮಿನೀ ವ್ಯವಹಾರ ಕೂಡ ಅಂಥ ಅಭ್ಯಂತರದ ಸಂಗತಿಯಾಗಿರಲಿಲ್ಲ ಆಕೆಗೆ: ಅದರಿಂದ ಅವಮರ್ಯಾದೆಯೊಂದಾಗದಿದ್ದರೆ ಸಾಕು ಎಂಬಂತಿದ್ದಳು. ನನ್ನ ಬಂಧುಗಳನ್ನು ವಿರೋಧಿಸಿ, ಅವಳ ಕಡೆಯವರನ್ನೂ ಎದುರು ಹಾಕಿಕೊಂಡು 'T' ಮತ್ತು ನಾನು ಮದರಾಸಿನಲ್ಲಿ ಓದುತ್ತಿದ್ದಷ್ಟು ದಿನ, ನಮಗೆ ಮಗ ಹುಟ್ಟಿದ ನಂತರವೂ ನಾವಿಬ್ಬರೂ ಚೆನ್ನಾಗಿಯೇ ಇದ್ದೆವು: ನನ್ನಲ್ಲಿ ಚಂಚಲತೆ ಆರಂಭವಾಗುವ ತನಕ. ಬ್ರಹ್ಮ ಸಮಾಜದ ನಿಯಮದಂತೆ ಏಕಪತ್ನೀ ವ್ರತಸ್ಥನಾಗಿ ಬದುಕಲು ನಾನೂ ಪ್ರಯತ್ನಿಸಿದೆ. ಒಂದು ನಿಯಮ ಅಂತ ಇಟ್ಟುಕೊಂಡು, ಅದಕ್ಕೆ ತಲೆ ಬಾಗಿ, ನನಗೆ

ನಾನೇ ಕಪಾಳಮೋಕ್ಷ ಮಾಡಿಕೊಂಡು, ಎಡಗಾಲ ಕೆಳಗೆ ನನ್ನ ವ್ಯಾಮೋಹಗಳನ್ನೆಲ್ಲ ಬಲವಾಗಿ ತುಳಿದುಕೊಂಡು ಒಳ್ಳೆಯ ಗಂಡನಾಗಿರಲು ಶತಪ್ರಯತ್ನ ಮಾಡಿದೆ.

ಆದರೆ ಅದೆಲ್ಲ ವಿಫಲವಾಗಿ ಯಾವಾಗ ನಾನು ಇತರೆ ವ್ಯವಹಾರಕ್ಕೆ ಬಿದ್ದೆನೋ ಆಕೆಗೆ ತುಂಬ ಕಷ್ಟವಾಯಿತು. ನನಗೋಸ್ಕರ ಆಕೆ ತನ್ನ ಆಸ್ತಿ, ಬಂಧುತ್ವಗಳನ್ನೆಲ್ಲ ಬಿಟ್ಟುಬಂದಿದ್ದಳು. ಲೋಕನಿರ್ಮಿತವಾದ ಮರ್ಯಾದೆಗಳಿಂದ ಹೊರಬಿದ್ದಿದ್ದಳು. ಎಲ್ಲವನ್ನೂ ಬಿಟ್ಟು ನನ್ನ ಬೆನ್ನ ಹಿಂದೆ ಹೆಜ್ಜೆ ಹಾಕತೊಡಗಿದ ಆಕೆಯನ್ನು ನಾನು ವಂಚಿಸಿದೆ. Betray ಮಾಡಿದೆ. ಬಹಳ ಘೋರವಾದ ಕೆಲಸ ಮಾಡಿದೆ. ಅದರಿಂದಾಗಿ ಒಳಗೇ ಕುಸಿದು ಹೋದರು ರಂಗನಾಯಕಮ್ಮ. ನನಗದು ಗೊತ್ತಾಗುತ್ತಿತ್ತು. ಆದರೆ ಗೊತ್ತಿದ್ದೂ ಮಾಡುತ್ತಿದ್ದ ಪಾಪ: ಅದನ್ನು ನಾನು ಮಾಡದೆ ಇರಲಾರೆ. ಅದು ನನ್ನ ರಕ್ತ, ನನ್ನ ಸ್ವಭಾವ. ಎಷ್ಟು ವರ್ಷ ಅದರ ವಿರುದ್ಧ ಬಡಿದಾಡಿದರೂ, ಇವತ್ತಿಗೂ ಆ ಚಪಲದಿಂದ ದೂರವಾಗಲು ನನಗೆ ಸಾಧ್ಯವಾಗಿಲ್ಲ. ಚಲಂ ಅಂದರೆ ಅಷ್ಟೇ. ನನ್ನ ಈ ಬಲಹೀನತೆ ಕಳೆದುಕೊಂಡು ಯಾವುದೋ ಆಧಿಕ್ಯ ಸಂಪಾದಿಸುತ್ತೇನೆ ಅಂದುಕೊಂಡಿದ್ದೆ. ಅಕಸ್ಮಾತ್ ಅದು ಸಾಧ್ಯವಾಗಿ, ಆ ಬಲಹೀನತೆ ಕಳೆದುಕೊಂಡು, ಅತ್ತಿತ್ತ ನೋಡದೆ ಸಂಸಾರ ಮಾಡಿಕೊಂಡಿದ್ದೆ ಅಂತ ಇಟ್ಟುಕೊಳ್ಳಿ: ನಾನು ಜೀವಚ್ಛವದಂತಾಗಿ ಬಿಡುತ್ತಿದ್ದೆ. ಈಗ ಎಷ್ಟೋ ಸ್ತ್ರೀಯರು, ಪುರುಷರು ಮನೆಗಳಲ್ಲಿ ನೆಟ್ಟಗಿದ್ದು ದೊಡ್ಡ ಹೆಸರು ಸಂಪಾದಿಸಿಕೊಂಡು ಪ್ರೇಮಛವ(!)ಗಳಾಗಿ ಬದುಕುತ್ತಿಲ್ಲವೇ? ಹಾಗಾಗಿ ಬಿಡುತ್ತಿದ್ದೆ. ನನ್ನೊಳಗಿನ ಈ ಚಲಂ ಇರುತ್ತಿರಲಿಲ್ಲ. ನನ್ನನ್ನು ಜೈಲಿಗೆ ಹಾಕಿದರೂ, ಕುದಿಯುವ ಎಣ್ಣೆಯಲ್ಲಿ ಮುಳುಗಿಸಿದರೂ, ಕೊಂದು ಹಾಕಿದರೂ ನಾನು ಬದಲಾಗಲಾರೆ. ಚಲಂ ಅಂದರೆ ಇಷ್ಟೇ.

ಸಿಕ್ಕಿರೋ ಗಂಡನೇ ಇಂಥವನು, ಬದುಕೇ ಇಷ್ಟು, ಹೀಗೇ ಇರಬೇಕು ಅಂದುಕೊಳ್ಳುವ ಹೆಂಡತಿಯಾಗಿದ್ದಿದ್ದರೆ, ಗಂಡ ಹಾಗೆ ದಾರಿ ತಪ್ಪಿದರೂ ತಾನು ತಿರುಗಿ ಬೀಳದೆ, ಆತ ದುಡಿದಿಟ್ಟಿದ್ದರಲ್ಲಿ ಸುಖವಾಗಿದ್ದು ಬಿಡೋಣ ಅಂದುಕೊಳ್ಳುವಂಥ ಸ್ತ್ರೀಯಾಗಿದ್ದಿದ್ದರೆ, ಈಗಿರುವ ಕೋಟ್ಯಂತರ ಪತಿವ್ರತೆಯರ ಪೈಕಿ ಆಕೆಯೂ ಒಬ್ಬಳಾಗಿ ಕೀರ್ತಿಶಾಲಿಯಾಗಿರುತ್ತಿದ್ದಳು. "ಆಹಾ ಎಂಥ ಪತಿವ್ರತೆ! ಇಂಥ ಗಂಡನಿದ್ದಾಗ್ಯೂ ಸಂಸಾರ ನಿಭಾಯಿಸಿಕೊಂಡು ಬಂದಳಲ್ಲ?" ಅಂತ ಅನ್ನಿಸಿಕೊಳ್ಳುತ್ತಿದ್ದಳು. ಆದರೆ ಆಕೆ ಮನುಷ್ಯಳು. ಆಕೆಯ ಅಹಂನ್ನಾಗಲೀ, ಆಕೆಯ ವ್ಯಕ್ತಿತ್ವವನ್ನಾಗಲೀ ತುಳಿದು ಹಾಕಬೇಕೆಂದು ನಾನು ಯಾವತ್ತೂ ಪ್ರಯತ್ನಿಸಲಿಲ್ಲ. ಆಕೆಯ personalityಯನ್ನ ಸಂಪೂರ್ಣವಾಗಿ ವಿಕಸಿಸುವಂತೆ ಮಾಡಿದೆ.

"ನಿನ್ನ ಇಷ್ಟ. ನಿನಗೆ ಬೇಕಾದ ಹಾಗೆ ನೀನಿರು. ನಿನ್ನ ಮನಸು ಹೇಗೆ ಹೇಳಿದರೆ,

ಹೃದಯ ಹೇಗೆ ಹೇಳಿದರೆ ಹಾಗಿರು. ಬೇಕನ್ನಿಸಿದ್ದು ಮಾಡು. ಯಾರ ಮಾತೂ ಕೇಳಬೇಡ. ನನ್ನ ಮಾತೂ ಕೇಳಬೇಡ" ಅಂತ ಬೋಧಿಸುತ್ತಿದ್ದೆ. ಮೇಲುನೋಟಕ್ಕೆ ನನ್ನ ಸಲಹೆ ಸ್ವೀಕರಿಸಿದಂತೆ ಆಕೆ ಕಾಣುತ್ತಿರಲಿಲ್ಲ. ಆದರೆ ನಾನು ಅಂದದ್ದನ್ನು ರಂಗನಾಯಕಮ್ಮ ಅಕ್ಷರಶಃ ಸ್ವೀಕರಿಸಿದಳು. ಹಾಗೆ ಸ್ವೀಕರಿಸಿ ತಾನೂ ಒಂದು ವ್ಯಕ್ತಿತ್ವವಾಗಿ ಬೆಳೆದು ನಿಂತಳು. ಆದ್ದರಿಂದಲೇ ಇಷ್ಟು ವರ್ಷ, ಆಕೆ ಸತ್ತುಹೋಗುವ ತನಕ ಪ್ರತಿನಿತ್ಯ ನಮಗೆ ಕದನವೇ. ಇಬ್ಬರಲ್ಲಿ ಒಬ್ಬರೂ ಸೋಲುತ್ತಿರಲಿಲ್ಲ. ಆಕೆಯ ವಿಷಯಗಳಲ್ಲಿ ನಾನು interfere ಆಗುತ್ತಿರಲಿಲ್ಲ. ಆದರೆ ನನ್ನ ವಿಷಯಗಳಲ್ಲಿ ಆಕೆ interfere ಆಗದೆ ಇರಲು ಸಾಧ್ಯವಾಗುತ್ತಿರಲಿಲ್ಲ. ಏಕೆಂದರೆ ನನ್ನ ಬರಹಗಳಲ್ಲಿ, ನನ್ನ ಹೆಂಗಸರಲ್ಲಿ, ನನ್ನ ತಿರುಗಿಬೀಳುವಿಕೆಯಲ್ಲಿ, ಬದುಕಿದ ರೀತಿಯಲ್ಲಿ, ನನ್ನ ಆಲೋಚನೆಗಳಿಂದಾಗಿ, ಕಡೆಗೆ ಮಕ್ಕಳಿಂದಾಗಿಯೂ ಆಕೆ ಅಪಾರವಾದ ಕಷ್ಟ-ನಷ್ಟ ಅನುಭವಿಸಬೇಕಾಯಿತು. ಎತ್ತ ಹೋದರೂ ಆಕೆ ನನ್ನಿಂದ ತಪ್ಪಿಸಿಕೊಳ್ಳಲಾರ ದಂತಾದಳು. ತಪ್ಪಿಸಿಕೊಂಡು ಹೋಗಿ ತನ್ನ ಬದುಕು ತಾನು ಬದುಕೋಣವೆಂದರೆ, ನಮ್ಮನ್ನು ಬಿಟ್ಟಿರಲಾಗುತ್ತಿರಲಿಲ್ಲ. ನಿಮ್ಮೆಲ್ಲರ ಮಧ್ಯೆ ಇದ್ದೇ ನನ್ನ ವ್ಯಕ್ತಿತ್ವವನ್ನು ನಾನು ಉಳಿಸಿಕೊಳ್ಳುತ್ತೇನೆ ಅನ್ನುತ್ತಿದ್ದಳು.

ನಮ್ಮಿಂದ ತನ್ನನ್ನು ತಾನು ಕಾಪಾಡಿಕೊಳ್ಳುವುದಕ್ಕಾಗಿ, ಬೇರೆ ವಿಧಿಯಿಲ್ಲದ ಅಹಂ ಬೆಳೆಸಿಕೊಳ್ಳಬೇಕಾಯಿತು. ತನ್ನ ಕೀರ್ತಿ ತಾನು ಸಂಪಾದಿಸಿಕೊಳ್ಳಬೇಕು. ರಂಗನಾಯಕಮ್ಮಗಾರು ಅಂತ ಪ್ರತ್ಯೇಕವಾಗಿ ಗುರುತಿಸಿಕೊಳ್ಳಬೇಕು. "ಆತ ನನ್ನ ಗಂಡ ಅನ್ನೋದನ್ನ ಮರೆತುಬಿಡಿ. ನನ್ನನ್ನ ರಂಗನಾಯಕಮ್ಮ ಅಂತ ಸ್ವೀಕರಿಸಿ" ಎಂದು ಆಕೆ ಸಾರಿಸಾರಿ ಹೇಳಿದರೂ ಈ ದುಷ್ಟ ಪ್ರಪಂಚ ಆಕೆಯನ್ನು ಬಿಡಲಿಲ್ಲ. ಆಕೆಯನ್ನು ತುಳಿಯಲಿಕ್ಕೆ ಪ್ರಪಂಚದ ಕೈಗೆ ಈ ಚಲಂ ಎಂಬ ಆಯುಧವೇ ಸಿಗುತ್ತಿತ್ತು. ಆಕೆಯ ಸುತ್ತಲಿದ್ದ ಸ್ತ್ರೀಯರು ಆಕೆಯಂತೆ ಸ್ವತಂತ್ರ ವ್ಯಕ್ತಿತ್ವ ಉಳ್ಳವ ರಾಗಿರಲಿಲ್ಲ. ಅವರ ಗಂಡಂದಿರು ಅವರನ್ನು ಯಾವತ್ತೋ ತಿಂದುಹಾಕಿದ್ದರು. ಹೇಗೆ ಬದುಕಬೇಕು ಅಂತ ಪ್ರತಿನಿತ್ಯ ಅವರಿಗೆ ಹೇಳಿಕೊಡುತ್ತಿದ್ದುದು ಅವರ ಗಂಡಂದಿರು. ಆದರೆ ರಂಗನಾಯಕಮ್ಮಗಾರು ತಮ್ಮ ಬದುಕನ್ನು ತಮಗೆ ತೋಚಿದ ರೀತಿಯಲ್ಲಿ ಬದುಕಿದರು. ತಮ್ಮ ಇಷ್ಟದ ಪ್ರಕಾರ ವ್ಯವಹರಿಸಿದರು. ಆಕೆಯ ಅಭಿಪ್ರಾಯಗಳು ಆಕೆಗಿದ್ದವು.

ಮಕ್ಕಳ ವಿಷಯದಲ್ಲೂ ಆಕೆಗೆ ನಿರಾಸೆಯಾಯಿತು. ಅವರನ್ನು ರೂಪುಗೊಳಿ ಸುವ ಅವಕಾಶದಿಂದ ಆಕೆಯನ್ನು ನಾನು ವಂಚಿತಳನ್ನಾಗಿ ಮಾಡಿದೆ. ಇದರಿಂದಾಗಿ ದೊಡ್ಡ ಆಘಾತ ಅನುಭವಿಸಿದರು ಆಕೆ. ಒಂದೇ ಪುಣ್ಯವೆಂದರೆ ಆಕೆಯ ಅಕ್ಕ

ವೊಯ್ಯಿ ಬೆನ್ನ ಹಿಂದೆ ನಿಂತು ಆಕೆಗೆ ಬೇಕಾದ ಎಲ್ಲ ಸಹಾಯವನ್ನೂ ಮಾಡಿದಳು. ಹಣ ಕೊಟ್ಟಳು. ಆರೋಗ್ಯ ಕೊಟ್ಟಳು. ಸ್ವೇಚ್ಛೆ ಕೊಟ್ಟಳು. ಅಷ್ಟಾದರೂ ರಂಗ ನಾಯಕಮ್ಮನವರು ಸ್ಥಿರವಾಗಿ ಕಾಲೂರಿಕೊಂಡು ನಿಲ್ಲಲಿಲ್ಲ. ಯಾವಾಗ ನಾನು ಆಕೆಗೆ ಮೋಸ ಮಾಡಿ, ಸಂಸಾರದಿಂದ ಹೊರಬಿದ್ದು ಬಿಟ್ಟೆನೋ, ಬ್ರಹ್ಮಸಮಾಜದ ಚಳುವಳಿಯಲ್ಲಿ ಆ ಪರಿ ಸಕ್ರಿಯಳಾಗಿದ್ದ ರಂಗನಾಯಕಮ್ಮಗಾರು ತಮ್ಮ ಸ್ವಭಾವಕ್ಕೆ ತದ್ವಿರುದ್ಧವಾಗಿ, reactionary ಆಗಿಬಿಟ್ಟರು. ಜಾತಿ, ಪೂಜೆ, ವಿಗ್ರಹಾರಾಧನೆ, ಎಲ್ಲವನ್ನೂ ವಿರೋಧಿಸುತ್ತಿದ್ದಾಕೆ ಪೂಜೆ, ಮಂತ್ರ, ಜಪ ಮುಂತಾದವನ್ನೆಲ್ಲ ಮನೆಯೊಳಕ್ಕೆ ತಂದಳು. ತನಗೆ ನಂಬಿಕೆ ಇಲ್ಲದ್ದನ್ನೂ ನಂಬತೊಡಗಿದಳು. ಏಕೆಂದರೆ, ಆಕೆಗೆ ಸ್ವಾತಂತ್ರ್ಯ ಉಳಿಸಿಕೊಳ್ಳಬೇಕಾಗಿತ್ತು. ನಾನೂ ಪ್ರತಿಕ್ರಿಯಿಸದೆ ಸುಮ್ಮನಿದ್ದುಬಿಟ್ಟೆ.

ಆ ಮನೆಯ ಮೇಲೆ ನನ್ನ ಹಿರಿತನವಿರಲಿಲ್ಲ. ಇಂಥ ಮನುಷ್ಯ ಈ ಮನೆಯಲ್ಲಿ ಇರಬಹುದು ಅಂತ ಆಕೆ ಅಂಗೀಕರಿಸಿದರೆ, ಆ ಮನೆಯಲ್ಲಿ ಅವನಿಗೆ ಸ್ಥಾನ. 'ಇವನು ಇರಕೂಡದು' ಅಂದಳೆಂದರೆ, ಅದು ಯಾರೇ ಇರಲಿ: ಹೊರಟು ಹೋಗು ಅನ್ನು ತ್ತಿದ್ದೆ. ನನ್ನ ಸ್ತ್ರೀಯರಿಗೆ ಇರಲಿಕ್ಕೆ ಬೇರೆ ಏರ್ಪಾಟು ಮಾಡುತ್ತಿದ್ದೆ. ಆಕೆಯ ಪೂಜೆ, ಭಜನೆ, ಮಡಿ, ಆಚಾರ, ಬಂಧುತ್ವ-ಯಾವುದರಲ್ಲೂ ನಾನು ತಲೆ ಹಾಕುತ್ತಿರಲಿಲ್ಲ.

ಆದರೆ ಮಕ್ಕಳ ವಿಷಯಕ್ಕೆ ಬಂದರೆ ಯಾವ ಕಾರಣಕ್ಕೂ ನಾನು ಸಹಿಸುತ್ತಿರ ಲಿಲ್ಲ. ಆಕೆಯ ಪ್ರಕಾರ ಅವರು ನಡೆದುಕೊಂಡರೆ ನನ್ನ ಅಭ್ಯಂತರ ಏನೂ ಇಲ್ಲ. ಆಕೆಯ ಜೊತೆಗೆ ಹೋದರೂ ನನ್ನ ತಕರಾರಿಲ್ಲ. ಆದರೆ ಮಕ್ಕಳು ಆಕೆಯ ಮಾತು ಕೇಳುತ್ತಿರಲಿಲ್ಲ. ಅವರಿಗದು ಇಷ್ಟವಾಗುತ್ತಿರಲಿಲ್ಲ. ಇವಳು ಹೆತ್ತವಳೆಂಬ ಹಕ್ಕು ಸಾಧಿಸಲು ಮುಂದಾದರೆ ಮಾತ್ರ ನಾನು ಸಹಿಸದಾಗುತ್ತಿದ್ದೆ. ಹೀಗೆ ನಾವೆಲ್ಲರೂ ತಿರುಗಿಬೀಳುವುದರೊಂದಿಗೆ ಆಕೆ ಒಬ್ಬಂಟಿಗಳಾಗಿ ಬಿಟ್ಟಳು. ತುಂಬ ನೊಂದು ಕೊಂಡಿದ್ದಿರಬೇಕು. ಆಕೆಯನ್ನು ಸಂತೋಷವಾಗಿಡಬೇಕೆಂದರೆ, ನನ್ನ ವ್ಯಕ್ತಿತ್ವವನ್ನು ಕೊಂದುಕೊಳ್ಳಬೇಕು. ಮಕ್ಕಳ ವ್ಯಕ್ತಿತ್ವಗಳನ್ನೆಲ್ಲ ಕೊಲ್ಲಬೇಕು. ಹಾಗೆ ಕೊಂದುಕೊಂಡು ಆಕೆಯ ಕೈಗೆ ಸಿಕ್ಕದ ಹೊರತು ಆಕೆಗೆ ತೃಪ್ತಿಯಾಗದು.

ಹೀಗೆ ನಾವಿಬ್ಬರೂ ಕಿತ್ತಾಡಿಕೊಳ್ಳುತ್ತಿರುವಂತೆಯೇ ಮಕ್ಕಳು ದೊಡ್ಡವರಾದರು. ನನ್ನ ಖಾಸಗಿ ಬದುಕಿನಲ್ಲಿ ನಾನು ಮತ್ತಷ್ಟು ವಿಜೃಂಭಿಸಿದೆ. ನನ್ನೊಂದಿಗೆ ಇನ್ನೆಂದಿಗೂ ಆಕೆ ಯುದ್ಧ ಮಾಡಲಾಗದಂತಾದಳು. ಅಥವಾ ಹಾಗಂತ ಆಕೆಗೆ ಅನ್ನಿಸಿತು. ಅದರಿಂದಾಗಿ ಮಾನಸಿಕವಾಗಿ ಹೊಡೆತಕ್ಕೊಳಗಾದಳು. ಮನೆಬಿಟ್ಟು ಎಲ್ಲೆಂದರಲ್ಲಿ ಅಲೆಯತೊಡಗಿದಳು. ನಮ್ಮನ್ನು ಕಂಡರಾಗದೆಂಬ ಸ್ಥಿತಿ. 'T'ಗೆ ಈಗ ವೊಯ್ಯಿ

ಕೂಡ ಯಾವುದೇ ತೆರನಾದ ಸಹಾಯ ಮಾಡಲಾಗುತ್ತಿರಲಿಲ್ಲ. ಡಾಕ್ಟರ್ ಅಹೋಬಲರಾವು ಅವರ ಪ್ರೋತ್ಸಾಹದಿಂದಾಗಿ ಆಂಧ್ರ ಇನ್ಶೂರೆನ್ಸ್ ಕಂಪೆನಿಗೆ 'T' ಏಜೆಂಟ್ ಆಗಿ ಸೇರಿಕೊಂಡಳು. ಆಂಧ್ರದೇಶದಲ್ಲಿ ಇನ್ಶೂರೆನ್ಸ್ ಏಜೆಂಟ್ ಆದ ಮೊಟ್ಟಮೊದಲನೆಯ ಸ್ತ್ರೀ, ರಂಗನಾಯಕಮ್ಮ. ಆದರೆ ಕ್ರಮೇಣ ಬೇರೆ ತೆರನಾದ ಹೆಂಗಸರು ಬಂದರು: ದೇಹ ಕೊಟ್ಟು ಇನ್ಶೂರೆನ್ಸ್ ಪಾಲಿಸಿ ಪಡೆಯು ವಂಥವರು. ಹೀಗಾಗಿ ಅಲ್ಲೂ ಆಕೆ ವಿಫಲಳಾದಳು. ತನ್ನ ಮಕ್ಕಳ್ಯಾರೂ ಮದುವೆ ಯಾಗುವುದಿಲ್ಲ. ಓದುವುದೂ ಇಲ್ಲ. ಕೀರ್ತಿ ತರುವ ಕೆಲಸ ಮಾಡುವುದಿಲ್ಲ. ಲೋಕಾರೂಢಿಯ ಪ್ರಕಾರ ಮಗ ಯಾವುದಕ್ಕೂ ಕೆಲಸಕ್ಕೆ ಬಾರದಂತಾದ. ಕಡೆಗೆ ಪೂಜೆ, ಭಕ್ತಿ, ಆಚಾರಗಳೆಲ್ಲ ವಿಪರೀತ ಸ್ಥಿತಿಗೆ ಹೋಗಿ ಆಕೆ ರಮಣಾಶ್ರಮಕ್ಕೆ ಹೊರಟು ಹೋದಳು.

ಆಗ ರಮಣಾಶ್ರಮದ ಸುತ್ತ ಕಾಡು, ಬಂಜರು. ಇಲ್ಲಿ ಯಾರೂ ಇರುತ್ತಿರಲಿಲ್ಲ. ಆಶ್ರಮವಾಸಿಗಳು, ಭಕ್ತರು, ಆಶ್ರಮವನ್ನು ನಂಬಿಕೊಂಡು ಬದುಕುವವರ ಹೊರತಾಗಿ ಮತ್ಯಾರೂ ಅಲ್ಲಿರುವಂತಿರಲಿಲ್ಲ. ಅಂಥದರಲ್ಲಿ ಆಕೆ ಚಿಕ್ಕದೊಂದು ಗುಡಿಸಲಿನಲ್ಲಿ ಎರಡು ಮಣ್ಣಿನ ಪಾತ್ರೆಯಿಟ್ಟುಕೊಂಡು, ತಿಂದರೆ ತಿಂದಳು; ಇಲ್ಲದಿದ್ದರೆ ಇಲ್ಲ ಎಂಬಂತೆ ಒಬ್ಬಂಟಿಗಳಾಗಿ ಬದುಕಿದಳು. ಹಾಗೆ ಬದುಕಲಿಕ್ಕೂ ನಮ್ಮ ತೆಲುಗರು ಬಿಡಲಿಲ್ಲ. ಅವರಿಗೆ ನಮ್ಮನ್ನು ಕಂಡರೆ ಮೈತುಂಬ ವಿಷ. ಆಕೆ ಯನ್ನು ಅವರು ಅಲ್ಲೂ ನೆಮ್ಮದಿಯಾಗಿರಲಿಕ್ಕೆ ಬಿಡಲಿಲ್ಲ. ತೆಲುಗರಿಗೆ ಸಿಟ್ಟಿದ್ದು ದೆಲ್ಲ ನನ್ನ ಮೇಲೆ. ಆದರೆ ಕೈಗೆ ಸಿಕ್ಕಿದ್ದು ಈಕೆ. 'ಇವಳಾ? ಇವಳು ವಿಜಯವಾಡ ದವಳು. ನಮಗೆ ಚೆನ್ನಾಗಿ ಗೊತ್ತುಬಿಡಿ. ಅಂಥವಳು ಇಂಥವಳು' ಅಂತ ಬಾಯಿಗೆ ಸಿಕ್ಕಂತೆ ಮಾತಾಡಿ ಆಶ್ರಮದಲ್ಲೂ ತಲೆಯೆತ್ತಿಕೊಂಡು ಓಡಾಡಲಾಗದ ಹಾಗೆ ಮಾಡಿಬಿಟ್ಟರು. ಅವರ ಪೈಕಿ ಒಬ್ಬಿಬ್ಬರಿಗೆ ಭಗವಾನ್‌ರೊಂದಿಗೆ ಆತ್ಮೀಯತೆಯೂ ಲಭಿಸಿತ್ತು. ಅವರು 'T'ಗೆ ಕೊಟ್ಟ ತೊಂದರೆ ಅಷ್ಟಿಷ್ಟಲ್ಲ ಬಿಡಿ. ಆಶ್ರಮದ ಅಧಿಕಾರಿಗಳಿಗೆ, ಇಲ್ಲಿನ ತಮಿಳರಿಗೆ ಆಕೆಯನ್ನು ಕಂಡರಾಗದಂತೆ ಮಾಡಿಟ್ಟರು. ಆಕೆಯನ್ನು scandalise ಮಾಡಿದರು. ಆಶ್ರಮದೊಳಕ್ಕೇ ಆಕೆ ಬರದಂತೆ ಮಾಡಲು ಯತ್ನಿಸಿದರು. ಆ ಹಂತದಲ್ಲೇ ವೊಯ್ಯಿಗೆ ಟೆಲಿಗ್ರಾಂ ಬಂತು: "ನಿಮ್ಮ ತಂಗಿಯ ಮನಸು ಸ್ಥಿಮಿತದಲ್ಲಿ ಇಲ್ಲ. ಬಂದು, ತಕ್ಷಣ ಕರೆದುಕೊಂಡು ಹೋಗಿ!" ಅಂತ.

ಸ್ವತಃ ಭಗವಾನ್ ಅವರೇ ಆಶ್ರಮದ ಅಧಿಕಾರಿಗಳಿಗೆ ಹೇಳಿಕೊಡಿಸಿದ ಟೆಲಿಗ್ರಾಂ ಅದು. ವಿಜಯವಾಡದಿಂದ ನಾನು, ಷಾ ಅರುಣಾಚಲಕ್ಕೆ ಬಂದೆವು. ಅವತ್ತಿಗಾಗಲೇ 'T' ಅರಳುಮರಳಾಗಿದ್ದಳು. ನಮ್ಮಿಂದ ದೂರವಾದಾಗ ಆಕೆ ಹೀಗಿರಲಿಲ್ಲ. ಇಲ್ಲಿಗೂ

ಬಂದು ಸೇರಿಕೊಂಡ ತೆಲುಗರ ಹೆಂಗಸರು ನನ್ನ ಮೇಲಿನ ಸಿಟ್ಟಿಗೆ ಆಕೆಯನ್ನು ರೇಗಿಸಿ, ಅಳಿಸಿ, ಹೆದರಿಸಿ ಕಡೆಗೆ ಹುಚ್ಚಿಯನ್ನಾಗಿ ಮಾಡಿದ್ದರು. ಯಾರನ್ನೂ ಏನೂ ಮಾಡಲಾಗದ ನಿಸ್ಸಹಾಯಕ ಸ್ಥಿತಿಯಲ್ಲಿ 'T'ಗೆ ಹುಚ್ಚು ಹಿಡಿದಿತ್ತು. ಕಡೆಗೆ ನಾವಿಬ್ಬರೂ ಆಕೆಯನ್ನು ಒತ್ತಾಯಿಸಿ, ವಿನಂತಿಸಿ ವಿಜಯವಾಡಕ್ಕೆ ಕರೆತಂದೆವು. ಆಕೆಯನ್ನು ವಿಜಯವಾಡದಲ್ಲಿ ಬಿಟ್ಟು ನಾನು ನನ್ನ ಪಾಡಿಗೆ ಕೆಲಸಕ್ಕೆ ಹೋದೆ. ವಿಜಯವಾಡದಲ್ಲಿ 'T'ಗೆ ಮತ್ತಷ್ಟು ಮನೋವೈಕಲ್ಯ ತೀವ್ರವಾಯಿತು. ತಿಂಗಳುಗಟ್ಟಲೆ ಕಷ್ಟಪಟ್ಟು, ಅಮ್ಮನ ಹುಚ್ಚನ್ನು ಸಹಿಸಿಕೊಂಡು, ಸೇವೆ ಮಾಡಿದವಳು 'ಚೇ'. ಈ ವಿಷಯದಲ್ಲಿ, ತಾಯಿಗೆ ಮಾಡಿದ ಸೇವೆಗಾಗಿ 'ಚೇ'ನ ಎಷ್ಟು admire ಮಾಡಿದರೂ ಸಾಲದು.

ಅದೊಂದು ದಿನ ಹೇಗೆ ತಪ್ಪಿಸಿಕೊಂಡಳೋ ಗೊತ್ತಿಲ್ಲ: ಮನೆಯಿಂದ ತಪ್ಪಿಸಿ ಕೊಂಡ 'T' ಮದರಾಸಿಗೆ ಹೊರಟು ಹೋಗಿದ್ದಳು. ಅಲ್ಲಿ Governer ಭವನಕ್ಕೆ ಹೋಗಿ ಅವರ private secretaryಯನ್ನು ಕಂಡಳು. 'ನಾನು ರಮಣಾಶ್ರಮಕ್ಕೆ ಹೋಗುತ್ತಿದ್ದೇನೆ. ಅಲ್ಲಿ ನನಗೆ ಪ್ರಾಣಭಯವಿದೆ. ಸರ್ಕಾರದ ಮೂಲಕ ನನಗೆ ರಕ್ಷಣೆ ಕೊಡಿಸಿ' ಎಂದು ಹೇಳಿ ಅರುಣಾಚಲಕ್ಕೆ ಬಂದುಬಿಟ್ಟಿದ್ದಳು! ಆಕೆ ಬಂದಾಗಿ ನಿಂದ ಒಂದೇ ಸಮನೆ 'ರಂಗನಾಯಕಮ್ಮನವರು ಹೇಗಿದ್ದಾರೆ?' ಅಂತ Governor ಕಚೇರಿಯಿಂದ ಮೆಸೇಜುಗಳು ಬರತೊಡಗಿದವು. ಆಕೆಯನ್ನು ಓಡಿಸಿ ಬಿಟ್ಟೆವೆಂಬ ಹಮ್ಮಿನಲ್ಲಿದ್ದ ತೆಲುಗು ಪತಿವ್ರತಾ ಶಿರೋಮಣಿಗಳಿಗೆ ಈಗ ಪೀಕಲಾಟಕ್ಕಿಟ್ಟು ಕೊಂಡಿತ್ತು. ಈಗ ಅವರ್‍ಯಾರೂ ಉಸಿರೆತ್ತುವಂತಿರಲಿಲ್ಲ. ಆದರೆ ಆಶ್ರಮದೊಳಕ್ಕೆ ಆಕೆ ಬಾರದಂತೆ ನೋಡಿಕೊಳ್ಳಲು ನಿರ್ಧರಿಸಿದ್ದರು. ಅಲ್ಲಿಗೂ 'T' ಸುಮ್ಮನಾಗಲಿಲ್ಲ. ಅಂಥ ಹುಚ್ಚಿನಲ್ಲೂ ಮದ್ರಾಸಿಗೆ ಹೋಗಿ ಒಬ್ಬ ವಕೀಲನನ್ನು ಕರೆತಂದು 'ಈಕೆ ಏನು ಕೊಡಬಾರದ ತೊಂದರೆ ಕೊಟ್ಟಿದ್ದಾಳೆ? ವಿವರಣೆ ಕೊಡಿ' ಅಂತ ಆತನಿಂದ ಕೇಳಿಸಿದಳು. ಆಶ್ರಮದೊಳಗಿನ ಕುತಂತ್ರಿಗಳಿಗೆ ಕೈಕಾಲು ಆಡದಂತಾಗಿ ಹೋಗಿತ್ತು.

ಅದಾದ ಮೇಲೆ 'T' ಇಲ್ಲೇ ಸ್ಥಿರಗೊಂಡಳು. ಆಕೆ ಬರೆಯುತ್ತಿದ್ದ ಪತ್ರಗಳಿಂದ ವೊಯ್ಯಿಗೆ ಕೊಂಚ ಶಾಂತಿ ಸಿಗುತ್ತಿತ್ತು. ಆದರೆ ತಂಗಿ ಹೀಗಾಗಿ ಹೋದಳಲ್ಲಾ ಎಂಬ ವಿಚಾರ ವೊಯ್ಯಿಯನ್ನು ತುಂಬ ವಿಭ್ರಾಂತಗೊಳಿಸಿತ್ತು. ಮುಂದೆ 'T' ಕಂತೆ ಕಂತೆ ಟಪಾಲು ಬರೆದು ಕಳಿಸತೊಡಗಿದಳು. ಬಿಚ್ಚಿ ನೋಡಿದರೆ ಅವುಗಳಲ್ಲಿ ಏನೂ ಇರುತ್ತಿರಲಿಲ್ಲ: ಶುದ್ಧ nonsense. ಯಾವೂ ಅರ್ಥವಾಗುತ್ತಿರಲಿಲ್ಲ. ಇದೆಲ್ಲ ಹುಚ್ಚಿನ ಪರಿಣಾಮ ಅಂದುಕೊಂಡು ಅವತ್ತು ಕಸದ ಬುಟ್ಟಿಗೆ ಹಾಕಿದೆನಾದರೂ, ಇವತ್ತು ಅರ್ಥವಾಗುತ್ತಿದೆ. ನಮಗೆ, ಅಂದರೆ ಸಾಮಾನ್ಯ ಮನುಷ್ಯರಿಗೆ ಅರ್ಥವಾಗದ

planeನೊಳಗಿನಿಂದ ಯಾವುದೋ ಕಾಂಕ್ಷೆ, ಯಾವುದೋ imagination ತನಗೆ ದಕ್ಕಿದಂತಾಗಿ, ಅದನ್ನು ಹೇಳಲು ಬಾರದೆ ಕಲಸುಮೇಲೋಗರ ಮಾಡಿಕೊಂಡು ನಮಗೆ ಬರೆದು ಕಳಿಸುತ್ತಿದ್ದಳು ಅಂತ ಕಾಣುತ್ತದೆ. ಹುಚ್ಚಿಯ ಕಾಗದಗಳು ಅಂದುಕೊಂಡು ನಾವು ಕಸದ ಬುಟ್ಟಿಗೆ ಹಾಕುತ್ತಿದ್ದೆವು.

ಈ ಮಧ್ಯೆ ವೊಯ್ಯಿ ಸತ್ತು ಹೋದಳು. ವೊಯ್ಯಿ ಸಾಯುತ್ತಿದ್ದಂತೆಯೇ 'T' ವಿಜಯವಾಡಕ್ಕೆ ಬಂದು ಬಿಟ್ಟಳು. ಅವತ್ತಿಗಾಗಲೇ ನಾವು ವಿಜಯವಾಡ ಬಿಡಲು ತೀರ್ಮಾನಿಸಿದ್ದೆವು. ಇನ್ನು ಈ ಆಂಧ್ರದೇಶದಲ್ಲೇ ಇರಕೂಡದೆಂದು ನಾನು ತೀರ್ಮಾನ ಮಾಡಿದ್ದೆ. ಅವತ್ತಿಗೆ 'T' ರಮಣಾಶ್ರಮದಲ್ಲಿದ್ದುದರಿಂದ ನಮ್ಮನ್ನೂ ಅಲ್ಲಿಗೇ ಬರುವಂತೆ ಒತ್ತಾಯಿಸಿದಳು. ಒಂದು ಕಡೆ ಆಕೆಯ ಒತ್ತಾಯ, ಇನ್ನೊಂದು ಕಡೆ ನಮ್ಮನ್ನು ಹತ್ತಿರಕ್ಕೆ ಕರೆದುಕೊಳ್ಳುವ ಗೆಳೆಯರ್ಯಾರೂ ಇಲ್ಲದಿರುವಿಕೆ-ಎಲ್ಲ ಸೇರಿಕೊಂಡು, ನಾವು ರಮಣಾಶ್ರಮಕ್ಕೇ ಹೋಗಲು ತೀರ್ಮಾನಿಸಿದೆವು. ಕೆಲ ದಿನಗಳಲ್ಲೇ ನಾವು ವಿಜಯವಾಡದಲ್ಲಿದ್ದವುಗಳನ್ನೆಲ್ಲ ಮಾರಿಕೊಂಡು ರಮಣಾಶ್ರಮಕ್ಕೆ ಹೊರಟು ಬಂದೆವು. ಆಕೆಯೂ ನಮ್ಮೊಂದಿಗೇ ಇರತೊಡಗಿದಳು.

ಇದ್ದ ಮಾತು ಹೌದಾದರೂ ಕೆಲವೊಮ್ಮೆ ಎಂಥದೋ ಭ್ರಾಂತು ಹುಟ್ಟಿ ಎಲ್ಲಿಗೋ ಹೊರಟು ಹೋಗುತ್ತಿದ್ದಳು. ತಿಂಗಳುಗಟ್ಟಲೆ ಸುದ್ದಿಯೇ ಇರುತ್ತಿರಲಿಲ್ಲ. ಮತ್ತೆ ಒಂದ್ಯಾವುದೋ ದಿನ ಹಿಂತಿರುಗುತ್ತಿದ್ದಳು. ಆಮೇಲೆ ನಮ್ಮನ್ನು ಶಾಶ್ವತ ವಾಗಿಯೇ ಬಿಟ್ಟುಹೋದ 'T' ತಿರುಗಿ ಆಂಧ್ರದೇಶಕ್ಕೇ ಹೋಗಿ ಅಲ್ಲೊಂದು ಶಾಲೆ ತೆರೆದು ಮಕ್ಕಳಿಗೆ ಪಾಠ ಹೇಳಿಕೊಡುತ್ತ ಉಳಿದಳು. ಸ್ವತಂತ್ರವಾಗಿ ಬದುಕುವ ಅಭಿಲಾಷೆ ಆಕೆಗಿತ್ತು. ಆದರೆ health fail ಆಯಿತು. ಮತ್ತೆ ತಿರುವಣ್ಣಾಮಲೈಗೆ ಬಂದವಳಿಗೆ ಹಠಾತ್ತನೆ heart attack ಆಯಿತು. ಅದಾದ ಕೆಲವೇ ದಿನಗಳಿಗೆ ನನ್ನ ಪತ್ನಿ ರಂಗನಾಯಕಮ್ಮಗಾರು ತೀರಿಕೊಂಡರು.

ಅನೇಕ ದಿನಗಳಿಂದ ವೊಯ್ಯಿಯ ಆರೋಗ್ಯ ಕ್ಷೀಣಿಸತೊಡಗಿತ್ತು. ಮುಖ್ಯವಾಗಿ ಆಕೆಗಿದ್ದ ದಿನಗಳಿಂದಾಗಿ ವೊಯ್ಯಿಗೆ ರಕ್ತದ ಒತ್ತಡ ಬಂದಿತ್ತು. ಹಾಗೆ ವೊಯ್ಯಿ ಸಾಯುವುದಕ್ಕೆ ಮುಂಚಿನ ನಾಲ್ಕು ವರ್ಷ ನಾನು ಎಷ್ಟು ಅಧಮನಂತೆ ವರ್ತಿಸಿದೆ ಅಂದರೆ, ಇವತ್ತಿಗೂ ಅದು ದುರ್ಭರವೆನಿಸುತ್ತದೆ. ವಿಚಿತ್ರವೆನಿಸುತ್ತದೆ. ನಾಚಿಕೆಯಾಗುತ್ತದೆ. ಮೂಲತಃ ನಾನು ಅಂಥವನಲ್ಲ. ಆದರೆ ಯಾಕೆ ಹಾಗಾದೆನೋ? ವಿಚಿತ್ರ. ವಿಧಿವಶಕ್ಕೆ ಬಿದ್ದು ನಳಮಹಾರಾಜ, ಹರಿಶ್ಚಂದ್ರ ಮುಂತಾದವರೆಲ್ಲ ವಿಚಿತ್ರವಾಗಿ ನಡೆದುಕೊಂಡರು ಅಂತ ಪುರಾಣಗಳಲ್ಲಿ ಓದಿದಾಗ ನನಗೆ ನಂಬಲಾಗುತ್ತಿರಲಿಲ್ಲ. ಅಷ್ಟು ಬುದ್ಧಿ ಇರುವಂಥವರು ಹೇಗೆ ಬದಲಾಗುತ್ತಾರೆ ಅಂತ ಅಂದುಕೊಳ್ಳುತ್ತಿದ್ದೆ. ಆದರೆ ಆ ನಾಲ್ಕು ವರ್ಷಗಳಲ್ಲಿ ನನ್ನ ವ್ಯಕ್ತಿತ್ವದಲ್ಲೇ ಬಂದ ಬದಲಾವಣೆ ನೋಡಿದ ಮೇಲೆ, ಮನುಷ್ಯರು ಕೆಲ ಸಂದರ್ಭಗಳಲ್ಲಿ ವಿಚಿತ್ರವಾಗಿ ವರ್ತಿಸುತ್ತಾರೆ ಎಂಬ ಮಾತು ಅತಿಶಯೋಕ್ತಿಯಲ್ಲ ಅಂತ ಅನ್ನಿಸತೊಡಗಿದೆ.

ಆ ನಾಲ್ಕು ವರ್ಷಗಳಲ್ಲಿ ನಾನು ವೊಯ್ಯಿಯೊಂದಿಗೆ heart to heart ಮಾತಾಡಲೇ ಇಲ್ಲ. ನಾನು ಲೀಲ ಅವರ ಕೈಗೊಂಬೆಯಾಗಿ ಬಿಟ್ಟಿದ್ದೆ. "ಇಂಥ ದುರ್ಭರ ವ್ಯಾಮೋಹಕ್ಕೆ ಬಿದ್ದಿದ್ದೇನೆ:ಏನು ಮಾಡೋಣ" ಅಂತ ವೊಯ್ಯಿಯನ್ನೇ ಒಂದು ಮಾತು ಕೇಳಬಹುದಿತ್ತು. ನಾನು ಕೇಳಲಿಲ್ಲ. ಅವಳು ವಿಪರೀತ ನೊಂದುಕೊಳ್ಳುತ್ತಿದ್ದುದನ್ನು ನೋಡಿ ಕೂಡ ನಾನು hard hearted ಆಗಿ ಸುಮ್ಮನಿದ್ದುಬಿಟ್ಟೆ. ಸ್ವಭಾವತಃ ನಾನು ಹಾಗಲ್ಲ. ಯಾರು ನೊಂದುಕೊಂಡರೂ ನನಗೆ ನೋವಾಗುತ್ತಿತ್ತು. ವೊಯ್ಯಿಯ ವಿಷಯದಲ್ಲೂ ನೊಂದುಕೊಳ್ಳುತ್ತಿದ್ದೆ. ಆದರೆ ಮಾತು, ಉಹುಂ, ವೊಯ್ಯಿ ಕೂಡ ನನ್ನನ್ನು ಹತ್ತಿರಕ್ಕೆ ಕರೆದುಕೊಂಡು ಮಾತನಾಡಲಿಲ್ಲ. ಬಹುಶಃ ಅದಕ್ಕೆ ನಾನೇ ಅವಕಾಶ ಮಾಡಿಕೊಡುತ್ತಿರಲಿಲ್ಲ.

ವೊಯ್ಯಿಯ health deteriorate ಆಗುತ್ತಿದೆ, ಸದ್ಯದಲ್ಲೆ ಅವಳು ಸಾಯಲಿ

ದ್ದಾಳೆ ಅಂತ ಗೊತ್ತಾಗುತ್ತಿದ್ದರೂ ಆ ಬಗ್ಗೆ ನಾನು ಏನನ್ನೂ ಯೋಚಿಸುತ್ತಿರಲಿಲ್ಲ. ಯಾವುದೋ ದುಷ್ಟ ಶಕ್ತಿ ನನ್ನನ್ನು ಆವರಿಸಿಕೊಂಡು, ಕಣ್ಣು ಮುಚ್ಚಿ ನನ್ನ ಮನಸ್ಸನ್ನು ಕಲ್ಲು ಮಾಡಿ ಹಾಕಿತ್ತಾ ಅಂತ ಈಗ ಅನ್ನಿಸುತ್ತಿದೆ. ಇಷ್ಟಾಗಿ, ನನಗೂ-ಲೀಲ ಅವರಿಗೂ ಮಧ್ಯೆ ಅಂಥ ಶೃಂಗಾರವೇನೂ ಉಳಿದಿರಲಿಲ್ಲ. ಆಕರ್ಷಣೆಯಾಗಲೀ, ಅಬ್ಬರದ ವ್ಯಾಮೋಹವಾಗಲೀ ಇರಲಿಲ್ಲ. ವೊಯ್ಯಿಯ ಬಗ್ಗೆ ಕಡೇಪಕ್ಷ ನಾನು ಷಾ ಜೊತೆಯಲ್ಲಿ ಮಾತನಾಡಬಹುದಿತ್ತು. ಆದರೆ ಕಲ್ಲಿನಂತೆ ಕೂತು, ಕಾಷ್ಠ ಮೌನದಲ್ಲಿ ಕಾಲ ಕಳೆದುಬಿಟ್ಟೆ. ನನ್ನಲ್ಲಿ ಜೀವವೇ ಇರಲಿಲ್ಲ. ಹೃದಯ ಸ್ಪಂದನೆಯೂ ಇಲ್ಲ. ಸ್ನೇಹಿತರಿಂದ ದೂರವಾದೆ. ವೊಯ್ಯಿ ಮತ್ತು ಮಕ್ಕಳು ನನ್ನನ್ನು ಲೀಲ ಅವರ ಸುಪರ್ದಿಗೆ ಬಿಟ್ಟುಬಿಟ್ಟಿದ್ದರು: ಬೇಕಾದ ಶೃಂಗಾರ ಅನುಭವಿಸಿಕೊಳ್ಳಲಿ ಅಂತ. ತಾನು ಸತ್ತುಹೋದರೆ, ಅಷ್ಟಾಗಿ ಪ್ರೀತಿಸಿದ ಈ ಮಕ್ಕಳು ಏನಾಗಿ ಹೋಗುತ್ತಾರೋ ಎಂಬ ದಿಗಿಲು ವೊಯ್ಯಿಗೆ. ಅದರಿಂದಾಗಿಯೇ ಆಕೆಯ heart ಬಲಹೀನವಾಯಿತು. ನಾನು ಕುರುಡನಂತೆ ಲೀಲ ಹಾಕಿದ ಗೆರೆ ದಾಟದೆ ಆಕೆಯೊಂದಿಗೆ ಇದ್ದುಬಿಟ್ಟಿದ್ದೆ. ವಿಜಯವಾಡಕ್ಕೆ ಬಂದರೆ ಇರುವ ಮನಸ್ಸಾಗುತ್ತಿರಲಿಲ್ಲ. ಹೊರಟು ಹೋಗುತ್ತಿದ್ದೆ. ವೊಯ್ಯಿಗೆ ರೆಸ್ಟ್ ಬೇಕು. ಅದನ್ನು ಹೇಗೆ ಕೊಡಬೇಕು? ಗೊತ್ತಾಗುತ್ತಿರಲಿಲ್ಲ.

ಅದೊಂದು ರಾತ್ರಿ ಮಾತಾಡುತ್ತ ಮಲಗಿದ್ದಾಗ, ನಾವೆಲ್ಲ ಸುತ್ತ ಇರುವಂತೆಯೇ ವೊಯ್ಯಿ ಸತ್ತು ಹೋದಳು. ಅಷ್ಟು ದೊಡ್ಡ ವ್ಯಕ್ತಿತ್ವದ ಹೆಣ್ಣುಮಗಳನ್ನು ನಾನು ಯಾವತ್ತಿಗೂ ನೋಡಲಿಲ್ಲ. ಅವತ್ತು ರಾತ್ರಿ ಮನೆಯಲ್ಲಿ ಮಕ್ಕಳು ಅಳುತ್ತಿದ್ದರೆ, ನಾನಿನ್ನು ಲೀಲ ಅವರ ಮನೆಗೆ ಹೋಗುವುದಿಲ್ಲವೆಂದು ಮಾತುಕೊಟ್ಟೆ. ಅದಕ್ಕೂ ಮುಂಚೆ, ವೊಯ್ಯಿ ಸತ್ತು ಹೋದರೆ ಅವಳೊಂದಿಗೆ ನಾವೆಲ್ಲರೂ ಆತ್ಮಹತ್ಯೆ ಮಾಡಿಕೊಂಡು ಸತ್ತುಹೋಗಬೇಕು ಅಂದುಕೊಂಡಿದ್ದೆವು. ಸಾಯಲಿಕ್ಕೆ ಬೇಕಾದ ಔಷಧಿಯೂ ಮನೆಯಲ್ಲೇ ಇತ್ತು. ಆದರೆ ಅಮ್ಮ (T) ಅರುಣಾಚಲದಲ್ಲಿದ್ದಾಳೆ. ನಾವೆಲ್ಲ ಸತ್ತು ಹೋದರೆ ಆಕೆಗೆ ಯಾರು ಹಣ ಕಳಿಸುತ್ತಾರೆ ಎಂಬ ಆಲೋಚನೆ ಬಂತು. ಅದಕ್ಕಿಂತ ಹೆಚ್ಚಾಗಿ ಅವತ್ತು ರಾತ್ರಿ ಅದೇನೋ ಸಂಭವಿಸಿತು. ನಮ್ಮ ಪ್ರಯತ್ನವೇನೂ ಇಲ್ಲದೆ ನಮ್ಮೆಲ್ಲರಲ್ಲೂ ಹಠಾತ್ತನೆ ಒಂದು ಸಂತೋಷದಂತಹುದು ಹುಟ್ಟಿಕೊಂಡಿತು. ಅದು ಹುಟ್ಟಿ ಬರುವಂಥ ಕಾರಣವೇ ಇರಲಿಲ್ಲ. ಅವತ್ತಿನ ತನಕ ನಮ್ಮನ್ನು ಕಾಪಾಡಿ, ಪೋಷಿಸುತ್ತಿದ್ದ ವೊಯ್ಯಿ ಇಲ್ಲ. ಅವಳು ಒಂದಿಷ್ಟೂ ಹಣ ಉಳಿಸಿ ಹೋಗಿರಲಿಲ್ಲ. ನಾನು ನೌಕರಿ ಬಿಟ್ಟು ಯಾವುದೋ ಕಾಲವಾಗಿತ್ತು. ರಾತ್ರಿ ಕಳೆದು ಬೆಳಕು ಹರಿದರೆ ನಮಗೆ ಯಾರೂ ದಿಕ್ಕಿಲ್ಲ. ಹಣವಿಲ್ಲ. ಆದರೂ ಅಂಥ

ಸಂತೋಷವೇಕೋ, ಗೊತ್ತಿಲ್ಲ. ಇದೆಲ್ಲ ಭಗವಾನ್ ಕರುಣೆಯಿರಬೇಕು ಅಂದುಕೊಂಡೆ. ಅದೇ ಆಗಿದ್ದಿರಬೇಕು. ಸತ್ತವರು ಉನ್ನತ ವ್ಯಕ್ತಿತ್ವದವರಾದರೆ ತಾವು ತೀರಿಕೊಳ್ಳುವ ಮೂಲಕ, ಉಳಿದು ಹೋದವರಿಗೆ ಸಹಾಯ ಮಾಡುತ್ತಾರೇನೋ? ಆ ರಾತ್ರಿ ವೊಯ್ಯಿ ನಮ್ಮಲ್ಲಿ ಅಂಥ ಉತ್ಸಾಹವನ್ನು ತುಂಬಿದಳೆಂದೇ ಇವತ್ತಿಗೂ ಅನಿಸುತ್ತದೆ.

ಷಾ ಮತ್ತು ಚೇ ಮನೆಯಲ್ಲೇ ಉಳಿದು ನರ್ಸಿಂಗ್ ಹೋಮ್ ನಡೆಸೋಣ ಅಂದುಕೊಂಡರು. ಲೀಲಗಾರು ಬಂದರು. ಹ್ಯಾಗಾದರೂ ಸರಿ, ನಮ್ಮಿಂದ ದೂರಾಗ ಬಾರದೆಂಬ ಪ್ರಯತ್ನ ಅವರದು. 'ಎಲ್ಲರೂ ನನ್ನೊಂದಿಗೇ ಬಂದುಬಿಡಿ, ನಾನು ನೋಡಿಕೊಳ್ಳುತ್ತೇನೆ' ಅಂದರು. ಆದರೆ ಆಕೆಗೂ ಇವರಿಗೂ ಹೊಂದಾಣಿಕೆಯಾಗದು. ಇಬ್ಬರ ಮಧ್ಯೆ ನಾನು ನಲುಗಿ ಹೋಗುತ್ತೇನಾದ್ದರಿಂದ, ಹೋಗುವುದು ಬೇಡವೆಂದು ತೀರ್ಮಾನಿಸಿದೆ. ಆಕೆ ಹೊರಟು ಹೋದರು. ವೊಯ್ಯಿ ಸತ್ತ ಮೇಲೆ ನನ್ನನ್ನು ಭರಿಸಲಾಗದೇ 'ಚೇ' ಮದ್ರಾಸಿಗೆ ಹೊರಟು ಹೋದಳು. ಒಬ್ಬಂಟಿಯಾಗಿ ಷಾ ಆಸ್ಪತ್ರೆ ನಡೆಸಲಾರಳು. ರಮಣಾಶ್ರಮದಿಂದ 'T' ಬಂದು ಒತ್ತಾಯ ಮಾಡುವುದರೊಂದಿಗೆ ನಾವೆಲ್ಲರೂ ತಿರುವಣ್ಣಾಮಲೈಗೆ ಹೊರಟು ನಿಂತೆವು. ನಾನು, ಷಾ ಚಿತ್ರಾ, ನರ್ತಕಿ, ಪಕಪಕ, ಡಾಲಿ ಮತ್ತು 'T'. ನಮ್ಮ ಹತ್ತಿರ ಇದ್ದುದು, ವೊಯ್ಯಿ ಉಳಿಸಿ ಹೋದ ಬರೀ ಐದು ಸಾವಿರ ರುಪಾಯಿ. ಒಂದು ವರ್ಷದ ತನಕ ಬದುಕಲಿಕ್ಕೆ ಅದಿಷ್ಟು ಸಾಕು. ಆಮೇಲೆ? ಭಗವಾನ್ ಇದ್ದರೆಂಬುದೊಂದೇ ವಿಶ್ವಾಸ.

ಯಾವತ್ತಿದ್ದರೂ ನನಗೆ ಪ್ರಯಾಣವೆಂದರೆ ಕಿರಿಕಿರಿ, ದಿಗಿಲು. ಹೊರಡಲಿಕ್ಕೆ ಇನ್ನೂ ಹತ್ತು ದಿನಗಳಿವೆ ಅನ್ನುತ್ತಿದ್ದಂತೆಯೇ ನನ್ನಲ್ಲಿ ಭಯ ಹುಟ್ಟಿಕೊಳ್ಳುತ್ತದೆ. ಬಸ್ಸಿಗೆ ಕಾಯೋದು, ರೈಲು ಹತ್ತೋದು ಎಲ್ಲವೂ ಕಿರಿಕಿರಿಯ ಸಂಗತಿಗಳೇ. ಯಾರಾದರೂ ಜೊತೆಗಿದ್ದು ಕರೆದೊಯ್ಯಬೇಕು. Of course, ಈತನಕ ಎಲ್ಲ ಪ್ರಯಾಣಗಳನ್ನೂ ನಾನೇ ಮಾಡಿದ್ದೇನೆ. ಜೊತೆಗೆ ಕರೆದೊಯ್ದವರು ಯಾರೂ ಇಲ್ಲ. ಆದರೆ ಜೀವನದಲ್ಲಿ ಮೊಟ್ಟ ಮೊದಲ ಬಾರಿಗೆ ಎಂಥದೋ ಉತ್ಸಾಹ. ಅರುಣಾಚಲಕ್ಕೆ ಯಾವಾಗ ಹೋದೇನು? ಯಾವಾಗ ಹೋದೇನು ಎಂಬ ಚಡಪಡಿಕೆ. ಈ ಹಾಳು ಆಂಧ್ರದೇಶವನ್ನು ಬಿಟ್ಟು ಹೋದರೆ ಸಾಕೆಂಬ ಭಾವ. ಆದರೆ ವೊಯ್ಯಿಯ ಆಸ್ಪತ್ರೆಯಲ್ಲಿದ್ದ ಕೆಲವು ವಸ್ತುಗಳನ್ನು ಮಾರದ ಹೊರತು ನಾವು ಊರು ಬಿಡಲಾರೆವು. ಹೇಗೂ ಊರುಬಿಟ್ಟು ಹೋಗುವವರಲ್ಲವಾ ಅಂತ, ಅವುಗಳನ್ನು ಕೊಳ್ಳಲಿಕ್ಕೆ ಯಾರೂ ಮುಂದೆ ಬರುತ್ತಿರಲಿಲ್ಲ. ಯಾರೂ ನಮ್ಮನ್ನು ಮಾತನಾಡಿಸುತ್ತಿರಲಿಲ್ಲ. ಅದಿನ್ನೆಷ್ಟು ದ್ವೇಷವೋ ತೆಲುಗರಿಗೆ ನನ್ನ ಮೇಲೆ.

ದ್ವೇಷವೆಂಬುದು ಆ ಗಾಳಿಯಲ್ಲಿದೆಯೋ, ನನ್ನ ಜಾತಕದಲ್ಲಿದೆಯೋ ಕಾಣೆ. 'ಅಬ್ಬ!' ಕಡೆಗೂ ಈ ಆಂಧ್ರದೇಶ ಬಿಟ್ಟು ಹೊರಡುತ್ತಿದ್ದೇವೆ. ಇನ್ನೆಂದಿಗೂ ಈ ಕಡೆಗೆ ಹಾಯುವುದಿಲ್ಲ. ಸತ್ತ ಮೇಲೆ ನಮ್ಮ ಆತ್ಮಗಳೂ ಈ ದಿಕ್ಕಿಗೆ ತಲೆಹಾಕಿ ಮಲಗಲಾರವು. ಹಾಗಂತ ನಿರ್ಧರಿಸಿಕೊಂಡೇ ಹೊರಬಿದ್ದೆ. ದೇವರ ದಯೆಯಿಂದಾಗಿ, ಮತ್ತೆ ಆ ಧೂಳಿಗೆ ಕಾಲಿಡುವ ಕರ್ಮ ನನಗೆ ಉಂಟಾಗಲಿಲ್ಲ. ಈಗಂತೂ ನಾನು ಕದಲಲಾರೆ. ಮತ್ತೆ ಅಲ್ಲಿಗೆ ಹೋಗುವ ಮಾತೇ ಇಲ್ಲ. ಹಾಗಂತ ಈ ತಮಿಳು ಭೂಮಿ ತುಂಬ ಒಳ್ಳೆಯದೆಂದು ಕೊಳ್ಳುತ್ತೀರೇನೋ? ಇದೂ ಅಷ್ಟೇ. ಆದರೆ ಇಲ್ಲಿನವರ್‍ಯಾರಿಗೂ ನನ್ನ ಗುರುತಿಲ್ಲ: ರಮಣಾಶ್ರಮದ ಅಧಿಕಾರಿಗಳ ಹೊರತಾಗಿ. ಇಲ್ಲಿಗೂ ತೆಲುಗರು ಬಂದು ನನ್ನ ಗುಣಗಾನ ಮಾಡಿದರು. ಆಶ್ರಮದಲ್ಲೂ ನನಗೆ ಸಾಕಷ್ಟು ವಿರೋಧ ಉಂಟಾಯಿತು.

ಕಡೆಗೆ ಎಲ್ಲರೂ ಅದೊಂದು ದಿನ ರೈಲು ಹತ್ತಿದೆವು. ನಮ್ಮ ಪ್ರಯಾಣವನ್ನು ಭಗವಾನ್ ತುಂಬ ಸುಲಭಗೊಳಿಸಿದರು. ಅವು ಯುದ್ಧದ ದಿನಗಳು. ರೈಲುಗಳೊಳಕ್ಕೆ ಲಗೇಜು ಹತ್ತಿಸಿಕೊಳ್ಳುತ್ತಿರಲಿಲ್ಲ. ಮನುಷ್ಯರು ಹತ್ತುವುದೇ ಕಷ್ಟ. ಅದರಲ್ಲೂ ನಮ್ಮದು ಥರ್ಡ್‌ಕ್ಲಾಸ್ ಪ್ರಯಾಣ. ಅದು express ರೈಲು. ಪುಣ್ಯಕ್ಕೆ ನಮಗೆ ತುಂಬ ಅನುಕೂಲಗಳಾದವು. ಸಾಮಾನೆಲ್ಲ ಹತ್ತಿಸಿ, ನಾವೂ ಸುಖವಾಗಿ ಹತ್ತಿ ಕೂತೆವು. ಅರುಣಾಚಲಂ ತಲುಪುವ ಹೊತ್ತಿಗೆ ರಾತ್ರಿಯಾಗಿತ್ತು. ಈ ಮುಂಚೆ 'T' ಇರುತ್ತಿದ್ದ ಗುಡಿಸಲಿನಲ್ಲೇ ನಾವೆಲ್ಲ ರಾತ್ರಿ ಕಳೆದೆವು.

ಈ ತಮಿಳು ದೇಶಕ್ಕೆ ಬರಲು ಚಿತ್ರ ಮತ್ತು ಪಕಪಕ ಸುತರಾಂ ಒಪ್ಪುತ್ತಿರಲಿಲ್ಲ. ಹಾಗಂತ ನಮ್ಮನ್ನು ಬಿಟ್ಟು ವಿಜಯವಾಡದಲ್ಲಿರಲಿಕ್ಕೂ ಅವರಿಗೆ ಮನಸ್ಸಿಲ್ಲ. ಗಂಡನೊಂದಿಗೆ ಹೆಣಗುವುದಕ್ಕಿಂತ ನಮ್ಮೊಂದಿಗೆ ಇರಲಿಕ್ಕೇ ಹೆಚ್ಚು ಇಷ್ಟಪಡುತ್ತಿದ್ದಳು ಚಿತ್ರಾ. ಅವಳಿಗಾಗಲೇ ಮಕ್ಕಳು. ಊರಾಚೆಗೆ ಹೊಲವೊಂದರಲ್ಲಿದ್ದ ಗುಡಿಸಲಿಗೆ ಬಂದ ಕೂಡಲೆ ವಿಜಯವಾಡದ ಮೂರಂತಸ್ತಿನ ಮನೆ ನೆನಪು ಮಾಡಿಕೊಂಡು ಹುಡುಗಿಯರಿಬ್ಬರೂ 'ಗೋಳೋ' ಅನ್ನುತ್ತಿದ್ದರು. ಆದರೆ ನಾನು ಮಾತ್ರ ತುಂಬ ಸಂತೋಷದಲ್ಲಿದ್ದೆ.

ಭಗವಾನ್ ಮೈಯಲ್ಲಿ ಒಂದು ಮರಣಾಂತಿಕವಾದ ಕುರ ಎದ್ದುಬಿಟ್ಟಿತ್ತು. ತಾವೇ ಒಂದು ಪವಾಡ ಮಾಡಿಕೊಳ್ಳದಿದ್ದರೆ ಅದು ಅವರ ಪ್ರಾಣಕ್ಕೇ ಮುಪ್ಪಾಗಲಿದೆ ಎಂದು ಎಲ್ಲರಿಗೂ ಅನ್ನಿಸಿತ್ತು. ಆಗಲೇ ದೇಶವಿದೇಶಗಳಿಂದ ಅವರ ಭಕ್ತರು ಬಂದು 'ಕೊನೆಯ ದರ್ಶನ' ಮಾಡಿಕೊಂಡು ಹೋಗತೊಡಗಿದ್ದರು. ತುಂಬ ವರ್ಷಗಳಿಂದ ಭಗವಾನ್‌ರನ್ನೇ ನಂಬಿಕೊಂಡು ಅರುಣಾಚಲದಲ್ಲೇ ಇದ್ದ ಭಕ್ತರೆಲ್ಲ ಒಂದು

ಕಡೆಯಿಂದ ಗಂಟು ಮೂಟೆ ಕಟ್ಟುತ್ತಿದ್ದರೆ ಇಷ್ಟು ಸಾಮಾನು, ಮಕ್ಕಳು, ಮೇಲೊಂದು ನಾಯಿ ಕಟ್ಟಿಕೊಂಡು ಇಲ್ಲೇ ಇರಲು ಬಂದಿದ್ದೇವೆ ಅಂತ ನಾವನ್ನುತ್ತಿದ್ದರೆ, ಜನ ನಮ್ಮನ್ನು ನೋಡಿ ನಗುತ್ತಿದ್ದರು. 'ಹುಚ್ಚಾ ನಿಮಗೆ?' ಅಂತ ಕೇಳುತ್ತಿದ್ದರು. ಆದರೆ ನಾವು ಇಲ್ಲಿಗೆ ಬದುಕಲಿಕ್ಕೆ ಬಂದಿಲ್ಲವಲ್ಲ? ನಾವು ಬಂದಿರುವುದು ಸತ್ತು ಹೋಗಲಿಕ್ಕೆ. ನಮ್ಮ ಹತ್ತಿರ ಇರುವುದು ಸ್ವಲ್ಪೇ ದುಡ್ಡು. ಸ್ವಲ್ಪ ದಿನ ಅದು ನಮ್ಮನ್ನು ಸಂಭಾಳಿಸುತ್ತದೆ. ಆಮೇಲೆ ಏನು ಮಾಡುತ್ತೇವೋ ನಮಗೆ ಗೊತ್ತಿಲ್ಲ. ಮಾಡೋದೇನಿದೆ? ಕೊನೆಯ ಹೊತ್ತಿಗೆ ಬೊಗಸೆಯಷ್ಟು ಅಕ್ಕಿ ಉಳಿದಿರುತ್ತದೆ. ನಮ್ಮ ಹತ್ತಿರ ಇನ್ನೇನೂ ಇರುವುದಿಲ್ಲ. ಆ ಅಕ್ಕಿಯಲ್ಲೇ ಈ ಮಗುವಿಗೆ ಒಂಚೂರು ಅನ್ನ ಮಾಡಿಡುತ್ತೇವೆ. ಮಗು ಅಳದಂತೆ, ನಾವು ಬದುಕಿರುವವರೆಗೂ ಅದಕ್ಕೆ ಅನ್ನ ಮಾಡಿ ಉಣಬಡಿಸುತ್ತಲೇ ಇರುತ್ತೇವೆ. ಆಮೇಲೆ ನಾವು ಒಬ್ಬೊಬ್ಬರಾಗಿ ಸತ್ತು ಹೋದ ಮೇಲೆ ಆ ಮಗುವೂ ಸತ್ತುಹೋಗುತ್ತದೆ. ಹೀಗಂತ ನಾನು ಯಾವತ್ತೋ ತೀರ್ಮಾನಿಸಿದ್ದೆ.

ತೀರ ಭರಿಸಲಾಗದಿದ್ದರೆ ಆತ್ಮಹತ್ಯೆಯೆಂಬ ಆಯುಧವಿದ್ದೇ ಇದೆ. ಆದರೆ ಆತ್ಮಹತ್ಯೆ ಮಹಾಪಾಪ ಅಂದಿದ್ದಾರೆ ಭಗವಾನ್. ನನಗೆ ಭಗವಾನ್‌ರಲ್ಲಿ ವಿಶ್ವಾಸವಿಲ್ಲ. ಅವರು ಹೇಳುವ ವೇದಾಂತದಲ್ಲಿ ನಂಬಿಕೆಯಿಲ್ಲ. ಆದರೆ ಅವರು ಯಾವುದನ್ನಾದರೂ 'ಪಾಪ' ಅಂತ ಅಂದರೆ, ಅದು ಮಾತ್ರ ನನಗೆ ಹೌದೆನ್ನಿಸುತ್ತಿತ್ತು. ಸತ್ತ ನಂತರ ಸ್ವರ್ಗ-ನರಕಗಳಿರುತ್ತವೆ ಎಂಬ ನಂಬಿಕೆಯೇನೂ ನನಗಿಲ್ಲ. ಆದರೆ ಒಳ್ಳೆಯ ಲೋಕ ಅಂತ ಒಂದಿದ್ದೇ ಇರುತ್ತದೆ: ಕಾಂತಿವಂತವಾದುದು, ಮೇಧಾವಂತವಾದುದು. ಅಲ್ಲಿ ಹಾಯಾಗಿರಬಹುದು. ಆದರೆ ಭಗವಾನ್ ಹೇಳಿದಂತೆ ಆತ್ಮಹತ್ಯೆ ಮಾಡಿಕೊಂಡು ಪಾಪವೆಸಗಿದರೆ ಆ ಕಾಂತಿವಂತ ಲೋಕದ ಬಾಗಿಲುಗಳು ಮುಚ್ಚಿ ಹೋಗುತ್ತವೇನೋ ಅಂತ ಭಯ ನನಗೆ. ಅದರ ಬದಲಿಗೆ ಇಲ್ಲೇ ಈ ಬಾಗಿಲಿಗೇ ತಲೆಯಿಟ್ಟು, ಹೀಗೇ ಮಲಗಿ ಸತ್ತುಹೋಗೋಣ. ಅದು ಆತ್ಮಹತ್ಯೆಯಲ್ಲವಲ್ಲ? ಅದು ಈಶ್ವರ ಹತ್ಯೆ. ಈ ಲೋಕಕ್ಕೆ ನಮ್ಮ ಅವಶ್ಯಕತೆಯಿಲ್ಲ. ನಾವು ಹೋಗುತ್ತೇವೆ.

ನಾನು ಬಂದು ಮೊಟ್ಟಮೊದಲ ನಮಸ್ಕಾರ ಸಲ್ಲಿಸುತ್ತಿದ್ದಂತೆಯೇ ಭಗವಾನ್ ನನ್ನನ್ನೇ expect ಮಾಡುತ್ತಿದ್ದರೇನೋ ಎಂಬಂತೆ,

"ಇಗೋ, ಇವರೇ ಗುಡಿಪಾಟಿ ವೆಂಕಟಚಲಂಗಾರು" ಅಂದರು. ಹಾಗೇಕಂದರೋ, ನನ್ನನ್ನೇ ಪ್ರತ್ಯೇಕಿಸಿ? ಅವರ ಮಾತಿನಲ್ಲಿ ಏನಾದರೂ ಅರ್ಥವಿದೆಯೇನೋ ಅಂದುಕೊಂಡೆ. ಅರುಣಾಚಲದಲ್ಲೇ ನನ್ನ ಕೆಲವು ಹಳೆಯ ಮಿತ್ರರಿದ್ದರು. ಅವರೊಂದಿಗೆ ಸಲೀಸಾಗಿ ಕಾಲ ಕಳೆಯುತ್ತಿತ್ತು. ಭಗವಾನ್ ಮಾಡಿದ ಒಂದು ಉಪಕಾರವೆಂದರೆ,

'ನಾಳೆ ಏನಾಗಿ ಹೋಗುತ್ತೇವೋ?' ಎಂಬ ಯೋಚನೆ ನಮಗೆ ಮೂಡದಂತೆ ನೋಡಿಕೊಂಡರು. ಈ ಮಧ್ಯೆ 'T' ಮತ್ತು ಷಾ ಇಬ್ಬರೂ ಸೇರಿ ವಸುಮಲ್ಲೈ ಸ್ವಾಮಿ ಎಂಬುವವರನ್ನು ನೋಡಲು ಹೋದರು. ಅವರು ಹೋದಾಗಲೇ ಹಠಾತ್ತಾಗಿ ಭಗವಾನ್ ಸತ್ತು ಹೋದರು. ಷಾ ಮತ್ತು 'T' ಇದ್ದಿದ್ದರೆ ಅದೆಷ್ಟು ನೋವು ಅನುಭವಿಸುತ್ತಿದ್ದರೋ!

ನನಗೆ ಮೊದಲಿನಿಂದಲೂ ಅವರ ದೇಹದ ಮೇಲೆ ಪ್ರೇಮ ಉಂಟಾಗಲಿಲ್ಲ. ಆದರೆ ಅವರ ಮೇಲೆ ಪ್ರೇಮವಿತ್ತು. ಯಾವ planeನಲ್ಲಿ ಅವರಿಗೂ ನನಗೂ ಸಂಬಂಧ ಉಂಟಾಯಿತೋ ಗೊತ್ತಿಲ್ಲ: ಆದರೆ ಗಟ್ಟಿಯಾದುದೊಂದು ಬಂಧವಿತ್ತು. ಅದು ದೇಹದೊಂದಿಗಿನದಲ್ಲ. ಅವರು ರಾತ್ರಿ 8.45ಕ್ಕೆ ದೇಹಬಿಟ್ಟರು. ಆ ಸಮಯ ದಲ್ಲಿ ನಾನು ಆಶ್ರಮದ ವರಾಂಡದಲ್ಲೇ ನಿಂತಿದ್ದೆ. ದೊಡ್ಡದೊಂದು ದೇದೀಪ್ಯಮಾನ ವಾದ ಕಾಂತಿ ಆಕಾಶದಿಂದ ವರಾಂಡದೊಳಕ್ಕೂ ಬಿದ್ದಿತ್ತು. ಅದನ್ನೂ ನೋಡಿದೆ. ಮಾರನೆಯ ದಿನದಿಂದ ಎಲ್ಲರೂ ಬಂಡಿ ಕಟ್ಟಿಸಿಕೊಂಡು ಹೊರಡುವುದನ್ನು ನೋಡಿದೆ. ಕೆಲವರು ಅತ್ತರು, ಮೂರ್ಛೆ ಹೋದರು. ಏನೇನೋ ಮಾತನಾಡಿದರು. ನನಗೆ ಮಾತ್ರ ಅವರ ಪ್ರಾಣ ಹೋಗುತ್ತಿದ್ದರೆ ಏನೇನೂ ಅನ್ನಿಸಲಿಲ್ಲ. ನಮ್ಮ ವೊಯ್ಯಿ ಸತ್ತು ಹೋದಾಗ ನಮ್ಮ ರವಿ ಸತ್ತು ಹೋದಾಗ, ವಸಂತ್ ಮನೆ ಬಿಟ್ಟು ಹೋದಾಗ ದುಃಖವಾಗದಂತೆ ನನ್ನನ್ನು ಕಾಪಾಡಿದ ಭಗವಾನ್, ತಾವು ಹೋಗುವ ಮೂಲಕ ದುಃಖವುಂಟು ಮಾಡುತ್ತಾರಾ? ಉಹುಂ, ನಾನು ಮಾಮೂಲಾಗೇ ಇದ್ದೆ.

ಹೋಗಲು ನಮಗೆ ಬೇರೆ ಯಾವ ಊರೂ ಇರಲಿಲ್ಲವಾದ್ದರಿಂದ ನಾವು ಇಲ್ಲೇ ಉಳಿದೆವು. ಭಗವಾನ್ ತೀರಿಹೋದ ಮೇಲೆ ಎಲ್ಲೆಲ್ಲಿಂದಲೋ ಬಂದ ತೆಲುಗರು ಆಶ್ರಮದ ಅಧಿಕಾರಿಗಳೊಂದಿಗೆ ಸೇರಿ ನನ್ನ ಬಗ್ಗೆ ದೊಡ್ಡದೊಂದು ಮೀಟಿಂಗ್ ಮಾಡಿದರು. ಇಂಥ ಅವಿನೀತಿಪರನನ್ನು ಇಲ್ಲಿ ಇರಲು ಬಿಟ್ಟರೆ ಆಶ್ರಮದ ಹೆಸರು ಕೊಟ್ಟು ಹೋಗುವುದಿಲ್ಲವಾ ಅಂತ. ಆ ಮೀಟಿಂಗು ಮುಗಿಯಿತು. ಬಂದವರೆಲ್ಲ ಹೊರಟು ಹೋದರು, ಆಶ್ರಮವನ್ನು ಬಿಟ್ಟು. ನಾನು ಇಲ್ಲೇ ಇದ್ದೇನೆ. ಹೀಗಿರುವಂತೆ, ಇಲ್ಲೇ ಇರುವಂತೆ ಭಗವಾನ್ ನನ್ನನ್ನು ಕಟ್ಟಿಹಾಕಿದ್ದಾರೆ.

ನಿಮಗೆ ಈ ಹೊತ್ತಿಗೆ ಚಲಂ ಅಂದರೆ ಏನು ಅಂತ ಅರ್ಥವಾಗಿದ್ದಿದ್ದೇ ಆದರೆ ಒಂದು ವಿಷಯ ಸ್ಪಷ್ಟವಾಗಿರಬಹುದು. ನಾನು ಶಾಲೆಯ ಓದು ಮತ್ತು ಮದುವೆ ಇವೆರಡರ ಪ್ರಬಲ ವಿರೋಧಿ. ಜೀವನ ಪರ್ಯಂತ ಇವೆರಡನ್ನೂ ವಿರೋಧಿಸಿದ್ದೇನೆ. ಇವತ್ತಿಗೂ ಅವುಗಳ ಮೇಲಿನ ನನ್ನ ದ್ವೇಷ ಮುಗಿದಿಲ್ಲ. ಅವೆರಡೂ ನಾಶವಾಗುವುದಿಲ್ಲ ಅಂತ ನನಗೆ ಚೆನ್ನಾಗಿ ಗೊತ್ತು. ಹೀಗಲ್ಲದಿದ್ದರೆ ಮತ್ತೊಂದು ರೂಪದಲ್ಲಿ ಅವು ಇದ್ದೇ ಇರುತ್ತವೆ. ಜನರೊಂದಿಗೆ ಬೆರೆತು ಈ ನಾಗರೀಕತೆಯಲ್ಲಿ ಅವೆರಡೂ ಬೆಳೆದಿವೆ: ಇನ್‌ಫ್ಲೂಯೆಂಜಾ ಬೆಳೆದ ಹಾಗೆ, ಸೊಳ್ಳೆಗಳು ಬೆಳೆದ ಹಾಗೆ, ಮನುಷ್ಯರಲ್ಲಿನ ದ್ವೇಷಗಳು ಬೆಳೆದ ಹಾಗೆ. ಅವು ನಮ್ಮೊಂದಿಗೆ ವಾಸ ಮಾಡಲಿಕ್ಕೆಂದೇ ಬಂದಿವೆ ಈ ಪ್ರಪಂಚದೊಳಕ್ಕೆ. ಅವುಗಳನ್ನು ನಿರ್ಮೂಲಿಸಬೇಕೆಂದು ಟೊಂಕ ಕಟ್ಟಿ ನಿಂತರೆ, ಆ ಶಕ್ತಿಯಾರಿಗಾದರೂ ಇದ್ದರೆ, ಅವರು ಈ ನಾಗರಿಕತೆಯನ್ನೇ ನಿರ್ಮೂಲನೆ ಮಾಡಬೇಕಾದೀತು.

ಅಸಲಿಗೆ ಶಾಲೆಗಳಿಗೇ ಹೋಗದೆ ಏನೂ ಓದಿಕೊಳ್ಳದಿರುವ ಮಕ್ಕಳಿಂದ ತುಂಬಿದ ಪ್ರಪಂಚವನ್ನು ಊಹಿಸಿಕೊಳ್ಳಿ. ಆಗ ಡಾಕ್ಟರುಗಳಿರುವುದಿಲ್ಲ. ಇಂಜಿನಿಯರುಗಳಿರುವುದಿಲ್ಲ. ಆಫೀಸುಗಳಿರುವುದಿಲ್ಲ. ರಸ್ತೆಗಳು, ಬ್ರಿಡ್ಜುಗಳು ಇರುವುದಿಲ್ಲ. ಖಾಯಿಲೆ ಬಂದರೆ ಆಸ್ಪತ್ರೆಗಳಿರುವುದಿಲ್ಲ. ಔಷಧಿಗಳಿರುವುದಿಲ್ಲ. ಫ್ಯಾಕ್ಟರಿಗಳಿರುವುದಿಲ್ಲ. ಅವುಗಳಲ್ಲಿ ತಯಾರಾಗುವ ಸಾಮಾನುಗಳಿರುವುದಿಲ್ಲ. ಅದರರ್ಥ, ನಾಗರಿಕತೆಯ ಬಹುಭಾಗ ಇರುವುದೇ ಇಲ್ಲ. ಗಾಂಧೀಜಿ ಅದನ್ನೇ ಹೇಳಿದರು. ಈ ರೈಲುಗಳು, ಟೆಲಿಗ್ರಾಫು, ಇಂಜನ್ನು, ಫ್ಯಾಕ್ಟರಿಗಳು ಇರಕೂಡದು ಅಂದರು. ಅವರ ಮಾತು ಯಾರು ಕೇಳಿದರು? ಅವರು ಹೇಳಿದುದನ್ನು ಎಷ್ಟರ ಮಟ್ಟಿಗೆ ಸೀರಿಯಸ್ ಆಗಿ ತೆಗೆದುಕೊಂಡರೋ, ನಾನು ಹೇಳಿದುದನ್ನು ಅದಕ್ಕಿಂತ ವಿಕಾರಗೊಳಿಸಿ ಅರ್ಥ ಮಾಡಿಕೊಳ್ಳುತ್ತಾರೆ. ಯಾರು ಹೇಗೇ ಅರ್ಥ ಮಾಡಿಕೊಳ್ಳಲಿ: ನಾನು ಹೇಳೋದನ್ನು

ಹೇಳಬೇಕು. ಇದೇ ಮಾತನ್ನು ಇನ್ನಷ್ಟು ಜನ ಹೇಳಲು ಸಾಧ್ಯವಾದರೆ ಶಾಲೆಗಳಲ್ಲಿನ ಓದು ಮತ್ತು ಮದುವೆಗಳಿಂದ ಆಗುವ ಅನಾಹುತ, ಆ evil ಕೊಂಚವಾದರೂ ಕಡಿಮೆಯಾಗುತ್ತದೆ. ಸದ್ಯಕ್ಕೆ ನಾನಂತೂ ಅವುಗಳನ್ನು ವಿರೋಧಿಸುತ್ತೇನೆ.

ಅಸಲಿಗೆ ಸಂಸ್ಕಾರವಿರಬೇಕು. ಓದಬೇಕೆಂಬ ಆಸಕ್ತಿಯಿರಬೇಕು. ಓದುವುದನ್ನು enjoy ಮಾಡಬೇಕು. ಓದು-ಬರಹ ಅನ್ನೋದು ಹಾಗಿರಬೇಕು. ಬರೆಯೋದು ಅಂದರೆ ಒಂದು ಅನುಭವ. ಮನಸ್ಸನ್ನು ವಿಕಸಿಸುವಂತೆ ಮಾಡೋದು, ಆಹ್ಲಾದ ಗೊಳಿಸುವಂಥದ್ದು-ಏನು ಬರೆದರೂ ಅದು great literature ಆಗಿಬಿಡಬೇಕು. 'ಅಬ್ಬಾ! ಈ ಪುಸ್ತಕವವನ್ನ ಇವತ್ತು ಓದ ಬೇಕಾಗಿ ಬಂದಿದೆಯಲ್ಲಾ' ಅಂತ ಬೆಳ್ಳ ಬೆಳಗ್ಗೆ ಎದ್ದು ಗೋಳುಗರೆಯವಂತಾಗಬಾರದು. Enjoy ಮಾಡುವಂಥ ಅನೇಕ ಸಂಗತಿಗಳಿರುತ್ತವಲ್ಲ, ಲೋಕದಲ್ಲಿ. ಓದು ಕೂಡ ಅವುಗಳ ಪೈಕಿ ಒಂದಾಗಿರಬೇಕು.

ಸಂಸ್ಕಾರವಿರಬೇಕು. ಸಂಸ್ಕಾರ ಅಂದರೆ ಏನು ಅಂತ define ಮಾಡುವುದು ಕಷ್ಟ. ಮನುಷ್ಯರಲ್ಲಿ ಸ್ನೇಹ, ದಯೆ, ಏಕೋಭಾವ-ಇವೆಲ್ಲವೂ ಸಂಸ್ಕಾರವೇ. ಮಕ್ಕಳಿಗೆ ಬೇಕಾದ್ದು ಇದು. ಇಂಥ ಸಂಸ್ಕಾರ ಓದಿನಿಂದ ಹೆಚ್ಚಾಗಿ ಬರುವುದಿಲ್ಲ. ಅವರಿವರೊಂದಿಗೆ ಬೆರೆಯುವುದರಿಂದ, ಮುಖ್ಯವಾಗಿ ತಂದೆತಾಯಿಯೊಂದಿಗೆ ಹೆಚ್ಚಾಗಿ ಇರುವುದರಿಂದ ಮಕ್ಕಳಿಗೆ ಆ ಸಂಸ್ಕಾರ ಮೈಗೂಡುತ್ತದೆ.ಅಂಥ ಸಂಸ್ಕಾರವೇ ಚಾಲ್ತಿಗೆ ಬಂದರೆ, ಅದು ಸಮಾಜದ ಪ್ರತಿ ಪ್ರಜೆಗೂ ಇರುತ್ತದೆ. ಅಂಥ ಸಂಸ್ಕಾರ ಇವತ್ತು ಎಲ್ಲಿದೆ? ಇಷ್ಟೆಲ್ಲ ಓದಿ ಕೊಂಡವರಿದ್ದಾರೆ ಅಂದಮೇಲೆ ಅಷ್ಟೆಲ್ಲ ಸಂಸ್ಕಾರವೂ ಇರಬೇಕಾಗಿತ್ತಲ್ಲ? ಇವತ್ತು ಶಾಲೆಗೆ ಹೋಗುತ್ತಿರುವವರಲ್ಲಿ ವಿಕಾಸವೆಂಬುದೇ ಇಲ್ಲ. ಓದಿದ್ದನ್ನ ಕಂಠಪಾಠ ಮಾಡಿ ವಾಪಸು ಒಪ್ಪಿಸುವುದು ಬಿಟ್ಟರೆ, ಅವರಲ್ಲಿ ಅದಕ್ಕಿಂತ ವಿಶಾಲವಾಗಿ ಅದನ್ನು ನೋಡುವುದು ಸಾಧ್ಯವಾಗುತ್ತಿಲ್ಲ. ಅಸಲಿಗೆ ಆ ಪುಸ್ತಕದಲ್ಲಿ ವಿಕಸನವಿದ್ದರೆ ತಾನೆ? ಒಂದು ಮತ್ತೊಂದಕ್ಕೆ ನೆರವಾಗುವಂತಿರ ಕೂಡದು. Learning for its own sake. ಅದರಲ್ಲಿ ಲೀನವಾಗಿ ಹೋಗಬೇಕು. ಊಟ ಮಾಡ್ತೀವಲ್ಲ? ಹಾಗೆ. ದೇಹಕ್ಕೆ ವಿಪರೀತ ಹಸಿವಾದಾಗ ಮಾಡುತ್ತೇವೆ. ಮನಸ್ಸಿಗೂ ಹಾಗೇ ಹಸಿವಾಗಬೇಕು.

ಶರೀರಕ್ಕೆ ಶಕ್ತಿ ತಂದುಕೊಳ್ಳುವುದೇ ಊಟದ ಉದ್ದೇಶ. ಹಸಿವು ನೀಗಬೇಕು. ಆದರೆ ತಿಂತಾ ಇದ್ದರೆ ಮನಸ್ಸಿಗೆ ಎಂಥ ಸಂತೋಷ ಉಂಟಾಗುತ್ತಿರುತ್ತದಲ್ಲ? ಈ ರಹಸ್ಯ ಸೃಷ್ಟಿಯಲ್ಲೇ ಇದೆ. ಅದರಿಂದಲೇ ಅರ್ಥ ಮಾಡಿಕೊಳ್ಳಬಹುದು. ಈಶ್ವರ ಎಂಥ ಕರುಣಾಮಯಿ. ಎಂಥ ಪ್ರೇಮಮೂರ್ತಿ. ಏನನ್ನು ತಿಂದರೂ ಬದುಕಬಹುದು ಎಂಬಂತೆ ಸೃಷ್ಟಿಸಿದ ನಮ್ಮನ್ನ. ಒಂದು ಮುಟಿಗೆ ಗೋದಿ ಬೇಯಿಸಿಕೊಂಡು ತಿಂದು

ಬದುಕಬಹುದು. ಹಸೀಹುರುಳಿ ತಿಂದು ಬದುಕಬಹುದು. ಹೀರೇಕಾಯಿ ತಿಂದೂ ಬದುಕಬಹುದು. ಆದರೆ ಅವುಗಳನ್ನು ರುಚಿಯಾಗಿ ಮಾಡಿಕೊಂಡು, ಬೇಯಿಸಿಕೊಂಡು ತಿನ್ನುತ್ತಿದ್ದರೆ ಮನಸ್ಸಿಗೆ ಅದೆಂಥ ಆನಂದ ಸಿಕ್ಕುತ್ತದೆ ನೋಡಿ! ತಿನ್ನಬೇಕು ತಿನ್ನಬೇಕು ಅನ್ನಿಸುತ್ತದೆ ಅಲ್ಲವಾ? ಹಾಗೇನೇ ಮನಸ್ಸಿಗೆ ತಿಳಿದುಕೋ ಬೇಕು, ತಿಳಿದುಕೋ ಬೇಕು ಅನ್ನುವಂಥ ಹಸಿವೆ ಇರುತ್ತದೆ. ಆ ಹಸಿವು ತೀರಿಸಲಿಕ್ಕೆಂದೇ ಓದು, ವಿದ್ಯೆ. ಅಷ್ಟೇ ಹೊರತು ಉದ್ಯೋಗ ಮಾಡಲಿಕ್ಕೆ, ದುಡ್ಡು ದುಡಿಯಲಿಕ್ಕೆ, ಲೆಕ್ಚರು ಹೊಡೆಯುವುದಕ್ಕೆ ಹೇಳಿಕೊಡೋ ವಿದ್ಯೆ ಅದು ವಿಷ. ಮನುಷ್ಯರಿಗೆ, ಈ ನಾಗರಿಕತೆಗೆ ನಿತ್ಯ ನೀಡಲಾಗುತ್ತಿರುವ ವಿಷವೇ ಅದು. ಅಂಥ ಓದು, ಆ ವಿದ್ಯೆ ಪ್ರಜೆಗಳಲ್ಲಿನ ಮಾನವೀಯತೆಯನ್ನು ತಿಂದುಹಾಕಿ, ಅವರಲ್ಲಿನ ದುರ್ಗುಣಗಳನ್ನು ಜಾಗೃತಗೊಳಿಸಿ, ಸ್ತ್ರೀ-ಪುರುಷರು ಸುಖವಾಗಿರದಂತೆ ಮಾಡಿ ಅವರನ್ನು ದೊಡ್ಡದೊಂದು ಇಕ್ಕಟ್ಟಿಗೆ, ಇರುಕಿಗೆ ಸಿಕ್ಕಿಹಾಕಿಸುತ್ತದೆ.

ಈಗ ಹೇಗಾಗಿದೆ ನೋಡಿ. ಮಗು ಯಾಕೆ ಹುಟ್ಟಿದೆ ಅಂದರೆ, ಓದಿಕೊಳ್ಳಲಿಕ್ಕೆ! ಯಾಕೆ ಓದಬೇಕು ಅಂದರೆ ದೊಡ್ಡ ನೌಕರಿ ಹಿಡಿಯಲಿಕ್ಕೆ. ದೊಡ್ಡ ನೌಕರಿ ಯಾಕೆ ಹಿಡೀಬೇಕು ಅಂದರೆ, ಅಮೆರಿಕಕ್ಕೆ ಹೋಗಲಿಕ್ಕೆ! ಇವತ್ತಿನ ಭಾರತೀಯರಿಗೆ ಸ್ವರ್ಗ ಎಲ್ಲಿದೆ ಅಂದರೆ ಅಮೆರಿಕಾದಲ್ಲಿ! ಚಿಕ್ಕ ಚಿಕ್ಕ ನೌಕರಿಗಳಿಗೂ ದೊಡ್ಡ ದೊಡ್ಡ ಡಿಗ್ರಿಗಳು ಬೇಕು. ಇಲ್ಲದಿದ್ದರೆ ಮನುಷ್ಯ ಕೆಲಸಕ್ಕೆ ಬರೋದಿಲ್ಲ. ಇವರು ಮಾಡೋ ನೌಕರಿಗಳಿಗೂ ಕಾಲೇಜಿನಲ್ಲಿ ಕಲಿತ ವಿದ್ಯೆಗೂ ಸಂಬಂಧವಿಲ್ಲ. ಆ ಡಿಗ್ರಿಗಳೆಲ್ಲ ಡಾಂಭಿಕ. ಮನುಷ್ಯನನ್ನು ಈಷ್ಟು ದಪ್ಪಕ್ಕೆ ಉಬ್ಬುವಂತೆ ಮಾಡುತ್ತವೆ. ಇವತ್ತಿಗೆ ಮೆಡಿಕಲ್ ಸೈನ್ಸೊಂದರ ಹೊರತಾಗಿ ಮತ್ಯಾವ ಓದೂ ಅನವಶ್ಯಕ. ಇವುಗಳನ್ನೆಲ್ಲ ರದ್ದು ಮಾಡಿದರೆ ಆರಂಭದಲ್ಲಿ ಸ್ವಲ್ಪ ಕಿರಿಕಿರಿಯಾಗಬಹುದಾದರೂ, ಆಮೇಲೆ ಮನುಷ್ಯರು ಹಾಯಾಗಿರುತ್ತಾರೆ. ಓದದೇನೇ ಹೋದರೆ ಮುಂದೆ ಇವರೇನಾಗುತ್ತಾರೆ ಅಂತಾರೆ. ಏನು ಮಾಡಬೇಕು ಮತ್ತು ಏನಾಗುತ್ತಾರೆ ಅನ್ನುವುದು ಸಂಸ್ಕಾರ. ಏನು ಮಾಡಬೇಕು ಅಂತ ಹೇಳಿ ಕೊಡುವುದು ಓದು.

ಸ್ಕೂಲು ಅಂತ ಇರುತ್ತದೆ. ಅದರಲ್ಲಿ ಪಾಠಗಳಿರಬೇಕಾಗಿಲ್ಲ. ನಮಗೆ ಬೇಕಾದ ಕಥೆ ಪುಸ್ತಕಗಳೋ, ಕಾದಂಬರಿಗಳೋ, ಯಾತ್ರಾ ಕಥನಗಳೋ ಓದಿಕೊಳ್ಳುವಂತಿರಬೇಕು. ಅದ್ಭುತವಾದ ಕವಿತೆ ಓದಿಕೊಳ್ಳಬೇಕು. ಅದನ್ನು ಹೇಗೆ ಸವಿಯಬೇಕು ಎಂಬುದು ಮಕ್ಕಳಿಗೆ ಅರ್ಥವಾಗಬೇಕು. ಈ ಕ್ಲಾಸು ಪಾಸಾಗು, ಇದರಲ್ಲಿ ಫಸ್ಟ್ ಕ್ಲಾಸ್ ತಗೋ, ಉಳಿದವರಿಗಿಂತ ಹೆಚ್ಚಿನ ಮಾರ್ಕು ತಗೋ, ಹುಂ... ಓದು! ಹೀಗಂತ ಅಂದು ಅಂದು ಮಕ್ಕಳ ಪಾಲಿನ ಅವೆಷ್ಟು ಸಂತೋಷಮಯವಾದ ವರುಷ

ಗಳನ್ನು ಸುಟ್ಟು ಹಾಕುತ್ತಿದ್ದೇವಲ್ಲವೆ ನಾವು? ಹಗಲಿಡೀ ಓದಿಸುತ್ತೇವೆ. ರಾತ್ರಿ ಮತ್ತೆ ಓದಿಸುತ್ತೇವೆ. ಬೆಳಗಿನ ಜಾವಕ್ಕೇ ಎಬ್ಬಿಸಿ ಓದಿಸುತ್ತೇವೆ. ಜೀವನದ ಎಷ್ಟು ದೊಡ್ಡ ಭಾಗ ವೃಥಾ ಕಳೆದು ಹೋಗುತ್ತದಲ್ಲವೆ? ಹಾಯಾಗಿ ತಿರುಗಿ, ಆಡಿ, ಒಳ್ಳೆಯ ಗಾಳಿ ಹೀರಿಕೊಂಡು, ಒಳ್ಳೆಯ ಸಂಗೀತವನ್ನ, ದೃಶ್ಯಗಳನ್ನ, ರುಚಿಗಳನ್ನ ಅನುಭವಿಸ ಬೇಕಾದ ಕಾಲದಲ್ಲಿ ಅವರನ್ನು ನಾಲ್ಕು ಗೋಡೆಗಳ ಮಧ್ಯೆ ಕೂಡಿ ಹಾಕಿ 'ಓದು' ಅನ್ನುತ್ತ ಎಷ್ಟು ಹಿಂಸೆ ಮಾಡುತ್ತೇವಲ್ಲವೆ? ಮಕ್ಕಳ ಓದಿಗಾಗಿ, ಅವರು ಪಾಸಾಗು ವುದಕ್ಕಾಗಿ, ಮಾರ್ಕು ತಂದುಕೊಳ್ಳುವುದಕ್ಕಾಗಿ ಯಾರ್‍ಯಾರ ಕಾಲು ಹಿಡಿಯುತ್ತಾನೆ ಮನುಷ್ಯ. ಬರಬರುತ್ತಾ ಅವನ ಯೋಚನಾಶಕ್ತಿ ಕೂಡ ನಶಿಸಿ ಹೋಗುತ್ತದೆ.

ನಾಲ್ಕು ಜನ ಬುದ್ಧಿವಂತರು, ಬುದ್ಧಿಜೀವಿಗಳು ಒಂದು ಕಡೆ ಕುಳಿತು ಇಡೀ ವ್ಯವಸ್ಥೆಯನ್ನು ಬಯ್ಯುತ್ತಾರೆ. 'ನಿಜಕ್ಕೂ ಈ ಓದಿನಲ್ಲಿ ಯಾವುದರ ಅವಶ್ಯಕತೆ ಇದೆ? ಯಾವುದು ಮಕ್ಕಳನ್ನು ಉತ್ತೇಜಿಸುತ್ತದೆ? ಯಾವುದು ಅವರ ಬದುಕುಗಳನ್ನು ವಿಕಸಿಸುವಂತೆ ಮಾಡುತ್ತದೆ? ಅಂಥವುಗಳನ್ನು ಮಾತ್ರ ಉಳಿಸಿ, ಬಾಕಿ ನಿರುಪಯುಕ್ತ ಪಾಠಗಳನ್ನು ತೆಗೆದು ಹಾಕಬೇಕು' ಅಂತ ಯಾಕೆ ಯಾರೂ ಮಾತನಾಡುವುದಿಲ್ಲ? ಅಸಲಿಗೆ ಶಾಲೆಗೆ ಹೋಗಬೇಕು ಎಂಬ ಬಲವಂತವೇ ಇರಬಾರದು. ಒಂದು ಛತ್ರದಲ್ಲಿ ಉಚಿತವಾಗಿ ಊಟವಿಡಿಸಿದರೆ ಎಲ್ಲರೂ ತಂತಾನೇ ಹೋಗುವುದಿಲ್ಲವಾ ಊಟಕ್ಕೆ? ಅವರನ್ಯಾರಾದರೂ ಎಳೆದೊಯ್ದು ಊಟಕ್ಕೆ ಕೂಡಿಸುತ್ತಾರಾ? ನಮ್ಮ ಓದು ಕೂಡ ಹಾಗೇ ಆಗಬೇಕು. ಶಾಲೆಯೆಂಬುದು ಎಲ್ಲರಿಗೂ ತೆರೆದಿರಬೇಕು: ಈ ಲೋಕ ಎಲ್ಲರಿಗೂ ತೆರೆದಿರುವ ಹಾಗೆ. ಯಾರಿಗೆ ಏನು ಬೇಕೋ, ಎಂಥ ಸಂಸ್ಕಾರ ಸಿಕ್ಕಬೇಕೋ ಅದು ದೊರಕುವಂತಿರಬೇಕು. ಸುಮ್ಮನೆ ಬನ್ನಿ. ಬಂದು ಕುಳಿತುಕೊಳ್ಳಿ. ನಾವು ಹೇಳುವುದು ಮನಸ್ಸಿಗೆ ಹಿತವೆನ್ನಿಸಿದರೆ ಕೇಳಿಸಿಕೊಳ್ಳಿ. "ನಾವು ಹಾಡ್ತೇವೆ: ಕೇಳಿಸಿಕೊಳ್ಳಿ" ಅಂತಾರಲ್ಲ? ಹಾಗೆ ಓದು ಹೇಳಿಕೊಡುತ್ತೇವೆ, ಕೇಳಿಸಿ ಕೊಳ್ಳಿ ಎಂಬಂತಿರಬೇಕು. ವಿದ್ಯಾಭ್ಯಾಸವೆಂಬುದು ಹಾಗೆ ಸ್ವೇಚ್ಛೆಯಾಗಿರಬೇಕು. ಈಗ ಗುಡಿಗಳಲ್ಲಿ ನಿತ್ಯ ಪುರಾಣ ಹೇಳುವುದಿಲ್ಲವೆ? ಆಸಕ್ತರು ಹೋಗಿ ಅದನ್ನು ಕೇಳಿಸಿಕೊಳ್ಳುತ್ತಿಲ್ಲವೆ? ಓದು ಕೂಡ ಅಷ್ಟೆ.

ನಮ್ಮ ಮನೆಯ ಹತ್ತಿರ ಒಂದು ಶಾಲೆಯಿದೆ. ನೂರು ಜನ ಮಕ್ಕಳಿದ್ದಿರಬೇಕು. ಅವರಿಗೆ ಇಬ್ಬರು ಟೀಚರುಗಳಿದ್ದಾರೆ. ಶಾಲೆ ಆರಂಭವಾಗುತ್ತಿದ್ದಂತೆಯೇ ಒಬ್ಬ ಟೀಚರ್ ಹೊರಟು ಹೋಗುತ್ತಾನೆ. ಸ್ವಲ್ಪ ಹೊತ್ತಿನ ನಂತರ ಇನ್ನೊಬ್ಬಾತನೂ ಹೊರಟು ಹೋಗುತ್ತಾನೆ. ನೆತ್ತಿಯ ಮೇಲೊಂದು ಸೂರು ಬಿಟ್ಟರೆ ಆ ಶಾಲೆಗೆ ಬೇರೇನೂ ಇಲ್ಲ. ಮೇಷ್ಟ್ರುಗಳು ಹೋದ ಮೇಲೆ ಶಾಲೆಯನ್ನು ಮಕ್ಕಳೇ

ನಡೆಸುತ್ತಾರೆ.

ಇನ್ನೊಂದು ಶಾಲೆ ಇದೆ. ಅದರ ಹೆಸರು 'ಕಾನ್ವೆಂಟ್'. ಈ ದರಿದ್ರ ಶಬ್ದ ಎಲ್ಲಿಂದ ಬಂತೋ ಕಾಣೆ. ಈ ಶಾಲೆಗೂ ನೂರಾರು ಮಕ್ಕಳು ಬರುತ್ತಾರೆ ರಿಕ್ಷಾಗಳಲ್ಲಿ, ಜಟಕಾಗಳಲ್ಲಿ, ಕಾರುಗಳಲ್ಲಿ. ಅವರನ್ನು ಶಿಕ್ಷಕಿಯರು ತುಂಬ ಪ್ರೀತಿಯಿಂದ ಬರಮಾಡಿಕೊಳ್ಳುತ್ತಾರೆ. ದುಬಾರಿಯಾದ ಫೀಜು ಕಟ್ಟಿದವರನ್ನು ಮಾತ್ರ ಅವರು ಪ್ರೀತಿಯಿಂದ ನೋಡುತ್ತಾರೆ, ಓದು ಹೇಳಿಕೊಡುತ್ತಾರೆ. ಮಧ್ಯಾಹ್ನ ಆ ಶಾಲೆಗೆ ಎರಡು ಗಂಟೆಗಳ ರಿಸೆಸ್. ಆ ಸಮಯದಲ್ಲಿ ಮಕ್ಕಳನ್ನು ಸಾಲಾಗಿ ಮಲಗಿಸುತ್ತಾರೆ. ನಿದ್ರೆಯ ಮೇಲೆ ಶಿಕ್ಷಕಿಯರಿಗೆ ಹಿಡಿತ ಇರುವುದಿಲ್ಲವಲ್ಲ? ಹೀಗಾಗಿ ಕೈಯಲ್ಲಿ ಬೆತ್ತ. ಮಕ್ಕಳು ತಲೆ ಎತ್ತುವಂತಿಲ್ಲ. ಎದ್ದು ಕೂಡುವಂತಿಲ್ಲ! ಓದುವುದು, ಕಲಿಯುವುದು ಇದೇನಾ?

ರಷಿಯನ್ ವಿದ್ಯಾವಿಧಾನದ ಬಗ್ಗೆಯೂ ಒಂದು ಪುಸ್ತಕ ಓದಿದೆ. ಅದು ಸಂಪೂರ್ಣವಾದ ರೆಜಿಮೆಂಟೇಷನ್. ಅಂಥ ರೆಜಿಮೆಂಟೇಷನ್ ನಮ್ಮ ವಿದ್ಯಾ ವಿಧಾನಕ್ಕೂ ಬಂದುಬಿಟ್ಟಿದೆ. ನಮ್ಮ ಶಿಕ್ಷಣ ಇಲ್ಲಿನ ರಾಜಕಾರಣಿಗಳ ಕೈಗೆ ಸಿಕ್ಕು ಬಿಟ್ಟಿದೆ. ಅವೆರಡರ ನಡುವಿನ ಸಂಬಂಧ ಕಡಿದು ಹೋಗದ ಹೊರತು ಮಕ್ಕಳಿಗೆ ನಿಜವಾದ ಆನಂದವನ್ನು ಉಂಟು ಮಾಡುವ ವಿದ್ಯಾವಿಧಾನ ಅಸ್ತಿತ್ವಕ್ಕೆ ಬರಲು ಸಾಧ್ಯವಿಲ್ಲ.

ನನಗೆ ಈ ಪ್ರಪಂಚಕ್ಕೆ ಸಂಬಂಧಿಸಿದ ಆಸೆ, ಅಭಿರುಚಿಗಳು ತುಂಬ ಕಡಿಮೆ. ಹೀಗಾಗಿ ನನಗೆ ದುಡ್ಡಿನ ಅವಶ್ಯಕತೆ ಇರುತ್ತಿರಲಿಲ್ಲ. ಇರೋ ಕೊಂಚ ಹಣದಲ್ಲೇ ಕಾಲ ಹಾಕುತ್ತಿದ್ದೆ. ಊಟ, ಬಟ್ಟೆಯ ಹೊರತಾಗಿ ಯಾವುದೇ ದೊಡ್ಡ ಅವಶ್ಯಕತೆ ನನ್ನ ಜೀವನದಲ್ಲಿ ಯಾವತ್ತಿಗೂ ಬರಲಿಲ್ಲ. ರಂಗನಾಯಕಮ್ಮಗಾರೂ ಅಷ್ಟೇ, ನನ್ನ ಮಕ್ಕಳಾದರೂ ಅಷ್ಟೇ. ನಾವು ವಾಸ್ತವಕ್ಕಿಂತ ಹೆಚ್ಚಾಗಿ ಕನಸುಗಳಲ್ಲೇ ಬದುಕಿದವರು. ನಮ್ಮ ಕನಸುಗಳಾದರೂ ತೀರ ದುಬಾರಿಯಾದವುಗಳಲ್ಲ. ಹಾಯಾಗಿ ತಿರುಗಬೇಕು. ಒಬ್ಬರನ್ನೊಬ್ಬರು ಪ್ರೀತಿಸಿಕೊಳ್ಳಬೇಕು. ನಮ್ಮನ್ನು ಪ್ರೀತಿಸುವವರು ನಮ್ಮಲ್ಲಿಗೆ ಬರಬೇಕು. ಜೀವನವಿಡೀ ನಮ್ಮ ಆಸೆಗಳು ಹೀಗೇ ಇರುತ್ತಿದ್ದವು.

ನನ್ನ ಆರೋಗ್ಯವೊಂದು ಸರಿಯಾಗಿದ್ದದ್ದೇ ಆದರೆ, ಮೈಮೇಲಿನ ಬಟ್ಟೆಯ ಹೊರತಾಗಿ ಮತ್ತೇನೂ ಇರದೆ ಬರಿಗಾಲಲ್ಲಿ ಊರೂರು ತಿರುಗುತ್ತಿದ್ದೆ. ತಮಾಷೆಯೆಂದರೆ, ನನ್ನ ಪ್ರೇಯಸಿಯರು, ನನ್ನನ್ನು ಹುಡುಕಿಕೊಂಡು ಬಂದ ಹೆಂಗಸರು ಅವರೂ ನನ್ನಂತೆಯೇ ಇರುತ್ತಿದ್ದರು. ಅಥವಾ ನನ್ನಲ್ಲಿಗೆ ಬಂದ ಮೇಲೆ ಅವರೂ ನನ್ನಂತಾಗಿ ಬಿಡುತ್ತಿದ್ದರು. ಬಂದ ಹೊಸತರಲ್ಲಿ ತಕರಾರು ಮಾಡೋರು. ಮನೆಯಲ್ಲಿ ಇರಲಿಕ್ಕೇ ಬಿಡುವುದಿಲ್ಲವಲ್ಲ? ರಸ್ತೆರಸ್ತೆ, ನದಿಯಗುಂಟ, ಕಾಲುವೆಗಳಗುಂಟ ಅಲೆಸುತ್ತೀಯಲ್ಲ ಅಂತ ಸಿಡುಕುತ್ತಿದ್ದರು. ಅವರಿಗೇನು ಗೊತ್ತು? ಲೋಕದ ಪರಿವೆಯಿಲ್ಲದೆ, ಹೊರಗಿನಿಂದ ಯಾವುದಾದರೂ ಬರಬೇಕು ಎಂಬ ನಿರೀಕ್ಷೆಯಿಲ್ಲದೆ, ಹಾಗೇ ಸುಮ್ಮನೆ ಕೈಕೈ ಹಿಡಿದುಕೊಂಡು, ಸೊಂಟ ಬಳಸಿ ಯಾವ ಗಮ್ಯವೂ ಇಲ್ಲದ ಅನಂತದತ್ತ ನಡೆಯುವುದರಲ್ಲಿನ ಸುಖ ಅವರಿಗೇನು ಗೊತ್ತು!

ನನ್ನ ಬದುಕು ಹಾಗಿರಬೇಕು ಎಂಬುದು ನನ್ನ ಆಸೆ. ಹೀಗಾಗಿ ಇದೇ ಬೇಕು, ಅದೇ ಬೇಕು ಎಂಬುದಿಲ್ಲ. ಅವೆಲ್ಲ ತೃಪ್ತಿ ಕೊಡುವುದಿಲ್ಲವೆಂಬುದು ನನಗೆ ಗೊತ್ತು. ಹೀಗಾಗಿ ನನ್ನ ಕಥೆಗಳಲ್ಲಿ, ನಾಟಕಗಳಲ್ಲಿ ತುಂಬ ಶ್ರೀಮಂತರು, ದುಡ್ಡು

ಮಾಡಬೇಕೆಂದು ಆಸೆ ಪಡುವವರು ಪಾತ್ರಗಳಾಗಿ ಕಾಣಿಸಿಕೊಳ್ಳುವುದಿಲ್ಲ. ಇರುವುದನ್ನು ಕಳಚಿಕೊಳ್ಳಲು ಯತ್ನಿಸುವವರೇ ಹೊರತು ಅದೆಂಥದ್ದನ್ನೋ ತಂದು ಕೊಳ್ಳಬೇಕೆಂಬ ತಪನೆ ನನ್ನ ಪಾತ್ರಗಳಿಗಿಲ್ಲ.

ಯಾವ ತೆರನಾದ ಸಂತೋಷವೇ ಆದರೂ, ಅದು ನನ್ನ ಬಳಿಗೆ ಬರಬೇಕೇ ಹೊರತು, ಅದಕ್ಕಾಗಿ ನಾನು ಹುಡುಕಿಕೊಂಡು ಹೋದದ್ದು ಸುಳ್ಳು. ಸಿನೆಮಾ, ನಾಟಕ, ಸಂಗೀತ ಕಛೇರಿಗಳು ನನ್ನನ್ನು ಆಕರ್ಷಿಸಲಿಲ್ಲ. ಗೆಳೆಯ ಗೆಳತಿಯರ ಕಡೆಗೆ ಆಕರ್ಷಿತನಾಗುತ್ತಿದ್ದೆನೇ ಹೊರತು, ಇದ್ದಲ್ಲಿಂದ ಹೋಗಿ ಯಾರನ್ನಾದರೂ ನೋಡಬೇಕು ಅಂತ ನನಗೆ ಅನ್ನಿಸುತ್ತಿರಲಿಲ್ಲ. ನಾನು ತುಂಬ ಇಷ್ಟಪಟ್ಟು ಓದಿದ್ದು, ಕನಸಿನಲ್ಲಿ ಕನವರಿಸಿದ್ದು, ಯಾವತ್ತಾದರೂ ಅವರನ್ನು ನೋಡಿಯೇನಾ ಅಂತ ಹಪಹಪಿಸಿದ್ದು-ರವೀಂದ್ರನಾಥ ಟ್ಯಾಗೋರ್ ಅವರನ್ನ. ಅವರು ನಾನಿದ್ದ ಮನೆಯ ಹತ್ತಿರದಲ್ಲೇ ಒಂದು ಎರಡು ದಿನ ಮನೆಯೊಂದರಲ್ಲಿ ವಸತಿ ಮಾಡಿದ್ದರು. ನಾನು ಹೋಗಿ ನೋಡಲಿಲ್ಲ. ಅವರೇ ನನ್ನ ಬಳಿಗೆ ಬರಬೇಕು. ನನ್ನ ಸ್ವಂತವಾಗಿ ಬಿಡಬೇಕು. ಅವರು ಬಂದು 'ಚಲಂ... ಚಲಂ' ಅನ್ನುತ್ತ ನನ್ನನ್ನು ತಮ್ಮೊಳಕ್ಕೆ ಎಳೆದುಕೊಳ್ಳಬೇಕು. ಅವರು ಅಲ್ಲೆಲ್ಲೋ ಕುಳಿತಿದ್ದರೆ, ಇಲ್ಲೆಲ್ಲೋ ನಿಂತು ಅವರನ್ನು ನೋಡಿದರೆ ನನಗೆ ತೃಪ್ತಿಯಾಗುವುದಿಲ್ಲ. ನನ್ನನ್ನು ಅವರು ಅವಚಿಕೊಂಡು 'ನೀನೂ-ನಾನೂ ಒಂದೇ ಚಲಂ' ಅನ್ನಬೇಕು. ಒಂದು ಸಲ ಗಾಂಧೀಜಿ ಬಂದು ನಾವಿದ್ದ ಮನೆಯ ಹತ್ತಿರದಲ್ಲೇ ಉಳಿದರು. ನಾನು ಹೋಗಿ ನೋಡಲಿಲ್ಲ. ಹೋಗಿ, ಅವರ ಆಶ್ರಮ ದಲ್ಲಿ ನಾಲ್ಕು ದಿನ ಇದ್ದು, ನಾನು-ಅವರು ಒಂದೇ ಆಗಿಬಿಡಬೇಕು. ಸುಮ್ಮನೆ ನೋಡೋದರಿಂದ ನನಗೆ ಏನೂ ಬರುವುದಿಲ್ಲ. ನನ್ನ ಪ್ರೇಯಸಿಯರಾದರೂ ಅಷ್ಟೆ. ಅವರು ಬಂದು ನನ್ನೊಳಗೆ ಐಕ್ಯವಾಗಿಬಿಡಬೇಕು. ನನ್ನೊಂದಿಗೆ ಇದ್ದುಬಿಡಬೇಕು. ಅಷ್ಟೇ ಹೊರತು ಗಂಡಸರು ಹೆಂಗಸನ್ನು ಕೋರುವಂತೆ ಗಂಟೆ-ಅರ್ಧಗಂಟೆ... ಉಹುಂ, ಅದು ಗಿಟ್ಟದು. ಯಾರಿಗಾದರೂ ಒಂದು ಉಡುಗೊರೆ ಕೊಡುವುದಾಗಲೀ, ಲಂಚ ಕೊಡುವುದಾಗಲೀ, ನನಗೆ ಗೊತ್ತಿಲ್ಲ. ಸಂತೋಷವೆಂಬುದು ಬಂದದ್ದೇ ಆದರೆ, ಅದು ನನ್ನೊಳಗಿನಿಂದ ಬರಬೇಕೇ ಹೊರತು ಹೊರಗಿನಿಂದ ಬಂದ ಸಂತೋಷ ತೀರ ಕಡಿಮೆ, ಅಪರೂಪ.

ನನ್ನ ಆಸಕ್ತಿ, ಅಭಿರುಚಿಯೆಲ್ಲ ಪುಸ್ತಕಗಳ ಮೇಲೆ. ಅದರಲ್ಲೂ ಇಂಗ್ಲಿಷ್ ಪುಸ್ತಕಗಳೇ. ನನ್ನನ್ನು ತೀವ್ರವಾಗಿ ಆಕರ್ಷಿಸಿ, ನಿಂತ ನಿಲುವಿನಲ್ಲಿ ಓದುವಂತೆ ಮಾಡಿದ ಒಂದೇ ಒಂದು ತೆಲುಗು ಪುಸ್ತಕ ಇಲ್ಲ. ಈ ತನಕ ಅಂಥದ್ದನ್ನು ಓದಿಲ್ಲ. ಇಂಗ್ಲಿಷ್ ಕಥೆ, ಕಾದಂಬರಿ, ಪ್ರವಾಸ ಕಥನಗಳು, ನನ್ನನ್ನು ಇಲ್ಲಿಂದ ಕರೆದೊಯ್ದು

ಅಲ್ಲೆಲ್ಲೋ ಅಲೆಯುವಂತೆ ಮಾಡಬಲ್ಲ ಪುಸ್ತಕಗಳು ನನಗೆ ಬೇಕು. ಕೈಯಲ್ಲಿ ಪುಸ್ತಕವಿದ್ದರೆ ಲೋಕವನ್ನೇ ಮರೆತು ಬಿಡಬಲ್ಲೆ. ಇವತ್ತು ನನಗೆ ಕಣ್ಣುಕಾಣವು: ಕುರುಡು. ಲೋಕವೇ ಕಾಣುತ್ತಿಲ್ಲ ಎಂಬ ಬಾಧೆಗಿಂತ ಪುಸ್ತಕ ಓದಲಾಗುತ್ತಿಲ್ಲ ಎಂಬ ಬಾಧೆ ನನ್ನನ್ನು ಕಾಡುತ್ತಿದೆ. ಪುಸ್ತಕವಿಲ್ಲದಿದ್ದರೆ, ಸುಮ್ಮನೆ ಹಾಗೆ ಅಡ್ಡಾಡಿ ಬಂದರೂ ಮನಸ್ಸಿಗೆ ಹಿತವೆನ್ನಿಸುತ್ತದೆ. ಆದರೆ ಇವತ್ತು ಆ ಶಕ್ತಿಯೂ ಉಳಿದಿಲ್ಲ. ಆದ್ದರಿಂದ ನೊಂದುಕೊಳ್ಳುತ್ತೇನೆ. ಹೀಗೇ ಎಷ್ಟು ದಿನಾ ಅಂತ ಬದುಕುವುದು?

ಮೊದಲು ನಾನು ಬರವಣಿಗೆ ಪ್ರಾರಂಭಿಸಿದಾಗ ಒಬ್ಬ ಬರಹಗಾರನಾಗುತ್ತೇನೆ ಅಂದುಕೊಂಡಿರಲಿಲ್ಲ. ನಡೆದ ಅನ್ಯಾಯಗಳನ್ನು ನೋಡಿ,ಕೇಳಿ, ಸಿಟ್ಟುಬಂದು ಬರೆಯ ತೊಡಗಿದೆ. ಆ ಬರಹಗಳು ಅವತ್ತಿನ ಢೋಂಗಿ ನೀತಿವಂತರಲ್ಲಿ ಸಂಚಲನ ಉಂಟು ಮಾಡಿದ್ದರಿಂದ ನನ್ನಲ್ಲಿ ಉತ್ಸಾಹ ಬಂತು. ಆರಂಭದಲ್ಲೇ ದೀಕ್ಷಿತರು, ದೇವುಲಪಲ್ಲಿ ಕೃಷ್ಣಶಾಸ್ತ್ರಿಗಾರು ನನ್ನನ್ನು ತೀವ್ರವಾಗಿ encourage ಮಾಡಿದರು. 'ಇವನೂ ಒಬ್ಬ ಲೇಖಕ' ಅಂತ ನನ್ನನ್ನು ತಮ್ಮೊಳಕ್ಕೊಬ್ಬನನ್ನಾಗಿ ಸೇರಿಸಿಕೊಂಡರು.

ರಾಜ್ಯದಾದ್ಯಂತ ನನ್ನ ಬರಹಗಳನ್ನು ಓದಿದವರು ಅವುಗಳಿಗೆ ವ್ಯಾಪಕವಾದ ಪ್ರತಿಕ್ರಿಯೆ ನೀಡತೊಡಗಿದ್ದರಿಂದ ತೆಲುಗು ಸಾರಸ್ವತ ಲೋಕದಲ್ಲಿ ನನಗೂ ಒಂದು ಸ್ಥಾನವಿದೆ ಅಂತ ದೃಢವಾಯಿತು. ಕಡೆ ಕಡೆಗೆ ಯಾರೂ ಬರೆಯದ, ಯಾವ ಭಾಷೆಯ ಸಾಹಿತ್ಯದಲ್ಲೂ ಬರೆಯದಂಥ ಬರಹಗಳನ್ನು ನಾನು ಬರೆದೆ ಅಂತ ಗೊತ್ತಾಯಿತು. ಅದು ಋಜುವಾಯಿತು. ಆಗ 'ಚಲಂ ಒಬ್ಬ ಬರಹಗಾರ' ಅಂದರೆ ನನಗೆ ಯಾವ ಸಂತೋಷವೂ ಇಲ್ಲ. ಲೇಖಕನಾಗಬೇಕೆಂಬುದು ನನ್ನ ಆಸೆಯೂ ಆಗಿರಲಿಲ್ಲ, ಆಶಯವೂ ಆಗಿರಲಿಲ್ಲ. ಅದರಿಂದ ನನಗೆ ಯಾವ ತೃಪ್ತಿಯೂ ಸಿಗಲಿಲ್ಲ. ಇದು ನನ್ನ ಜೀವನದ ಬೈ-ಪ್ರಾಡಕ್ಟ್ ಮಾತ್ರ!

ನನ್ನ ನೋಟ ಯಾವತ್ತಿದ್ದರೂ ನನ್ನನ್ನು ತೃಪ್ತಿಗೊಳಿಸಬಲ್ಲ ಸ್ತ್ರೀ ಕಡೆಗೇ ನೆಟ್ಟಿತ್ತು. ಲೀಲ ಅವರೊಂದಿಗಿನ ಸ್ನೇಹದ ತೀವ್ರತೆ, ಆ ಬಿಸಿ ಇಳಿದ ಮೇಲೆ ನನಗೆ ಗೊತ್ತಾಯಿತು. ನನ್ನ ಆದರ್ಶ ಸ್ತ್ರೀ ನನಗೆ ಪ್ರತ್ಯಕ್ಷವಾಗದೆ ಹೋದುದಕ್ಕೆ ನನ್ನ ಅನರ್ಹತೆಯೇ ಕಾರಣ ಅಂತ. ನನ್ನೊಳಗಿರುವಂಥ interior selfನ ನಾಶ ಮಾಡಿ ಕೊಳ್ಳಬೇಕು. I must rise superior to women. ಈ ಮಧ್ಯೆ ತೆಲುಗು ನೆಲವನ್ನು ಬಿಟ್ಟು ಬಂದ ಮೇಲೆ ಕೆಲ ಸಂಗತಿಗಳು ಸ್ಪಷ್ಟವಾದವು. ಹೊರಗೆ ಏನನ್ನೋ ಹುಡುಕು ವುದು ಶುದ್ಧ ಅವಿವೇಕ. ಯಾವತ್ತೋ ಒಂದು ದಿನ ನನ್ನ ಅದೃಷ್ಟ ಫಲಿಸಬೇಕು. ಈಶ್ವರನಿಗೆ ದಯೆ ಮೂಡಬೇಕು. ನನ್ನನ್ನು ಪೂರ್ತಿಯಾಗಿ ಕ್ಷಮಿಸಿ ನನ್ನನ್ನು ತನ್ನ ಮಡಿಲಿನೊಳಕ್ಕೆ ಎಳೆದುಕೊಳ್ಳುವ ತನಕ ನನ್ನಲ್ಲಿ ತೃಪ್ತಿ, ಸಂತೋಷ ಯಾವುದೂ

ಇರುವುದಿಲ್ಲ: ಆ ಲೋಕದಲ್ಲೂ! ಈ ಭೂಮಿಯ ಮೇಲೆ ಸಿಗುವಂಥವುಗಳನ್ನು ಇಷ್ಟಪಟ್ಟು, ಸಾಧಿಸಿ, ತಂದುಕೊಂಡು ತೃಪ್ತಿ ಪಡುವ ಅದೃಷ್ಟವಂತರ ಜಾತಿಗೆ ಸೇರಿದವನು ನಾನಲ್ಲ.

ನನ್ನ ಇಡೀ ಜೀವನವೇ ಆನಂದ-ವಿಷಾದಗಳ ತೂಗುಯ್ಯಾಲೆ. ಆಗಾಗ್ಗೆ ಆನಂದ ಸೌದಾಮಿನಿ ಹೊಳೆಯುತ್ತಿದ್ದಳು. ಆದರೆ ಬಹುಕಾಲ ನನ್ನನ್ನು ಆವರಿಸಿಕೊಂಡದ್ದು ವಿಷಾದವೇ. ಆದರೆ ಇವೆರಡೂ ಇಲ್ಲದ ಕಾಲ ನನ್ನ ಪಾಲಿಗೆ ದುರ್ಭರ. ಯಾಕಾದರೂ ಬದುಕುತ್ತಿದ್ದೇನೋ ಅಂತ ವಿಲಗುಟ್ಟುತ್ತಿದ್ದೆ. ನನಗೆ ಮನುಷ್ಯರೊಂದಿಗೆ ಬೆರೆಯುವುದು ಇಷ್ಟವಾಗುತ್ತಿರಲಿಲ್ಲ. ನಾನಾಗೇ ಹೋಗಿ ಯಾರನ್ನೂ ಮಾತಾಡಿಸುವುದಿಲ್ಲ. ನನ್ನ ವಿಪ್ಲವ ಭಾವಗಳು ಸಮಾಜ ಒಪ್ಪಿಕೊಳ್ಳದ ಆಚಾರಗಳಿಂದಾಗಿ ಪ್ರತಿಯೊಬ್ಬರಿಗೂ ನಾನು ಶತ್ರುವೇ. ಎರಡು ವಾಕ್ಯ ಮಾತಾಡುವುದರೊಳಗಾಗಿ ಒಂದು ಭೇಧ. ಒಂದು ಜಗಳ. ಮನಸ್ಸಿನೊಳಗಿನ ಆಲೋಚನೆಗಳನ್ನು ಮುಚ್ಚಿಟ್ಟು, ಎಲ್ಲರೂ ಒಪ್ಪುವ ಹಾಗೆ ಮಾತನಾಡುವುದು ನನ್ನಿಂದ ಆಗದು. ಪ್ರತಿಯೊಬ್ಬರಲ್ಲೂ ಇರುವ ಸ್ವಾರ್ಥ, ನೀಚತನ, ಸುಳ್ಳು ತಕ್ಷಣ ನನಗೆ ಗೊತ್ತಾಗಿ ಬಿಡುತ್ತವೆ. ಆದ್ದರಿಂದ ನಾನು ಯಾರೊಂದಿಗೂ ಮಾತನಾಡುತ್ತಿರಲಿಲ್ಲ. ನನ್ನೊಳಗಿನ ಮಲಿನವಾಗಲೀ ಇತರರಲ್ಲಿನ ಮಲಿನವಾಗಲೀ ನನಗೆ ಸಹನೀಯವಾಗುತ್ತಿರಲಿಲ್ಲ.

ಲೋಕ ಇರುವುದೇ ಹೀಗೆ. ಅದರ ಪದ್ಧತಿಗಳೊಂದಿಗೆ, ಅದರ planನೊಂದಿಗೆ ಬಡಿದಾಡಿ ಪ್ರಯೋಜನವಿಲ್ಲ. Adjust ಆಗಬೇಕು. ಆದರೆ ನಾನು ಆಗಲಾರೆ. ಎಲ್ಲದರ ಮೇಲೂ ಸಿಟ್ಟು ಬರುತ್ತದೆ. ಮುಖ್ಯವಾಗಿ ನನ್ನ ಮೇಲೆ. ನನ್ನಲ್ಲೇಕೆ ಇಷ್ಟು ಸಣ್ಣತನ, ಅಸಹನೆ, ದುಃಖ? ನನ್ನ ಮೇಲೆ ನನಗೆ ಯಾವಾಗಲೂ ಅಸಹ್ಯವೇ. ಸ್ವಭಾವತಃ ನಾನೊಬ್ಬ aristocrat. ಉಳಿದೆಲ್ಲರಿಗಿಂತ ನಾನು ಯಾವುದೋ ರೀತಿಯಲ್ಲಿ ಉನ್ನತ. ಆ ಔನ್ನತ್ಯವೆಂಬುದು ನನ್ನ ರಕ್ತದಲ್ಲೇ ಇದೆ. ನನ್ನಲ್ಲಿ ಯಾವ ದುರ್ಗುಣ ಕಂಡರೂ ನಾನು ಸಹಿಸಲಾರೆ. ಸಮಾಜದಲ್ಲಿ Evil ಇದೆಯಲ್ಲ? ಅದು ನನ್ನ ದೊಡ್ಡ ಶತ್ರು. ಹೊರಗಿನ ಮತ್ತು ನನ್ನೊಳಗಿನ ಮಾಲಿನ್ಯ ನನ್ನನ್ನು ನಿರಂತರವಾಗಿ ಗಾಯಗೊಳಿಸುತ್ತಲೇ ಇರುತ್ತದೆ. ಹೀಗಾಗಿ ಇತರರಲ್ಲಿನ ಮತ್ತು ನನ್ನಲ್ಲಿನ ಸಣ್ಣತನಗಳನ್ನು ನಾನು ಸಹಿಸಲಾರೆ.

ಸಣ್ಣ ಸಣ್ಣ ಸಂಗತಿಗಳು ನನ್ನಲ್ಲಿ ದಿಗಿಲು ಹುಟ್ಟಿಸುತ್ತವೆ. ಈ ಬೆಂಕಿ ಪೆಟ್ಟಿಗೆ ಸಂಜೆ ಹೊತ್ತಿಗೆ ಮುಗಿದು ಹೋಗುತ್ತದಲ್ಲಾ ಅಂತ ದಿಗಿಲು. ಆದರೆ ನಾಳೆ ಹೊತ್ತಿಗೆ ಕೈಯಲ್ಲಿ ದುಡ್ಡಿರದೆ ಹೋದರೆ ಗತಿಯೇನು ಅಂತ ದಿಗಿಲಾಗುವುದಿಲ್ಲ: ಯಾಕೋ? ಅಸಲಿಗೆ ದೊಡ್ಡ ದಿಗಿಲುಗಳ್ಯಾವೂ ಇಲ್ಲ. ಸಾವಿನ ಬಗ್ಗೆ ಭಯವಿಲ್ಲ. ನೋವಿನ

ಬಗ್ಗೆ ಭಯಪಡುತ್ತೇನೆ. ಈ ಮಕ್ಕಳು ಓದಿಕೊಂಡಿಲ್ಲ. ಇವಕ್ಕೆ ಮದುವೆಗಳಾಗಲಿಲ್ಲ. ಇವರೆಲ್ಲ ಏನಾಗಿ ಹೋಗುತ್ತಾರೋ ಎಂಬಂಥ ದಿಗಿಲುಗಳು ನನಗಿಲ್ಲ. ಆದರೆ ಇಲ್ಲಿ ಸೌತೆಕಾಯಿ ಸಿಗೋದಿಲ್ಲ, ಈ ನೀರಿಗೆ ಬೇಳೆ ಸರಿಯಾಗಿ ಬೇಯುವುದಿಲ್ಲ. ಈ ತಮಿಳು ದೇಶದಲ್ಲಿ ಈರುಳ್ಳಿಗೆ ಘಮ-ಘಾಟು ಎರಡೂ ಇಲ್ಲ ಎಂಬಂಥ ಬೇಸರಗಳಿರುತ್ತವೆ.

ಎರಡನೆಯ ಭಾಗ

ಇಲ್ಲಿಗೆ ಬರುವ ಮುನ್ನ ತೆಲುಗು ನೆಲಕ್ಕೂ ನನಗೂ ಯಾವುದೇ ಸಂಬಂಧವಿರಕೂಡದು ಅಂತ ತೀರ್ಮಾನಿಸಿ ಎಲ್ಲ ಕಾಗದ, ಪತ್ರ, ನನ್ನ ಪುಸ್ತಕಗಳು-ಎಲ್ಲವನ್ನೂ ಸುಟ್ಟು ಹಾಕಿದ್ದೆ. ಯಾರು ಪತ್ರ ಬರೆದರೂ ಅದಕ್ಕೆ ಉತ್ತರ ಬರೆಯಬಾರದೆಂದು ತೀರ್ಮಾನಿಸಿದ್ದೆ. ಅಷ್ಟು ಬೇಸರ ಹುಟ್ಟಿ ಹೋಗಿತ್ತು. ನನ್ನನ್ನು ತುಂಬ ಪ್ರೀತಿಸಿದ, ನನಗೆ ಸಹಾಯ ಮಾಡಿದ ಮಿತ್ರ ಶಿವಂ 'ಚಲಂಗಾರೂ, ನೀವು ನನಗೆ ಒಂದು ಕಥೆ ಬಾಕಿ ಇದ್ದೀರಿ' ಅಂತ ಪ್ರೀತಿಯಿಂದ ನೆನಪು ಮಾಡಿದ. ಆದ್ದರಿಂದ, ಆತನಿಗಾಗಿ ಅಂತಲೇ 'ಆ ರಾತ್ರಿ' ಎಂಬ ಕಥೆ ಬರೆದೆ. ಅದು ನನ್ನ ಕೊನೆಯ ಕಥೆ. ಇನು ಬರೆಯಕೂಡದು ಅಂತ ತೀರ್ಮಾನಿಸಿದೆ. ಅಂತೆಯೇ ಏನೂ ಬರೆಯಲಿಲ್ಲ. ಕೆಲವರು ಹಂಗಿಸುತ್ತಾರೆ. ಇಲ್ಲಿಗೆ ಬಂದು ಏನು ಮಾಡುತ್ತಿದ್ದೀ ಅನ್ನುತ್ತಾರೆ. ಪ್ರಪಂಚ ದಿಂದ ಬಚ್ಚಿಟ್ಟುಕೊಂಡಿದ್ದೀಯಾ ಅಂತ ನಿಂದಿಸುತ್ತಾರೆ. ಇಲ್ಲಿ ಏನು ನಡೆಯುತ್ತಿದೆ ಎಂಬುದು ನಿಮಗೆ ಅರ್ಥವಾಗದು. ಹೇಳಿದರೆ ನೀವು ನಂಬುವುದಿಲ್ಲ.

ತೆಲುಗು ನೆಲ ಬಿಟ್ಟು ಬರುವಾಗ ಒಬ್ಬೇ ಒಬ್ಬ ಮಿತ್ರನನ್ನಾಗಲೀ, ನಮ್ಮನ್ನು ಪ್ರೀತಿಸಿ ನಮ್ಮೊಂದಿಗಿರುವ ಒಂದೇ ಒಂದು ಜೀವಿಯನ್ನಾಗಲೀ ನಾವು ಬಿಟ್ಟು ಬರಲಿಲ್ಲ: ಒಬ್ಬಿಬ್ಬರ ಹೊರತಾಗಿ. ಅವರು ಕೂಡ 'ನೀವು ಅರುಣಾಚಲಕ್ಕೆ ಹೋಗುವುದೇ ಸರಿ' ಅಂದರು. ಈಗ ಆಂಧ್ರ ದೇಶದೊಂದಿಗೆ ಯಾವ ಸಂಬಂಧವೂ ಇಲ್ಲ. ನಾವು ಇಲ್ಲಿಗೆ ಬಂದ ಹೊಸತರಲ್ಲೇ ಭಗವಾನ್ ತಮ್ಮ ದೇಹ ತ್ಯಜಿಸಿದರು. ಅವರ ದೇಹ ಕಾಣಿಸದಿದ್ದರೂ, 'ನಾನಿಲ್ಲೇ ಇರುತ್ತೇನೆ' ಅಂತ ಅವರಂದಿದ್ದರಲ್ಲ? ಆ ಮಾತಿನಲ್ಲಿ ನನಗೆ ಅಪಾರ ವಿಶ್ವಾಸ.

ಯಾವಾಗಲೂ ನಾನೂ ನರ್ತಕೀ ರಸ್ತೆ ರಸ್ತೆ, ಬೆಟ್ಟ ಬೆಟ್ಟ ಅಲೆಯುತ್ತೇವೆ. ಡಾಲಿ ಕೂಡ ನಮ್ಮೊಂದಿಗೆ ತಿರುಗಲು ಬರುತ್ತಾಳೆ. ಅದೇ ದೊಡ್ಡ ಸಂತೋಷ. ಡಾಲಿ ತುಂಬ ಸಂತೋಷ ಕೊಡುವಂಥ ಕಂದ. ಅವಳ ಮುಖದಲ್ಲಿ ಯಾವುದೋ

ದಿವ್ಯ ವರ್ಚಸ್ಸು. ಅವರಿಬ್ಬರೊಂದಿಗೆ ಹೋಗಿ ಪೇಟೆಯಿಂದ ಏನನ್ನೋ ಕೊಂಡು ತರೋದು, ವಿನಾಕಾರಣ ಬೀದಿ ಸುತ್ತೋದು: ಎಲ್ಲವೂ ಸಂತೋಷ ಕೊಡುತ್ತಿದ್ದವು. ಆದರೆ ನನ್ನೊಳಗಿನ ಯಾತನಾಗ್ನಿ ಜ್ವಲಿಸುತ್ತಲೇ ಇರುತ್ತಿತ್ತು. ಭಗವಾನ್ ಕೂಡ ಯಾಕೆ ಯಾವುದೇ ಸಹಾಯ ಮಾಡುತ್ತಿಲ್ಲ? ಅವರಿಗೂ ಸಾಧ್ಯವಾಗುತ್ತಿಲ್ಲವೇನೋ? ಹೀಗೆ ಯೋಚಿಸಿದಷ್ಟೂ ನನಗೆ ಪ್ರಾರಬ್ಧದ ಮೇಲೆ ನಂಬಿಕೆ ಹೆಚ್ಚಾಯಿತು. ಪ್ರಾರಬ್ಧ ಕಡಿಮೆಯಾಗಬೇಕೆಂದರೆ ಯಾತನೆ ಅನುಭವಿಸಲೇ ಬೇಕು. ಇದ್ದ ಸ್ಥಿತಿಯಲ್ಲೇ ಚಿಕ್ಕ ಚಿಕ್ಕ ಸಂತೋಷಗಳನ್ನು ಕಲ್ಪಿಸಿಕೊಂಡು ಹೀಗೇ ದಿನ ಕಳೆಯುತ್ತೇನೆ.

ಸಾಧ್ಯವಾದಷ್ಟು ಹೊತ್ತು, ಬೆಳಗಿನ ತಿಳಿ ಬಿಸಿಲಿನಲ್ಲಿ ಭಗವಾನ್ ಸಮಾಧಿಯ ಹತ್ತಿರ ಸುಮ್ಮನೆ ಬಿದ್ದುಕೊಂಡಿರುತ್ತಿದ್ದೆ. ಆಗಲೂ ನನಗೆ ದೇವರ ಮೇಲೆ ನಂಬಿಕೆ ಯಿಲ್ಲ. ಭಗವಾನ್ ಮೇಲೆ ನಂಬಿಕೆಯಿತ್ತು. ಅವರ ಪ್ರೀತಿ ಎಂಥದು ಅಂತ ಅರಿವಾಗುತ್ತಿತ್ತು. ಅದಕ್ಕಿಂತ ಹೆಚ್ಚಿನದನ್ನು ಮಾಡುವುದು ಅವರಿಗೂ ಸಾಧ್ಯವಿಲ್ಲ ಅಂದುಕೊಳ್ಳುತ್ತಿದ್ದೆ. ನನ್ನ ಭವಿಷ್ಯತ್ತು bleak ಆಗಿತ್ತು. ಹಾಗೇ ಸುಮ್ಮನೆ ದಿನಗಳೊಂದಿಗೆ ಕಾಲೆಳೆಯುತ್ತಿದ್ದೆ. ಡಾಲಿ ಮತ್ತು ನರ್ತಕಿ ತುಂಬ ಸಂತೋಷ ನೀಡುತ್ತಿದ್ದರು. ದುಃಖಭಾಜನವಾದ ಈ ಬದುಕು ನನಗೆ ಕರುಣಿಸಿದ ಎರಡೇ ಸಂತೋಷಗಳೆಂದರೆ, ಡಾಲಿ ಮತ್ತು ನರ್ತಕಿ. ಈ ಬದುಕಿನೊಂದಿಗೆ ನನಗೆ ರಾಜಿ ಬೇಡ. ಈ ಲೋಕ, ಪ್ರಜೆಗಳು, ಈ ವಾತಾವರಣ -ಎಲ್ಲವೂ ಶತ್ರುಗಳೇ.

ನನ್ನೊಳಗಿನ ಅಶಾಂತಿಗೆ ನನ್ನ ಅತಿಯಾಸೆಯೇ ಕಾರಣವಿರಬೇಕು ಅಂತ ಈಗ ಅನ್ನಿಸುತ್ತಿದೆ. ನನಗೆ ನಿಲುಕದಂಥವು, ನಾನು ಕಲ್ಪಿಸಿಕೊಂಡಂಥವು, ಕನಸು ಕಂಡಂಥವು, ಎಷ್ಟೋ ಸೌಂದರ್ಯಗಳು-ಐಶ್ವರ್ಯಗಳು, ಮಾನವಾತೀತ-ಮಾನಸಾತೀತ ಅನುಭವಗಳು ನಿಜಕ್ಕೂ ಎಲ್ಲೋ ಇವೆಯೆಂಬುದು ನನಗೆ ಗೊತ್ತು. ಆದರೆ ಅವು ನನಗೆ ಸಿಕ್ಕುವುದಿಲ್ಲ. ಅದಕ್ಕೆ ಈ ಬಾಧೆ. ಅವು ಸಿಕ್ಕಬೇಕೆಂದರೆ ತಪಸ್ಸು ಮಾಡಬೇಕು, ತ್ಯಾಗಗಳನ್ನು ಮಾಡಬೇಕು ಅನ್ನುತ್ತವೆ ಶಾಸ್ತ್ರಗಳು. ಅವುಗಳಲ್ಲಿ ನನಗೆ ವಿಶ್ವಾಸವಿಲ್ಲ. ಕಡೆಗೆ ನನಗೆ ಮೋಕ್ಷವೇ ಬೇಕಿಲ್ಲ ಎಂಬ ತೀರ್ಮಾನಕ್ಕೆ ಬಂದೆ. ನಾವು ತಂದುಕೊಂಡ ಹಣ ಯಾವಾಗ ಮುಗಿದು ಹೋಗುತ್ತದೆ? ಯಾವಾಗ ಒಬ್ಬರೂ ಉಳಿಯದೆ ಎಲ್ಲರೂ ಸತ್ತು ಹೋಗುತ್ತೇವಾ ಅಂತ ಆಸೆಯಾಗುತ್ತಿತ್ತು. ಆಹಾರವಿಲ್ಲದೆ ಸತ್ತು ಹೋಗುವುದರಲ್ಲಿ ನಮ್ಮ ತಪ್ಪಿಲ್ಲ. ನಾವು ಇಲ್ಲಿಗೆ ಬಂದು ಒಂದು ವರ್ಷವಾಗುತ್ತಾ ಬಂತು. ತಂದುಕೊಂಡ ಹಣ ಮುಗಿದು ಹೋದೀತೆಂಬ ದಿಗಿಲೇ ನನಗಿಲ್ಲ.

ಬೆಳಿಗ್ಗೆ ಎದ್ದೆನೆಂದರೆ ಒಮ್ಮೊಮ್ಮೆ ಮಾಂಸದ ಅಡುಗೆ ಮಾಡುವ ಹೋಟೇಲು ಗಳನ್ನು ಹುಡುಕಿಕೊಂಡು ಮಕ್ಕಳೊಂದಿಗೆ ಹೊರಡುತ್ತಿದ್ದೆ. ನನ್ನ ಮೈಗ್ರೇನ್ ಸಂಬಂಧಿ

ತಲೆನೋವು ಮಾಂಸ ತಿಂದರೆ, ಮೀನು ತಿಂದರೆ ಹೋದೀತೆಂಬ ನಂಬಿಕೆ. ಆದರೆ ಮನೆಯಲ್ಲಿ ಮಾಂಸ ಮೀನು ಬೇಯಿಸಲು ರಂಗನಾಯಕಮ್ಮಗಾರು ಬಿಡುತ್ತಿರಲಿಲ್ಲ. ಅವರಿಗೆ ಗೊತ್ತಾಗದಂತೆ ಮಾಂಸದ ಅಡುಗೆ ತಂದುಕೊಂಡು 'T' ಬಡಿಸುತ್ತಿದ್ದ ಬದನೆಕಾಯಿ ಪಲ್ಯದೊಳಗೆ ಬೆರೆಸಿಕೊಂಡು ತಿಂದು, ಬೋಳು ಮೂಳೆಗಳನ್ನು ಕೂಡುವ ಮಣೆಗಳ ಕೆಳಗೆ ಅವಿತಿಡುತ್ತಿದ್ದೆವು.

ಅರುಣಾಚಲಕ್ಕೆ ಬಂದಾಗಿನಿಂದ ಷಾ ತುಂಬ ಔನ್ನತ್ಯ ಸಾಧಿಸಿದ್ದಳು ಧ್ಯಾನದಲ್ಲಿ. ಕೂತಳೆಂದರೆ, ಅದರಲ್ಲೇ ಮೈ ಮರೆಯುತ್ತಿದ್ದಳು. ಅದನ್ನು ನೋಡಿಯೂ ನನ್ನಲ್ಲಿ ಧ್ಯಾನ ಮಾಡುವ ಆಸೆ ಮೂಡುತ್ತಿರಲಿಲ್ಲ. ಬಹುಶಃ ಷಾಗೆ ಪ್ರಾರಬ್ಧ ಕಡಿಮೆಯಿರಬೇಕು. ಆದ್ದರಿಂದಲೇ ಅಂಥ ಜ್ಞಾನ, ಸ್ಥಿಮಿತ, ಬೆಳಕು, ಆನಂದ ಎಲ್ಲವೂ ಅವಳಿಗೆ ಲಭ್ಯವಾದವು. ನನ್ನ ಪ್ರಾರಬ್ಧ ದೊಡ್ಡದಿದ್ದರಿಂದಲೇ ನನಗೆ ಯಾವುದೂ ಸಿಗಲಿಲ್ಲ.

ಹೀಗಿರುತ್ತಿದ್ದಾಗಲೇ 1951ರ ಆಗಸ್ಟ್ 15 ಬಂತು. ಅದು ತುಂಬ ಒಳ್ಳೆಯ ದಿನವೆಂದು ಯಾರೋ ನಮಗೆ ಹೇಳಿದ್ದರು. ಅವತ್ತೇ ಸಂಜೆ ನನ್ನಲ್ಲಿಗೆ ಬಂದ ಷಾ, "ನನಗೆ ಈಶ್ವರ ದರ್ಶನವಾಯಿತು" ಅಂದಳು. ನನಗೆ ಆಶ್ಚರ್ಯವೇನಾಗಲಿಲ್ಲ. ಷಾಗೆ ಆಗಾಗ ಅನೇಕ ದರ್ಶನಗಳಾಗುತ್ತಿದ್ದವು. ಗಾಂಧೀಜಿ, ಟ್ಯಾಗೋರ್, ಬುದ್ಧ, ಋಷಿ ಮುನಿಗಳು ಆಗಾಗ ದರ್ಶನ ನೀಡುತ್ತಿದ್ದರು. ಅವಳಿಗೆ ಏನು ಕಾಣಿಸಿದರೇನಂತೆ? ಸಾವಿರ ಸೂರ್ಯರು ಹೊಳಪು ಚೆಲ್ಲಿದರೇನಂತೆ? ನನ್ನೊಳಗಿನ ಯಾತನೆ ಹೋಗಬೇಕು. ಒಳಗಿನಿಂದ ಸಂತೋಷ ಮೊಳೆಯಬೇಕು. ಇವತ್ತಿಗೂ ನನಗೆ ಹೀಗೇ ಅನ್ನಿಸುತ್ತದೆ.

ಬದುಕಿನ ಕೊನೆಯ ಮೂವತ್ತು ವರ್ಷ ಏನೆಂದರೆ ಏನೂ ಬರೆಯಲಿಲ್ಲ ಗುಡಿಪಾಟಿ ವೆಂಕಟಚಲಂ. ತಾವು ವಿಜಯವಾಡದಲ್ಲಿ ತುಂಬ ಪ್ರೀತಿಯಿಂದ ಸಾಕಿಕೊಂಡಿದ್ದ ನಾಯಿ(ಲೂಲು)ಯನ್ನೂ ಬಿಡದೆ, ಪ್ರೀತಿಸಿದವರೆಲ್ಲರನ್ನೂ ಕರೆದುಕೊಂಡು ರಮಣಾಶ್ರಮವಿದ್ದ ತಿರುವಣ್ಣಾಮಲೈಗೆ ಗುಳೇ ಹೋದ ಚಲಂ, ಕೊನೆಯ ಇಪ್ಪತ್ತೊಂಬತ್ತು ವರ್ಷ (1950-1979) ಏನೆಂದರೆ ಏನೂ ಬರೆಯಲಿಲ್ಲ. ಅವರೇ ಅಂದರೆ, ಅವರೊಳಗಿನಿಂದ ಆನಂದವೆಂಬುದು ಅಂತರ್ಧಾನವಾಗಿತ್ತು. ಆಂಧ್ರರೆಡೆಗೆ ಅವರಿಗೊಂದು ತೀವ್ರವಾದ ಅಸಹ್ಯವಿತ್ತು. ತಮ್ಮ ಸಾಹಿತ್ಯ, ತಾವು ಬರೆದೆಸೆದ

ಪುಸ್ತಕಗಳು, ಅವುಗಳೆಡೆಗೆ ಓದುಗರಲ್ಲಿ ಕಾಲದಿಂದ ಕಾಲಕ್ಕೆ ಮೂಡುತ್ತಿದ್ದ ಅಭಿಪ್ರಾಯಗಳು-ಅವೆಲ್ಲ ಏನಾದವೆಂದು ಒಂದೇ ಒಂದು ಸಲ ಕೂಡ ಚಲಂ ಯೋಚಿಸಲಿಲ್ಲ. ಹಿಂತಿರುಗಿ ನೋಡಲಿಲ್ಲ. 1950ರಲ್ಲಿ ಆಂಧ್ರದಿಂದ, ಆಂಧ್ರರಿಂದ ಅವರು ನಿರ್ಗಮಿಸಿದ ಮೇಲೆ ಒಂದೇ ಒಂದು ಸಲ ಮದ್ರಾಸಿಗೆ ಹೋಗಿದ್ದರೆಂಬು ದನ್ನು ಬಿಟ್ಟರೆ ಅವರು ರಮಣಾಶ್ರಮದ ಸರಹದ್ದುಗಳಿಂದ ಕದಲಲೇ ಇಲ್ಲ. ಇತ್ತ ಆಂಧ್ರದಲ್ಲಿ ಚಲಂ ಕುರಿತಾದ ಚರ್ಚೆಗಳು ಪುಂಖಾನುಪುಂಖವಾಗಿ ಆದವು. ಪುಸ್ತಕಗಳೇ ಹೊರಬಂದವು. 'ಚಲಂ ಸ್ಮಶಾನ ಸಾಹಿತ್ಯಂ' ಅಂತ ಒಂದು ಲೇಖನ ಮಾಲೆಯೇ ಅವರ ಸಾಹಿತ್ಯದ ವಿರುದ್ಧ ಪ್ರಕಟವಾಯಿತು. ಇನ್ನೊಂದೆಡೆ ಚಲಂ ಸಾಹಿತ್ಯದ ಅಧ್ಯಯನ ಮಾಡಿದ ಅನೇಕರು ಆಂಧ್ರದ ಬೇರೆ ಬೇರೆ ಯೂನಿವರ್ಸಿಟಿಗಳಿಂದ ಡಾಕ್ಟರೇಟ್ ಡಿಗ್ರಿಗಳನ್ನು ಪಡೆದರು. ಪುಣ್ಯ, ಚಲಂ ಮಾತ್ರ ಯಾವ ಅವಾರ್ಡೂ ಪಡೆಯದೆ ಅಸ್ತಮಿಸಿದರು.

ಇಷ್ಟೆಲ್ಲ ಬರೆದ ನಂತರ, ನಿಮ್ಮಿಂದ ಓದಿಸಿದ ನಂತರ ಚಲಂ ಬಗ್ಗೆ ಬರೆಯಲಿಕ್ಕೆ ಏನಾದರೂ ಉಳಿದೀತಾ? ಖಂಡಿತ ಉಳಿದಿದೆ. ಅದನ್ನೊಂದು ಪುಟ್ಟ notesನ ರೂಪದಲ್ಲಿ ನಿಮಗೆ ಇಲ್ಲಿ ಕೊಡಮಾಡುತ್ತಿದ್ದೇನೆ. ಗುಡಿಪಾಟಿ ವೆಂಕಟ ಚಲಂ ಹುಟ್ಟಿದ್ದು 19 ಮೇ 1894ರಂದು ವೈಶಾಖ ಪೌರ್ಣಮಿಯ ಬುದ್ಧ ಜಯಂತಿಯ ದಿನ. ಆತ ಮದರಾಸಿನಲ್ಲಿ ಹುಟ್ಟಿದ. ತಂದೆಯ ಹೆಸರು ಕೊಮ್ಮೂರಿ ಸಾಂಬ ಶಿವರಾವು. ಚಲಂನದು ಲೋಹಿತಸ ಗೋತ್ರ. ತಂದೆ ವಿಚಿತ್ರ ಮತ್ತು ವಿಪರೀತಗಳ ಮನುಷ್ಯ. (ಆತನ ಬಗ್ಗೆ ಒಂದು ಪ್ರತ್ಯೇಕ ಟಿಪ್ಪಣಿ ಇದೆ.) ಚಲಂಗೆ ನಾಲ್ವರು ತಮ್ಮಂದಿರು, ನಾಲ್ವರು ತಂಗಿಯರು ಒಬ್ಬರಾದ ಮೇಲೊಬ್ಬರು ಹುಟ್ಟಿದರು. ಚಿಕ್ಕಂದಿನಲ್ಲಿ ಚಲಂಗೆ ಇದ್ದ ದೈವಭಕ್ತಿ ಕಂಡು ಆತನ ತಾತ ಗುಡಿಪಾಟಿ ವೆಂಕಟರಾಮಯ್ಯನವರು ಚಲಂನನ್ನು ದತ್ತಕಕ್ಕೆ ತೆಗೆದುಕೊಂಡಿದ್ದರು. ಇವರದು ಗುಡಿವಾಡ ತಾಲೂಕಿನ ವೆಂಕಟಾಪುರಂ ಗ್ರಾಮ. ನೌಕರಿಯಲ್ಲಿ ಹೆಸರು, ದುಡ್ಡು ಸಂಪಾದಿಸಿದ ವೆಂಕಟರಾಮಯ್ಯನವರಿಗೆ ದಿವಾನ್ ಬಹದ್ದೂರ್ ಎಂಬ ಬಿರುದೂ ಇತ್ತು.

ಇಂಥದ್ದೊಂದು ಸಾಂಪ್ರದಾಯಿಕ ಬ್ರಾಹ್ಮಣ ಕುಟುಂಬದಲ್ಲಿ ಹುಟ್ಟಿದ ಚಲಂ 19ನೇ ಶತಮಾನದೆಡೆಗೆ ಕಣ್ತೆರೆಯುವ ಹೊತ್ತಿಗೆ ಭಾರತ ದೇಶ ಒಂದು ಸಂಕ್ರಮಣ ಕಾಲದಲ್ಲಿತ್ತು. ಅನೇಕ ಭಾರತೀಯರು ಇಂಗ್ಲಿಷ್ ಓದಿಕೊಳ್ಳತೊಡಗಿದ್ದರು. ಸಹಜ ವಾಗಿಯೇ ಅವರ ನಿಲುವಿನಲ್ಲಿ ಬಂದ ಬದಲಾವಣೆಗಳು ಭಾರತದ ಜಡ್ಡುಗಟ್ಟಿದ ಹಿಂದೂ ಸಮಾಜವನ್ನು ಒಂದು ಕಡೆಯಿಂದ ಕಲಕಿ ಹಾಕುತ್ತಿದ್ದವು. ಪೂರ್ವ-

ಪಶ್ಚಿಮ ಸಿದ್ಧಾಂತಗಳ ಮಧ್ಯೆ ಘರ್ಷಣೆ ಶುರುವಾಗಿತ್ತು. ಪಕ್ಕದ ಬಂಗಾಳದಲ್ಲಿ ಪ್ರಚಂಡ ಬದಲಾವಣೆಗಳನ್ನು ರಾಜಾರಾಮ್ ಮೋಹನರಾಯ್ ತಂದಿದ್ದರು. ಬಂಗಾಳದಲ್ಲಿ ಬಂದ ಪ್ರತಿ ಬದಲಾವಣೆಯೂ ಆಂಧ್ರಕ್ಕೆ ತೂಫಾನಿನಂತೆ ಬಂದೊದಗುತ್ತಿತ್ತು ಎಂಬುದು ಗಮನಾರ್ಹ. ಈ ಮಾತು ಇವತ್ತಿನ ನಕ್ಸಲಿಜಂಗೂ ಅನ್ವಯಿಸುತ್ತದೆ. ಇಸವಿ 1828ರಲ್ಲಿ ರಾಜಾರಾಮ್ ಮೋಹನರಾಯ್ ಅವರು ಬ್ರಹ್ಮಸಮಾಜವನ್ನು ಸ್ಥಾಪಿಸಿದಾಗ ಅದರ ಸಿದ್ಧಾಂತಗಳ ಪೈಕಿ ಭಾವ ಸ್ವಾತಂತ್ರ್ಯ ಅನೇಕ ಯುವಕರನ್ನು ಆಕರ್ಷಿಸಿತು. 1856ರ ಹೊತ್ತಿಗಾಗಲೇ ಬ್ರಹ್ಮಸಮಾಜದ ಚಳವಳಿಯ ಫಲವಾಗಿ ಹಿಂದೂ ವಿಧವಾ ಪುನರ್ವಿವಾಹದ ಕಾಯಿದೆ ಜಾರಿಗೆ ಬಂದಿತ್ತು. ಈಶ್ವರ ಚಂದ್ರ ವಿದ್ಯಾ ಸಾಗರರು ಅದಕ್ಕೆ ಕಾರಣೀಭೂತರಾಗಿದ್ದರು. ಅಂಥ ವಿದ್ಯಾಸಾಗರರಿಂದ ಪ್ರಭಾವಿತರಾದವರೇ ವಿಧವಾ ಮರುವಿವಾಹ ಚಳವಳಿಯ ಹರಿಕಾರರಾದ ಕಂದಕೂರಿ ವೀರೇಶಲಿಂಗಂ ಪಂತುಲುಗಾರು! ಅವರನ್ನು spiritual father ಆಗಿ ಸ್ವೀಕರಿಸಿದವನು ವೆಂಕಟಚಲಂ. ವೀರೇಶಲಿಂಗಂ ಅವರು ಸ್ತ್ರೀಜನೋದ್ಧರಣ ಚಳವಳಿ ಕೈಗೆತ್ತಿಕೊಂಡರೆ, ಅವರಿಗಿಂತ ವಯಸ್ಸಿನಲ್ಲಿ ತುಂಬ ಚಿಕ್ಕವನಾದ ಚಲಂ ಸ್ತ್ರೀಗೆ ಸ್ವೇಚ್ಛೆ (free sex) ಕೊಡಬೇಕೆಂದು ವಾದಿಸಿದ.

ಅವತ್ತಿಗೆ ದೇಶದಾದ್ಯಂತ ಹರಡತೊಡಗಿದ್ದ ಸ್ವಾತಂತ್ರ್ಯ ಹೋರಾಟ ಚಲಂನನ್ನು ಯಾವತ್ತಿಗೂ ಆಕರ್ಷಿಸಲಿಲ್ಲ. ಅದೇನಿದ್ದರೂ third rate brainsಗಾಗಿ ರೂಪಿಸಿದ ಚಳವಳಿ ಅನ್ನುತ್ತಿದ್ದ ಚಲಂ. ಒಂದಷ್ಟು ಅಯೋಗ್ಯರನ್ನು ನಾಯಕರನ್ನಾಗಿ ರೂಪಿಸಿದುದು ಬಿಟ್ಟರೆ ಸ್ವಾತಂತ್ರ್ಯ ಹೋರಾಟ ಭಾರತದ ಮನೆ-ಮನಸುಗಳ ಮೇಲೆ ಯಾವ ಪರಿಣಾಮವನ್ನೂ ಬೀರಲಿಲ್ಲ ಅನ್ನುತ್ತಿದ್ದ. ಆದರೆ ಬ್ರಹ್ಮಸಮಾಜದ ಮಟ್ಟಿಗೆ ಚಲಂ ತುಂಬ ನಿಷ್ಠನಾಗಿದ್ದ. ಅದಕ್ಕೆ ಸೇರಿಕೊಳ್ಳುತ್ತಿದ್ದಂತೆಯೇ ಜನಿವಾರ ಹರಿದೆಸೆದ. ಇನ್ನೂ ಒಂದು ಹೆಜ್ಜೆ ಮುಂದಕ್ಕೆ ಹೋದ ಆತನ ಪತ್ನಿ ರಂಗನಾಯಕಮ್ಮಗಾರು(T) ತಾಳಿ ಕಿತ್ತು ಹಾಕಿ ತಮ್ಮ ಹೆಸರನ್ನು ಮಾಲತೀಬಾಯಿ ಅಂತ ಬದಲಿಸಿಕೊಂಡರು. ಆ ದಿನಗಳಲ್ಲಿ ಕಾಕಿನಾಡದಲ್ಲಿ ಚಲಂನ ಮನೆ ಹರಿಜನ ಹಾಸ್ಟೆಲಿನಂತಾಗಿತ್ತು. ಮಾವನ ಮನೆಯವರು ಕೊಟ್ಟ ರೇಶ್ಮೆ ಪಂಚೆ, ಉತ್ತರೀಯ ಹರಿದು ಅವುಗಳನ್ನು ಬ್ರಹ್ಮ ಸಮಾಜದ ಬಾವುಟಗಳನ್ನಾಗಿಸಿದ್ದನಂತೆ ವೆಂಕಟಚಲಂ. ಭಾನುವಾರದ ಪ್ರಾರ್ಥನಾ ಸಭೆಗಳಲ್ಲಿ ರಘುಪತಿ ವೆಂಕಟರತ್ನಂ ನಾಯುಡು (ಪ್ರಿನ್ಸಿಪಾಲ್) ಅವರು ಇಂಗ್ಲಿಷಿನಲ್ಲಿ ಭಾಷಣ ಮಾಡುತ್ತಿದ್ದರೆ, ಚಲಂ ತೆಲುಗಿನಲ್ಲಿ ಅದನ್ನು ಅನುವಾದಿಸುತ್ತಿದ್ದ. ಅವತ್ತಿಗಾಗಲೇ ಯುವಕರು ಚಲಂ ಸುತ್ತ ದೊಡ್ಡ ಸಂಖ್ಯೆಯಲ್ಲಿ ಸೇರುತ್ತಿದ್ದರು. ಆದರೆ ವೆಂಕಟರತ್ನಂ ನಾಯುಡು ಅವರು ಕೆಳಜಾತಿಯವರನ್ನು

ಪ್ರತಿನಿಧಿಸುತ್ತಾ, ಬ್ರಾಹ್ಮಣ ವಿರೋಧಿ ನಿಲುವು ತಳೆದ ಜಸ್ಟೀಸ್ ಪಾರ್ಟಿಗೆ ಸೇರಿಕೊಂಡರು. ಅದೇ ವೇಳೆಗೆ ಚಲಂ ತನ್ನ ಸ್ತ್ರೀ ಸ್ವೇಚ್ಛಾ ಯಜ್ಞದ ಮೊದಲ ಸಮಿಧೆಯಾದ ರತ್ನಳ ಕಡೆಗೆ ಆಕರ್ಷಿತನಾದ. ಹೀಗಾಗಿ ಬ್ರಹ್ಮಸಮಾಜದಿಂದ ಗುರುಶಿಷ್ಯೆಯರಿಬ್ಬರೂ ದೂರವಾದರು.

ಇಷ್ಟಾಗಿ, ಮೊದಲ ಬಾರಿಗೆ ಚಲಂನನ್ನು ಚಾಪಲ್ಯಕ್ಕೆ, ಚಾಂಚಲ್ಯಕ್ಕೆ ಈಡುಮಾಡಿದ ರತ್ನ ಯಾರು ಎಂಬುದೇ ಇಂಟರೆಸ್ಟಿಂಗ್ ಆದ ಕಥನ. ಆ ಕಾಲಕ್ಕೆ ಆಂಧ್ರದ ಪೀಠಾಪುರಂ ಸಂಸ್ಥಾನದ ದಿವಾನರಾಗಿದ್ದವರು ಮೊಕ್ಕಪಾಟಿ ಸುಬ್ಬರಾವು. ಅವರ ತಮ್ಮ ಪ್ರಾರಂಭದಲ್ಲಿ ರೌಡಿ. ಆಮೇಲೆ ಬ್ರಹ್ಮಸಮಾಜದ ಕಡೆಗೆ ಆಕರ್ಷಿತನಾಗಿ ಬದುಕು ಬದಲಿಸಿಕೊಂಡು, ತೆಲುಗಿನ ಮೂವರು ಪ್ರಖ್ಯಾತ ಸಾರಸ್ವತ ಪುರುಷರಾದ ದೇವುಲಪಲ್ಲಿ ಕೃಷ್ಣಶಾಸ್ತ್ರಿ, ಚಲಂ ಮತ್ತು ವೈತಾಳಿಕ ಮುದ್ದುಕೃಷ್ಣ ಅವರಿಗೆ ತೀರ ಆತ್ಮೀಯನಾದ ಮೊಕ್ಕಪಾಟಿ ರಾಮ್ಮೂರ್ತಿ!

ಅಂಥ ರಾಮ್ಮೂರ್ತಿಯ ಪತ್ನಿ ಚಂದ್ರಮತಿಯ ತಂಗಿಯೇ ರತ್ನ. ಬ್ರಹ್ಮ ಸಮಾಜಕ್ಕೆ ಸೇರಿದನೆಂಬ ಕಾರಣಕ್ಕೆ ರಾಮ್ಮೂರ್ತಿಯ ಅಣ್ಣ ಆತನನ್ನು ಮನೆಯಿಂದ ಹೊರಹಾಕಿದ. ಅದೇರೀತಿಯಲ್ಲಿ ಚಲಂ ಮತ್ತು ರಂಗನಾಯಕಮ್ಮ ಕೂಡ ಮನೆಗಳಿಂದ ಬಹಿಷ್ಕೃತರಾಗಿದ್ದರು. ಈ ಬಹಿಷ್ಕೃತ ದಂಪತಿಗಳೊಂದಿಗೆ ಸೇರ್ಪಡೆ ಯಾದವರು ಪ್ರಕಾಶಂ ಮತ್ತು ಸತ್ಯವತಿ. ಸದರಿ ಸತ್ಯವತಿಯ ಬಗ್ಗೆ ಪುಂಖಾನು ಪುಂಖವಾಗಿ, ಅತ್ಯಂತ ಮಧುರ, ಮೌಲಿಕ ಪ್ರಣಯ ಗೀತೆಗಳನ್ನು ಬರೆದದ್ದು ಇದೇ ಗುಂಪಿನ ಮಹಾಕವಿ ದೇವುಲಪಲ್ಲಿ ಕೃಷ್ಣಶಾಸ್ತ್ರಿ.

ಅವತ್ತಿಗೆ ಸ್ತ್ರೀ ಸ್ವೇಚ್ಛೆ, ಸ್ತ್ರೀ ಲೈಂಗಿಕ ಸ್ವೇಚ್ಛೆಗಳ ಪರವಾಗಿ ಚಳವಳಿ ಆರಂಭಿಸಿದ ಚಲಂ ಮತ್ತು ಮಿತ್ರರು ತಮ್ಮ ಖಾಸಗಿ ಬದುಕಿನೊಳಕ್ಕೂ ಆ ವಿಚಾರ ಗಳನ್ನು ತಂದುಕೊಂಡರು. ಅವರೆಲ್ಲರನ್ನೂ ಅವತ್ತಿನ ಸಮಾಜ ಬಹಿಷ್ಕರಿಸಿತ್ತು. ಕಾಕಿನಾಡ, ಏಲೂರು, ವಿಶಾಖಪಟ್ಟಣದಂತಹ ಊರುಗಳಲ್ಲೂ ಮೇಲ್ವರ್ಗದ ಕೇರಿಗಳಲ್ಲಿ ಈ ಬ್ರಹ್ಮಸಮಾಜದವರಿಗೆ ಮನೆ ಕೊಡುತ್ತಿರಲಿಲ್ಲ. ಚಲಂ ಮತ್ತು ಪ್ರಕಾಶಂ ಪಾಳು ಗುಡಿಸಲು, ಹರಿಜನ ಕೇರಿ ಮುಂತಾದವುಗಳನ್ನು ಹುಡುಕಿಕೊಂಡು ಹೋಗುತ್ತಿದ್ದರು. ರಾಮ್ಮೂರ್ತಿಗೆ ಆಂಧ್ರದ ಸರ್ಕಾರಿ ಜೈಲಿನಲ್ಲಿ ಕೆಲಸವಿದ್ದುದರಿಂದ ಆತನಿಗೆ ಜೈಲ್ ಕ್ವಾರ್ಟರ್ಸ್ ಸಿಗುತ್ತಿತ್ತು. ಆ ಮನೆಗೆ ರಾಮ್ಮೂರ್ತಿಯ ಪತ್ನಿ ಚಂದ್ರ ಮತಿ ತನ್ನ ಮಕ್ಕಳಾದ ಇಂದು ಹಾಗೂ ಉಷಾ ಅವರೊಟ್ಟಿಗೆ ಬಂದು ಇರಲು ಪ್ರಯತ್ನಿಸಿದಳಾದರೂ ಅದು ಸಾಧ್ಯವಾಗದೆ ತವರುಮನೆಗೆ ಹೊರಟು ಹೋಗು ತ್ತಾಳೆ. ಇನ್ನು ರಾಮ್ಮೂರ್ತಿಯ ಮನೆಗೆ ಬಂದು ಸ್ಥಾಪಿತಳಾಗುವವಳು ಚಂದ್ರಮತಿಯ

ತಂಗಿ ರತ್ನ. ಆ ಮನೆಯಲ್ಲಿಯೇ ಉಳಿದ ಸಂಘ ಬಹಿಷ್ಕೃತರೆಲ್ಲರೂ ಸೇರುತ್ತಾರೆ. ರಾಮ್ಮೂರ್ತಿ-ರತ್ನ, ಪ್ರಕಾಶಂ-ಸತ್ಯವತಿ, ಚಲಂ ಮತ್ತು ದೇವುಲಪಲ್ಲಿ ಕೃಷ್ಣಶಾಸ್ತ್ರೀ! ಅವರಲ್ಲೇ ಒಬ್ಬರಿಗೊಬ್ಬರ ಮಧ್ಯೆ ಅನೈತಿಕ ಸಂಬಂಧಗಳು ಉಂಟಾಗುತ್ತವೆ. ಬಹುಶಃ ಇದು 1924ರಲ್ಲಿ ಶುರುವಾಗಿ ಹೊಸಪೇಟೆ, ಏಲೂರು, ರಾಜಮಂಡ್ರಿ, ಕಾಕಿನಾಡಗಳಲ್ಲಿ ಮುಂದುವರೆಯುತ್ತದೆ. ರತ್ನಳನ್ನೇ ದೃಷ್ಟಿಯಲ್ಲಿಟ್ಟುಕೊಂಡು 1924ರಲ್ಲಿ ಚಲಂ 'ಶಶಿರೇಖ' ಎಂಬ ತನ್ನ ಮೊದಲ ಕಾದಂಬರಿಯನ್ನು ಬರೆಯುತ್ತಾನೆ.

'ಶಶಿರೇಖ' ಕಾದಂಬರಿಯನ್ನು ವೆಂಕಟಚಲಂ ಅರ್ಪಿಸಿದ್ದು ತನ್ನ ಜೀವದ ಗೆಳೆಯ ಮೊಕ್ಕಪಾಟಿ ರಾಮ್ಮೂರ್ತಿಗೇ. ಅದರ ನಾಯಕಿಯೇ ರತ್ನ. ಇದಕ್ಕೆ ರಾಮ್ಮೂರ್ತಿ ಹೇಗೆ react ಮಾಡಿದ ಎಂಬುದರ ವಿವರಗಳು ಎಲ್ಲೂ ಇಲ್ಲ. ಆದರೆ ಬ್ರಹ್ಮಸಮಾಜ ಚಳವಳಿ ಅವತ್ತಿಗಾಗಲೇ ಚಲಂ, ರಾಮ್ಮೂರ್ತಿ ಮತ್ತು ಪ್ರಕಾಶಂರನ್ನು ಅವರವರ ಪತ್ನಿ-ನಾದಿನಿಯರ ಸಮೇತ ಬಹಿಷ್ಕರಿಸಿತ್ತು. ಆಮೇಲೆ ಚಲಂ ಆರಂಭಿಸಿದ ಸ್ತ್ರೀ ಸ್ವೇಚ್ಛಾ ಯಜ್ಞದಿಂದಾಗಿ, ಇಟ್ಟುಕೊಂಡ ವಿವಾಹಬಾಹಿರ ಸಂಬಂಧದಿಂದಾಗಿ ಬ್ರಹ್ಮ ಸಮಾಜದವರೂ ಈ ಮೂವರನ್ನು ಹೊರಹಾಕಿದರು. ಚಲಂ ಮತ್ತು ಮಿತ್ರರು ಕೂಡ ಸ್ವಃಇಚ್ಛೆಯಿಂದಲೇ ಬ್ರಹ್ಮಸಮಾಜದಿಂದ ಹೊರಬಿದ್ದರು. ಆದರೆ ವಿಧವೆಯರು, ನಿಸ್ಸಹಾಯಕ ಸ್ತ್ರೀಯರು, ಗಂಡನ ಪೀಡನೆಗೆ ಒಳಗಾದವರು ಕೈ ಚಾಚಿದರೆ ಸಾಕು ಚಲಂ, ರಾಮ್ಮೂರ್ತಿ, ಪ್ರಕಾಶಂ ಎಲ್ಲಿದ್ದರೂ ಹೋಗಿ ಅವರಿಗೆ ಸಹಾಯ ಮಾಡುತ್ತಿದ್ದರು. ಅದರಲ್ಲೂ ರಾಮ್ಮೂರ್ತಿ ದೈಹಿಕವಾಗಿ ತುಂಬ ಬಲವಾಗಿದ್ದನೆಂದು ಕಾಣುತ್ತದೆ. ಆತನ ಬಗ್ಗೆ ಆ ದಿನಗಳಲ್ಲಿ ಆಂಧ್ರ ದಲ್ಲೊಂದು ತೆರನಾದ ಭಯವೂ ಇತ್ತು. ಆದರೆ ಒಳಗಿಂದೊಳಗೇ ರಾಮ್ಮೂರ್ತಿ ಏನಾಗಿ ಹೋಗಿದ್ದನೋ ನೋಡಿ?

"ಅದೊಂದು ದಿನ ನಾವು ಏಲೂರಿನಲ್ಲಿದ್ದಾಗ ರೈಲ್ವೆ ಸ್ಟೇಷನ್ ಬಳಿಗೆ ಬರುವಂತೆ ಕೋರಿ ಅಪ್ಪನಿಗೆ ರಾಮ್ಮೂರ್ತಿ ಪತ್ರ ಬರೆದಿದ್ದರು. ಹೇಳಿದ ಹೊತ್ತಿಗೆ ನಾನು, ವಸಂತ್ ಮತ್ತು ಅಪ್ಪ ರೈಲ್ವೆ ಸ್ಟೇಷನ್ನಿಗೆ ಹೋದೆವು. ಬಂದ ರೈಲಿನ ಬೋಗಿಯೊಂದರ ಬಾಗಿಲಲ್ಲಿ ರಾಮ್ಮೂರ್ತಿ ಶಿಲಾ ವಿಗ್ರಹದಂತೆ ನಿಂತಿದ್ದರು. ಒಂದೇ ಒಂದು ಮಾತೂ ಆಡಲಿಲ್ಲ. ಅಪ್ಪನನ್ನೇ ಬಿಟ್ಟ ಕಂಗಳಿಂದ ನೋಡುತ್ತಿದ್ದರು. ರೈಲು ಸ್ವಲ್ಪ ಹೊತ್ತಿಗೆ ಹೊರಟು ಹೋಯಿತು. ಅದೇ ಕೊನೆ. ಆಮೇಲೆ ರಾಮ್ಮೂರ್ತಿ ಯನ್ನು ಅಪ್ಪ ನೋಡಲೇ ಇಲ್ಲ. 'ಇದು ವಿದಾಯ. ನನ್ನ ಕೊನೆಯ ನಿರ್ವಾಣ ನನಗೆ ಕಾಣಿಸುತ್ತಿದೆ. ನಾನು ಹೋಗುತ್ತಿದ್ದೇನೆ' ಎಂಬಂತಿತ್ತು ರಾಮ್ಮೂರ್ತಿಯ ಆ

ಪಯಣ. ಅದಾದ ಕೆಲವೇ ದಿನಗಳಿಗೆ ರಾಮ್ಮೂರ್ತಿಯ ಮೊದಲ ಪತ್ನಿಯ (ಚಂದ್ರಮತಿ)ಮಕ್ಕಳಾದ ಇಂದು ಮತ್ತು ಉಷಾ ನಮ್ಮೊಂದಿಗೇ ಬಂದು ಇರತೊಡಗಿದರು. ಅವರಿಗೆ ಅವರ ತಂದೆಯಿಂದ ಪತ್ರಗಳು ಬಂದಾಗ ಅವರಿಬ್ಬರೂ ಮನೆಯ ಮೂಲೆ ಸೇರಿಕೊಂಡು ಅಳುತ್ತಿದ್ದರು. 'ಈ ಮಕ್ಕಳಿಬ್ಬರನ್ನೂ ನಿನಗೆ ಕೊಟ್ಟುಬಿಡುತ್ತಿದ್ದೇನೆ ಚಲಂ' ಅಂತ ಅಪ್ಪನಿಗೊಂದು ಪತ್ರ ಬರೆದಿದ್ದರು ರಾಮ್ಮೂರ್ತಿ. ಆಮೇಲೆ ಗೊತ್ತಾಯಿತು, 1927ರಲ್ಲಿ ರಾಮ್ಮೂರ್ತಿ ಆತ್ಮಹತ್ಯೆ ಮಾಡಿ ಕೊಂಡರೆಂಬ ಸಂಗತಿ..." ಎಂದು ಬರೆಯುತ್ತಾಳೆ ಚಲಂ ಅವರ ಮಗಳು ಷಾ.

ರಾಮ್ಮೂರ್ತಿ ಆತ್ಮಹತ್ಯೆ ಮಾಡಿಕೊಂಡ ರೀತಿ ಮತ್ತು ಅದಕ್ಕಿದ್ದ ಕಾರಣ- ಎರಡೂ ಭಯಾನಕವಾಗಿದ್ದವು. ಆತ ತನ್ನ ನಾದಿನಿ ರತ್ನಳನ್ನು ತೀವ್ರವಾಗಿ ಪ್ರೀತಿಸುತ್ತಿದ್ದ. ಆಕೆ ಚಲಂ ಜೊತೆಗೆ ಸಂಬಂಧ ಇರಿಸಿಕೊಂಡಿದ್ದಾಗ್ಯೂ ಸಹಿಸಿಕೊಂಡ. ಹತ್ತೂ ಸಮಸ್ತರ ವಿರೋಧ ಕಟ್ಟಿಕೊಂಡ. ಆದರೆ ಅಪ್ರತಿಮ ಸುಂದರಿಯಾಗಿದ್ದ ರತ್ನ, ಲೋಕ ವ್ಯವಹಾರಗಳನ್ನು ಉಳಿದವರಿಗಿಂತ ಚೆನ್ನಾಗಿ ಬಲ್ಲ ಜಾಣೆ. ಬೆರಳ ತುದಿಯ ಇಶಾರೆಯಲ್ಲಿ ಗಂಡಸರನ್ನು ಹೇಗೆ ಕುಣಿಸಬೇಕು ಎಂಬುದನ್ನು ಅರಿತು ಕೊಂಡಿದ್ದ ಬುದ್ಧಿವಂತೆ. ಆಕೆ ಕೆಲಕಾಲ ರಾಮ್ಮೂರ್ತಿಯೊಂದಿಗೆ ಇರುತ್ತ ಇರುತ್ತಲೇ ಜಯಂತಿ ಗಂಗನ್ನ ಎಂಬುವವರ ಮಗ ಡಾ. ಜಯಂತಿ ಸುಬ್ರಹ್ಮಣ್ಯ ಅವರನ್ನು ಮದುವೆಯಾಗಿಬಿಟ್ಟಳು. ಈ ಹೊಡೆತವನ್ನು ರಾಮ್ಮೂರ್ತಿ ಸಹಿಸದಾದ. ಮಕ್ಕಳಿಬ್ಬ ರನ್ನೂ ಚಲಂ ವಶಕ್ಕೆ ಕೊಟ್ಟು ಅದೊಂದು ದಿನ ರತ್ನಳ ಮನೆಗೆ ಹೋದ. ಒಂದು ಕೋಣೆಯಲ್ಲಿ ಒಬ್ಬನೇ ಕುಳಿತು death note ಬರೆದ. ಆನಂತರ ವಿಷ ಕುಡಿದು, ಪಕ್ಕದ ಕೋಣೆಯಲ್ಲಿ ಮಲಗಿದ್ದ ರತ್ನ ಹಾಗೂ ಡಾ. ಸುಬ್ರಹ್ಮಣ್ಯಂ ದಂಪತಿಗಳ ಮಧ್ಯದಲ್ಲಿ ಮಲಗಿಕೊಂಡು ಅವರ ಕಣ್ಣೆದುರಿಗೇ ಪ್ರಾಣ ಬಿಟ್ಟ.

"ರತ್ನ ಬೇರೆಯವರನ್ನು ಮದುವೆಯಾಗುವ ಬದಲು ಸತ್ತು ಹೋಗಿದ್ದಿದ್ದರೆ ಬಹುಶಃ ರಾಮ್ಮೂರ್ತಿ ಆತ್ಮಹತ್ಯೆ ಮಾಡಿಕೊಳ್ಳುತ್ತಿರಲಿಲ್ಲವೇನೋ? ಯಾಕೆ ಮಾಡಿ ಕೊಂಡ ಆತ್ಮಹತ್ಯೆ? ಆತ ಕೊಟ್ಟ ಕಾರಣಗಳು ನನಗೆ ಒಪ್ಪಿಗೆಯಾಗಲಿಲ್ಲ. ಈ ದಡದಿಂದ ಆ ದಡಕ್ಕೆ ಹೊರಟು ಹೋಗುತ್ತಿದ್ದೇನೆ ಅಂತ ಎಷ್ಟು ಸುಲಭವಾಗಿ ಬರೆದು ಹೋದ ನೋಡಿ? ಆ ದಡದಲ್ಲಿ ಏನನ್ನಾದರೂ ನೋಡಿದನಾ? ಕಡೇ ಪಕ್ಷ ಅಲ್ಲಿ ಏನೂ ಇಲ್ಲವೆಂಬುದನ್ನಾದರೂ ನನಗೆ ಹೇಳಿದನಾ?" ಅಂತ ಚಲಂ ಬರೆಯು ತ್ತಾರೆ: 'ಮ್ಯೂಜಿಂಗ್ಸ್' ಗ್ರಂಥದಲ್ಲಿ.

ರಾಮ್ಮೂರ್ತಿ ತೀರಿಕೊಂಡ ನಂತರ ಸುಳ್ಳೂರು ಪೇಟದ ಬಳಿ ನಡೆದ ರೈಲು ಅಪಘಾತದಲ್ಲಿ ರತ್ನ ಕೂಡ ಸತ್ತು ಹೋದಳೆಂಬ ವಾರ್ತೆ ಬಂದಿತ್ತು. ಈ ಮಧ್ಯೆ

ಚಲಂ ಪತ್ನಿ ರಂಗನಾಯಕಮ್ಮಗಾರೇ ರಾಮ್ಮೂರ್ತಿಯ ಮಕ್ಕಳಾದ ಇಂದು ಮತ್ತು ಉಷಾರನ್ನು ಅಕ್ಕರೆಯಿಂದ ಬೆಳೆಸಿಕೊಳ್ಳುತ್ತಾರೆ. ಆದರೆ ಇದ್ದಕ್ಕಿದ್ದಂತೆ ಅದೊಂದು ದಿನ ರಾಮ್ಮೂರ್ತಿಯ ಪತ್ನಿ ಚಂದ್ರಮತಿ ಬಂದು ಮಕ್ಕಳನ್ನು ಕರೆದೊಯ್ದು ಬಿಡುತ್ತಾಳೆ. ಇದರಿಂದಾಗಿ ರಂಗನಾಯಕಮ್ಮ ತುಂಬ ಬೇಸರಗೊಂಡಿದ್ದರು ಅಂತ ಷಾ ಬರೆಯುತ್ತಾಳೆ. "ಒಂದು ಸತ್ತ ಇಲಿಯನ್ನು ಕಿಟಕಿಯಿಂದಾಚೆಗೆ ಎಸೆಯುವಂತೆ ನನ್ನ ಮೃತದೇಹವನ್ನು ಎಸೆದು ಬಿಡಿ" ಎಂದು ಬರೆದಿಟ್ಟು ಸತ್ತುಹೋದ ಮಿತ್ರ ರಾಮ್ಮೂರ್ತಿಯನ್ನು ಅಗಲಿ ಐವತ್ಮೂರು ವರ್ಷ ಏಕಾಂಗಿಯಾಗಿ ಹೇಗೆ ಬದುಕಿದರೋ ಚಲಂ!

'ವೊಯ್ಯಿ' ಎಂಬುದು ಚಲಂನ ಪಾಲಿಗೆ ಕೇವಲ ಹೆಸರಲ್ಲ, ಕೇವಲ ಬಂಧುವಲ್ಲ, ಕೇವಲ ಪ್ರೇಯಸಿಯಲ್ಲ: ಆಕೆ ಎಲ್ಲವೂ ಹೌದು. ಕೇವಲ ಚಲಂಗೆ ಮಾತ್ರವಲ್ಲ: ಆಕೆ ಆತನಿಗೆ ಸಂಬಂಧಿಸಿದ ಎಲ್ಲರಿಗೂ ಎಲ್ಲವೂ ಹೌದು.

ಉಪ್ಪಲೂರಿ ರಾಮಶೇಷಯ್ಯ ಎಂಬುವವರಿಗೆ ಮೂವರು ಹೆಂಡತಿಯರು. ಆ ಪೈಕಿ ಮೊದಲನೆಯಾಕೆಗೆ ಪೆದ್ದರಂಗನಾಯಕಮ್ಮ ಮತ್ತು ರಂಗನಾಯಕಮ್ಮ ಎಂಬಿಬ್ಬರು ಮಕ್ಕಳು. ಎರಡನೆಯ ಪತ್ನಿಗೂ ಮಗಳೇ ಹುಟ್ಟಿದಾಗ ಆಕೆಗೂ ರಂಗನಾಯಕಮ್ಮ ಅಂತಲೇ ಹೆಸರಿಡಲಾಗಿತ್ತು. ಮೊದಲ ಇಬ್ಬರು ಹೆಣ್ಣುಮಕ್ಕಳಿಗೂ ಮದುವೆ ಮಾಡಲಾಯಿತಾದರೂ, ಅವರ ಗಂಡಂದಿರಿಬ್ಬರೂ ಚಿಕ್ಕ ವಯಸ್ಸಿನಲ್ಲೇ ತೀರಿಕೊಂಡರು. ಮೂರನೆಯ ರಂಗನಾಯಕಮ್ಮನನ್ನೇ (T) ಚಲಂ ಮದುವೆಯಾದದ್ದು: ಏಳನೇ ಕ್ಲಾಸಿನಲ್ಲಿದ್ದಾಗ! ಅವತ್ತಿಗಾಗಲೇ ಆಕೆಯ ಅಕ್ಕ (ಎರಡನೇ ರಂಗನಾಯಕಮ್ಮ) ಬಾಲ ವಿಧವೆ. ಚಲಂಗೆ ಆಕೆ ವರಸೆಯಲ್ಲಿ ಅತ್ತಿಗೆ. ತೆಲುಗಿನಲ್ಲಿ ಅತ್ತಿಗೆಗೆ 'ವದಿನಾ' ಅನ್ನುತ್ತಾರೆ. ಚಲಂನ ತಮ್ಮಂದಿರಿಗೆ 'ವದಿನಾ' ಅನ್ನಲು ಬಾಯಿ ತಿರುಗದೆ 'ವೊಯ್ಯಿ' ಅನ್ನುತ್ತಿದ್ದರು. ಹೆಂಡತಿ ಚಿಟ್ಟಿರಂಗನಾಯಕಮ್ಮನನ್ನು 'T' ಅಂತ ಕರೆದ ಚಲಂ, ಅತ್ತಿಗೆಯನ್ನು 'ವೊಯ್ಯಿ' ಅಂತಲೇ ಕರೆದರು.

ಒಂದಕ್ಷರ ಇಂಗ್ಲಿಷು ಬಾರದ ವೊಯ್ಯಿಯನ್ನು ಚಲಂ ಮದರಾಸಿಗೆ ಕರೆದೊಯ್ದು ಅಲ್ಲಿ ಕ್ರಿಶ್ಚಿಯನ್ ಮಿಷನರಿ ಶಾಲೆಗೆ ಸೇರಿಸಿ, ತಾನೇ ಖಾಸಗಿಯಾಗಿ ಪಾಠ ಹೇಳಿಕೊಟ್ಟು ಕಡೆಗೆ ಡಾಕ್ಟರಳನ್ನಾಗಿ ಮಾಡಿದ್ದು ಚಲಂನ ಹಿರಿಮೆಯೇ ಹೌದಾದರೂ, ಚಲಂಗಾಗಿ ತನ್ನ ಇಡೀ ಬದುಕನ್ನೇ ಮುಡಿಪಾಗಿಟ್ಟವಳು ವೊಯ್ಯಿ. ಆಕೆ ಆಂಧ್ರದಲ್ಲಿ ಸ್ವಾತಂತ್ರ್ಯ ಹೋರಾಟಗಾರ್ತಿಯಾಗಿ ಹೆಸರು ಮಾಡಿದರು.

ವಿಜಯವಾಡಕ್ಕೆ ಗಾಂಧೀಜಿ ಬಂದಾಗ ತಮ್ಮ ಮೈಮೇಲಿದ್ದ ಆಭರಣ ಬಿಚ್ಚಿಕೊಟ್ಟದ್ದ ಲ್ಲದೆ, ಸಭೆಯ ತುಂಬ ಅಡ್ಡಾಡಿ ಇತರೆ ಹೆಣ್ಣುಮಕ್ಕಳಿಂದ ಆಭರಣಗಳ ಭಿಕ್ಷೆ ಬೇಡಿ ತಂದು ಗಾಂಧೀಜಿಗೆ ಸಮರ್ಪಿಸಿದರು. ಅದನ್ನು ಮೆಚ್ಚಿದ ಗಾಂಧೀಜಿ ಡಾ. ರಂಗನಾಯಕಮ್ಮನವರ ಕೊರಳಿಗೆ ಹತ್ತಿ ನೂಲಿನ ಹಾರ ಹಾಕಿ ಗೌರವಿಸಿದ್ದರಂತೆ.

ಕೆಲಕಾಲ ಕರೀಂನಗರ್‌ನಲ್ಲಿ, ತೆನಾಲಿಯಲ್ಲಿ ಇದ್ದ ವೊಯ್ಯಿ, ಆಮೇಲೆ ವಿಜಯವಾಡದಲ್ಲಿ ಖಾಸಗಿ ಪ್ರಾಕ್ಟೀಸ್ ಆರಂಭಿಸುತ್ತಾರೆ. ಹಾಗೆ ಆರಂಭಿಸಿದವರಲ್ಲಿ ಆಕೆ ಆಂಧ್ರಕ್ಕೇ ಮೊದಲಿಗರು. ಆದರೆ ವೊಯ್ಯಿ ಸಂತೋಷ ಅನುಭವಿಸಿದ್ದಕ್ಕಿಂತ ನೋವು ಅನುಭವಿಸಿದುದೇ ಜಾಸ್ತಿ. ಚಲಂನ ಮೊದಲ ಮಗ ರವಿಯ ಸಾವು ಆಕೆಗೆ ಬಿದ್ದ ಮೊದಲ ಹೊಡೆತ. ಆಮೇಲೆ ಎರಡನೆಯ ಮಗ ವಸಂತ್ ಅದೊಂದು ದಿನ ತಂದೆಯೊಂದಿಗೆ ಮುನಿದುಕೊಂಡು ಮನೆ ಬಿಟ್ಟವನು, ಕಡೆಗೆ ಏನಾದನೆಂಬುದೇ ತಿಳಿಯದಾಗಿ ಹೋಯಿತು. ಅವನು ಆತ್ಮಹತ್ಯೆ ಮಾಡಿಕೊಂಡಿರಬೇಕು ಅಂತಲೇ ವೊಯ್ಯಿ ಭಾವಿಸಿದ್ದಳು. ಅದು ಆಕೆಗೆ ಬಿದ್ದ ಎರಡನೇ ಪೆಟ್ಟು. ಮುಂದೆ ರಂಗ ನಾಯಕಮ್ಮನವರಿಗೆ ಹುಚ್ಚು ಹಿಡಿದದ್ದು ವೊಯ್ಯಿ ಪಾಲಿಗೆ ದುರ್ಭರ ವೇದನೆಯಾಗಿ ಪರಿಣಮಿಸಿತು. ಚಲಂನ ಹೆಣ್ಣುಮಕ್ಕಳು ಮದುವೆಯಾಗದೆ ಉಳಿದರೆಂಬ ಯಾತನೆ ಯೊಂದು ಆಕೆಯನ್ನು ನಿರಂತರವಾಗಿ ಕಾಡಿತು. ಇದೆಲ್ಲದರ ಪರಿಣಾಮ ಆಕೆಯ ಆರೋಗ್ಯದ ಮೇಲಾಯಿತು. ಆಕೆಗೆ ಆದ ಫೈಬ್ರಾಯಿಡ್‌ನ ಪರಿಣಾಮವಾಗಿ ವೊಯ್ಯಿ ಗರ್ಭಕೋಶ ತೆಗೆಸಿಕೊಂಡರು. ಮುಂದೆ ಅವರಿಗೆ ತೀವ್ರವಾದ ಎದೆ ನೋವು, ಹೃದಯದ ಬೇನೆ ಕಾಣಿಸಿಕೊಂಡವು. "ನಂಗೊಂದು ತೊಟ್ಟು ವಿಷ ಕೊಡ್ರೇ..." ಎಂದು ಕಿರುಚಿಕೊಳ್ಳುತ್ತಿದ್ದರು. ಅದೊಂದು ದಿನ ಚಲಂನ ಆಪ್ತಮಿತ್ರ ಪಾಲೆಪ್ಪಾಡಿ ಸುಬ್ಬಾರಾವು ಎಂಬಾತ ಮನೆಗೆ ಬಂದಿದ್ದರು. 'ಬನ್ನಿ ಹೀಗೇ ಒಂದು ಸುತ್ತು ತಿರುಗಾಡಿ ಬರೋಣ' ಅಂತ ಚಲಂರನ್ನು ಕರೆದಾಗ,

"ಇವತ್ತೂ ಕರಕೊಂಡು ಹೋಗ್ತೀರಾ ಚಲಂನನ್ನ?" ಅಂತ ಕೇಳಿದರು ವೊಯ್ಯಿ. ಆಗಲೇ ಅವರಿಗೆ ಸಾವಿನ ಮುನ್ಸೂಚನೆ ಸಿಕ್ಕಿತ್ತೇನೋ? ಗೆಳೆಯನೊಂದಿಗೆ ತಿರುಗಾಡಿ ಚಲಂ ವಾಪಸು ಬಂದು ಮನೆಯಲ್ಲಿ ಕುಳಿತ ಸ್ವಲ್ಪ ಹೊತ್ತಿಗೇ ಕುರ್ಚಿ ಯಲ್ಲಿ ಕುಳಿತ ವೊಯ್ಯಿ ಗೋಣು ಚೆಲ್ಲಿಬಿಟ್ಟರು.

1921 ಏಪ್ರಿಲ್ ತಿಂಗಳಲ್ಲಿ ಹೊಸಪೇಟೆಯಲ್ಲಿ ಹುಟ್ಟಿದ ಮೊದಲ ಮಗಳು ಸೌರಿಸ್. ಆಗಷ್ಟೆ ಹುಟ್ಟಿದ ಮಗುವನ್ನು ಬಿಳೀ ಬಟ್ಟೆಯಲ್ಲಿ ಸುತ್ತಿ ತಂದಾಗ ಚಲಂ,

'ಹಲೋ ಅನಿಬೆಸೆಂಟ್' ಅಂತ greet ಮಾಡಿದ್ದರಂತೆ. ಕರೆಯುತ್ತಿದ್ದುದು 'ಷಾ' ಅಂತಲೇ ಆದರೂ ಸೌರಿಸ್ ಎಂಬ ಹೆಸರನ್ನು ಚಲಂ ಇಂಗ್ಲಿಷ್ ಕಾದಂಬರಿಯೊಂದ ರಿಂದ ಆಯ್ದುದ್ದು. ಅದು ಕಾದಂಬರಿಯ ಫ್ರೆಂಚ್ ನಾಯಕಿಯ ಪಾತ್ರದ ಹೆಸರು. ಆ ದಿನಗಳಲ್ಲಿ ಚಲಂ ಹೊಸಪೇಟೆಯ ಮುನಿಸಿಪಲ್ ಹೈಸ್ಕೂಲಿನ ಹೆಡ್ಮಾಸ್ಟರ್ ಆಗಿದ್ದರು. ಪ್ರಕಾಶಂ ಮತ್ತು ರಾಮ್ಮೂರ್ತಿ ಅವರಿಗೆ ಅಸಿಸ್ಟೆಂಟ್‌ಗಳಾಗಿದ್ದರು. ಮುನಿಸಿಪಲ್ ಪ್ರೆಸಿಡೆಂಟ್‌ಗೂ ಚಲಂ ಮಿತ್ರರಿಗೂ ಝಟಾಪಟಿ ನಡೆದು ಕಡೆಗೆ ನೌಕರಿಗಳಿಗೆ ರಾಜೀನಾಮೆ ಕೊಟ್ಟು, ರಾಜಮಂಡ್ರಿಯ ಗವರ್ನಮೆಂಟ್ ಟ್ರೇನಿಂಗ್ ಕಾಲೇಜಿಗೆ tutor ಆಗಿ ಬಂದು ಸೇರಿಕೊಂಡರು ಚಲಂ ಮತ್ತು ಪ್ರಕಾಶಂ.

ಹೊಸಪೇಟೆಯ ದಿನಗಳಲ್ಲಿ ಚಲಂಗೆ ದೊಡ್ಡ ಕಂಪೆನಿಯಾಗಿದ್ದವನು ಅವರ ಮೊದಲ ಮಗ ರವಿ. ಅವನು ಒಟ್ಟಾರೆಯಾಗಿ ಬದುಕಿದ್ದುದು ಹದಿನಾಲ್ಕು ವರ್ಷ. ನೋಡಲು ತುಂಬ ಸುಂದರನಾಗಿದ್ದ ರವಿ, ಅದ್ಭುತ ಮೆಕ್ಯಾನಿಕ್ ಆಗಿದ್ದ. ಆ ಚಿಕ್ಕ ವಯಸ್ಸಿನಲ್ಲೇ ಅಮೆರಿಕದ ಕಂಪೆನಿಗಳೊಂದಿಗೆ ಪತ್ರ ವ್ಯವಹಾರ ಮಾಡುತ್ತಿದ್ದ. ಮನೆಯಲ್ಲಿ ಯಾರೂ ರವಿಯನ್ನು ಚಿಕ್ಕ ಹುಡುಗನಂತೆ treat ಮಾಡುತ್ತಿರಲಿಲ್ಲ. ಅವನಿಗೆಂದೇ ಚಲಂ ಒಂದು ಗ್ರಾಮಾಫೋನು, ಕೆಲ ರೆಕಾರ್ಡು ಮತ್ತು ಒಂದು ಕೆಮೆರಾ ಕೊಡಿಸಿದ್ದರು. ರವಿ ಆ ವಯಸ್ಸಿನಲ್ಲಿ ನಾಟಕ ಬರೆಯುತ್ತಿದ್ದ. ನಾಟಕಗಳಲ್ಲಿ ಅಭಿನಯಿಸುತ್ತಿದ್ದ. ಚೆನ್ನಾಗಿ ಹಾಡುತ್ತಿದ್ದ. ಪೆಯಿಂಟಿಂಗ್ ಗೊತ್ತಿತ್ತು. ಆತನಿಗೆ ತಾನು ಸಾಯಲಿದ್ದೇನೆಂಬುದು ಗೊತ್ತಾಗಿ ಹೋಗಿತ್ತು. ಹೀಗಾಗಿ ಹ್ಯೂಮರ್ ರೂಢಿಸಿ ಕೊಂಡಿದ್ದ. ಸಾಲಾಗಿ ಷಾ, ವಸಂತ್ ಮತ್ತು ಚೇ (ನಿರ್ಮಲ)ರನ್ನು ಕೂಡಿಸಿಕೊಂಡ ಅವರ ತಾಯಿ T, "ನಿಂಗೆ ಬೆಳ್ಳಿ ಬಟ್ಟಲು ತರ್ತೀನಿ. ನಿಂಗೆ ರೈಲು ಚೊಂಬು... ನಿಂಗೆ ಒಳಲೆ ತರ್ತೀನಿ" ಅನ್ನುತ್ತಿದ್ದಂತೆಯೇ,

"ಅಮ್ಮಾ, ಆಗಲೇ ನನ್ನನ್ನ listನಿಂದ ತೆಗೆದುಬಿಟ್ಯಾ?" ಅಂತ ಕೇಳಿ ನಕ್ಕಿದ್ದ ರವಿ. ಕೆಲವೊಮ್ಮೆ ತಾನು ಸತ್ತುಹೋದಂತೆ ನಟಿಸಿ, ರಿಹರ್ಸಲ್ ಮಾಡಿ "ನಾನು ಸತ್ತಾಗ ನೀವ್ಯಾರೂ ಅಳಕೂಡದು" ಅಂತ ತಮ್ಮ ತಂಗಿಯರಿಗೆ ಅಪ್ಪಣೆ ಮಾಡುತ್ತಿದ್ದ ರವಿ, ಚಲಂ ಊರಲ್ಲಿ ಇಲ್ಲದಾಗಲೇ ಹೃದಯಾಘಾತವಾಗಿ ಸತ್ತುಹೋದ. ಮೂರು ದಿನ ಶವವಿಟ್ಟು ಕಾಯ್ದರೂ ಚಲಂಗೆ ಕರೀಮ್‌ನಗರ್ ತಲುಪಿಕೊಳ್ಳಲು ಆಗಲಿಲ್ಲ. ಆತನ ಮುಸ್ಲಿಂ ಸ್ನೇಹಿತರೇ ರವಿಯನ್ನು ಮಣ್ಣು ಮಾಡಿದ್ದರು.

ಚಲಂನ ಒಬ್ಬ ಮಗಳು ಚಂಪಕ. ಮಗುವಿದ್ದಾಗ ತುಂಬ ನಗುತ್ತಿದ್ದರಿಂದ ಪಕಪಕ ಅಂತ ಹೆಸರಿಟ್ಟಿದ್ದರು. ಆಕೆ ಮದುವೆಯಾದದ್ದು ಕವಿ ವಜೀರ್ ರೆಹಮಾನ್ ರನ್ನ. ಅವರ ಮಗ ಟಿಪ್ಪು. ಚಿತ್ರಾ, ಚಲಂ ಸಾಕಿದ ಅನಾಥ ಮಗು: ತಂದೆಯಿಲ್ಲದೆ

ಹುಟ್ಟಿದವಳು. ಅವಳ ಗಂಡನ ಹೆಸರು ಶ್ರೀ. ಡಾಲಿ ಅವರಿಬ್ಬರ ಮಗು. ಚಲಂ ಅವರನ್ನು ಕಡೆತನಕ ಸೇವೆ ಮಾಡಿ ನೋಡಿಕೊಂಡ ಸಾಕುಮಗಳೇ ನರ್ತಕಿ. 1974ರಲ್ಲಿ ಚಲಂಗೆ ಪಾರ್ಶ್ವವಾಯು ಆಗಿತ್ತು. ಮೇ 4, 1979ರಂದು ಚಲಂ ನಿರ್ಗಮಿಸಿದರು.

ಬೆಂಕಿ ಕೊಟ್ಟದ್ದು, ಅವರ ತಂಗಿಯ ಮಗ ವಕ್ಕಲಂಕ ನರಸಿಂಹರಾವು.

●

ಅವನನ್ನು ತೋರಿಸಿದ್ದೀರಿ,
ಪಾರಾಗುವ ದಾರಿಯನ್ನೂ ತೋರಿಸಿ!

ಒಂದು ಸುದೀರ್ಘ ನಿಟ್ಟುಸಿರು!

ಸುಡುಬಿಸಿಲೋ ಬೆಳದಿಂಗಳೋ ಗೊತ್ತಾಗದ ಸ್ಥಿತಿ. ನಿನ್ನೆ ನಾಳೆಗಳು ಒಂದಾಗಿ ನಿಂತ ವರ್ತಮಾನವೆಂಬ ನಿಶ್ಚಲ ಬಿಂದು. ಬದುಕೆಂದರೆ ಗೊತ್ತಿಲ್ಲದ ಗುರಿಯಿಲ್ಲದ ಹಾದಿಯಲ್ಲಿ ನಮಗೆ ಬೇಕಾದ್ದನ್ನು ಹುಡುಕುತ್ತಾ ಹೋಗುವ ನಿರಂತರ ಪಯಣವಾ? ಹಾಗೆ ಸಾಗುತ್ತಾ ಸಾಗುತ್ತಾ ಸಿಕ್ಕಿದ್ದನ್ನೆ ನಮಗೆ ಬೇಕಾದದ್ದು ಅಂದುಕೊಂಡು ಬಿಡುತ್ತೇವಾ? ಪ್ರೀತಿಯಲ್ಲೂ ಅಷ್ಟೇನಾ? ನಾವು ಪ್ರೀತಿಸಿದವರು ಸಿಕ್ಕದೇ ಹೋದಾಗ, ಸಿಕ್ಕವರನ್ನೇ ಪ್ರೀತಿಸುವುದು ರಾಜಿಯಾ? ಅಸಹಾಯಕತೆಯಾ? ಅನಿವಾರ್ಯ ಕರ್ಮವಾ? ವಿಧಿಯಾ? ಅಥವಾ ಬದುಕಿನ ವಿಲಕ್ಷಣ ವರ್ತನೆಗಳಲ್ಲಿ ಅದೂ ಒಂದಾ?

ಉತ್ತರ; ಒಂದು ಸುದೀರ್ಘ ನಿಟ್ಟುಸಿರು.

ಕಡುವ್ಯಾಮೋಹಿಯ ಹಾಗೆ, ಸಂತನ ಹಾಗೆ, ಎಲ್ಲವನ್ನು ಮೀರಿಯೂ ಮೀರದವನ ಹಾಗೆ, ನಮ್ಮನ್ನು ಕಂಗೆಡಿಸುವವನ ಹಾಗೆ, ನಾವು ಸಾಧನೆ, ಸುಖ, ತೃಪ್ತಿ, ನೆಮ್ಮದಿ ಅಂದುಕೊಂಡದ್ದೆಲ್ಲ ಕೇವಲ ನಮಗೆ ನಾವೇ ಹೇಳಿಕೊಂಡ ಆಪ್ಯಾಯ ಮಾನ ಸುಳ್ಳು ಎಂದೆನ್ನಿಸಿ ಕಂಗಾಲಾಗುವ ಹಾಗೆ, ಅದು ಅರಿವಾಗಿಯೂ ಆ ಸುಳ್ಳನ್ನು ಧಿಕ್ಕರಿಸುವ ಧೈರ್ಯವಾಗದ ಹಾಗೆ...

ಚಲಂ ನಿಜಕ್ಕೂ ಹಾಗಿದ್ದರಾ? ನಮಗೆ ಹಾಗೆ ಕಾಣಿಸುತ್ತಿದ್ದರಾ? ಅವರೊಳಗಿನ ತಲ್ಲಣಗಳೇನಿದ್ದವು? ಅವರು ಏಕಾಂತದಲ್ಲಿ ಮುಖಾಮುಖಿಯಾಗುತ್ತಿದ್ದ ಸತ್ಯದ ಸ್ವರೂಪವೇನು? ಅವರು ಹಾಗಿದ್ದರೆ, ನಾವೇಕೆ ಹೀಗಿದ್ದೇವೆ? ಅದೇ ಭೂಮಿ, ಅದೇ ಬಾನು, ಅದೇ ಗಾಳಿ, ಅದೇ ನೀರು; ಸೃಷ್ಟಿ ಮಾತ್ರ ಬೇರೆ. ಅದು ನಮ್ಮ ಮಿತಿಯಾ?

ಅವರ ಗತಿ ಮತ್ತು ಸ್ಥಿತಿಯಾ? ನಾವು ಆ ಬದುಕನ್ನು ಹೇಗೆ ನೋಡಬೇಕು? ಆಮೇಲೆ ನಮ್ಮನ್ನು ಕಾಡುವ ಅತೃಪ್ತಿಯಿಂದ ಹೇಗೆ ಪಾರಾಗಬೇಕು.

ಮತ್ತೊಂದು ಸುದೀರ್ಘ ನಿಟ್ಟುಸಿರು!

***

ಒಂದು ಅತಿಗೆ ಹೋಗದ ಹೊರತು ಸತ್ಯದ ಹೊಸಿಲನ್ನು ಎಡವುವುದು ಸಾಧ್ಯವೇ ಇಲ್ಲವೇನೋ? ಸದಾ, ನಿನ್ನ ಇತಿಮಿತಿಯನ್ನು ಅರಿತು ಬದುಕು ಎನ್ನುತ್ತದೆ ನಮ್ಮ ಓದು, ನಾವು ಕಲಿತ ಪಾಠ, ನಮ್ಮ ಸುತ್ತಲಿನ ಸಮಾಜ, ನಮ್ಮ ಧರ್ಮ ಮತ್ತು ನಮ್ಮ ಅಧೈರ್ಯ. ವಿವೇಕದ ಮೂಲಕ ನಾವು ದಾಟಲು ಯತ್ನಿಸುತ್ತೇವೆ ಎನ್ನುವುದು ದೊಡ್ಡ ಭ್ರಮೆ. ಜ್ಞಾನದ ಮೂಲಕ ಮೀರುತ್ತೇವೆ ಎನ್ನುವುದು ಸುಳ್ಳು. ಐಷಾರಾಮದ ಮೂಲಕ ಗೆಲ್ಲುತ್ತೇವೆ ಅನ್ನುವುದು ಲಂಪಟತನ. ಅನುಭವದ ಸೇತುವೆಯ ಮೇಲೆ ನಡೆದು ಆಚೆ ತೀರ ಸೇರುತ್ತೇವೆ ಅನ್ನುವುದು ಮೂಢನಂಬಿಕೆ. ನಾವು ಸದಾ ಸೇತುವೆಯ ನಡುವಲ್ಲೇ ಇರುತ್ತೇವೆ. ಹೊರಟ ನೆಲಕ್ಕೆ ಬಂದು ತಲುಪಲಾರೆವು, ಹೋಗಬೇಕಾದ ಜಾಗಕ್ಕೆ ಹೋಗಿ ಸೇರಲಾರೆವು. ಕೆಳಗೆ ಆರ್ಭಟಿಸುತ್ತಾ ಹರಿಯುವ ನದಿಗೆ ಧುಮುಕಿ ಪಾರಾಗಲಾರೆವು.

ಇಲ್ಲಿದ್ದೇ ಬೇರೆಯಾಗುವ ಆಶೆ, ಪಾರಾಗಿ ಎತ್ತರಕ್ಕೇರುವ ಹಂಬಲದ ನಡುವೆ ತುಯ್ಯುತ್ತಿರುವ ಮನಸ್ಸು ಚಲಂ ಆತ್ಮಕತೆಯ ಮುಂದೆ ಅರೆಕ್ಷಣ ಬೆತ್ತಲಾಗಿ ನಿಲ್ಲುತ್ತದೆ. ಹಾಗೆ ಬೆತ್ತಲೆಗೊಳಿಸುವ ಶಕ್ತಿ ಅಹಂಕಾರವಿಲ್ಲದೆ ಹುಟ್ಟಿದ ಎಲ್ಲ ಕಲೆಗೂ ಇರುತ್ತದೇನೋ? ಆದರೆ ಅಹಂಕಾರದ ಲವಲೇಶವೂ ಇಲ್ಲದೆ, ಆತ್ಮಚರಿತ್ರೆ ಬರೆಯುವುದಾದರೂ ಹೇಗೆ? ನಾನೆಂಬ ಮಮಕಾರವನ್ನು ತೊರೆದು, ತನ್ನ ಬದುಕನ್ನು ನಡುದಾರಿಯಲ್ಲಿ ಸತ್ತುಬಿದ್ದ ಅಪರಿಚಿತ ಶವವನ್ನು ನೋಡುವಷ್ಟು ಪರಕೀಯ ಭಾವದಿಂದ ನೋಡುವುದು ಸಾಧ್ಯವಾ?

ಚಲಂಗೆ ಅದು ಹೇಗೆ ಸಾಧ್ಯವಾಯಿತು? ಚಲಂ ಅಷ್ಟೊಂದು ತಳ್ಳಂಕಗಳ ಜೊತೆ ಹೇಗೆ ಜೀವಿಸಿದ್ದರು. ಜಗತ್ತಿನ ಜೊತೆ ಅಷ್ಟೊಂದು ಭಿನ್ನಾಭಿಪ್ರಾಯ ಇಟ್ಟುಕೊಂಡು ಹೇಗೆ ಜೀವಿಸಿದರು? ತನ್ನೊಂದಿಗೇ ಸಂಘರ್ಷ ಇಟ್ಟುಕೊಂಡು ಹೇಗೆ ಅಷ್ಟೊಂದು ಕ್ರಿಯಾಶೀಲವಾಗಿದ್ದರು? ಎಲ್ಲರನ್ನೂ ಸುಲಭವಾಗಿ ಸಂತೈಸುವ ಸಂಗತಿಗಳು ಅವರಿಗೇಕೆ ಸಾಂತ್ವನ ಹೇಳಲಿಲ್ಲ.

***

ಪ್ರಿಯ ರವಿ,

'ಚಲಂ' ಬಗ್ಗೆ ಕನ್ನಡದ ಓದುಗರಲ್ಲಿ ಆಸಕ್ತಿ ಹುಟ್ಟಿಸಿದವರು ನೀವು. ಈಗ ಸುಡುಸುಡು ಕೆಂಡದಂಥ ಈ ಕೃತಿಯನ್ನು ಕೈಲಿಡುತ್ತಿದ್ದೀರಿ. ಇದನ್ನು ಬರೆಯುವ ಹೊತ್ತಿಗೆ ನಿಮ್ಮಲ್ಲಿ ಮೂಡಿದ ಪ್ರಶ್ನೆಗಳನ್ನೂ ನಾನು ಊಹಿಸಿಕೊಳ್ಳಬಲ್ಲೆ. ನಿಮ್ಮ ಆಕರ್ಷಕ ಶೈಲಿಯನ್ನೂ ಬೇಕಂತಲೇ ಬದಿಗಿಟ್ಟು, ಎಷ್ಟು ವಸ್ತುನಿಷ್ಠವಾಗಿ ಹೇಳುವುದಕ್ಕೆ ಸಾಧ್ಯವೋ ಅಷ್ಟು ನಿರ್ಭಾವುಕತೆಯಿಂದ ನೀವು 'ಚಲಂ' ಆತ್ಮಕತೆಯನ್ನು ಹೇಳುತ್ತಿರುವುದೇಕೆ ಅನ್ನುವುದನ್ನು ಓದುಗರೂ ಗ್ರಹಿಸಬಲ್ಲರು.

ಯಾರನ್ನೇ ಆಗಲಿ, ಒಂದೇ ಓದಿಗೆ ಆವರಿಸಿಕೊಳ್ಳುವ ವ್ಯಕ್ತಿತ್ವ ಅದು. 'ಚಲಂ' ಭಾವತೀವ್ರತೆ, ವ್ಯಾಮೋಹ, ಸೆಳೆತ, ಶೃಂಗಾರದತ್ತ ಧಾವಿಸುವ ಉತ್ಕಟತೆ ಎಲ್ಲವನ್ನೂ ಮೀರಿದ್ದು ಅನುಭಾವದ ತುಡಿತ. ಇಂಥ ಅನುಭಾವವನ್ನು ತಾತ್ವಿಕತೆಯನ್ನು 'ಚಲಂ' ತನ್ನ ಬದುಕನ್ನು ಸಮರ್ಥಿಸಿಕೊಳ್ಳಲು ಊರುಗೋಲು ಮಾಡಿಕೊಳ್ಳುವುದಿಲ್ಲ ಅನ್ನುವುದೇ ಇಲ್ಲಿನ ವೈಶಿಷ್ಟ್ಯ. ಹಾಗಾಗದಂತೆ ನೀವೂ ಕಟ್ಟೆಚ್ಚರ ವಹಿಸಿದ್ದೀರಿ ಅನ್ನುವುದೇ ಸಮಾಧಾನ.

ಎಷ್ಟು ನಿಚ್ಚಳವಾಗಿ ಅನ್ನಿಸಿದ್ದನ್ನು ಹೇಳುತ್ತಾ ಹೋಗುತ್ತಾರೆ 'ಚಲಂ'. ಅಂಥ ನಿಷ್ಠುರ ಪ್ರಾಮಾಣಿಕತೆಯೇ ಅವರ ಬದುಕನ್ನು ಗೌರವದಿಂದ ನೋಡುವಂತೆ ಮಾಡುತ್ತದೆ ಅಲ್ಲವೇ? ನಲವತ್ತು ದಾಟಿದ, ನನ್ನದಲ್ಲದ ಮತ್ಯಾವ ವಿಚಾರ ಧಾರೆಯೂ ನನ್ನನ್ನು ಕಸಿದುಕೊಳ್ಳಲಾರದು ಎಂದು ನಂಬಿಕೊಂಡಿರುವ ನನ್ನಂಥವನನ್ನೇ ಒಂದು ಕ್ಷಣ ಹಿಂತಿರುಗಿ ನೋಡುವಂತೆ ಮಾಡುತ್ತದೆ 'ಚಲಂ' ಚರಿತೆ.

'ಚಲಂ'ಗೆ ತನ್ನ ವ್ಯಕ್ತಿತ್ವದ ಕುರಿತು ಯಾವುದೇ ಪೂರ್ವಗ್ರಹಗಳಿರಲಿಲ್ಲ ಅನ್ನಿಸುತ್ತದೆ. ಹಾಗೇ, ಬದುಕಿನ ಕುರಿತೂ. ತನ್ನ ಸಿದ್ಧಾಂತಗಳನ್ನು ತಾನೇ ವಿರೋಧಿಸುವ, ತನ್ನ ನಿಲುವುಗಳನ್ನು ತಾನೇ ಒಪ್ಪದಿರುವ, ತನ್ನ ಅಸ್ತಿತ್ವವನ್ನು ನಿರಾಕರಿಸುತ್ತಲೇ ಕಾಪಾಡಿಕೊಳ್ಳುವ ಚಲಂ ಅಷ್ಟೊಂದು ಶತ್ರುಗಳನ್ನು ಸೃಷ್ಟಿಸಿಕೊಂಡದ್ದು ಅಚ್ಚರಿಯೇನಲ್ಲ. ಆದರೆ, ಅಷ್ಟೊಂದು ಅಭಿಮಾನಿಗಳನ್ನು, ಓದುಗರನ್ನು ಸಂಪಾದಿಸಿದ್ದು ಮಾತ್ರ ಪವಾಡವೇ. ಅದರ ಅರ್ಥ, ನಮ್ಮೆಲ್ಲರೊಳಗೂ ಇರುವ ಅತೃಪ್ತಿ. ನಿರಾಕರಣೆ, ಅದಮ್ಯವಾದ ಜೀವನೋತ್ಸಾಹ, ಹೊಸಿಲು ದಾಟುವ ಹಂಬಲ. ಸಪ್ತ ಸಾಗರದಾಚೆಯೆಲ್ಲೋ ಸುಪ್ತಸಾಗರ ಕಾದಿದೆ ಅನ್ನುವ ಮಾತಿನ ಅರ್ಥ ಸ್ಫುಟವಾಗುವುದು ಇಂಥ ಬದುಕಿಗೆ ಮುಖಾಮುಖಿ ಆದಾಗಲೇ.

ಚಲಂ ಬದುಕು ಅನುಕರಣೀಯವಲ್ಲ ಎಂದು ನೀವೇ ಹೇಳಿದ್ದೀರಿ. ಚಲಂ ಜೀವನದ ವ್ಯಾಮೋಹ, ಶೃಂಗಾರ ಮತ್ತು ಪ್ರಣಯಕ್ಕೆ ಸಂಬಂಧಿಸಿದಂತೆ ಅದು

ನಿಜ. ಆದರೆ ಚಲಂ ವಿಚಾರಧಾರೆಯಲ್ಲಿ ನಾವು ಕಂಡುಕೊಳ್ಳಬಹುದಾದ ಅನೇಕ ಸ್ವೀಕಾರಾರ್ಹ ಅಂಶಗಳಿವೆ. ನಮ್ಮ ಜೀವನೋತ್ಸಾಹವನ್ನು ಹುರಿಗೊಳಿಸುವ ಒಂದು ಜೀವತಂತುವಿದೆ. ಕಷ್ಟಕಾರ್ಪಣ್ಯಗಳನ್ನು ನಿರುಮ್ಮಳವಾಗಿ ಎದುರಿಸುವುದಕ್ಕೆ ನೆರವಾಗುವ ಸಂದೇಶವಿದೆ.

ನಮ್ಮ ತೋರಿಕೆಯನ್ನು ಆಡಂಬರವನ್ನು ಎಷ್ಟು ಚೆನ್ನಾಗಿ ಗೇಲಿ ಮಾಡುತ್ತಾರೆ ಚಲಂ. 'ಎಷ್ಟೇ ಬೇಡವೆಂದರೂ ಮರ್ಯಾದೆಯೆಂಬುದು ನಮ್ಮ ಮನೆಯೊಳಗೆ ತೆವಳಿಕೊಂಡು ಬಂದಿತ್ತು. ಚಿಕ್ಕಪುಟ್ಟ ಬೆಳ್ಳಿ-ಬಂಗಾರದ ವಸ್ತುಗಳೂ ಮನೆಯಲ್ಲಿ ಕಾಣಿಸತೊಡಗಿದ್ದವು. ಈ ಭಿಕಾರಿಗಳನ್ನು ಮರ್ಯಾದಸ್ಥರನ್ನಾಗಿ ಮಾಡಲು ಅವುಗಳನ್ನೆಲ್ಲ ಕಂಡು ಹಿಡಿದರೇನೋ ಅನ್ನುತ್ತಿದ್ದೆ. ಮೇಲ್ನೋಟಕ್ಕೆ ಎಲ್ಲವೂ ಚೆನ್ನಾಗಿತ್ತು. ಆದರೆ, ಒಳಗಿನಿಂದ ಸಂತೋಷವೆಂಬುದು ಎಗರಿ ಹೋಗಿತ್ತು'.

ಬರೀ ಮರ್ಯಾದಸ್ಥರ ಪ್ರಪಂಚಕ್ಕೆ ಅವಿನಯವನ್ನು ಕಲಿಸುವ ಗುರುವಿನಂತೆಯೋ, ನೀರ ಮೇಲಿನ ಗುಳ್ಳೆಯಂತೆ ಕಾಣುವ ಸಂಸಾರ ಸುಖದ ಹುಸಿಸಂತೋಷವನ್ನೂ ಒಡೆಯುವವರಂತೆಯೂ ಕಾಣಿಸುತ್ತಿದ್ದ 'ಚಲಂ' ಆತ್ಮಕಥೆಯನ್ನು ಓದಿಸುವ ಮೂಲಕ ನಮ್ಮ ಮಿತಿಗಳನ್ನು ದಾಟುವಂತೆ ಮಾಡಿದ್ದಕ್ಕೆ ಥ್ಯಾಂಕ್ಸ್. ನಮ್ಮ ಘನತೆ, ಸಂಪತ್ತು, ಸಂಸಾರ, ಗೆಳೆತನ, ಬಳಗ-ಒದಗಿಸುವ ತೃಪ್ತಿಯೆಂಬ ಭಾವ ಹೇಗೆ ನಮ್ಮನ್ನು ಕುಬ್ಜರನ್ನೂ ನಿಷ್ಕ್ರಿಯರನ್ನೂ ಆಗಿಸುತ್ತಾ ಹೋಗುತ್ತದೆ. ಉಲ್ಲಂಘನೆಯ ಉತ್ಸಾಹವನ್ನು ಹೇಗೆ ಕುಂಠಿತಗೊಳಿಸುತ್ತದೆ. ನಮ್ಮ ರೆಕ್ಕೆಗಳನ್ನು ಈ ಅಲ್ಪತೃಪ್ತಿ ಹೇಗೆ ಅಡಗಿಸುತ್ತದೆ ಅನ್ನುವುದನ್ನು ಇಷ್ಟು ಸಮರ್ಥವಾಗಿ ಹೇಳುವುದು ಸಾಧ್ಯವೇ ಇಲ್ಲ. ಎಲ್ಲ ಪೂರ್ವಯೋಜಿತ ಬದುಕಿಗೂ ಒಂದು ಮೇರೆಯಿರುತ್ತದೆ. ಆ ಮೇರೆಯೊಳಗೇ ನಾವು ಕೂಪಮಂಡೂಕಗಳಂತೆ ನೆಮ್ಮದಿಯಾಗಿರುತ್ತೇವೆ. ಅದೇ ದಿವ್ಯ ಸ್ಥಿತಿ ಎಂದು ಭಾವಿಸುತ್ತೇವೆ. ಚಲಂರಂಥ ವ್ಯಕ್ತಿತ್ವವೊಂದು ಎದುರಾದಾಗ ನಮ್ಮ ಕುಬ್ಜತೆಯ ಸಣ್ಣತನದ ನಾವು ಪರಮ ಪವಿತ್ರ, ಸುರಕ್ಷಿತ ಮತ್ತು ಸುಖದಾಯಕ ಅಂದುಕೊಂಡದ್ದರ ಅರ್ಥಹೀನತೆ ಹೊಳೆಯುತ್ತದೆ.

ಅಂಥ ಅಸಂಗತ ಬದುಕಿನ ಸತ್ಯಗಳನ್ನು ತನ್ನ ಅಸ್ತಿತ್ವದ ಮೂಲಕ ತಿಳಿಸಿಕೊಟ್ಟ 'ಚಲಂ' ಬದುಕಿನ ಕತೆಯನ್ನು ಹೇಳುವ ಮೂಲಕ, ನಮ್ಮನ್ನು ಬಿಡುಗಡೆಗೊಳಿಸಿದ್ದಕ್ಕೆ ನಿಮಗೆ ಅಭಿನಂದನೆ.

ಈ ಮುಕ್ತಿಯ ಭಾವ ನಮ್ಮನ್ನು ಮತ್ತೊಂದು ಸಾಹಸದತ್ತ ಒಯ್ಯುತ್ತದೆ ಎಂದು ನಾನು ನಂಬಿದ್ದೇನೆ.

- ಜೋಗಿ

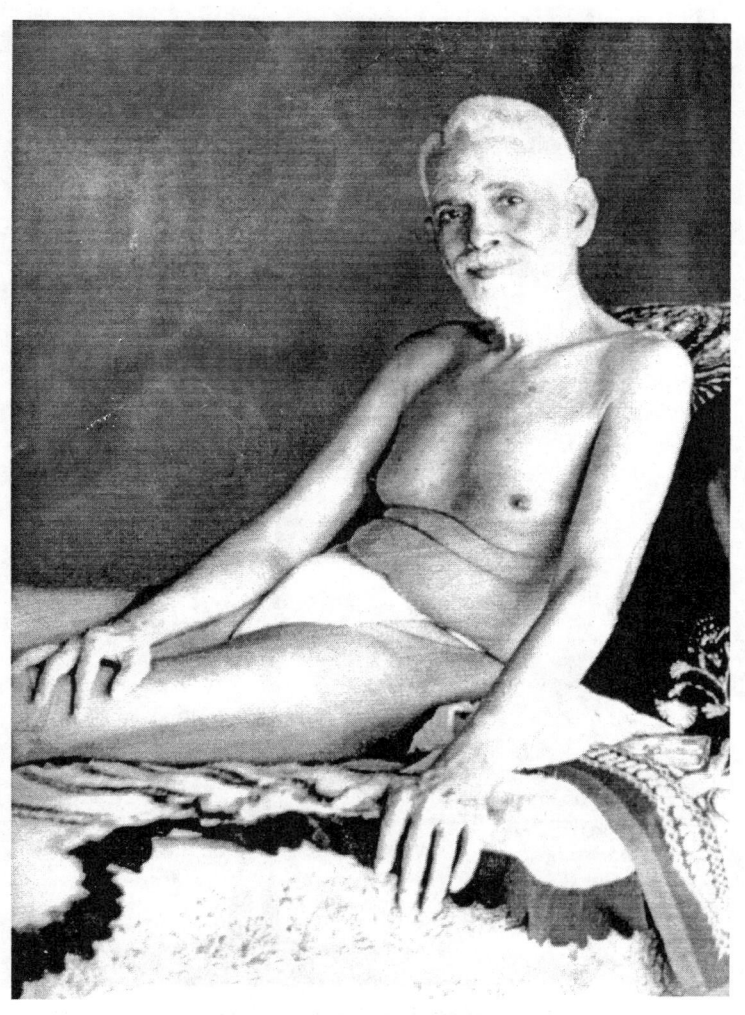

ರಮಣ ಮಹರ್ಷಿ

ತಿರುವಣ್ಣಾಮಲೈಯಲ್ಲಿರುವ ರಮಣಾಶ್ರಮ